വേറിട്ടൊരു
അമേരിക്ക

verittoru america
travelogue

•

p valsala

•

first chintha edition
december 2010

•

typesetting
chasimar, thiruvananthapuram

•

published
chintha publishers, thiruvananthapuram

•

•

cover
ambeesh kumar

•

വിതരണം

ദേശാഭിമാനി ബുക്ക് ഹൗസ്
H O തിരുവനന്തപുരം–695 001

ബ്രാഞ്ചുകൾ

ഓവർബ്രിഡ്ജ് തിരുവനന്തപുരം • കെ എസ് ആർ ടി സി ബസ് സ്റ്റേഷൻ ആലപ്പുഴ • കെ എസ് ആർ ടി സി ബസ് സ്റ്റേഷൻ എറണാകുളം • കലൂർ കൊച്ചി • ഐ ജി റോഡ് കോഴിക്കോട് • മാവൂർ റോഡ് കോഴിക്കോട് • എൻ ജി ഒ യൂണിയൻ ബിൽഡിങ് കണ്ണൂർ • സെൻട്രൽ ബസ് ടെർമിനൽ കോംപ്ലക്സ് താവക്കര കണ്ണൂർ • മച്ചിങ്ങൽ ലെയ്ൻ തൃശൂർ

CO - 1524 / 2602

വേറിട്ടൊരു
അമേരിക്ക

യാത്രാവിവരണം

പി വത്സല

ചിന്ത പബ്ലിഷേഴ്സ്
തിരുവനന്തപുരം-695 001

പി വത്സല

1938 ഏപ്രിൽ 4ന് കോഴിക്കോട് ജനനം. കോഴിക്കോട് ഗവൺമെന്റ് ട്രെയിനിങ് സ്കൂളിൽ പ്രധാനാധ്യാപികയായി വിരമിച്ചു. ഇപ്പോൾ കേരള സാഹിത്യ അക്കാദമി അധ്യക്ഷ. കേരള സാഹിത്യ അക്കാദമി അവാർഡ് അടക്കം നിരവധി പുരസ്കാരങ്ങൾ, *നിഴലുറങ്ങുന്ന വഴികൾ, നെല്ല്, ആഗ്നേയം, അരക്കില്ലം, ഗൗതമൻ, പാളയം, ചാവേർ, കൂമൻകൊല്ലി, നമ്പരുകൾ, വിലാപം, പഴയപുതിയ നഗരം, ആനവേട്ടക്കാരൻ, അനുപമയുടെ കാവൽക്കാരൻ, ഉണിക്കോരൻ ചതോപാധ്യായ, ഉച്ചയുടെ നിഴൽ, കറുത്ത മഴപെയ്യുന്ന താഴ്വര* എന്നിവയാണ് പ്രധാന കൃതികൾ.

പിതാവ് : കാനങ്ങോട്ട് ചന്തു

അമ്മ : ഇ പത്മാവതി

ഭർത്താവ് : എം അപ്പുക്കുട്ടി

വിലാസം : അരുൺ
മേരിക്കുന്ന് പി ഒ
കോഴിക്കോട് 673012.

ഉള്ളടക്കം

മകൻ അരുണിന്

NEW
YORKER

ആമുഖം

വേറിട്ടൊരു ജനപഥം ഒരേയൊരു ഭൂമിയും

പ്രൈമറി ക്ലാസിലെ ചരിത്ര–ഭൂമിശാസ്ത്ര പാഠങ്ങളിൽ നിറഞ്ഞു നിന്നൊരു രാജ്യമായിരുന്നു വടക്കേ അമേരിക്ക. അന്ന് അവിടെ ചരിത്രം തുടങ്ങുന്നത് കൊളംബസ് എന്ന കപ്പിത്താനിൽ നിന്ന്. അവിടെ 'ചുവന്ന ഇന്ത്യക്കാർ' എന്നൊരു ജനവിഭാഗമുണ്ടെന്നു കുഞ്ഞബ്ദുബക്കർ മാഷ് പറഞ്ഞു. ചുവപ്പ്? അതെ ചുവപ്പുതന്നെ. അതും ഇന്ത്യക്കാർ. അവർ മുഖത്ത് ചായം തേച്ചിരിക്കുന്നത് കൊളംബസ് കണ്ടിരിക്കാം, അതവരുടെ വംശാചാരമായിരിക്കാം എന്നും മാഷ് പറഞ്ഞു. ഇംഗ്ലീഷ് പാഠാവലിയിൽ എബ്രഹാം ലിങ്കണും ചരിത്രപുസ്തകത്തിൽ മാർട്ടിൻ ലൂഥർകിങ്ങും. ഞങ്ങൾക്കു പ്രിയങ്കരരായിരുന്നു.

ഇന്ത്യ എന്ന മഹാരാജ്യത്തിൽ ഏഴ് നഗരങ്ങളുണ്ടെന്നും അവിടെ റോഡുകൾപോലും സ്വർണം പതിച്ചതാണെന്നും കൊളംബസിന്റെ പൂർവികരായ കപ്പിത്താന്മാരുടെ ഇടയിൽ പ്രചരിച്ചിരുന്നു.

വില്യം ഫോക്നർ, ഹെമിങ്വേ, ടോം സോയർ, *റൂട്സ്* എന്ന നോവൽ എല്ലാം തന്നെ അമേരിക്കൻ ചിത്രങ്ങളിൽ നിറഞ്ഞു. ചരിത്രം, ഭൂമിശാസ്ത്രം, നരവംശശാസ്ത്രം, പരിശ്രമശാലികളായ കുടിയേറ്റസംഘങ്ങൾ എല്ലാമുണ്ടായിരുന്നു. ആഫ്രിക്കൻ ഭൂഖണ്ഡത്തിൽനിന്ന് 'ചരക്കു' കളായി അത്‌ലാന്റിക് നീന്തിക്കടന്ന നീഗ്രോവർഗങ്ങളുടെ കഥ എന്നെ ഏറ്റവുമധികം നോവിച്ചിരുന്നു. ഒപ്പം *ഗ്രെയ്പ്സ് ഓഫ് റാത്ത്* എന്ന നോവലും.

ഞാൻ കുട്ടിക്കാലത്തേ ഒരു കുഞ്ഞുസഞ്ചാരി ആയിരുന്നു. ഒരു സിനിമയെക്കാളധികം ഞാൻ അന്നും ഇന്നും സ്നേഹിക്കുന്നത് യാത്രാവഴികളിലെ കാഴ്ചകളാണ്. അതിൽ ഞാൻ മാത്രം കാണുന്ന എന്റെ സിനിമയുണ്ട്. ഞാൻ മാത്രം വായിക്കുന്ന എന്റെ ഗ്രന്ഥമുണ്ട്. പ്രൊഡ്യൂസറും ഡയറക്ടറും ആർട്ടിസ്റ്റുമെല്ലാം ദൈവം തെരഞ്ഞെടുത്തത്.

മധ്യപ്രദേശിലെ വിജനവും സന്ധ്യയുടെ ഇരുട്ടു നിറഞ്ഞതും ഭയജനകവും ആയ ദണ്ഡകാരണ്യത്തിന്റെ ശവപ്പറമ്പുകളിലൂടെ സഞ്ചരിക്കുമ്പോൾ എന്റെ കൂടെ ഒരു കന്യാസ്ത്രീയുണ്ടായിരുന്നു, ആതിഥേയ. അവരാണ്. കുടുംബഭഗവതിക്ക് അന്തിത്തിരി കൊളുത്തുന്ന 'ചാമർനായകൻ തന്റെ കിടാത്തിയെ' എനിക്കു കൈചൂണ്ടിക്കാണിച്ചുതന്നത് ആ കന്യാസ്ത്രീ ആയിരുന്നു. അവരുടെ ഒക്കത്ത് ഒരു ശിശു ഉണ്ടായിരുന്നു. കുടിലിൽ അവർ ഏകയും, കാവിൽ ദൈവസാന്നിധ്യവും. ഒരുപക്ഷേ, ഇത്തരം ഒരു കാഴ്ച ആശാനും കണ്ണിലുടക്കിയിരിക്കും, ഞാൻ പറഞ്ഞു. സിസ്റ്റർ ചാരിതാർഥ്യത്തോടെ ചിരിച്ചു. അങ്ങനെ ഓരോ യാത്രയും എനിക്ക് പുതിയ വാതിലും ജനലും തുറന്നു തരുന്നു.

അമേരിക്കയിലെ കൊളറാഡോവിൽ, ഗ്രാന്റ് കാന്യൻമഹാപർവതപ്പിളർപ്പിന്റെ വക്കിൽനിന്ന് കൃത്യം ഏഴ് അഞ്ചിന്, അസ്തമയസൂര്യനെ നിരീക്ഷിച്ചപ്പോൾ, എന്റെ മനസ് വിടർന്നു. ഇതാ ഒരേയൊരു സൂര്യൻ! ഇന്നലെയിരുന്നേടത്ത് നമ്മുടെ നാട്ടിൽനിന്ന് വന്നു വീണ്ടും പടിഞ്ഞാറോട്ട് വിടപറയുന്നവൻ.

അരിസോണയിലെ മരുഭൂമിയിലൂടെ മഴയും കാറ്റും മേളിച്ചു പറന്നകലുമ്പോൾ, ഈ കാറ്റ് ഇന്ത്യാസമുദ്രം താണ്ടി, അത്‌ലാന്റിക്കിനു മീതെ പറന്ന് ഞങ്ങളുടെ അടുത്തെത്തിയിരിക്കുന്നു. മഴ പെയ്യുന്നു. ഒരേ മഴ. ഒരേ ആകാശത്തിനു കീഴെ തണുത്തുവിറയ്ക്കുന്ന ഭൂമി. അപ്പോൾ എന്റെ മനസിൽ, കോഴിക്കോടില്ല, കേരളമില്ല, ഇന്ത്യയില്ല, ഏഷ്യയില്ല. ഒരേയൊരു ആവാസസ്ഥലി. നമ്മുടെ പ്രിയപ്പെട്ട ഭൂമി. ചക്രവാളം ഒന്നുമാത്രം. എവിടെനിന്നു കണ്ണോടിച്ചാലും ഒന്നുമാത്രം. നാട്ടിൽനിന്നു സമുദ്രങ്ങൾക്കും ഭൂഖണ്ഡങ്ങൾക്കും അകലെയാണെങ്കിലും ഏകാന്തത തോന്നുന്നില്ല. ഇതുതന്നെയാണ് മരണവും മോക്ഷവും. കൂടെ മകനുണ്ട്. അവനെ ഇവിടെ ഉപേക്ഷിച്ചു പോകുകയാണ് കുറേ ആഴ്ചകൾ കഴിയുമ്പോൾ എന്ന വികാരം ദുഃഖത്തെക്കാളുപരി, അനിവാര്യമായ ജീവിതത്തിന്റെ പരിക്രമത്തെയാണ് ഓർമിപ്പിക്കുന്നത്. യാത്ര ജീവിതം തന്നെയാകുന്നു. തുടക്കവും ഒടുക്കവും. നൈരന്തര്യമായ ജനനവും മരണവും. അതിൽ പങ്കാളികളാവുന്ന മനുഷ്യരുടെ മുഖച്ഛായയും ഉടുപ്പും മാറിയെന്നിരിക്കും.

ഫ്ളോറിഡയിലെ പൈൻമരത്തുഞ്ചത്ത് രണ്ട് കാക്കദമ്പതികളെ കണ്ട് ഞാൻ ആശ്ചര്യപ്പെട്ടു. അവ ഒരിക്കലും വീട്ടുമുറ്റത്ത് പറന്നിറങ്ങുന്നില്ല.

മെക്സിക്കൻ മരുഭൂമിയിലെ, കറുത്തു മിനുത്ത ഹൈവേയുടെ ഓരത്ത് ഒരൊറ്റക്കാക്കക്കുഞ്ഞ്, തണുത്തുവിറയ്ക്കുന്നു. മഴ നനഞ്ഞും, തന്നെ കടന്നുപോകുന്ന അനവധി കാറുകളുടെ നേർക്ക് നിരാശയോടെ നോക്കിയും. ഏതാനും മണിക്കൂർ കൂടി കഴിഞ്ഞാൽ ആഹാരം കിട്ടാതെ അതു ചത്തുപോകും എന്നു തോന്നി. ശീതക്കാറ്റിനൊപ്പം അതിന്റെ കറുത്ത രോമങ്ങൾ ചിന്നിപ്പറക്കുന്നു. ഞാൻ അമേരിക്കയിലെ നിയമങ്ങളെ മറന്ന്, എന്റെ ഹാന്റ് ബാഗിനകത്ത് അവശേഷിച്ചിരുന്ന ബിസ്കറ്റ്,

പാക്കറ്റ് നീക്കം ചെയ്ത്, കാറിന്റെ ഓരത്ത് അതിനുവേണ്ടി എറിഞ്ഞു കൊടുത്തു. പാക്കറ്റ് പേപ്പർ വെയ്സ്റ്റ് പെട്ടിയിൽ ഭദ്രമായി സൂക്ഷിച്ചു. റിയർ ഗ്ലാസിലൂടെ ഞാൻ അതിനെ നിരീക്ഷിച്ചു. അത് ബിസ്കറ്റ് കൊത്തിയെടുക്കും മുൻപ് പാഞ്ഞുപോകുന്ന വണ്ടിയെ നിരീക്ഷിക്കുന്നു.

വഴിവക്കുകളിൽ എന്തും നിങ്ങളുടെ മുൻപിൽ വിസ്മയകരമായി പൊട്ടിമുളയ്ക്കാം. ഹൈവേ നമ്പർ 95 ഞാൻ മറക്കുകയില്ല. അത് എന്റെ കാഴ്ചകളുടെ നീണ്ടുനീണ്ട ഇടനാഴിയായിരുന്നു. യു എസിന്റെ വടക്കറ്റം മുതൽ തെക്ക് മയാമി മുനമ്പുവരെ നീണ്ടുകിടക്കുന്നത്. എല്ലാവർക്കുമുള്ള വഴി. അമേരിക്കയിലെ ഗ്രാന്റ് കാന്യണും നയാഗ്രയും ഇന്ത്യയിലെ ഗംഗയും താജ്മഹലും ആരുടെയും സ്വകാര്യസ്വത്തല്ല. ഈ ഭൂമിയിലെ മഹത്തായതെന്തും എല്ലാ രാജ്യക്കാരുടെയും പൊതുമുതലാണെന്ന സത്യം എനിക്ക് ബോധ്യമാക്കിത്തരുന്നത് യാത്രകളാണ്.

പി വത്സല

1

ഞാവൽ പാർക്കിലെ വീട്

അമേരിക്ക സന്ദർശിക്കാനുള്ള വിസ അയച്ചുതന്ന് മകൻ പറഞ്ഞു: എന്നും നാട്ടിലെ ഒരു വീട് കെട്ടിപ്പിടിച്ച് ഇരിക്കേണ്ട. ഉടനെ വരണം. കാലാവസ്ഥയുടെ മുഖം മാറും മുമ്പ് ഫ്ളോറിഡ സ്റ്റേറ്റിലേക്ക് അരുൺ സ്ഥലം മാറ്റം മേടിച്ചിരിക്കുന്നു. എന്നും നല്ല ശീതോഷ്മളാവസ്ഥയുള്ള ഇടം. തൊട്ടടുത്ത് ഒരു ലൈബ്രറിയുണ്ട്. തന്റെ ആപ്പീസാണെങ്കിൽ വെറും അഞ്ചുമിനിറ്റ് ഡ്രൈവിങ്ങിനുള്ള ദൂരം. കാഴ്ച കാണാൻ പല ദിക്കിലേക്കും പോകാം.

അവനിപ്പോൾ തനിച്ചാണ് താമസം. മുഷിയുന്നുണ്ടാവും. ഞങ്ങൾ പോകുവാൻ തീരുമാനിച്ചത് പെട്ടെന്നാണ്.

അരുണിന്റെ അച്ഛന് ആശങ്ക. പുതിയ നാട്, ഭൂഗോളത്തിന്റെ നേരേയപ്പുറത്ത്. കാലാവസ്ഥ എങ്ങനെയായിരിക്കും? അപരിചിത വഴികളിൽ ചെന്നുപെട്ടാലുള്ള ആപത്തുകളെക്കുറിച്ച് വേവലാതി. ഞാൻ പറഞ്ഞു: എനിക്കെന്തായാലും പോകണം. മകൻ നാടും വീടും വിട്ടുപോയിട്ട് ഏതാണ്ട് പത്തു വർഷം കഴിഞ്ഞു. കൊല്ലത്തിലൊരു തവണ പത്തുദിവസത്തെ അവധിക്കു പറന്നെത്തുമ്പോൾ, ഒന്നു നിൽക്കാനോ ഇരിക്കാനോ, രണ്ട് വാക്ക് മിണ്ടാനോ ഇട കിട്ടുംമുമ്പ് തിരിച്ചുപോക്കിന് സമയമാകും. വീട്ടുകാരോടും സുഹൃത്തുക്കളോടും പാതി പറഞ്ഞും പാതി മനസിലേക്കുതന്നെ തിരുകിക്കയറ്റിയും പോയ്ക്കഴിഞ്ഞാൽ, യുദ്ധം കഴിഞ്ഞ നിലംപോലൊരു മുറി. പെട്ടികളും പാട്ടുകളും വസ്ത്രങ്ങളും കമ്പ്യൂട്ടറും അനുസാരികളും കുഴഞ്ഞുമറിഞ്ഞു കിടക്കുന്ന, അവന്റെ സാന്നിധ്യം ഒരു മാസം ഞാനപ്പടി സൂക്ഷിക്കും. പിന്നെ അടുക്കും, അറ പൂട്ടും. ഒരു കൊല്ലത്തേക്കു വിട. ഇപ്പോൾ അച്ഛനുമമ്മയും അവന്റെ അതിഥികളായി പോവുകയാണ്. എല്ലാം അവൻ ശരിപ്പെടുത്തിയിരിക്കുന്നു. പോകാതെ പറ്റില്ല.

ഞാൻ ചെന്നിട്ട് അവനൊരു വീട് പുനർനിർമിച്ച് കൊടുക്കും. രുചി മറന്ന വിഭവങ്ങളുണ്ടാക്കി തിന്നാൻ നിർബന്ധിക്കും. നാടിന്റെ മണം കേൾപ്പിക്കും.

മകൻ അമേരിക്കയിൽ ഇരതേടിപ്പോകുംമുമ്പേ അമേരിക്ക ഒരു സ്വപ്നംപോലെ എന്റെ ഉള്ളിലുണ്ട്. പ്രൈമറി ക്ലാസുകളിലെ, ശുഷ്ക്കിച്ച ചരിത്രപാഠങ്ങളിൽനിന്ന് കിട്ടിയ ചെറുസ്വപ്നങ്ങൾ. കുഞ്ഞബ്ദുബക്കർ എന്ന ചരിത്രാധ്യാപകൻ ആറും ഏഴും ക്ലാസുകളിൽ ചരിത്രം കോരിത്തന്ന ചെറുനേരങ്ങൾ. അമേരിക്കൻ ആദിവാസി, അധിനിവേശത്തിനെത്തിയ വെള്ളത്തൊലിക്കാർ, ഇരുമ്പ് ചങ്ങലകളിൽ പരസ്പരം പൂട്ടപ്പെട്ട് അത്‌ലാന്റിക് മഹാസമുദ്രം താണ്ടിയ പായ്ക്കപ്പലുകളിൽ, അമേരിക്കൻ തുറമുഖങ്ങളിൽ ഇറക്കുമതി ചെയ്യപ്പെട്ട അടിമച്ചരക്കുകൾ, താവളങ്ങളിലെ മൃഗീയ പീഡനങ്ങൾ, എബ്രഹാം ലിങ്കൺ, മാർക്ട്വെയ്ൻ, ജോർജ് ഹാരിയറ്റ്, ഹെമിങ്‌വേ, മാർട്ടിൻ ലൂതർകിങ് ജൂനിയർ, കെന്നഡി, ജാക്വിലിൻ കെന്നഡി, കെന്നഡി വധം, ജൂനിയർ ലൂതർ കിങ്ങിന്റെ വധം, നാഗസാക്കി–ഹിരോഷിമ–വിയറ്റ്നാം യുദ്ധങ്ങൾ, ഇറാഖ് – ചരിത്രം അവസാനിക്കുന്നില്ല. ജിജ്ഞാസ പെരുകിക്കൊണ്ടേയിരിക്കുന്നു.

ഭർത്താവ് പറഞ്ഞു, മൂന്നുമാസത്തിലധികം അവിടെ തങ്ങാൻ പറ്റില്ല. ഞാൻ മനസിൽ കരുതിവച്ചു, ആറുമാസംകൊണ്ടും കണ്ടുതീരില്ല; കേട്ടും.

യാത്രകളെല്ലാം ചരിത്രവഴിയിലൂടെയാവുന്നത് എന്നെ സംബന്ധിച്ച് സ്വാഭാവികമാണ്. ഞാനൊരു ചരിത്ര വിദ്യാർഥിനിയാണ്. മുമ്പൊരിക്കൽ മധ്യപ്രദേശിലൊരു കാന്താരഗ്രാമത്തിൽ, തുറസിൽ നിൽക്കുമ്പോൾ, ഒരു ഹാരപ്പൻ കുടിയിടത്തിലെത്തിയ പ്രതീതി. ചില ദിക്കുകളിൽ ചരിത്രം കെട്ടിക്കിടക്കുന്നു. നേർ ചതുരങ്ങളിൽ വിന്യസിക്കപ്പെട്ട സമകോണുകളിൽ മുറിച്ചുപോകുന്ന വീഥികളുടെ ഓരത്ത്, പച്ചമണ്ണ് കുഴച്ചുരുട്ടി പടുത്ത നാലുകെട്ടുകൾ ഉണ്ടായിരുന്നു അവിടെ. പൗരാണികതയുടെ നിഴൽ പറ്റിയ ഗ്രാമങ്ങൾ. ഇപ്പോൾ പോകുന്നത് നവീനതയുടെ പെരുവഴികളിലേക്കാണ്. ചരിത്രമില്ലാത്തവർ എന്നുപറയപ്പെടുന്ന അമേരിക്കയിൽ, ചരിത്രമുള്ളവരും ഉണ്ട്.

സന്ധ്യക്കാണ് വീട്ടിലെത്തുക എന്നു പ്രതീക്ഷിച്ചിരുന്നു. മയാമി എയർപോർട്ടിൽ രണ്ടു മണിക്കൂറോളം ചെലവഴിച്ചു. ബാഗേജ് അധികമുണ്ടായിട്ടല്ല. ഓരോരുത്തർക്കും ഓരോന്ന്. ചെറുത്. കാരണം, വലിയ ഭാരം യാത്രയെ ദുഃഖകരമാക്കും എന്നറിയാം. അല്ലെങ്കിലും മകനൊപ്പം ആറുമാസം ചെലവഴിക്കാൻ പോകുന്ന അച്ഛനമ്മമാർ എന്തുകൊണ്ടുപോകാനാണ് നാട്ടിൽനിന്ന്! തിരിച്ചും പറയാം, എന്താണ് കൊണ്ടുപോകാനില്ലാത്തത്! പക്ഷേ, മകൻ കർശനമായി പറഞ്ഞിരുന്നു, ഒന്നും അവിടന്നു കൊണ്ടുവരേണ്ടതില്ല. എല്ലാം വിലയ്ക്ക് മേടിക്കാൻ കിട്ടുന്ന നാടാണിത്; അച്ഛനമ്മമാരെയൊഴികെ. അപ്പോൾ അത്യാവശ്യം വസ്ത്രങ്ങളുമായി അങ്ങു ചെന്നാൽ മതി. മരുന്ന് പ്രത്യേകമായി വല്ലതും വേണമെങ്കിൽ അതും.

മയാമി എയർപോർട്ട്

ഞാൻ എന്റെ പെട്ടിയിൽ മറ്റെങ്ങും കിട്ടാത്ത രണ്ടുമൂന്നു സാധനങ്ങൾ എടുത്തുവച്ചു. തിരുനെല്ലിത്തേൻ ഒരുകിലോ, വീട്ടിൽ ആട്ടിയെടുത്ത ഒരുകിലോ വെളിച്ചെണ്ണ, ആവിയിൽ വേവിച്ച് വെയിലിൽ ഉണക്കിയെടുത്ത ഒരുപായ്ക്കറ്റ് കയ്പയ്ക്കാനുറുക്ക്.

എന്നിട്ടും ക്ലിയറൻസിൽനിന്ന് ബാഗ്, വട്ടം ചുറ്റി വരാൻ സമയമെടുത്തു. തുറന്നു കാണിക്കാൻ ആവശ്യപ്പെട്ടില്ല. ഇമിഗ്രേഷൻ ആപ്പീസർ, സ്പാനിഷ് ചുവയുള്ള സംസാരവും മുഖശൈലിയുമുള്ള ഒരു ചെറുപ്പക്കാരൻ പുഞ്ചിരിയോടെ ചോദിച്ചു:

“ലഗേജിൽ വല്ല വിത്തുകളോ ചെടികളോ ഉണ്ടോ? ഫുഡ്സ്റ്റഫ് എന്തെങ്കിലും?”

ഞാൻ പുഞ്ചിരിച്ചു. മകനെക്കാണാൻ ഇന്ത്യയിൽനിന്നും വരുന്ന അച്ഛനമ്മമാരോട് ഇച്ചോദ്യത്തിന്റെ നിരർഥകത വ്യക്തമായിരുന്നു. വാക്കുകളിൽ എന്തെങ്കിലും കാണും, ആന്ത്രാക്സ് പൊടിപോലെയോ ബോംബ് പോലെയോ ആപൽക്കരമാവില്ല, തീർച്ച എന്നൊരു വെളിച്ചം അയാളുടെ മുഖത്ത് തെളിഞ്ഞുനിന്നു.

കയ്പയ്ക്കാകൊണ്ടാട്ടവും തേനും വെളിച്ചെണ്ണയും അപകടകാരിയല്ലല്ലോ.

മകൻ വേവലാതിയോടെ പുറത്ത് കാത്തുനിൽക്കുന്നുണ്ട്. പുറത്തുകടക്കാൻ വൈകി. അവൻ മൈലുകൾക്കപ്പുറം ഫ്ളോറിഡാ സ്റ്റേറ്റിന്റെ തലസ്ഥാനനഗരമായ ‘ജാക്സൺ വില്ലി’ൽനിന്നു കാറോടിച്ച് വരുകയാണ് മയാമിയിലേക്ക്. അഞ്ഞൂറ് കിലോമീറ്റർ കാണും. ഉച്ചയ്ക്ക് ആഹാരം കഴിച്ചിരിക്കയില്ല. ഇദംപ്രഥമമായി വരുന്ന അച്ഛനമ്മമാർക്ക് വഴിയിൽ ക്ലേശ

ങ്ങൾ നേരിട്ടോ എന്നറിയില്ല. ജർമനിയിലെ ഫ്രാൻക്ഫർട്ടിൽ വച്ച് വിമാനം മാറിക്കേറേണ്ടതുണ്ട്.

എക്സിറ്റിൽ ഞങ്ങളെ കണ്ട നിമിഷം, ഒരു സ്കൂൾക്കുട്ടിയെപ്പോലെ അവൻ ഓടിയെത്തി. ഇവനോ ഏഴുവർഷമായി അമേരിക്കയിൽ ഉത്തരവാദിത്വമുള്ള കഠിനജോലിയിൽ ഏർപ്പെട്ടിരിക്കുന്ന എന്റെ, ഞങ്ങളുടെ മകൻ! ശരീരം ക്ഷീണിച്ചിരിക്കുന്നു. ഏകാന്തവാസത്തിലാണ്. ഫാസ്റ്റ് ഫുഡിൽ താൽപ്പര്യമില്ല; സ്വയം പാചകത്തിനു സമയമില്ല. അൽപ്പസമയം വീണുകിട്ടിയാൽ, അത് സംഗീതാസ്വാദനത്തിന് ഉഴിഞ്ഞുവയ്ക്കും, ഒഴിവുദിനങ്ങളിൽ യാത്ര. വീട്ടിലെ വേഷത്തിലാണ് വന്നിരിക്കുന്നത്. പാന്റ്സും ബനിയനും. മുടി ചീകാൻ നേരം കിട്ടീട്ടില്ല.

ഞാൻ ഊഹിച്ചത് നേരായിരുന്നു - ഞായറാഴ്ചയാകയാൽ ഉച്ച വരെ ഉറങ്ങിപ്പോയി. എണീറ്റ ഉടനെ വണ്ടിയുമായി തിരിച്ചു.

ആഹാരമോ?

വണ്ടിയിലുള്ളത് കഴിച്ചു. അച്ഛനും അമ്മയ്ക്കും വേണ്ടത് വണ്ടിയിലുണ്ട്. പെട്ടികൾ രണ്ടും കണ്ടിട്ട് അവൻ പറഞ്ഞു:

"നന്നായി, ലഗേജ് ചെറുതാക്കിയത്."

രണ്ടുപെട്ടികളാണ് പുറത്തിറങ്ങാൻ വൈകിച്ചത്. ഒന്ന് ആദ്യം കിട്ടി. രണ്ടാമത്തേത് ഏറ്റവും അവസാനവും.

കഴിയുന്നതും ഒരു പീസ് ലഗേജ് ആണെങ്കിൽ ഇത്ര താമസമുണ്ടാവില്ല. ഇനി അഞ്ഞൂറ് കിലോമീറ്റർ തിരിച്ചും മകൻ വണ്ടിയോടിക്കണമെല്ലോ എന്ന് എന്റെ മനസ്സ് വേവലാതിപ്പെട്ടു.

മയാമി, ലോകപ്രശസ്ത ടൂറിസ്റ്റ് കേന്ദ്രമായി പണ്ടുമുതൽക്കേ പേരുകേട്ട നഗരമാണ്. ടൂറിസത്തിന്റെ പ്രധാന മുദ്ര, വസ്ത്രങ്ങളിൽനിന്നുള്ള വിടുതിയാണെന്നു സ്വയം പ്രഖ്യാപിച്ച ആദ്യ കടൽത്തീര പട്ടണങ്ങളിൽ പ്രധാനം.

വിമാനം കൂറ്റനായിരുന്നു. ഒരു കപ്പൽപോലെ നിറയെ യൂറോപ്യൻ ടൂറിസ്റ്റുകൾ. പക്ഷേ, ഇമിഗ്രേഷനിലെത്തിയപ്പോൾ കണ്ടത് ലോകത്തെമ്പാടുമുള്ള വിവിധ ജനവർഗങ്ങളുടെ പ്രതിനിധികളെയാണ്. പിഗ്മി മുതൽ നീഗ്രോ വരെ. സ്കാൻഡിനേവ്യൻ മുതൽ സ്പാനിഷ് വരെ. ചീനക്കാർ മുതൽ അമേരിക്കർ വരെ. കറുത്ത മുടി, ചുവന്ന മുടി, സ്വർണ മുടി, വൈക്കോൽ മുടി, ചാരമുടി, വിവിധ വർണങ്ങളുടെ സങ്കര ശിരസ്സ്. ആൾപൊക്കം നാലടി മുതൽ ഏഴ്-ഏഴര അടിവരെ. ഒരു ജനവർഗ കാഴ്ചബംഗ്ലാവ്. ഇമിഗ്രേഷൻ കൗണ്ടറിനുമുമ്പിൽ അവർ നിശ്ശബ്ദരായി ഒറ്റവരികളിൽ ക്ഷമയോടെ കാത്തുനിന്നു. എല്ലാവർക്കും കിട്ടണം പ്രവേശനം. ഈ ഭൂമിയിലെ സ്വർഗത്തിലേക്ക്, ധനസമൃദ്ധിയിലേക്ക്, മനുഷ്യസ്വാതന്ത്ര്യത്തിന്റെ കവാടത്തിലേക്ക് - എന്തൊരു ധാരണകൾ! തെറ്റിദ്ധാരണകൾ!

മകൻ വണ്ടി മാറ്റിയിരിക്കുന്നു. സുസജ്ജമായ ഹോണ്ട. സമയമാപിനി, കാലാവസ്ഥാ മാപിനി, ന്യൂസ്, സംഗീതം, തണുപ്പ്, ചൂട്,

കാവൽമണി എല്ലാം. ഇരുന്നോ കിടന്നോ സഞ്ചരിക്കാം. ബെൽറ്റും സീറ്റും അഡ്ജസ്റ്റ് ചെയ്താൽ മതി.

വണ്ടിയുടെ ബാക്ക് ഗ്ലാസിൽ മങ്ങിയ ചുവന്ന അക്ഷരങ്ങളിൽ എഴുതിയിരിക്കുന്നു: 'പൊലീസ് സിറ്റിസൺ'

"ഈ വിചിത്രവാക്യം എന്ത്?'

"ഇറാഖിൽ പടയ്ക്കുള്ള സന്ദേശവുമായിപ്പോയ ഒരുന്നത മിലിട്ടറി ആപ്പീസർ തിരിച്ചുവന്നത് വണ്ടിയോടിക്കാൻ കഴിയാത്ത വിധം പരിക്കേറ്റാണ്. പുതിയ വണ്ടി, അവർ വിൽപ്പനയ്ക്കുവച്ചപ്പോൾ ഞാനിതു മേടിച്ചു."

"പാവം"

മകന്റെ സീറ്റൊഴികെ മറ്റൊന്നിലും ഇതുവരെ ആരും ഇരുന്നിട്ടില്ല. പുതുമണം വിട്ടിട്ടില്ല.

"അമ്മയ്ക്കു വിശക്കുന്നുണ്ടോ?"

"ഞാൻ പ്ലെയിനിൽനിന്നു പാസ്റ്റ കഴിച്ചു. ദുർമണം!"

അവൻ ചിരിച്ചു: സ്വയം പാചകം ചെയ്തു കഴിച്ചു ശീലിച്ച എന്നോട് എന്തുപറയാൻ "കേക്കും ബിസ്കറ്റും ബ്രഡും ഓറഞ്ച് ജ്യൂസും എല്ലാമുണ്ട്. അച്ഛനും എന്തെങ്കിലും കഴിക്കണ്ടേ?"

"ഇപ്പോൾ വേണ്ട, അഞ്ചുമണിക്കൂർ വണ്ടിയോടിച്ചിട്ടു വേണമല്ലോ അങ്ങെത്താൻ."

ന്യൂയോർക്കു വഴി വരാമായിരുന്നു! എന്നാലും വേണം ഈ ചുറ്റൽ. കഴിഞ്ഞ വർഷം വരെ അവൻ ന്യൂയോർക്കിലായിരുന്നു. നാട് കാണാനുള്ള ഇഷ്ടത്താൽ വീട് മാറിക്കൊണ്ടിരിക്കുന്നു.

ഫ്ളോറിഡയിലെ കാലാവസ്ഥ നാട്ടിലേതുപോലെയാണെന്നും ചൂടിന് കുറവുണ്ടെന്നും അവൻ വിശദീകരിച്ചു. അപ്പീസിലേക്ക് അഞ്ചു മിനിറ്റ് ഡ്രൈവ് മാത്രം.

വണ്ടിയോടുന്നത്, മുന്നൂറ് വർഷം മുമ്പു വരെ സ്പാനിഷ് സാമ്രാജ്യമായിരുന്ന, അതിനു മുമ്പ് അമേരിന്ത്യൻ അധിവാസകേന്ദ്രമായിരുന്ന, ചതുപ്പ് മൈതാനങ്ങൾക്ക് നടുവിലൂടെയാണ്, ഇരുപുറവും മിതോഷ്ണ വനനിരകൾ–കണ്ണെത്താദൂരം വരെ, അതിനപ്പുറം മൈതാനങ്ങളും കാടും തന്നെ. വണ്ടി അനേകം നഗരങ്ങളെ പിന്നിട്ടു. പുതിയ പലതരം കെട്ടിടങ്ങൾക്കും മൊത്തത്തിലൊരു അമേരിക്കൻ ശൈലി. ചരിഞ്ഞുകോണാകൃതിയിലുള്ള മേൽക്കൂര, തടിയിൽ തീർത്ത കതകുകൾ, ജനലുകൾ. വൃക്ഷപാർക്കുകളിൽ പനക്കൂട്ടങ്ങൾ, പൂമരക്കാവുകൾ, വൈവിധ്യമാർന്ന പൂങ്കാവനങ്ങൾ, വലിയ ഗേറ്റുകളില്ലാത്ത മനോഹരമായ പുരയിടങ്ങൾ – ഒരപൂർവകാഴ്ചതന്നെ. ഉയരം കുറഞ്ഞ മരവേലികൾ.

വഴിയിലൊരു 'മക്ഡൊനാൾഡ്' ഭക്ഷണശാലയിലേക്ക്, പ്രത്യേക എക്സിറ്റ് റോഡിലൂടെ കടന്നു. ചെറുകെട്ടിടം. ഒരു ഭക്ഷണശാല, രണ്ടു മുറികൾ. ടോയ്ലറ്റുകൾ, ഒരേയൊരു ജീവനക്കാരൻ.

കാപ്പിയാണ് പ്രധാനം. ചായ വേണമെങ്കിൽ കിട്ടും!

കാപ്പി മതി. ഭക്ഷണം കഴിച്ചവർ സ്വന്തം മേശകൾ ടിഷ്യൂപേപ്പർ ഉപയോഗിച്ച് തുടച്ച് വൃത്തിയാക്കി വെയ്സ്റ്റ് ബെന്നിലിട്ട് എണീറ്റ് പോകുന്നു.

രാത്രി ഒൻപതര മണിക്ക് ഞങ്ങൾ ജാക്സൺവിൽ പട്ടണപ്രാന്ത ത്തിലൊരു ഞാവൽ പാർക്കിൽ ഒരു ഇരുനില ഭവനത്തിന്റെ കോണിപ്പ ടിക്കൽ വണ്ടിയിറങ്ങി. വാതിലിനിരുപുറവും രണ്ട് വലിയ ഞാവൽ വൃക്ഷ ങ്ങൾ പടർന്നുപന്തലിച്ചു കിടപ്പുണ്ട്.

"ഈ മരങ്ങൾ കണ്ടാണ്, ഞാനിവിടെ ഫ്ളാറ്റ് എടുത്തത്. മകൻ പറഞ്ഞു. വരും മാസങ്ങളിൽ മകനൊപ്പം കഴിയാനുള്ള വീട്. പുറമേ തടിപ്പലകകൾ, വെനീഷ്യൻ മട്ടിൽ അടിച്ച ഭിത്തികൾ, ബ്രൗണും ക്രീമും കറുപ്പും വർണ ഇഷ്ടികകൾകൊണ്ട് പണിത മുഖാലങ്കാരം, തടിയിൽ തീർത്ത കോണി. അകം ശുദ്ധവെള്ള, തടിഫർണിച്ചർ. അറുന്നൂറോളം കുടുംബങ്ങൾ താമസിക്കുന്ന ഒരു 'ഗ്രാമം'. അമേരിക്കർ; 'ഹൗസിങ് കോളനി' എന്ന വൃത്തികെട്ട പ്രയോഗം ഭാഷയിൽനിന്നും എടുത്തുമാറ്റി യിരിക്കുന്നു. നഗരത്തിലായാലും മെട്രോപോളിറ്റനിലായാലും, ചെറുനാ ട്ടിൻപുറത്തായാലും ജനപഥങ്ങളെല്ലാം 'ഗ്രാമം' എന്ന പേരിൽ അറിയ പ്പെടുന്നു. വിവിധമായി നാമകരണം ചെയ്യപ്പെട്ടിട്ടുള്ള ഗ്രാമങ്ങൾ. സമയം രാത്രി ഒൻപത് കഴിഞ്ഞു. പരിപൂർണ നിശ്ശബ്ദത.

2

ഒന്നാം തീരം

ഞങ്ങൾ സെന്റ് അഗസ്റ്റിൻ പട്ടണം സന്ദർശിക്കാൻ പോവുകയാണ്. അമേരിക്കൻ ഭൂഖണ്ഡത്തിലെ ആധുനിക നഗരം. ജാക്സൺവിൽ – ഫ്ളോറിഡാസ്റ്റേറ്റിലെ തലസ്ഥാന നഗരം. സെന്റ് അഗസ്റ്റിൻ പട്ടണത്തിലേക്ക് 45 മൈൽ ദൂരം കാണും. ഫ്ളോറിഡയുടെ അത്‌ലാന്റിക് തീരത്തിന് അമേരിക്കയിലെ ഫസ്റ്റ് കോസ്റ്റ് എന്നാണ് നാമധേയം. യൂറോപ്യൻ അധിനിവേശകർ ആദ്യം കരപിടിച്ചതും കോട്ട പണിതതും ആദിവാസികളെ അടിമകളാക്കി മതം മാറ്റിയതും അവിശ്വാസികളെ ചുട്ടുകൊന്നതും ഈ തീരത്താണെന്നു ചരിത്രം. കരീബിയൻ ദ്വീപസമൂഹം താണ്ടി വൻകരയുടെ കിഴക്കൻ കടലോരത്ത് എത്തിയ ആദ്യ അധിനിവേശവർഗം സ്പാനിഷ് ആയിരുന്നു. കൊളംബസ് "ഇന്ത്യ കണ്ടുപിടിച്ചത"ങ്ങനെയാണ്. "നിങ്ങൾ ഇന്ത്യാക്കാരാണെന്ന്" വെളുത്ത വർഗം ആരോപിച്ചു. ആദിവാസികൾ ചെറുത്തുനോക്കി: ഇത് ഇന്ത്യയല്ല; ഞങ്ങൾ ഇന്ത്യക്കാരുമല്ല!"

പ്രമാണി അതെയെന്നു പറഞ്ഞാൽ അങ്ങനെതന്നെ! കരീബിയൻ ദ്വീപുവാസികളെ വേട്ടയാടി മതിവരാഞ്ഞ് അവർ വൻകരയിൽ സ്വർണവേട്ടയ്ക്കിറങ്ങി. അവർ പഴയ ഗ്രന്ഥങ്ങളിൽ വായിച്ചിരുന്നു, 'ഇന്ത്യ'യിൽ ഏഴുസുവർണ നഗരങ്ങളുണ്ട്. സ്വർണനിക്ഷേപത്തിനു കണക്കില്ല. തെരുവുകളിൽ വിരിച്ചിരിക്കുന്നത് സ്വർണഫലകങ്ങളാണ്. സുവർണമാളികകളും സ്വർണക്കട്ടികളും എങ്ങും കാണാം. ഇപ്പറഞ്ഞ ഏഴുനഗരങ്ങൾ പിടിച്ചടക്കാതെ തിരിച്ചുപോകാൻ ഞങ്ങൾ മണ്ടന്മാരോ? തൽക്കാലം മനുഷ്യവേട്ട നിർത്തിവച്ചു, അവർ. ബന്ധിതരായ ആദിനിവാസികളെ സംഘടിപ്പിച്ചു, പർവതസാനുക്കൾ കയറാനുള്ള നടപ്പാതകളുണ്ടാക്കി. അഥവാ വേട്ടസംഘം നീങ്ങിയ പാതകളുടെ പുനരവതാരരൂപങ്ങൾ ഇപ്പോഴും ഉണ്ട്. സ്വർണവേട്ടയ്ക്ക് നിയോഗിക്കപ്പെട്ടവരുടെ നിയോഗം പിന്നീട് പറയാം.

ഞങ്ങളിപ്പോൾ നിൽക്കുന്നത് ഒരു മധ്യകാലവാണിജ്യത്തെരുവിലാണ്. അഞ്ഞൂറ് വർഷങ്ങൾക്കു മുമ്പ്, ചുവപ്പ് രാശിയുള്ള ഇരുണ്ട വർഗക്കാർ ഇവിടെ ഗ്രാമങ്ങളിൽ താമസിച്ചിരുന്നു. അവർ പരിഷ്കൃതരായിരുന്നു; ഏഴുനിലകൾ വരെയുള്ള അഡോബ് ടൈപ്പ് ഭവനങ്ങളും നൂറിൽപ്പരം മുറികളുള്ള കെട്ടിടങ്ങളും ഉണ്ടായിരുന്നു. കളനെയ്ത്തിലും കരകൗശലവസ്തു നിർമാണത്തിലും എന്തിന് ചക്രത്തിന്റെ സഹായമില്ലാതെ മൺകുടങ്ങളും കലങ്ങളും നിർമിക്കുന്നതിലും അവർ വിരുത് കാണിച്ചു. ചോളം, എണ്ണമറ്റയിനം പയർവർഗങ്ങൾ എന്നിവ കൃഷി ചെയ്തു. ആവശ്യത്തിനു മാത്രം വേട്ടയാടി; മീൻപിടിച്ചു. വസ്ത്രം ധരിക്കുന്ന വർഗവും തീർത്തും നഗ്നമേനി പ്രദർശിപ്പിക്കുന്ന വർഗങ്ങളും ഉണ്ടായിരുന്നു. ഇവരെ മെരുക്കിയും വേട്ടയാടിയും കൊന്നും ഇവിടെ സ്ഥിരതാമസമുറപ്പിച്ച ആദ്യ സ്പാനിഷ് സംഘങ്ങളുണ്ടാക്കിയ ആദ്യ പട്ടണമാണ്, ഒന്നാം തീരത്തെ, സെന്റ് അഗസ്റ്റിൻ. പോരാട്ടങ്ങളെ അതിജീവിച്ച ആത്മാക്കളെ 'രക്ഷിക്കാൻ' സ്പാനിഷ് ഭരണാധികാരികൾ ഇവിടെ ഒന്നാമത്തെ ക്രിസ്തീയ ദേവാലയം പണിതു. സ്വർണവും പിന്നെ ഭൂമിയും സ്വർഗവും തേടിയെത്തിയ യൂറോപ്യൻ സംഘങ്ങൾക്ക്, ഇവിടെ സ്ഥിരതാമസമാക്കാതിരിക്കാൻ നിർവാഹമില്ലെന്നുവന്നു. 1565 സെപ്റ്റംബറിലാണ് ഈ പട്ടണം താമസയോഗ്യമാക്കിയത്. ഇതിന്റെ ശിൽപ്പി ഒരു ന്യൂയോർക്കുകാരനാണ്. ഡോൺ പെഡ്രൊ മെനന്റസ് ഡി അവൈൽസ് എന്ന ക്യാപ്റ്റൻ - ഗവർണർ. അദ്ദേഹത്തിന്റെ ഒരു പൂർണകായപ്രതിമ പട്ടണമധ്യത്തിൽ ഇന്നും നിൽപ്പുണ്ട്. അന്നത്തെ സ്പാനിഷ് രാജ്യത്തിന്റെ സമ്മാനം.

ഫ്ളാഗർ എന്ന കോടീശ്വരൻ സ്ഥാപിച്ച ഒരു മിലിറ്ററി ഹോസ്പിറ്റൽ കെട്ടിടം ഇന്ന് ഫ്ളാഗർ കോളേജ്. കെട്ടിടത്തിന് രണ്ട് നിലകൾ. സ്പാനിഷ് നവോത്ഥാന ശിൽപ്പകലയുടെ ഉന്നതമാതൃക. ഈ കോളേജ് അമേരിക്കയിലെ ഏറ്റവും പഴയ പ്രശസ്ത വിദ്യാലയമാണ്. അകത്തളങ്ങളിൽ ഭിത്തികളിൽ മ്യൂറൽ പെയിന്റിങ്ങുകൾ, മാർബിൾ പ്രതിമകൾ, വാസ്തുകല. ഇറക്കുമതി ചെയ്യപ്പെട്ട മാർബിളിന്റെ മിനുപ്പ് കടൽക്കാറ്റിനെ ചെറുത്ത് നിൽക്കുന്നു. കോട്ടയുടെ നിർമാണം, കക്കയും സിമന്റ് കുഴമ്പും മണലും ചേർത്ത ഒരു പ്രത്യേക മിശ്രിതത്തിലാണ്. സെന്റ് അഗസ്റ്റിൻ കോട്ടയുടെ മുകളിൽ കയറി നിന്നാൽ, അത്‌ലാന്റിക്കിന്റെ പ്രകാശപൂർണമായ ഒന്നാംതീരം നൽകുന്ന ചരിത്രബോധം അടരുകളായി ഉണർന്നുവരും. സാഗരതിരമാലകൾ താണ്ടി, കാറ്റുകളെ വെല്ലുവിളിച്ച് അനേകം ചിറകുകൾ വിരുത്തി നീന്തിവരുന്ന പായ്ക്കപ്പലുകളുടെ ഓരോ പോർട്ട് ഹോളിലും കഴുത്തുനീട്ടുന്ന തോക്കുകൾ, ചീറ്റിപ്പറക്കുന്ന തീയുണ്ടകൾ, അമർന്നുപോകുന്ന നിലവിളികൾ, അടിമച്ചങ്ങലക്കിലുക്കം, പ്രാണവേദനയുടെ ഞരക്കം, വിവിധ ഭാഷകൾ കൂടുവിട്ടു പറക്കുന്ന ആക്രോശങ്ങൾ. ഈ തീരത്തുനിന്ന് സ്പാനിഷ് അധിനിവേശകർ,1513ൽ,

ഈ തീരം ഞങ്ങളുടേത് എന്ന് പ്രഖ്യാപിച്ചു. പുതുരാജ്യത്തിന്റെ സ്ഥാപകൻ, പോൺസ് ഡി ലിയോൺ എന്ന കാസ്റ്റില (കാസ്റ്റില = കോട്ടയുടെ അധിപനായ സേനാനായകൻ)ക്രൂരനായ ഒരു ഭരണാധികാരിയും കടുത്ത മതവിശ്വാസിയുമായിരുന്നു. പഴയ ദീപസ്തംഭത്തിന്റെ മുമ്പിലെ നിഴലിൽ ഞങ്ങൾ നിന്നു. കാഴ്ച നശിച്ച ദീപസ്തംഭം. ലോകമെന്നും ഇന്നും അവശേഷിക്കുന്നുണ്ടാകാവുന്ന പഴയ, നീണ്ട കടൽപ്പാലം, കോസ്റ്റ് ഗാർഡ് ട്രെയിനിങ് സെന്റർ, കൊളോണിയൽ ലിബറൽ ആർട്ട്സ് ഇൻസ്റ്റിറ്റ്യൂഷൻ – എല്ലാം പുരാതന കെട്ടിടങ്ങളിൽ സജീവമായി വർത്തിക്കുന്നു. കൈകൊണ്ട് നിർമിച്ച പൗരാണിക ഇഷ്ടിക പാകിയ ഇടുങ്ങിയ തെരുവിലൂടെ ഒരു ടൂറിസ്റ്റ് കുതിരവണ്ടി ഓടിപ്പോകുന്നു. നടക്കാൻ പറ്റാത്തവർക്ക് ഇരുന്ന് കാഴ്ച കാണാം. എല്ലാം ഏകവർണക്കുതിരകൾ – വെള്ള, ബ്രൗൺ, ബ്ലാക്ക്. ഒരൊറ്റ സങ്കരരോമം ഇല്ല. ഈ തെരുവ് ചരിത്രത്തെ പുനർനിർമിച്ചിരിക്കുന്നു. ചുറ്റും പർദവലകൾ ഞാന്നു കിടക്കുന്ന കറുത്ത ചെറുകുട ചൂടിയ, കറുത്ത പൗരാണിക വേഷം അണിഞ്ഞ, മധ്യയൂറോപ്യൻ വനിതകളുടെ രൂപങ്ങൾ, അപ്രതീക്ഷിതമായി, കടകളുടെ കെട്ടിടങ്ങളുടെ തെരുവിലിറങ്ങി കാമികളെ വിഭ്രമിപ്പിക്കുന്നു. നമ്മുടെ വിമാനത്താവളങ്ങളിലും നഗരത്തെരുവുകളിലും നിൽക്കുന്ന, ടൂറിസ്റ്റ് തെയ്യങ്ങളെ ഓർമിച്ചു, ഞാൻ. തെരുവിൽ ഒരു ആയുധമ്യൂസിയം. അമേരിക്കയിലെ ഏറ്റവും പ്രസിദ്ധമായ കത്തി നിർമാണശാല ഇവിടെയാണ്. മ്യൂസിയത്തിൽ കാലത്തിനൊത്ത് വികസിപ്പിച്ചെടുത്ത തോക്കുകൾ, കുന്തങ്ങൾ, ആധുനിക ആയുധങ്ങൾ എല്ലാമുണ്ട് – ഒരു സമ്പൂർണ ആയുധ മ്യൂസിയം.

ലിക്കർ മ്യൂസിയത്തിൽ നൂറ്റാണ്ടുകൾ പഴക്കമുള്ള വീഞ്ഞുമുതൽ അത്യാധുനിക ലഹരി പാനീയം വരെ.

പഴയ തെരുവിൽനിന്ന് പുറത്തു കടന്നാൽ പുതിയ ആകാശത്തിനു കീഴെ പഴയ വാസസ്ഥാനങ്ങൾ.

അമേരിക്കയിലെ ഒന്നാമത്തെ പള്ളി അടച്ചുപൂട്ടി, വൃത്തിയായി സൂക്ഷിക്കപ്പെട്ടിരിക്കുന്നു. അടുത്തൊരു പുതിയ ചർച്ച്. ദേവാലയം പഴയതായാലും പുതിയതായാലും നാട്ടുകാർക്കതിൽ താൽപ്പര്യമില്ല. തെരുവിലെ മരത്തണലിൽ ചുവന്ന ചായം തേച്ച് നിറപ്പകിട്ടുള്ള ചിത്രങ്ങൾ വരച്ച്, തിളങ്ങുന്ന ദൈവവചനങ്ങൾ എഴുതിച്ചേർത്ത ഒരു വാൻ കണ്ണടച്ചുറങ്ങുന്നു. വചനങ്ങളിൽ ദൈവവും ചെകുത്താനും സംഭാഷണം നടത്തുന്നു. ഒരു മനുഷ്യൻ തിരിഞ്ഞുനോക്കുന്നില്ല. പള്ളിക്കെട്ടിടങ്ങളുടെ ഇടയ്ക്കുള്ള പൂന്തോപ്പിൽ ചെടികളും പൂക്കളും പനക്കൂട്ടങ്ങളും കാണാം. ചതുരചത്വരത്തിന്റെ ഒഴിഞ്ഞ മൂലയിൽ ചിറകൊടിഞ്ഞ് വിളർത്തു നിൽക്കുന്ന ഒരൊറ്റ വാഴ, നശിച്ചുപോയൊരു പൗരാണിക സംസ്കാരത്തിന്റെ ശേഷിപ്പുപോലെ. സംസ്കാരങ്ങൾ എന്നും മാറിമറിഞ്ഞുകൊ

സെന്റ് അഗസ്റ്റിൻ കോട്ടയ്ക്കുള്ളിലെ ആയുധ മ്യൂസിയം

ണ്ടേയിരിക്കും. കാലത്തിന്റെ കുത്തൊഴുക്കിൽ ആർക്കും ഒന്നിനെയും തടഞ്ഞുനിർത്താനാവില്ല. ഈ വാഴ ഇവിടെ അവസാനത്തെ കണ്ണി യാവാം.

പട്ടണമധ്യത്തിൽ, കടലോരത്തെ പാർക്കിൽ പല്ലുപോയ ഒരു കുറ്റൻ സിംഹപ്രതിമ. മധ്യകാലത്തെ ഇരുണ്ട വഴികളിൽ തടഞ്ഞുവീണ് പല്ലു കൊഴിഞ്ഞുപോയ പ്രതാപത്തോടെ ഒരു രൂപം. അതിന്റെ നേരെ മുമ്പി ലൂടെ കടൽപ്പാലം. കപ്പലുകൾക്ക് പ്രവേശനം നൽകാൻ, കുറുകെ പിളർന്ന് ആകാശത്തേക്ക് കൂപ്പുകൈകളുയർത്തി നിൽക്കുന്ന പാലം കാണാൻ ടൂറിസ്റ്റ് വണ്ടികൾ ഒഴുകുന്നു.

നഗരത്തിൽ പുതിയ കാലത്തിന്റെ ചിഹ്നമായിട്ടുള്ളത്, ടൂറിസ്റ്റ് വണ്ടി കളുടെ പെരുവെള്ളപ്പാച്ചിലിന് മധ്യത്തിൽ തലയുയർത്തിനിൽക്കുന്ന ഒരു ഹോട്ടൽ കെട്ടിടം മാത്രമാണ്. ടൂറിസ്റ്റ് ആകർഷണത്തിനാണ് ഈ പട്ടണം പഴയമട്ടിൽ അപ്പടി സംരക്ഷിച്ചുനിർത്തുന്നത്. സമുദ്രം പഴയപടി ഇരമ്പി മറിയുന്നു. പനമ്പട്ടകൾ കാറ്റിൽ സ്വകാര്യപ്രാർഥനയിൽ മുഴുകി നിൽക്കുന്നു.

ഞങ്ങൾക്ക് ഒരു ചായ കഴിക്കണം. വൈകുന്നേരത്തെ ചായ. ഒരേ യൊരു ചായക്കടയുണ്ട്. അതും തണുപ്പിച്ച കടുപ്പച്ചായ മാത്രം വിൽക്കുന്ന ഒരു ഷെഡ്. ഒരു പെരും മഗ്ഗ് നിറയെ അടച്ചുതണുപ്പിച്ച ചായ.

അതിൽ ഐസ് തുണ്ടുകൾ നീന്തിക്കളിക്കുന്നു. മധുരം വേണമെങ്കിൽ ചേർക്കാം. പാലിവിടെ പതിവില്ല. നമ്മുടെ മലയോരകുടിയേറ്റ ഭവനങ്ങളിലും കിട്ടും ഇതേ ചായ. ഐസുണ്ടാവില്ലെന്നു മാത്രം. ചൂടുണ്ടാവും.

സമുദ്രത്തിലേക്കു നോക്കിയിരുന്നു. മഹാജലരാശിക്ക് സ്ഥലകാല വ്യത്യാസമില്ല. കണ്ടും കേട്ടും ഇരുത്തംവന്ന ജലരാശി. സർവംസഹയായ ഭൂമിയെ തഴുകിത്തഴുകി ആശ്വസിപ്പിക്കുന്ന സമുദ്രജലവും ആകാശവായുവും അനന്തതീരത്തെ മനുഷ്യരെ അൽപ്പപ്രാണികളാക്കി മാറ്റുന്നു.

3

ഡീഗൊ കോളൺ

അമേരിക്കൻ ഭാഷയിൽ 'ഇന്ത്യൻ' എന്ന വാക്ക് അവിടത്തെ ആദിവാസി വർഗത്തെ മൊത്തം കുറിക്കുന്നു. 'നേറ്റീവ് ഇന്ത്യൻ' എന്ന് പരത്തിപ്പറയാം. അപ്പോൾ നമ്മളോ? നാം പീപ്പിൾ ഫ്രം ഇന്ത്യ! ഇന്ത്യാരാജ്യത്തിൽനിന്നു വരുന്നവർ. ഈ ഇന്ത്യക്കാരൻ എന്റെ കുഞ്ഞുമനസിൽ പണ്ടേ സ്ഥാനം പിടിച്ചിരുന്നു. പി കുഞ്ഞഹമ്മദ് എന്ന മാസ്റ്റർ ആറാം ക്ലാസിലെ ചരിത്രപാഠത്തിൽ പറഞ്ഞത് 'റെഡ് ഇന്ത്യൻ' എന്നാൽ മുഖത്ത് ചുവന്ന ചായം തേച്ച അമേരിക്കൻ ആദിവാസി എന്നാണ്.

അമേരിന്ത്യനെ ഞാൻ നേരിട്ട്, അവരുടെ ഒരു ചന്തയിൽ വച്ച് കണ്ടു. അവരുടെ മുഖത്ത് ചായമില്ല. ഇന്ത്യൻ എന്നുപറയാവുന്നതിന് ലക്ഷണമായി, ദക്ഷിണേന്ത്യരെപ്പോലെ കറുത്ത തലമുടി ഉണ്ടെന്നതാണ്. ഉത്തരേന്ത്യയിലുമുണ്ടല്ലോ അനേകം കറുത്ത തലമുടിക്കാർ - ഇവരെപ്പറ്റി അറിയാനുള്ള ജിജ്ഞാസ വർഷങ്ങളായി എന്റെ മനസിന്റെ അടരുകളിൽ ഉറങ്ങിക്കിടക്കുകയായിരുന്നു.

ഇപ്പോഴിതാ ഫ്ളോറിഡയിലെ ജാക്സൺവിൽ പബ്ലിക് ലൈബ്രറിയിലെ അനേകം അലമാരകൾക്കിടയിൽ, ബയോഗ്രഫി വിഭാഗത്തിൽ ഒരൊഴിഞ്ഞ കോണിൽ, സാധാരണയിലും ചെറു സൈസിൽ അതായത് ക്രൗൺ സൈസിൽ നാനൂറിൽപ്പരം പേജുവരുന്ന ഒരു പുസ്തകം കിടക്കുന്നു. ഇവിടെ പബ്ലിക് ലൈബ്രറിയിൽനിന്ന് ഒരാൾക്ക് ഒരേസമയം അൻപത് പുസ്തകങ്ങൾവരെ മേടിച്ച്, വണ്ടിയിലിട്ട് കൊണ്ടുപോരാം. വായിച്ചുതീരുന്നതനുസരിച്ച് കൃത്യമായി തിരിച്ചുകൊടുക്കാൻ സൗകര്യപ്പെട്ടില്ലെങ്കിൽ ടെലിഫോൺവഴി തീയതി നീട്ടാം. ഒന്നിനും കാശ് കൊടുക്കേണ്ട. മറിച്ച് സി ഡി വേണമെങ്കിൽ കൃത്യമായി ഒരു തുക കൊടുക്ക

റെഡ് ഇന്ത്യൻ

ണം. വൈകിച്ചാൽ ഫൈൻ അടയ്ക്കണം. അങ്ങനെ വായനാകുതുകി അല്ലെങ്കിൽ ഗവേഷകൻ ഒരു തട്ടിലെ മിക്കവാറും എല്ലാം പുസ്തകങ്ങളും കൊണ്ടുപോയിരിക്കുന്നു. ഒറ്റയാൻകുട്ടി പോലെ ഒരു ചെറുഗ്രന്ഥം അനാഥമായിക്കിടന്നുറങ്ങുന്നു.

ഒരു വെറും കൗതുകത്തിന് ഞാൻ പുസ്തകം എടുത്ത് മറിച്ചു നോക്കി. മകൻ എന്നെ ലൈബ്രറിയിൽ വിട്ട് ഉച്ചയ്ക്ക് തന്റെ ആപ്പീസിലേക്ക് പോയതാണ് – വൈകുന്നേരം തിരിച്ചു വരുമ്പോൾ എന്നെ കൂട്ടാം എന്ന വ്യവസ്ഥയിൽ. ഞാൻ സ്ഥലത്തെത്തുംമുമ്പുതന്നെ, വിദേശിയായ അമ്മ വായിക്കാനെത്തുമെന്നും പുസ്തകങ്ങൾ എടുക്കേണ്ടതുണ്ടെന്നും അവൻ ലൈബ്രേറിയനെ പറഞ്ഞു മനസിലാക്കിയിരുന്നു. മകന്റെ പേരിൽ വേണം പുസ്തകങ്ങൾ എടുക്കാൻ. എന്റെ ഹാന്റ് ബാഗിൽ പാസ്പോർട്ട് കരുതണം.

പുസ്തകത്തിന്റെ ചട്ട ആകർഷകമായിത്തോന്നി. മ്യൂറൽ സ്റ്റൈലിൽ, ഒരു ആദിവാസി ഇന്ത്യൻ ചരിത്രം. തൂവലുകൾ തുന്നിച്ചേർത്ത തൊപ്പിയും വർണപ്പകിട്ടുള്ള പാരമ്പര്യവസ്ത്രവും ധരിച്ച ആദിവാസികളുടെ ചിത്രങ്ങൾ. നിറം ഏതായാലും ചുവപ്പല്ല. നിറയെ മുത്തുമാലകൾ ധരിച്ചിട്ടുണ്ട്. പശുവിന്റേതുപോലെ ശാന്തമിഴികൾ. സ്ഥൈര്യം സ്ഫുരിക്കുന്ന ചുണ്ടുകൾ.

പുസ്തകം രചിച്ചിരിക്കുന്നത് ജോസ്ബറൈറോ എന്ന ആധുനിക നേറ്റീവ് ഇന്ത്യൻ. കൃതിയുടെ പേര് *ദ ഇന്ത്യൻ ക്രോണിക്ൾസ്*. പ്രസിദ്ധീകരിച്ചിരിക്കുന്നത് ഹൂസ്റ്റൺ യൂണിവേഴ്സിറ്റി (New Mexico in U S A) അപ്പോൾത്തന്നെ വില നോക്കി – ഇരുപത് ഡോളർ. ഒരു ഗവേഷണ ഗ്രന്ഥമാവണം.

ലൈബ്രറി ഹാളിന്റെ ചുറ്റും സജ്ജീകരിച്ചിട്ടുള്ള ഒറ്റപ്പെട്ട സ്വകാര്യ സീറ്റുകളിലൊന്നിൽ ചെന്നിരുന്നു. മുന്നിലെ തടിയിൽ പണിത പാർട്ടീഷ്യൻ ഭിത്തികൾക്ക് അഭിമുഖമാണ് ഇത്തരം സീറ്റുകളെല്ലാം. പുറകിൽ തളം. പൊതുമേശകൾ. ചുറ്റും കസേരകൾ. എ സി. ഫാനുകളുമുണ്ട്. പരിപൂർണ നിശ്ശബ്ദത. പുസ്തകം വായിച്ചുതുടങ്ങി. എന്റെ ഇരിപ്പിടം അത്ലാന്റിക്കിലെ കരീബിയൻ ദ്വീപുകളിലായി. അവിടെനിന്ന് ആദി

ഇന്ത്യൻ വർഗത്തിലെ ചെറുപ്പക്കാരെയെല്ലാം സ്പാനിഷ് അധിനിവേശ വർഗം അടിമകളാക്കാൻ ശ്രമിക്കുന്നു. പിടികിട്ടാത്തവരെ വെടിവച്ചുകൊല്ലുന്നു. അടിമകളെ തടവിലാക്കി, പർവതനിരകളിലെ സ്വർണനിക്ഷേപങ്ങൾ തേടി ആട്ടിത്തെളിയിച്ചുകൊണ്ടുപോകുന്നു. ഈ അധിനിവേശ സേനയെ നയിച്ചിരുന്നയാളാണ് ചരിത്രപ്രസിദ്ധനായ നാവികൻ ക്രിസ്റ്റോഫറൻസ് കൊളംബസ്. മൂന്നാം ക്ലാസിൽ പഠിച്ചിരുന്ന ചരിത്രപാഠത്തിൽ, കൊളംബസ് എന്ന നാവികൻ ഒരു വീരനായകനായിരുന്നു. ഇന്ത്യയിൽ സ്വർണനിക്ഷേപങ്ങളും സുവർണനഗരികളും മലനിരകൾക്കിടയിൽ മറഞ്ഞുകിടപ്പുണ്ടെന്ന് വിശ്വസിച്ചു കാറ്റിന്റെ അപഥസഞ്ചാരത്തിൽ ഇന്ത്യാസമുദ്രത്തിലെത്തുന്നതിനു പകരം തെക്കൻ അത്‌ലാന്റിക്കിൽ എത്തിച്ചേർന്ന വീരശൂരപരാക്രമി.

ഒരു കരീബിയൻ ദ്വീപിൽ എത്തിച്ചേർന്ന നാവികസംഘം ദ്വീപിനു ചുറ്റും കപ്പലോടിച്ചു.

എവിടെ ഇന്ത്യാരാജ്യം?

“ഇത് ഇന്ത്യയല്ല, ഇതൊരു ചെറുദ്വീപാണ്. ഇന്ത്യ ഒരു മഹാരാജ്യമെന്നാണല്ലോ കേഴ്‌വി”. ആദിവാസി യുവാക്കൾ തടവിലിരുന്ന് പറഞ്ഞു നോക്കി. കൊളംബസും കൂട്ടരും കൂട്ടാക്കിയില്ല. തുറമുഖത്ത് നങ്കൂരമിടാതെ അവർ കറങ്ങി. അതിനിടയിൽക്കണ്ട ആദിമവർഗക്കാർക്ക് ‘ഇന്ത്യക്കാർ’ എന്നു നാമകരണം ചെയ്തു. അവർ മുഖത്ത് ചായം തേച്ചവരായിരുന്നില്ല. ഇരുണ്ട ചുവപ്പുചർമമുള്ള ഒരു വർഗമായിരുന്നു. ജോസ്ബറൈറോ എന്ന ആധുനിക ഗ്രന്ഥകാരൻ, പുരാതന കരീബിയൻ ഇന്ത്യൻ വർഗത്തിലെ ഇന്നത്തെ കണ്ണിയാണ്. 1492 ലാണ് കൊളംബസ് അമേരിക്കയോട് ചേർന്നുകിടക്കുന്ന ഈ ദ്വീപസമൂഹത്തിലെത്തിയത്. ആദി ഇന്ത്യൻ ജനത കള്ളം പറയുന്നെന്നും അവർ സ്വർണനിക്ഷേപങ്ങൾ ഒളിച്ചുവെച്ചിരിക്കയാണെന്നും കൊളംബസും കൂട്ടരും ദൃഢമായി വിശ്വസിച്ചു. നാലു ദിക്കിലേക്കും ഭടന്മാർക്കൊപ്പം ആദിവാസികളെ വിട്ടു. സ്വർണംകൊണ്ടുവന്നില്ലെങ്കിൽ മരണം നിശ്ചയം.

അമേരിന്ത്യൻ വിശ്വാസങ്ങളിൽ സ്വർണം, അവരുടെ ആദിപിതാക്കളുടെ ആത്മാവുകൾ ഉറഞ്ഞുകൂടിയ ഒരു ദിവ്യലോഹമാണ്. വേട്ടയ്ക്കു പോകുമ്പോൾ മലനിരകളിൽനിന്നും കിട്ടുന്ന ചെറുസ്വർണക്കട്ടകൾ ഓരോരുത്തരും അവരുടെ വീടിനകത്ത്, ദൈവത്തിന്റെ മുറിയിൽ കൊണ്ടുവന്ന് ആരാധിക്കുന്നു.

വേണ്ടത്ര സ്വർണം വരുന്നില്ലെന്നു കണ്ട്, സ്പാനിഷ് പടനായകൻ ഒരു കള്ളം പറഞ്ഞു; നാട്ടിൽ, സ്പാനിഷ് സാമ്രാജ്യത്തിൽ അവരുടെ ചക്രവർത്തിനി രോഗബാധിതയായി കിടക്കുന്നു. ഹൃദയത്തിനാണ് രോഗം. സ്വർണം കിട്ടിയാൽ മാത്രമേ അവരെ മരണത്തിൽനിന്ന് രക്ഷിക്കാനാവൂ. ഇന്ത്യക്കാർ പേടിച്ചുപോയി. ചുവന്ന തലമുടിയും സ്വർണ നിറവും ഉള്ള സ്പാനിഷ് ജനതയെ, ദൈവത്തിന്റെ മാലാഖമാർ എന്നാണ് ഇന്ത്യർ

കരുതിയിരുന്നത്. അവരുടെ പ്രിയപ്പെട്ട ചക്രവർത്തിനിയുടെ ജീവൻ അപകടത്തിലാണ്. രക്ഷിക്കേണ്ടതു തങ്ങളുടെ കർത്തവ്യം. അവർ താന്താങ്ങളുടെ ദൈവമുറിയിൽ തലമുറകളായി തേടിവച്ചിരുന്ന ചെറുനിധികളത്രെയും പെറുക്കിക്കൊണ്ടുവന്ന് അധിനിവേശ സേനാനായകന് കാഴ്ചവയ്ക്കുന്നു. തിരിച്ചുപോകുംവഴി, പിടികിട്ടിയ ബാലന്മാരുടെയും യുവാക്കളുടെയും കൂട്ടത്തിൽ, ഉണ്ടായിരുന്ന പന്ത്രണ്ടുകാരനാണ് ഡീഗൊ കോളൺ. ഡീഗൊ കോളൺ എന്ന നാമധേയം അവന്റെ ഉടമയായി ഭവിച്ച, ഡിഗിലൊ കോളൺ എന്ന സ്പെയിൻ പ്രഭുവിന്റെ (കൊളംബസിന്റെ പുത്രൻ) വകയാണ്. അന്നത്തെ ആചാരമനുസരിച്ച്, ഉടമയുടെ പേരുതന്നെയാണ് അടിമയ്ക്കും കിട്ടുക. ഇതൊരു ഫ്യൂഡൽ സമ്പ്രദായമാണ്. ഇന്ത്യയിലും ഉണ്ടായിരുന്നു, ഈ സമ്പ്രദായം.

ബാലന്റെ ഇന്ത്യൻ നാമധേയം ലാകസ്സാ.

ഇന്ത്യൻ ക്രോണിക്ൾസ് എന്ന കൃതിക്ക് നാനൂറ്റി നാൽപ്പത് പേജുകളുണ്ട്. സ്പെയിനിൽ വച്ച് ലാകസ്സാ മതംമാറ്റത്തിനു വിധേയനായി. കൊളംബസിന്റെ പുത്രന്റെ ഉറ്റമിത്രമായി. പുരോഹിതനുമായി. ക്രൈസ്തവമതം, ആദികരീബിയൻ – ഇന്ത്യൻ വർഗത്തിനിടയിൽ സഫലമായി പ്രചരിപ്പിക്കുവാൻ അവർ ഡീഗൊ കോളൺ എന്ന പുതുവിശ്വാസിയെത്തന്നെ പ്രധാന മതപ്രചാരകനായി ദ്വീപിലേക്കയച്ചു. അവിടെ തന്റെ ജന്മനാട്ടിൽ, പുതിയൊരാളായി ലാകസ്സാ തിരിച്ചുവരുമ്പോഴേക്കും, അദ്ദേഹത്തിന്റെ വംശത്തിലുള്ളവർ ഭൂരിഭാഗവും അധിനിവേശ വേട്ടയ്ക്കിരയായിക്കഴിഞ്ഞതായറിയുന്നു. ശേഷിച്ച ഒരു കസിനെ കണ്ടെത്തിയതും പിന്നീട് ജന്മനാട്ടിൽ സ്ഥിരതാമസമാക്കിയതും, മൊത്തം തന്റെ വംശചരിത്രവുമാണ് ഡീഗൊ കോളൺ എന്ന പുതുവിശ്വാസി ഒരു നോവലിനേക്കാൾ മനോഹരവും ഹൃദയസ്പൃക്കുമായ ജീവചരിത്രഗ്രന്ഥത്തിൽ വിവരിച്ചിരിക്കുന്നത്. വലിയ ഷീറ്റ് ഹാന്റ് മെയ്ഡ് കടലാസിലെ കൈയെഴുത്ത്. പഴക്കം വന്നു പൊടിഞ്ഞുതുടങ്ങിയ ഒരു കൂറ്റൻ കടലാസുകെട്ട്. ഡീഗൊ കോളൺ അവസാനനാളുകൾ ചെലവഴിച്ച സെമിനാരിയിലെ ഒരിടുങ്ങിയ അറയിൽനിന്നു കണ്ടെടുക്കപ്പെട്ട ഈ പുരാവസ്തു യഥാർഥ അവകാശിയുടെ ഗവേഷകകരങ്ങളിൽത്തന്നെ എത്തിച്ചേർന്നത് അത്ഭുതകരമാണ്. സ്പാനിഷ് കോയ്മയുടെ കീഴിൽ, തടവറയ്ക്കുള്ളിൽ തുല്യമായൊരു സെമിനാരിയിൽ, ഏകാന്തരാവുകളിൽ എണ്ണത്തിരി വെളിച്ചത്തിലിരുന്ന് ലാകസ്സാ എന്ന ഇന്ത്യക്കാരൻ തന്റെ യജമാനനായ ഡീഗൊ കോളൺ എന്ന സ്പാനിഷ് പ്രഭുവിനയയ്ക്കുന്ന കത്തുകളുടെ രൂപത്തിലാണ് കൃതി. ഓരോ പേജിന്റെ അവസാനത്തിലും ലാകസ്സാ, തന്റെ പുതിയ പേരായ ഡീഗൊ എന്ന് ഒപ്പുവച്ചിരിക്കുന്നു. സാന്റൊ ഡോമിനിഗൊ, ഹെയ്തി എന്നീ രണ്ടുരാജ്യങ്ങളായി അടുത്ത കാലത്ത് വിഭജിക്കപ്പെട്ട ഇസ്പാനിയോള എന്ന വലിയ ദ്വീപിന്റെ മാത്രമല്ല ക്യൂബ, പോർട്ടൊറിക്കൊ എന്നീ ദ്വീപുകളുടെ പതനവും ലാകസ്സാ മറ്റു രണ്ടു കത്തുകളിൽ രേഖപ്പെടുത്തിവച്ചിട്ടുണ്ട്.

ഒരു ജനതയെ അപ്പാടെ ഉന്മൂലനാശത്തിനു വിധേയമാക്കാൻ സ്പാനിഷ് അധിനിവേശക്കാർ അനവരതം വെടിക്കോപ്പുപയോഗിച്ചു. മതം മാറ്റത്തിന് എതിർനിന്നവരെ വളഞ്ഞുപിടിച്ചു, ആയിരക്കണക്കിനു വരുന്ന ജനക്കൂട്ടത്തിനുനേരെ നിറയൊഴിച്ചു. കപ്പലിൽനിന്ന് നിറയൊഴിച്ചവരുടെ നേർക്ക് ആദിഇന്ത്യൻ വർഗം ആണും പെണ്ണും സമുദ്രം നീന്തിച്ചെന്ന് ആയുധംകൊണ്ട് ആക്രമിച്ചു. അവർ വൃക്ഷശിഖരങ്ങളിൽ നിലയുറപ്പിച്ചു. അമ്പും വില്ലുമായി നേതാക്കളെ ചെറുത്തു. കായികബലത്താലും മനോവീര്യത്താലും ഒരു ജനത എങ്ങനെ നിലനിന്നു? അവശേഷിച്ചവർ എങ്ങനെ നിലനിൽക്കുന്നു? എന്നതെല്ലാം ചരിത്രത്തിന്റെ പാഠങ്ങളാണ്.

മതംമാറ്റത്തിന് ശ്രമിച്ച സ്പാനിഷ് കമാൻഡറോട് തായ്നോ – ഇന്ത്യൻ വർഗത്തിന്റെ നേതാവ് പറഞ്ഞു:

"ഞങ്ങളുടെ ദൈവം ഞങ്ങളുടെ ആത്മാവുകളാണ്."

"എന്താത്മാവ്! അതെന്ത്?" കമാൻഡറുടെ ചോദ്യം.

"ഞങ്ങൾ, തായ്നോവർഗം, ശാന്തപ്രിയരാണ്. ഞങ്ങൾ ഞങ്ങളുടെ സമൃദ്ധമായ ആഹാരം എല്ലാവരുമായും പങ്കിട്ടു കഴിക്കുന്നു. ഞങ്ങൾ ഭാഗ്യവാന്മാരാണ്. കാരണം ഞങ്ങളുടെ ആത്മാക്കൾ (പൂർവ പിതാക്കളുടെ) നിരവധിയാണ്. ഞങ്ങളുടെ പൂർവികരെപ്പോലെ ഞങ്ങളും നല്ലവരാണ്. പൂർവകാരണവന്മാരാണ് ഞങ്ങളുടെ കൃഷിയിടങ്ങളെ കാത്തുസൂക്ഷിക്കുന്നത്. അങ്ങനെ ഞങ്ങളുടെ കൈതച്ചക്ക, ചോളം, പയർവർഗങ്ങൾ, ബജ്ര, വൃക്ഷങ്ങളിലെ പഴങ്ങൾ, മത്സ്യം, ആമ, ഇഗ്വാന, കടലിലെ മത്സ്യങ്ങൾ, പുഴയിലെ മുതലകൾ എന്നിവയെല്ലാം പൂർവപിതാക്കൾ കാത്തുസൂക്ഷിക്കുന്നു. ചന്ദ്രമാതാവ് ഞങ്ങളുടെ പെണ്ണുങ്ങളെ കാക്കുന്നു. ഞങ്ങളുടെ മുതുമുത്തശ്ശന്മാരുടെയും മുതുമുത്തശ്ശിമാരുടെയും ആത്മാക്കൾ ഞങ്ങളോരോരുത്തരുടെയും ഉള്ളിലുണ്ട്. ഞങ്ങൾക്ക് പറയാനുള്ളത് ഞങ്ങളുടെ പൂർവമാതാപിതാക്കളെക്കുറിച്ച് മാത്രമാണ്. സമുദ്രത്തിന്റെയും പർവതങ്ങളുടെയും കുന്തിരിക്കത്തിന്റെയും പുകയിലയുടെയും കൈതയുടെയും ചോളത്തിന്റെയും ആത്മാക്കളെല്ലാം എന്നും ഞങ്ങളെ അനുഗ്രഹിച്ചിട്ടുണ്ട്. ഞങ്ങൾക്ക് വേറെയൊരു ദൈവമെന്തിന്?"

"എന്നാൽ നിങ്ങളുടെ വിശ്വാസം തെറ്റായ വഴിയിലാണ്." സൈന്യാധിപൻ പറഞ്ഞു: "ഞങ്ങളുടെ ദൈവമായ ക്രിസ്തുവിനെ സ്വീകരിക്കുക. ബാപ്റ്റിസമാണ് സത്യമാർഗം. ക്രിസ്തുവിനെ സ്വീകരിക്കാത്തവൻ നേരെ നരകത്തിലേക്കു പോകുന്നു. അവൻ എന്നുമെന്നും ജീവനോടെ വറുക്കപ്പെടും."

ഗോത്രത്തലവൻ ശാന്തനായി, അഡ്മിറൽ ഡോൺ ക്രിസ്റ്റോഫറൻസിനെ നിരീക്ഷിച്ചു. ഇന്ത്യയുടെ സമരതന്ത്രങ്ങൾ, വെടിക്കോപ്പിനോട് പൊരുതാൻ പറ്റിയതല്ലായിരുന്നു.

തായ്നൊ ഇന്ത്യൻ വർഗത്തിന്റെ തലയാളിന് നവഗ്രഹങ്ങളോട് സംസാരിക്കാൻ കഴിഞ്ഞിരുന്നു. മൃഗങ്ങളുടെ ഭാഷ അറിയാമായിരുന്നു.

സർപ്പങ്ങളുടെയും ചതുപ്പിലെ മുതലകളുടെയും ആമകളുടെയും മാനുകളുടെയും കടൽപ്പന്നികളുടെയും ഭാഷ അറിയാമായിരുന്നു. പ്രകൃതിയുടെ വിനിമയ ഭാഷയാണ് അവരുടെ ജീവിതത്തെ നയിച്ചിരുന്നത്. അവരുടെ ഗോത്രപിതാക്കൾ, സർപ്പരാജാക്കന്മാരും പക്ഷിരാജാക്കന്മാരും വൃക്ഷരാജാക്കന്മാരുമായി ആശയവിനിമയം നടത്തിയിരുന്നു.

ഈ ജനതയെ ഉന്മൂലനം ചെയ്യുക എന്നതായിരുന്നു അധിനിവേശ വെള്ളക്കാരുടെ ഒന്നാമത്തെ ലക്ഷ്യം.

4

മനുഷ്യരെവിടെ?

രാപകലുകൾ തകിടം മറിഞ്ഞുപോയി. നാട്ടിലായിരുന്നെങ്കിൽ ഉറങ്ങാൻ തുടങ്ങുന്ന നേരം. ഇവിടെ ഞാവൽമരങ്ങളിലെ അഗോചരമായ കിളികൾ എന്നെ വിളിച്ചുണർത്തിയിരിക്കുന്നു. ജനൽഗ്ലാസുയർത്തി മുറ്റത്തേക്ക് നോക്കി. താന്താങ്ങളുടെ ദീർഘചതുരക്കള്ളികളിൽ ഉറങ്ങിക്കിടക്കുന്നു, പലതരം കാറുകൾ; ലോകത്തിലെല്ലായിടത്തുനിന്നും വന്നുചേക്കേറിയതുപോലെ. കൂടുതലും അമേരിക്കൻ. ഒരു ഹൈണ്ടായി. അടുത്ത ഫ്ളാറ്റിലൊരു കൊറിയൻ ദമ്പതികളെക്കണ്ടിരുന്നു. ട്രെയ്ലർ വാഹനങ്ങളും, ബോട്ട് വാഹിനികളുമായ പലതരം കാറുകൾ. ട്രെയ്ലറുകളും ബോട്ടുകളും കൂടെത്തന്നെയുണ്ട്. വിനോദബോട്ടുകൾ വന്യാന്തരങ്ങളെ സ്വപ്നം കണ്ട്, ഒരിടത്ത് ഒതുങ്ങിക്കിടന്ന് ഉറങ്ങുകയാണ്. ഒറ്റ മനുഷ്യമുഖം കാണാനില്ല. നിരാശ തോന്നി. രണ്ട് വർഷങ്ങൾക്കു മുമ്പ് വയനാട്ടിൽ വിശ്രമഗേഹം പണിത് ശീതകാലത്ത് വരാറുള്ള ഒരു സ്കോട്ടിഷ് സായ്പും സുഹൃത്ത് റഷ്യാക്കാരനും പറഞ്ഞിരുന്നു:

"ഈ നാട് (കേരളം) ഒരൊറ്റ കാര്യത്തിൽ ഞങ്ങൾക്ക് ശ്വാസംമുട്ടലുണ്ടാക്കുന്നു."

"അതേത്?" ഞാൻ ചോദിച്ചു.

"എവിടെ നോക്കിയാലും വേണ്ടതിലധികം മനുഷ്യരുടെ സാന്നിധ്യം."

നേര്. ഇത്തരം പശ്ചാത്യനഗരങ്ങളിൽ നിന്നുവരുന്നവരാണെല്ലാം.

എന്നെ ഉണർത്തിയ കിളികൾ ഒരിക്കൽക്കൂടി കരഞ്ഞെങ്കിൽ എന്നു ഞാനാഗ്രഹിച്ചു. അവ പിന്നീട് മിണ്ടിയില്ല. വീണ്ടും ഉറക്കത്തിൽ വീണുവോ?

ഞാവൽച്ചില്ലകളിൽനിന്നു കടന്നുപോയ രാവിന്റെ ഓർമയിൽ

കണ്ണീരിറ്റുവീഴുന്നത്, മുറ്റത്ത്. വണ്ടികൾക്കുമേൽ. പുൽത്തകിടിയിൽ. വീടുറങ്ങുകയാണ്. പ്രാതലിനുമുമ്പ് രണ്ടുമണിക്കൂറിലധികം സമയമുണ്ട്. വെറുതെയിരുന്നു ശീലിച്ചിട്ടില്ലാത്ത എനിക്ക്, ഇന്റർനെറ്റ് ശരണം. വാർത്തകൾ. എല്ലാ പത്രങ്ങളുമുണ്ട്. ഇംഗ്ലീഷിലും മലയാളത്തിലും. നാട്ടുവാർത്തകളോട് മടുപ്പുണ്ടെങ്കിലും, അവിടെ എന്തുനടക്കുന്നു എന്നറിയാനുള്ള ജിജ്ഞാസ. മകളും കുടുംബവും മറ്റ് ബന്ധു–കുടുംബാംഗങ്ങളുമെല്ലാം അവിടെയുണ്ടല്ലോ! അനേകം സുഹൃത്തുക്കളും.

പെൺവാണിഭം കൊഴുക്കുന്ന എന്റെ സ്വന്തം നാടിനെ ഓർത്തു ദുഃഖിക്കവേ കാണുന്നു, 'എക്സ്പ്രസ് ഹൈവേ'യെച്ചൊല്ലി വാർത്തകൾ, പ്രതിവാർത്തകൾ, വാഗ്വാദങ്ങൾ, സമരങ്ങൾ. ഭാഗ്യംചെയ്ത നാടാണ്; നാട്ടുകാരും. ഹൈഫ്രീക്വൻസി വാർത്തകൾ നിത്യേന സ്ഫോടനം ചെയ്യുന്നു. രംഗം എന്നും സജീവം. മടുക്കില്ല!

ഇവിടെ താരതമ്യേന നിർജീവം. തളർന്നുറങ്ങുന്ന മനുഷ്യർ, തളർന്നുറങ്ങുന്ന വണ്ടികൾ, പറന്നുതളർന്ന പക്ഷികൾ. നേരെ മുന്നിലൂടെ പോകുന്ന ഹൈവേ കുറേ അകലെയാണെങ്കിലും ആറുവരിപ്പാത തീർത്തും ചലനരഹിതമല്ല. സമയം തെറ്റിയ വണ്ടികൾ ഓടുന്നുണ്ട്. അവയ്ക്കുമില്ല ശബ്ദം.

നേരം പ്രകാശമായി. ഒരു കപ്പ് കാപ്പിയുണ്ടാക്കി കഴിച്ചു. ഉറങ്ങുന്ന അച്ഛനെയും മകനെയും ഉണർത്താതെ കുളിച്ചു വേഷം മാറി, വലിയ മുൻ കതക് തുറന്നു. ബോൾട്ടിടാൻ മകൻ മറന്നിരിക്കുന്നു. അഥവാ ഇന്നു മുതൽ അക്കാര്യം അമ്മയച്ഛന്മാരെ മനസാ ഏൽപ്പിച്ച സുഖനിദ്രയിലാവാം.

കതകു തുറന്ന് കോണിത്തട്ടിൽ ഇറങ്ങിനിന്നപ്പോൾ ഒരു പുത്തൻ മലങ്കാറ്റ് പാഞ്ഞുവന്ന് വാരിപ്പുണർന്നു. അകത്തേക്കു കടക്കാൻ പഴുതുകാണാതെ കതകിൽ മുട്ടി അക്ഷമയോടെ കാത്തുനിൽക്കുകയായിരുന്നു, വടക്കുപടിഞ്ഞാറൻ കാറ്റ്. ഇത് അപ്പലേച്യൻ പർവതനിരയുടെ താഴ്വര താണ്ടി വരുന്നതാവാം. ശൈത്യം കുറേശ്ശെയുണ്ട്. പർവതപംക്തികളിൽ മഞ്ഞ് തൂകിക്കഴിഞ്ഞിരിക്കും. കാടുകൾ തളിർക്കാൻ തുടങ്ങിയിട്ടുണ്ടാവും. ഈ അജ്ഞാതലോകത്തിൽ, ഇരുനില ഫ്ളാറ്റിന്റെ മേലെ മട്ടുപ്പാവിൽനിന്നു ഞാൻ മുറ്റത്തെ കോണിയിറങ്ങി. തറവാട്ടിലെ കോണിപ്പടിപോലെ തടിയിൽ തീർത്തത്. ഉറങ്ങുന്ന കാറുകളുടെ നിരയ്ക്ക് മുമ്പിലൂടെ ഗ്രാമചത്വരം പിന്നിട്ടു. കിഴക്കുനോക്കി നിൽക്കുന്ന പ്രവേശനദ്വാരത്തിൽ പ്രഭാതവെയിൽ. ഹൈവേയിലൂടെ ഓടുന്ന വണ്ടികളുടെ എണ്ണം പെരുകി. ഒരു വലിയ മഴ കഴിഞ്ഞു വരിവെള്ളം ഒന്നിച്ചു ചേർന്നൊഴുകുന്നതുപോലെ. മുഖത്ത് സുഖകരമായ ശീതക്കാറ്റ് വീശുന്നു. പൊടുന്നനെ പുറകിൽ ധൃതിപിടിച്ച കാലൊച്ച. നാട്ടിലായിരുന്നെങ്കിൽ ഭയന്നുപോയേനെ! ഇവിടെ ഒന്നും ഭയപ്പെടാനില്ലെന്ന ഒരു തോന്നൽ. ജനലുകൾക്കൊന്നും അഴികൾ കാണാത്തതിനാലാവാം ഈ സുരക്ഷാബോധം.

ഒരു പെൺകുട്ടിയാണ് പുറകിൽ ഓടിയെത്തിയത്. മലയാളിയെന്നു

ധരിച്ചു. കുളികഴിഞ്ഞ് നീട്ടിവിടർത്തിയിട്ട എണ്ണമയം ഉള്ള കറുത്തു ചുരുണ്ടമുടി. പാന്റ്സ്, ഷർട്ട്. കൈയിലൊരു ക്യാരി ബാഗ്. അറിയാതെ പറഞ്ഞുപോയി:

'ഗുഡ് മോണിങ്!'

അവളും പറഞ്ഞു 'മോണിങ്!'

ഈ ചിരി എവിടെയോ കണ്ടതല്ലേ? ഇന്ത്യയിൽവച്ച്? സൗത്തിന്ത്യയിൽ? കേരളത്തിൽ? കോഴിക്കോട്ട്? എന്റെ വീടിന് മുമ്പിൽക്കൂടി കടന്നു പോകുന്ന നിരത്തിൽ?

നോക്കിനിൽക്കെ, പെൺകുട്ടി തൊട്ടുമുമ്പിൽ ഗ്രാമറോഡ് മുറിച്ച് കടന്നു ഹൈവേയുടെ ഓരത്തെത്തി. തെക്കോട്ടൊഴുകുന്ന മൂന്നുവരിപ്പാതയുടെ സൂചിയിടകളിലൂടെ ഊളിയിട്ട്, മീഡിയനിൽ എത്തി. വടക്കോട്ടുള്ള ഒഴുക്ക് മുറിച്ചുകടക്കാൻ ഒരു മീൻകൊത്തിയുടെ ജാഗ്രതയോടെ കാത്തുനിൽക്കുന്നവൾ. പിന്നെയൊരു കൂറ്റൻ കണ്ടെയ്നർ കടന്നുപോയി. പുറകെ പതിനഞ്ചിലധികം, വലിയ കാറുകൾ ചുമക്കുന്ന മറ്റൊരു പടുകൂറ്റൻ വണ്ടി. അതിനും പുറകെ മൂന്നുനിരയായി കാറുകൾ. ഏതോ ഒരു പഴുതിലൂടെ ഒരു ജാലവിദ്യക്കാരിയുടെ തഴക്കത്തോടെ പെൺകുട്ടി ഓടി അക്കരെപ്പറ്റി. അതിർത്തിയിൽ ഒരു മുൾവേലി. മുൾവേലിക്കെട്ടിനകത്ത് പേരുകേട്ടൊരു ഫിനാൻഷ്യൽ ഹൗസിന്റെ കെട്ടിടം. കമ്പിവേലി പൊക്കി അവൾ കോമ്പൗണ്ടിന്റെ ചെരിഞ്ഞ അതിർത്തിയിലെ മൺമതിലേറി അപ്രത്യക്ഷയായി. എന്റെ ശ്വാസം നേരെ വീണു. എന്റെ മകളെപ്പോലൊരു പെൺകുട്ടി. ഇടമുറിയാത്ത ആറുവരിപ്പാത മുറിച്ചുകടക്കുന്ന ഇവൾ കേരളക്കാരിതന്നെ, ഞാൻ തീരുമാനിച്ചു. കാരണം, അടുത്തെങ്ങും ഒരു പെഡസ്ട്രിയൻ ക്രോസിങ് ഇല്ല. നിയമപ്രകാരം അവൾ അരകിലോമീറ്റർ അപ്പുറം ചെന്നിട്ടുവേണം കാൽനടക്കാർക്കുള്ള പോയിന്റിൽ മുറിച്ചുകടക്കാൻ. സമയം ഏഴ് കഴിഞ്ഞതേയുള്ളൂ. പൊലീസ് സമീപമെങ്ങും ഇല്ലെന്ന് ഉറപ്പുണ്ടാവാം.

പുൽത്തകിടി വകയുന്ന കോൺക്രീറ്റ് നടപ്പാതയിലൂടെ ഞാൻ ഗ്രാമറോഡിൽനിന്നു പടിഞ്ഞാറോട്ടു നടന്നു. മൂന്നോ നാലോ ഗ്രാമങ്ങളിലേക്കുള്ള റോഡ് എന്ന് വഴിചൂണ്ടിപ്പലക. ഒന്നാംതരത്തിലെ കുട്ടികളെക്കാത്ത് ഒരു സ്കൂൾബസ് നിന്ന് ഉറക്കംതൂങ്ങുന്നു. പെൺഡ്രൈവർ ഉണർന്നിരുന്ന് സിഗരറ്റ് വലിക്കുന്നു. കുട്ടികളാരും എത്തീട്ടില്ല. വഴിയോരത്തെ തടാകതീരത്ത് ജലനിരപ്പിനോട് ചേർന്ന് അരയന്നദമ്പതികൾ പരസ്പരം മുടിചീകി വൃത്തിയാക്കുന്നു. തണുപ്പ് കുറയാൻ കാത്തുനിൽക്കുകയാണ്. ഓളങ്ങളിൽ ചുവന്ന വെയിൽ. തടാകത്തിന്റെ അതിർത്തി അവസാനിക്കുമ്പോഴേക്കും വെള്ളം നീലക്കണ്ണാടിയായി. അരയന്നങ്ങൾ തടാകത്തിന്റെ വിളുമ്പിലെ ഞാഞ്ഞൂളിനെ കൊത്തിയെടുത്തു, പിന്നെ രണ്ടും കൽപ്പിച്ച് കുളിർജലത്തിലിറങ്ങി നീന്തി.

ഒരു അതിസുന്ദരി, എനിക്കെതിരെ ഓടി വരുന്നു. ഒരു ഗ്രീക്ക് പ്രതിമയ്ക്ക് ജീവൻ കിട്ടിയതുപോലെ സ്വർണക്കുഞ്ചിവാൽ മുടി ആട്ടി അവൾ പുഞ്ചിരിയോടെ ഓടിപ്പോയി.

നായ്ക്കളെ കാട്ടിൽ വിസർജനത്തിനു കൊണ്ടുപോകുന്നവർ. ഡോഗ്സ് ട്രെയിൽ എന്നെഴുതിവച്ച ഒറ്റയടിപ്പാതയിലൂടെ വനത്തിന്റെ വക്കിലേക്ക് പിന്നെയും നടന്നു. മതിവരുന്നില്ല. മൈതാനങ്ങൾ, വഴിയോരവനങ്ങൾ, വീണ്ടും ചെറുതടാകങ്ങൾ.

പ്രഭാതവ്യായാമം മതിയാക്കി എതിരെ വരുന്ന ഒരു ബ്ലാക്ക് അമേരിക്കൻ യുവാവ്, ഏഴടിയിലധികം പൊക്കം, ഒരു ഭീമാകാരൻ, വിടർന്നൊരു ചിരി സമ്മാനിച്ച് തടാകത്തിന്നടുത്തെത്തി, മുഖം കഴുകി, ടവ്വൽ നനച്ച് പിഴിഞ്ഞു മുഖം തുടച്ച് നടന്നുപോയി.

എത്ര നടന്നാലും അവസാനിക്കാത്ത ഗ്രാമങ്ങൾ, ഞാൻ തിരിച്ചു നടന്നു. കാടിനകത്തെ ചതുപ്പിൽ വഴിയന്വേഷിക്കുന്ന ഇളംവെയിൽ.

'ഗ്ലെയ്ഡ്സ്' എന്ന എന്റെ ഗ്രാമത്തിലെത്തി. കതകുതുറന്നപ്പോൾ മകൻ ചോദിച്ചു:

"അമ്മ ഇത്ര കാലത്തെ നടക്കാൻ പോയോ?"

"പോയി"

"ഇതു നാടല്ല!"

"അതുകൊണ്ടാണ് നടക്കാമെന്നുവച്ചത്!"

ഞാൻ പറഞ്ഞു.

"നാല് മനുഷ്യരെ കാണാറായല്ലോ!"

"ചിലപ്പോൾ മുതലകളെയും കണ്ടെന്നു വരും. നല്ലപോലെ വെളിച്ചമുണ്ടായിട്ടു നടന്നാൽമതി; അച്ഛന്റെ കൂടെ!"

പ്രാതലിനു ഇഡ്ഡലിയും സാമ്പാറും വേണം! റെഡിമെയ്ഡ് (മരവിപ്പിച്ച) ഇഡ്ഡലി തിന്നു മകന് മടുത്തിരിക്കുന്നു. ഇഡ്ഡലിയുടെയും സാമ്പാറിന്റെയും മണം ഫ്ളാറ്റിൽ നിറഞ്ഞു. എക്സ്ഹോസ്റ്റ് ഫാനിനെ അനുസരിക്കാതെ ഗന്ധം അവിടെ ചുറ്റിപ്പറ്റി നിന്നു.

ഇപ്പോഴാണ് മലയാളിവീടായത്!.

ഗ്രാമത്തിലെ ഒരേയൊരു മലയാളിയാണ് മകൻ. അവൻ വൈകി എണീറ്റു. ആപ്പീസ് സമയമാകും വരെ പാട്ട് കേട്ടു. സാവധാനം പ്രാതൽ കഴിച്ചു. അച്ഛനും അമ്മയ്ക്കും ഒപ്പം. പിന്നെ പടിയിറങ്ങി ആപ്പീസിലേക്കു പോകുമ്പോൾ പറഞ്ഞു:

"ഉച്ചയ്ക്ക് ഉണ്ണാൻ വരും! എന്നു പറഞ്ഞാൽ ചോറും സാമ്പാറും വേണം. ആപ്പീസിലെ മെനു നോക്കി, ആഹാരം മേശപ്പുറത്ത് വരുത്തി കഴിച്ചു മടുത്തിരിക്കുന്നു!"

5

പലാട്ക്ക

പലാട്ക്ക പട്ടണത്തിനപ്പുറം ബീച്ചിലേക്ക് അവിചാരിതമായൊരു സായാഹ്നയാത്ര. മുപ്പതുമൈൽ സഞ്ചരിക്കണം, ജാക്സൺവില്ലിൽനിന്ന്. മഴയില്ലെന്നുറപ്പുതന്ന ഒരുച്ചതിരിഞ്ഞു പുറപ്പെട്ടു. മറ്റൊരു കാഴ്ചക്കാരനും ഇല്ല. ഞങ്ങൾ മൂന്നുപേർ. എത്ര ഗാഢമായ വിജനത! ഇന്നുവരെ കാഴ്ച യിൽപ്പെട്ട ഏതു വനത്തിലേതിനെക്കാളും പൗരാണികത തോന്നിക്കുന്ന ഇടതൂർന്ന വൃക്ഷങ്ങൾ. അതിനിടയ്ക്ക് അതിവിസ്തൃത കൃഷിയിടങ്ങൾ. സമചതുരത്തിൽ മുറിച്ച് സംവിധാനം ചെയ്ത കളിക്കളങ്ങൾപോലെ, ദൂരെ ക്കാഴ്ചയിൽ വനത്തെ അനേകം വർഷങ്ങൾക്കുമുമ്പു കൈയേറി, വിളവ് നൽകി തളർന്ന നിലങ്ങൾ. ചിലത് തീർത്തും ഉപേക്ഷിക്കപ്പെട്ട മട്ടിൽ, ചില യിടങ്ങളിൽ തീറ്റപ്പുൽകൃഷി, ചില ദിക്കുകളിൽ മേയുന്ന കുതിര കൾ, മറ്റൊന്നിൽ പശുക്കൂട്ടങ്ങൾ, ഉപേക്ഷിക്കപ്പെട്ട ഭൂവുടമാബംഗ്ലാവു കൾ, ഓരോ വലിയ കൃഷിയിടത്തിലേക്കും നീളുന്ന റോഡുകൾ, അതിർത്തി കാക്കുന്ന, പ്ലാന്റഡ് വുഡ്സ്, ഓരോ കൃഷിയിടത്തിനും നൂറു കണക്കിൽ ഹെക്ടർ വിസ്തൃതി. പെറ്റു തളർന്നൊരു വീട്ടമ്മയുടെ മട്ടുള്ള വയൽപ്പരപ്പുകൾ ഗതകാലസൗഭാഗ്യം ഓർത്ത് നെടുവീർപ്പിടുന്നു. ഒരു മനുഷ്യജീവിയെ കൃഷിയിടങ്ങളിൽ കണ്ടില്ല. റോഡിൽ ഒന്നോ രണ്ടോ വണ്ടികൾ വിജനതയെപ്പിളർന്ന് കടന്നുപോകുന്നു.

ഇടയ്ക്ക് 'കെന്നഡി ഫാംസി' ലേക്കു വഴികാട്ടുന്ന ഒരു ബോർഡ്. ജാക്വലിൻ കെന്നഡിയുടെ പിതാവ് അത്യന്തം സമ്പന്നനായ ഒരു മിലി ട്ടറി ആഫീസറും ഭൂപ്രഭുവുമായിരുന്നെന്ന്, അടുത്തനാൾ ഒരു മാസിക യിൽ വായിച്ചിരുന്നു. റോഡുകളും കാടും പുൽത്തകിടിയുമെല്ലാം വെടി പ്പായി ഭൂമിയെ അലങ്കരിക്കുന്നു.

കൃഷിയിടങ്ങൾക്കെന്തുപറ്റി? കൃഷി അമേരിക്കയിലും ഒരു

ധനോൽപ്പാദനമാർഗമല്ലാതായി എന്നു വ്യക്തം.

ഭൂമി വെറുതെ കിടന്നാലും അതിന്റെ മൂല്യം വർധിച്ചുകൊണ്ടേയിരിക്കും എന്ന വിശ്വാസത്തിൽ കഴിയുന്ന ഒരു കാലം.

അചുംബിതവനങ്ങളിലെ വൃക്ഷവൃദ്ധന്മാർ, പോയകാലത്തെ ആദിപിതാക്കളെയും ആഫ്രിക്കൻ അടിമകൾക്കിടയിലെ മൂപ്പന്മാരെയും അവരുടെ കരുത്തിനെയും പ്രതാപത്തെയും ഗൗരവത്തെയും ഓർമിപ്പിച്ച് വൃദ്ധാവസ്ഥയിലും ഗാംഭീര്യം വിടാതെ നിലകൊള്ളുന്നു.

അവർ അശരണയായ ഭൂമിക്കു ജാഗ്രതയോടെ കാവൽ നിൽക്കുകയാണെന്നു തോന്നി. യൂറോപ്യൻ അധിനിവേശശക്തികളോടു പൊരുതിയ ആദിവർഗങ്ങളുടെ തലവന്മാർ, ഈ അംബരചുംബികളായ വൃക്ഷശിഖരങ്ങളിൽക്കയറി ഇലപ്പച്ചയുടെ ദുർഗമകോട്ടകളിലിരുന്ന് അമ്പെയ്തു ശത്രുക്കളെ ഭയപ്പെടുത്തിയിരിക്കാം. ഇവരുടെ കൺമുമ്പിൽ വെടിയേറ്റു വീണവരെ അക്രമികൾ കാടടക്കം ചുട്ടുനശിപ്പിച്ചിരിക്കാം. ശേഷിച്ച വനവൃക്ഷങ്ങളാണ് ഒരിക്കലും ശമിക്കാത്ത ശുഷ്കാന്തിയോടെ കാവൽ നിൽക്കുന്നത്.

പോയകാലം തിരിച്ചുവരുമെന്ന് നിങ്ങൾ വിശ്വസിക്കുന്നുവോ? ഞാൻ ചോദിച്ചു. അവ മൊരിഞ്ഞ കൈകൾ ചലിപ്പിച്ച് എന്തോ പറഞ്ഞു. കാറ്റ് തലകുലുക്കി. കാട്ടിനകത്ത്, ലക്ഷോപലക്ഷം കീടങ്ങൾ കലമ്പി. കാക്കകൾ കരഞ്ഞു. ചെറുപക്ഷികൾ ഒച്ചവെച്ചു. മരക്കൊത്തന്മാർ വൃക്ഷങ്ങളുടെ നെഞ്ചിൽ ഈർഷ്യയോടെ ഇടിച്ചു. അണ്ണാന്മാർ വൃക്ഷങ്ങളിൽ നിന്നു പൊന്തകളിലേക്കും ലതാനികുഞ്ജങ്ങളിലേക്കും ചാടി മദിച്ചു. കാട്ടുമുയലുകൾ ഒളിച്ചുകളിച്ചു. ഉപേക്ഷിക്കപ്പെട്ട കൃഷിയിടങ്ങളിൽ, കാവൽക്കാരന്റെ കുടീരങ്ങൾ മുട്ടുകുത്തിക്കിടക്കുന്നു, കാര്യസ്ഥന്മാരുടെ ചെറുഭവനങ്ങൾ, കണ്ണു നരച്ച്, മുടി നരച്ച്, വിണ്ട ചുമലുകളും ശരീരവുമായി ജീർണിച്ചു കിടന്നു, ഭൂപ്രഭുക്കന്മാരുടെ ഭവനസമുച്ചയങ്ങൾ, പ്രേതകുടീരങ്ങളായി നിലകൊണ്ടു. ഇവയൊന്നും ഇനി പുനർജനിക്കില്ല. എന്നിട്ടും ഭൂമീദേവി, ക്ഷമയോടെ കാത്തിരിക്കുന്നു. ജീവന്റെ അവസാനത്തെ നാമ്പും ചൈതന്യവത്തായി അങ്കുരിക്കും എന്ന പ്രതീക്ഷയിൽ. ഏത് ആർത്തിപ്പണ്ടാരത്തിനും തന്റെ നെഞ്ചിലേക്കു പാഞ്ഞുകയറി വരാം, വിരോധമില്ല എന്നുപറയുന്നു.

വീണ്ടും മനുഷ്യസ്പർശമേൽക്കാൻ, ഉർവരയാകാൻ കൊതിക്കുന്നു. കുറ്റൻ പരുന്തുകൾ ആകാശങ്ങളിൽ നിരീക്ഷണവിമാനങ്ങൾപോലെ കറങ്ങുന്നു. അസ്തമയ സൂര്യന്റെ എറിയുന്ന സ്ഫടികച്ചീളുകൾ ചോര പുരണ്ട ആയുധങ്ങൾപോലെ ഭൂമിയിൽ തറയ്ക്കുന്നു. ഒന്നും അവസാനിച്ചിട്ടില്ല നശീകരണം തുടങ്ങിയതേയുള്ളു എന്നു ഭീഷണിപ്പെടുത്തുന്നു.

കാട്ടുപൂക്കളുടെ രൂക്ഷഗന്ധം ചുമന്ന് കാറ്റ് പതുക്കെ വീശി.

വൃക്ഷങ്ങളുടെ ശരീരത്തിൽ പച്ചനിറമാർന്ന രോമം എഴുന്നേറ്റു നിന്നു. ദുരന്തങ്ങൾ നേരിൽ കാണുമ്പോലെ. ജന്തുജാലത്തിന്റെ പാട്ടു

കച്ചേരിക്ക് വിഷാദരാഗം പകർന്നു. ഞാൻ എത്തിയിരിക്കുന്നത് ഒരസാധാരണ ലോകത്താണ്. ഇലപ്പച്ചയുടെ നീലനിഴൽ എന്റെ കാഴ്ചയുടെ വീര്യം കുറയ്ക്കുന്നു.

നിറങ്ങൾ മങ്ങുന്നു. കാറ്റിന് സസ്യമരുന്നുകളുടെ ഗന്ധം, പ്രായം കൂടിയ പടുവൃക്ഷങ്ങൾ, തപസിനാൽ ശോഷിച്ച മുനിശരീരങ്ങൾപോലെ. അവയുടെ കരങ്ങൾ ഏതോ ലഹരി വീശി വിതയ്ക്കുന്നു. ചലിക്കുന്ന ജീവജാലങ്ങളെല്ലാം ലഹരിഗന്ധത്തിൽ മയങ്ങാൻ തുടങ്ങുന്നു. വിസിലടിക്കുന്ന കിളിയൊച്ചയും പിറുപിറുക്കുന്ന കാട്ടാറിന്റെ കുറുകലും. പച്ചയും മഞ്ഞയും ഓറഞ്ചും റോസും കുങ്കുമവർണവും കലർന്ന ഒരു ചിത്രപടത്തിൽ പ്രപഞ്ചത്തിന്റെ സർവദുഃഖവും വിന്യസിക്കപ്പെട്ടിരിക്കുന്നു. വെളിപാടുകൊണ്ട് ഉറയുന്ന വൃക്ഷമുടികളിൽ കാറ്റ് മെല്ലെ മെല്ലെ കുളിർമ തളിക്കുന്നു.

പ്രേതാത്മാക്കളെപ്പോലെ മരക്കൊത്തന്മാർ ഗതകാലപേടകത്തിന്മേൽ ആണി മേടിക്കൊണ്ടിരിക്കുന്നു. ഭീമാകാര സിറാക്കോസ്, എല്മ് വൃക്ഷങ്ങളെ അവർ മഴുകൊണ്ട് മുറിക്കാൻ വെമ്പുന്നു.

വരണ്ട വൃക്ഷങ്ങളിൽനിന്ന് അടർന്നുവീണ കിളിക്കൂടുകളിൽ ഉടഞ്ഞ മുട്ടകൾ ചിന്നിച്ചിതറുന്നു.

മറ്റൊരു ലോകം, മറ്റൊരു ജീവിതം – ആർക്കും വേണ്ടാത്ത കുഞ്ഞുങ്ങളെപ്പോലെ ചിറകു മുളയ്ക്കാത്ത കിളിക്കുഞ്ഞുങ്ങൾ, മിനുത്ത തൊലി, പരുക്കൻ മണ്ണിലിഴച്ച്, ജീവിതം തേടി വീണ്ടും...

പൈതൃകഭൂമിയുടെ അവസാനത്തെ ചലനം.

ഒരുപക്ഷേ, മറ്റൊരിക്കൽ ഇവിടെ വരുന്ന ഒരാൾക്ക് ഈ അവശിഷ്ടവനം കാണാൻ കഴിഞ്ഞെന്നു വരില്ല. പ്രേതഭൂമിയിൽ ഒന്നും അവശേഷിക്കില്ല.

ഒരു വളവ് തിരിഞ്ഞപ്പോൾ, വലിയ പുരയിടങ്ങളിൽ പുത്തൻ മണിമന്ദിരങ്ങൾ എഴുന്നള്ളി നിൽക്കുന്നു. ഓരോന്നും ഓരോ ശൈലിയിൽ. ലോകവാസ്തുവിദ്യയുടെ ഒരു മോഹനഗ്യാലറി. കൂട്ടത്തിൽ മണ്ണോട് മേഞ്ഞ കേരളീയ നാലുകെട്ട് മാതൃകയിൽ എടുത്തുപിടിച്ചു നിൽക്കുന്ന ഒരു ഭവനം. ഗൃഹാതുരതയുടെ അവസാനത്തെ ചിഹ്നമായി ഈ മാളിക പണിത്, പെൻഷൻ പറ്റിയ ഒരു മലയാളി ദമ്പതികൾ ഇവിടെ കൂടുകൂട്ടിയിരിക്കും. ഫ്ളോറിഡയുടെ സുന്ദരതീരങ്ങളും മനോമോഹനദ്വീപുകളും വൻകരയിലെങ്ങുമുള്ള, പെൻഷനേഴ്സിന്റെ അഭയകേന്ദ്രവും ഒരു രണ്ടാം യൗവനം ആഘോഷിക്കാനുള്ള ഇടമായിത്തീരുകയാണ്, മിതശീതോഷ്ണകാലാവസ്ഥ. ബാല്യത്തിന്റെ പുനരാഗമനം അനുഭവിപ്പിക്കുന്ന ഗ്രാമീണ തടങ്ങൾ. യാന്ത്രികജീവിതത്തിൽനിന്നു വളരെ വളരെ അകന്നുമാറി, അല്ലലില്ലാത്ത ഒരു സായാഹ്നജീവിതം. അവധികൾ ചെലവഴിക്കാൻ ഈ കൂറ്റൻ ബംഗ്ലാവുകൾ തേടി ഇളംതലമുറകൾ മാതാപിതാക്കളെ അല്ലെങ്കിൽ മുത്തച്ഛനെയും മുത്തശ്ശിയെയും കാണാൻ ഇവിടെ എത്തിച്ചേരുന്നു. ചില മണിമേടകളുടെ മുറ്റത്ത് പല വണ്ടികൾ

മയങ്ങുന്നു.

ഒരു പ്രദക്ഷിണവഴിക്ക് മടക്കയാത്ര പോയ വഴിയേ തിരിച്ചുവരാൻ മകൻ ഒരിക്കലും ആഗ്രഹിക്കുന്നില്ല. ഭൂമി വളരെ വലുത്; വഴികളാണെങ്കിൽ പലതരം. എങ്ങനെ ചെന്നാലും ലക്ഷ്യത്തിലെത്തും.

തീർത്തും വിജനമായ, കാടുകൾ കൈകോർത്തു പിടിക്കുന്ന റോഡിലെ കുറെ ദൂരം.

പലാട്ക്കാ പട്ടണം. വികസിച്ചുവരുന്ന നഗരം. വികസനത്തിന്റെ വഴി, പലാട്ക്ക നദിക്കുമേൽ പുതുതായി പണിയപ്പെട്ട, അറ്റം കാണാത്ത ഈ പാലമാണെന്നു കരുതാം. ട്രാക്കുകളുടെ ഓരം ചേർന്ന് ഒരടിപ്പൊക്കത്തിൽ നടപ്പാത.

"നടക്കണമെങ്കിൽ, അച്ഛനുമമ്മയും ഇറങ്ങിക്കോളൂ," മകൻ പറഞ്ഞു:. അവൻ വണ്ടി പാലത്തിലൂടെ ഓടിച്ചുപോയി. തിരിച്ചു നടന്നു ഞങ്ങളൊപ്പം ചേരാമെന്നു പറഞ്ഞു.

വണ്ടി അകലുന്തോറും ഭൂഗോളത്തിന്റെ ഏതോ ഒരജ്ഞാതബിന്ദുവിൽ ഒറ്റപ്പെട്ട അനുഭവം. ഒരു മനുഷ്യനും നടക്കുന്നില്ല. കൂടണയാൻ വെമ്പുന്ന കിളികളെപ്പോലെ കാറുകൾ പറന്നകലുന്നു. പലാട്ക്ക പാലത്തിന്റെ കമാനങ്ങളിൽ സന്ധ്യ കുറിവരയ്ക്കുന്നു. പാലത്തിനക്കരെ പട്ടണമുണ്ടെങ്കിലും ഒരുതുള്ളി വെളിച്ചംപോലും ഇങ്ങെത്തുന്നില്ല. ഒരു പാലത്തിന്റെ ദൈർഘ്യം കണക്കിലൊതുക്കുന്നത് വിഡ്ഢിത്തം തന്നെ. ദൂരം അനുഭവമാണ്. മകൻ എത്ര സമയം കഴിഞ്ഞാണ് തിരിച്ചു നടന്ന് ഞങ്ങളെ സന്ധിക്കുക എന്നു ഞാൻ അൽപ്പം ആശങ്കയോടെ ആലോചിച്ചു.

അതിനിടയ്ക്ക് പാലം പാതിയും കഴിഞ്ഞു. ഒരു ദമ്പതികൾ കൈവരി ചേർന്നുനിന്ന് ഇരുണ്ട നദിയിൽ ചൂണ്ടലിട്ട് ക്ഷമയോടെ കാത്തുനിൽക്കുന്നു. ആറടിപ്പൊക്കവും തടിച്ച ശരീരവുമുള്ള ഒരു ആഫ്രിക്കൻ വംശജ. പോക്കുവെയിലിൽ വെട്ടിത്തിളങ്ങുന്ന പല്ലുകൾ. പാതയോരത്ത് ഒരു തെർമോക്കോൾ ബോക്സിൽ പിടയുന്ന മത്സ്യം നോക്കി പുരുഷൻ. അയാൾ ഒരു ആദിഇന്ത്യൻ വംശജനെന്ന് ഒറ്റനോട്ടത്തിൽ വെളിപ്പെട്ടു. ഒരു മലബാറുകാരന്റെ ഛായ. മങ്ങിയ വെളുപ്പ് നിറം. പറ്റെ വെട്ടിയിറക്കിയ തലമുടി. ശാന്തമിഴികൾ, അൽപ്പം നീണ്ട് കൂർത്ത താടി. അനുതാപത്തോടെ അയാൾ മീനുകളുടെ തിളങ്ങുന്ന കണ്ണിൽ നോക്കിനിന്നു.

"ഞായറാഴ്ച വൈകിട്ട്, കുശാലായൊരു ഡിന്നറാവും ഈ പരിശ്രമം." ഞാൻ പറഞ്ഞു.

"അല്ല കുടിക്കാനാവും," മകൻ പറഞ്ഞു.

പകൽ മുഴുവനും അവിടെ മീൻപിടിത്തം നടന്നതിന്റെ ലക്ഷണം. ഒരുപറ്റം പരൽമീനുകൾ പുഴയിൽ ചത്തുമലച്ചുകിടക്കുന്നു. ഉപേക്ഷിക്കപ്പെട്ട ഇരകൾ.

ഞങ്ങളെക്കണ്ട് ആഫ്രിക്കൻ വനിത ധൃതിയിൽ അടുത്തുവന്നു. ഞങ്ങൾ മീൻ മേടിക്കുമെന്ന് അവർ പ്രത്യാശിക്കുന്നു. തെർമോക്കോൾ പായ്ക്ക് തുറന്ന് അവർ ഓരോ മീൻ ഉയർത്തിക്കാണിച്ചു. മരണംവരിച്ചവരും മരണവെപ്രാളം കാണിക്കുന്നവരും.

വേണ്ട. കീശയിൽ കാശില്ല. ഡോളറെല്ലാം മകന്റെ പോക്കറ്റിലാണ്. തടിച്ചി നന്നായി ചിരിച്ചു. ഭർത്താവ് സൗമ്യമായ പുഞ്ചിരി പുരണ്ട മുഖത്തോടെ നിന്നു.

മകൻ ധൃതിയിൽ എതിർദിശയിൽനിന്നു നടന്നെത്തി. പലാട്ക്ക നദിയുടെ കറുത്തു, നീലിച്ച ഓളപ്പരപ്പിൽ, തീരങ്ങളിലെ ദീപങ്ങൾ മുറിഞ്ഞു വീണു. ആ ദമ്പതിമാരോട് ഇത്തിരി നേരം സംസാരിക്കണം എന്നു ഞാൻ ആശിച്ചു. അമേരിക്കയിലെത്തിയിട്ട് ഇവിടത്തെ പൗരന്മാരിൽ ഒരാളുമായും വർത്തമാനം പറയാൻ ഇടകിട്ടീട്ടില്ല.

"സമയമായി. പോകാം. കുറെ ഓടാനുണ്ട് ഇനിയും."

നാട്ടുകാരുമായി ചങ്ങാത്തം ഇഷ്ടപ്പെടാത്ത ഒരു തനി മലയാളി ഔട്ട്സൈഡറായി മകൻ മാറുന്നത് എനിക്ക് ഒട്ടും രസിക്കുന്നില്ല. കമ്പ്യൂട്ടർ ചങ്ങാത്തം, മറ്റൊരു സൗഹൃദത്തെയും മുഖാമുഖം അംഗീകരിക്കുന്നില്ല എന്നു ദൃഢബോധ്യമായി.

ദമ്പതികൾ ചൂണ്ട പിൻവലിച്ചു. ചരട് ചുരുട്ടി. കൊളുത്ത് ഭദ്രമാക്കി. വലിയ കീശകൾ നോക്കി അവർ പട്ടണത്തിനു നേർക്ക് ധൃതിയിൽ നടന്നു പോയി. ഒരു ആധുനിക നഗരമാകാൻ ധൃതികാട്ടുന്ന പട്ടണത്തിന് വേണ്ടതിലധികം പുതുക്കച്ചുവ തോന്നിച്ചു. അലങ്കരിച്ച നെയിം ബോർഡുകൾ. കീഴെ മെഴുക് മോഡലുകൾ. പരസ്യങ്ങളുടെ ഉത്സവം.

6

ഭൂമിയുടെ ഉപ്പ്

അമേരിക്ക ഭോഗികളുടെ നാടാണ്; ഒപ്പം അതിപ്രയത്നശാലികളുടെ നാടും. രണ്ടും ഒന്നിച്ചുപോകുന്നു. നല്ലപോലെ അധ്വാനിക്കാൻ തയാറുള്ളവർക്ക് അതൊരു സ്വർഗം തന്നെ. എന്നാലും ഏതു ദിനവും തന്റെ ജോലി നഷ്ടപ്പെടാമെന്ന ആശങ്ക അവന്റെ ഉള്ളിൽ നീറുന്നുണ്ടാവാം. കാരണം, ആധുനിക അമേരിക്കൻ, സ്വന്തം കൃഷിയിടങ്ങളിൽനിന്നും തലമുറകൾക്ക് മുമ്പ് കൈവശമുണ്ടായിരുന്ന പാരമ്പര്യങ്ങളിൽനിന്നും സുദൃഢമായ കുടുംബബന്ധങ്ങളിൽനിന്നു വേരറുക്കപ്പെട്ടവരാണ്.

ഞാനെന്റെ പൂർവികരെ ഓർത്തുപോവുന്നു. അവർ അധ്വാനിച്ചു നേടുന്നതിൽ പാതി, അവരുടെ സ്വന്തം ഭൂമിക്ക് തിരിച്ചു കൊടുക്കുന്നവരായിരുന്നു. ഭൂമിയെ സംരക്ഷിച്ചാലേ തന്റെ വംശപരമ്പരയ്ക്ക് ഗുണം വരൂ എന്നു ചിന്തിച്ചിരുന്നു.

സ്വാതന്ത്ര്യം ലഭിച്ച അമേരിക്കൻ ആദ്യം ചെയ്തത് പിറന്ന മണ്ണിനോട് വിടപറയുകയായിരുന്നു. മണ്ണിൽനിന്നും സ്വതന്ത്രരാക്കപ്പെട്ട കറുത്ത അടിമകൾ നേരെ വൻകിട പട്ടണങ്ങളിലെ വ്യവസായത്തൊഴിലാളികളായി. മണ്ണിന്റെ ഉടമയാകട്ടെ, വേല ചെയ്യാൻ വയ്യാതെ, പണിക്ക് ആളെക്കിട്ടാതെ, അനന്തവിശാലമായ കൃഷിയിടങ്ങൾ വിട്ടുകൊടുത്തു. സർക്കാർ ഭൂമിയെ വലിയ പ്ലോട്ടുകളായി തിരിച്ചു. കൃഷി വ്യവസായവൽക്കരിച്ചു.

നമ്മുടെ നാട്ടിൽ ഇന്നുമുണ്ട്, സ്വയംപര്യാപ്തമായ കുറെ പുരയിടങ്ങൾ. അമേരിക്കയിൽ ഭൂമി മുഴുവനും സർക്കാരിന്റേയാണ്. നിങ്ങൾക്കൊരു വീടല്ല, പത്തു കെട്ടിടങ്ങൾ വേണമെങ്കിൽ പണിയിച്ചു സ്വന്തമാക്കാം. എഴുപത്തഞ്ച് വർഷത്തേക്ക് പണയത്തിനെടുത്ത സ്വന്തം ഭൂമിയിൽ. അത് കഴിഞ്ഞാലോ?

വൻകിടക്കാർ ഭൂമിയെ ട്രസ്റ്റുകളാക്കി മാറ്റുന്നു. കുറെക്കാലത്തേക്ക് മിച്ചാദായം ട്രസ്റ്റുകൾക്ക് ചെലവഴിക്കാം. പിന്നീട് കുടുംബത്തേക്ക് ഭൂമി തിരിച്ചെടുക്കാം; ഒരു മൂന്നാം തലമുറ ശേഷിക്കുന്നെങ്കിൽ.

അമേരിക്കന്റെ അമിതഭോഗത്തിന്റെ നാരായവേര് ഇവിടെയാണ് കിടക്കുന്നത്. ഒന്നാമത്, പലർക്കും സ്ഥിരം കുടുംബങ്ങളില്ല. കുടുംബങ്ങളുള്ളവരിൽ പലർക്കും കുട്ടികളില്ല. കുട്ടികളെ വേണ്ട! കുട്ടികളെ വളർത്തിയെടുത്തു വിദ്യാഭ്യാസം ചെയ്യിക്കുക റിസ്കുള്ള ജോലിയാണ്. ചെലവ് കൂടും എന്നതുമാത്രമല്ല, കുട്ടിയെ ശാസിച്ചു, ശിക്ഷിച്ചു വളർത്താനുള്ള സ്വാതന്ത്ര്യം അച്ഛനുമമ്മയ്ക്കുമില്ല. അമ്മ പരീക്ഷയിൽ മാർക്ക് കുറഞ്ഞുപോയ മക്കളെ കഠിനശിക്ഷയ്ക്കു വിധേയരാക്കുന്ന സംഭവങ്ങൾ നമ്മുടെ നാട്ടിലെ ഉന്നതർക്കിടയിൽപോലുമുണ്ട്. അവിടെ കുട്ടികളെ ഒരിക്കൽ ശകാരിച്ചാൽ, ചെറുതായൊന്ന് ശിക്ഷിച്ചാൽ കുട്ടി ഉടനെ പോലീസിനു ഫോൺ ചെയ്യുകയായി. പോലീസ് ഉടനടിയെത്തും. അച്ഛനോ അമ്മയോ കുഞ്ഞിനെ പീഡിപ്പിച്ചതെന്ന് കുഞ്ഞ് പറയുന്നതപ്പടി റിക്കാർഡാക്കി പീഡകനെ അന്നേരം അറസ്റ്റ് ചെയ്തുകൊണ്ടുപോകും. ഒരു സാക്ഷിപോലും വേണ്ട. ഇത്തരം മക്കളെ ലാളിച്ചു വളർത്തുന്നതിനെക്കാൾ ഭേദം നായ്ക്കളെ പോറ്റി നിർവൃതികൊള്ളുന്നതാണെന്നു മാതാപിതാക്കളാകേണ്ടവർ വിശ്വസിക്കുന്നു. ഏതു നിമിഷം വേണമെങ്കിലും വിവാഹബന്ധം ഒഴിയാം. നായയെ ആർക്ക് എന്നൊരു പ്രശ്നമേ തീരുമാനിക്കേണ്ടതുള്ളൂ. വളർത്തുനായ് പ്രശ്നമായതുകാരണം വിവാഹവിച്ഛേദം നീണ്ടുപോകുന്ന പല കഥകളുണ്ടവിടെ.

അതാണ് സമ്പാദ്യം മുഴുവൻ സൂപ്പർമാർക്കറ്റുകളിലും ടൂറിസ്റ്റ് കേന്ദ്രങ്ങളിലും ചെലവഴിച്ച് സുഖിച്ചു ജീവിക്കുന്നതാണ് നല്ലതെന്ന തീരുമാനത്തിന്റെ പൊരുൾ.

സാധാരണക്കാരന്റെ പോക്കറ്റിനും ധനവാന്റെ പോക്കറ്റിനും ഇണങ്ങുന്ന വിവിധയിനം സൂപ്പർമാർക്കറ്റ് ശൃംഖലകൾ അമേരിക്കയിലുണ്ട്. തെക്കറ്റം മുതൽ വടക്കറ്റം വരെ. പസഫിക് തീരം മുതൽ അത്‌ലാന്റിക് തീരം വരെ.

അമേരിക്കയിൽ ഏറ്റവും കുറഞ്ഞ വില ആഹാരസാധനങ്ങൾക്കാണ്. യാത്ര, വീട്ടുവാടക എന്നിവകൾക്ക് ഉയർന്ന വിലനിലവാരവും. ഒരു ജനതയുടെ ജീവിതനിലവാരം കുറിക്കുന്നത് അവർ എത്ര ശതമാനം വരുമാനം ആഹാരാദികൾക്ക് ചെലവഴിക്കുന്നു, എത്ര ശതമാനം സുഖജീവിതത്തിന് ചെലവഴിക്കുന്നു എന്നതിനെ മുൻനിർത്തിയാണ്. ജനകോടികൾ ആഹാരത്തിനു വലയുന്ന നമ്മുടെ ജീവിതനിലവാരവുമായി അമേരിക്കൻ ജീവിതത്തിന് ഒരു താരതമ്യവുമില്ല.

ഏക്കർകണക്കിനു പാർക്കിങ് ഏരിയയുമായി ഉപഭോക്താവിനെ കാത്തിരിക്കുന്ന സൂപ്പർമാർക്കറ്റിൽനിന്ന്, സൂചി മുതൽ കാറുവരെ മേടിച്ചു നിങ്ങൾക്ക് പുറത്തു പോരാം.

ഞങ്ങൾ എല്ലാ ഞായറാഴ്ചകളിലും സൂപ്പർമാർക്കറ്റിൽ പോയി.

അമേരിക്കയിലെ ഒരു സൂപ്പർമാർക്കറ്റ്

മനുഷ്യരെ കാണമെങ്കിൽ അവിടെച്ചെല്ലണം. അവരുടെ അഭിലാഷങ്ങൾ അറിയാനും അവിടം സന്ദർശിച്ചാൽ മതി. അമേരിക്കന്റെ പ്രധാന ആഹാരം പന്നിയിറച്ചിയാണ്. പിന്നെ കേക്കുകൾ, ഐസ്ക്രീം, പച്ചക്കറികൾ, പഴനീരുകൾ. ഓരോ ട്രോളിക്ക് ചുമക്കാവുന്നതിലധികം ഫാസ്റ്റ് ഫുഡും ചിലപ്പോൾ ട്രോളിയുടെ ടോപ്പ് സീറ്റിലൊരു കുഞ്ഞുമായി ലോകത്തിലെ സർവ നരവർഗ പ്രതിനിധികളെയും കുടുംബങ്ങളെയും അവിടെവച്ചുകാണാം.

ഞാൻ വിചാരിച്ചു, ഇതത്രെ ഏകലോകം. ലോകമാർക്കറ്റും ലോക പൗരന്മാരും. കാനഡയിലെ ഗോതമ്പ്, ചൈനക്കാരുടെ വീട്ടുപാത്രങ്ങൾ, ജപ്പാന്റെ ഇലക്ട്രോണിക് ഉപകരണങ്ങൾ, നിക്വരാഗ്വയിലെ ഏത്തക്കായ്, ബ്രിട്ടീഷ് ലെയ്സ്, അറേബ്യൻ സ്വർണം, ഫിലിപ്സ് നാളികേരം, യൂറോപ്യൻ കമ്പിളിവസ്ത്രങ്ങൾ, പേർഷ്യൻ പരവതാനികൾ അങ്ങനെ എല്ലാ രാജ്യങ്ങളുടെയും ഉൽപ്പന്നങ്ങൾ, ശ്രീലങ്കൻ ചായയുമുണ്ട്. പൊതുമാർക്കറ്റിൽ ഇന്ത്യയുടെ വക ഒന്നും കണ്ടില്ല. കുറ്റം പറയരുതല്ലോ, കുറെ കമ്പ്യൂട്ടർ പ്രൊഫഷണലുകൾ, യുവാക്കൾ, കുടുംബസമേതം വന്നെത്തുന്നു. പെൺകുട്ടികൾക്ക് ചുരിദാറോ സാരിയോ ധരിക്കാനൊരവസരം. ഒരിടൊത്തരു പെട്ടി നിറയെ പാൽച്ചേമ്പ് കണ്ട് ഞാൻ വിചാരിച്ചു, ഇത് ഇന്ത്യനായിരിക്കും. അല്ല, ഓരോ ചേമ്പും പ്ലാസ്റ്റിക് കുഞ്ഞുകുപ്പായത്തിൽ മൂടിപ്പൊതിഞ്ഞ്, ഒരു താലി ചാർത്തി, പെട്ടിയിൽ കിടക്കുന്നു. 'മലങ്കായ്, നിക്ക

രാഗ്വൻ ഉൽപ്പന്നം. പാചകക്കുറിപ്പുണ്ട് താലിയുടെ പുറകുവശത്ത്. ഇറച്ചിയുടെ കൂടെ പുഴുങ്ങിത്തിന്നാൻ ആഫ്രിക്കക്കാരും ലാറ്റിനമേരിക്കക്കാരും ഇത് ഉപയോഗിക്കുന്നു. പോഷകഗുണങ്ങൾ.

ഒരു നാലിഞ്ചു വലിപ്പമുള്ള ചേമ്പിനു വില നാൽപ്പത്താറ് സെന്റ്. വറുത്തകായ് പാക്കറ്റ് തായ്‌വാന്റെ വക! പാവം നമ്മുടെ വിദേശവാണിജ്യം! നമുക്ക് എന്തെങ്കിലും സ്വന്തം നാടിന്റേതു വേണമെങ്കിൽ ഇന്ത്യൻ മാർക്കറ്റ് തന്നെ ശരണം. കറിവേപ്പില മുതൽ കയ്പയ്ക്കാ കൊണ്ടാട്ടം വരെ, പൊടിയരി മുതൽ ഡെറാഡൂൺ അരി വരെ അവിടെ ക്കിട്ടും. മുഴുത്ത വില. എന്നാലും നമുക്കതുമതി. അമേരിക്കൻ ഭരണരീതിയുമായി ഇഴുകിച്ചേരാൻ ഒരു സാധാരണ ഇന്ത്യക്കാരന് ഇപ്പോഴും മടി തന്നെ!

മാർക്കറ്റിൽ ചെന്ന് ഉൽപ്പന്നങ്ങളിലൂടെ കണ്ണോടിക്കുമ്പോൾ നമുക്ക് ബോധ്യമാവുക അമേരിക്കയ്ക്ക് നിത്യോപയോഗസാധനങ്ങൾ ഉൽപ്പാദിപ്പിച്ച് ചില്ലറക്കാശ് ലാഭമുണ്ടാക്കുന്നതിൽ ഒരു താൽപ്പര്യവുമില്ലെന്നാണ്. അമേരിക്കയുടെ പ്രധാന ഉൽപ്പാദനം ആയുധങ്ങളും ബോംബുകളും ബഹിരാകാശവാഹനങ്ങളും മറ്റും മറ്റും... ഉപ്പും ചോറും ഉൽപ്പാദിപ്പിച്ചു സമയം കളയുന്നതെന്തിന്? പതിനായിരം ഇരട്ടി ലാഭകരമാണ് മരുന്നുൽപ്പാദനം. മറ്റ് രാജ്യങ്ങളുടെ ചികിത്സാപദ്ധതികളും മരുന്നുകളും അവിടെ വർജ്യം. അമേരിക്ക ലോകം മുഴുവനും നടക്കുന്ന യുദ്ധങ്ങളുടെ ഉൽപ്പാദകരും അതിന്റെ ഗുണഭോക്താക്കളുമാണ്. അതുകൊണ്ടാണ് മനുഷ്യസ്നേഹിയായ കെറിയെ അവർ വെറുക്കുന്നതും അവർ വേണ്ടെന്നു വയ്ക്കുന്നതും ബുഷിനെ വീണ്ടും ജയിപ്പിക്കുന്നതും.

ഒരു സാധാരണ അമേരിക്കൻ അമിതഭോഗിയാണ്. അത്യധ്വാനിയും സമാധാനകാംക്ഷിയും. അവൻ ഉല്ലാസപ്രിയനാണ്. ഗുരുതരമായ രാഷ്ട്രീയ പ്രശ്നങ്ങളുടെ അടുത്ത് ചെല്ലാൻപോലും അവന് ആഗ്രഹമില്ല. ദൈനംദിന ജീവിതത്തിന്റെ സുഗമമായ വഴിയാണ് അവൻ തെരഞ്ഞെടുക്കുന്നത്. ഗ്രീൻ പ്രസ്ഥാനവും ഫെമിനിസവും സാമൂഹികപ്രവർത്തനവുമെല്ലാം അവന്റെ മേലേക്കൂടി ഒഴുകിപ്പോവുന്നു. ചിന്തിക്കുന്നവരും ആക്ടിവിസത്തിൽ ഏർപ്പെടുന്നവരും മുഖ്യധാരാജീവിതത്തിന്റെ പുറത്താണെന്നു പറയാം. നമ്മുടെ ബഹുജനപ്രസ്ഥാനങ്ങളുടെ നിത്യപരിപാടിയുമായി താരതമ്യം ചെയ്യുമ്പോൾ അവിടത്തെ ചുരുങ്ങിയ വട്ടത്തിലെ പ്രവർത്തനങ്ങൾ ഒരു സെൻസേഷൻ ഉണ്ടാക്കാൻ താൽക്കാലികമായി പോന്നതാണെങ്കിലും പ്രസ്ഥാനപരതയിൽ പിന്നോക്കംതന്നെ.

പുതിയ തലമുറയുടെ പേരിൽ മാതാപിതാക്കൾക്ക് ആശങ്കയുണ്ടാവാം. അതിനു പരിഹാരമായി അവർ സ്വീകരിച്ചിരിക്കുന്ന മാർഗം അനപത്യതയാണ്. സ്കൂൾക്കുട്ടികളുടെ ഇടയിലുള്ള ലഹരി ഉപയോഗമാണ് ഇന്ന് രാഷ്ട്രത്തിന്റെ ആഭ്യന്തരപ്രശ്നത്തിൽ ഏറ്റവും വലിയത്. നിയമനിർമാണത്തിൽ ഏർപ്പെട്ടിരിക്കുന്നവരുടെ വലിയ ഉൽക്കണ്ഠ, കോടിക്കണക്കിനു ഡോളർ വിദ്യാഭ്യാസത്തിനു ചെലവഴിക്കപ്പെട്ടിട്ടും, രാഷ്ട്രം

വിദേശ എൻജിനീയർമാരെ കൂടുതൽ കൂടുതൽ ആശ്രയിക്കുന്നതെന്തു കൊണ്ട് എന്നാണ്! ബഹുഭൂരിപക്ഷം സോഫ്റ്റ് വെയർ പ്രൊഫഷണലുകൾ ഏഷ്യക്കാരായിരിക്കുന്നത് അവർക്ക് അസഹ്യമല്ലാതാവുന്നു. പക്ഷേ, ഏഷ്യൻ പ്രൊഫഷണലുകൾ ഇല്ലാതെ അമേരിക്കയ്ക്കു നിലനിൽപ്പില്ല.

സൂപ്പർ മാർക്കറ്റിൽ ബ്യൂട്ടി സാലൺ ഉണ്ട്. മനുഷ്യർക്ക് നഖം മുറിക്കാനും മുടി മുറിക്കാനുമുള്ള കടകളുണ്ട്. അപ്പുറം നായ്ക്കൾക്കും പൂച്ചകൾക്കും പ്രത്യേക സൗന്ദര്യവർധകഷോപ്പുകൾ. മൃഗാശുപത്രികൾ, മനുഷ്യാശുപത്രികൾപോലെ തന്നെ മനോഹരമായും ഫലപ്രദമായും സജ്ജീകരിക്കപ്പെട്ടിട്ടുണ്ട്. ചാനലിൽ വളർത്തുനായയെ ഓർത്തുകൊണ്ട് കണ്ണീർവാർത്തുകൊണ്ട് ഓപ്പറേഷൻ തീയേറ്ററിനു മുമ്പിൽ മൂകരായിരിക്കുന്ന ആണിനെയും പെണ്ണിനെയും ധാരാളം കാണാം. ഒരു പട്ടിയോ പൂച്ചയോ പ്രസവത്തിനു വന്നിരിക്കും, അല്ലെങ്കിൽ ഒരു സിസേറിയൻ ശസ്ത്രക്രിയയ്ക്ക്, അതുമല്ലെങ്കിൽ രോഗബാധ കാരണം. മക്കളെപ്പറ്റി വലിയ വേവലാതികൾക്കടിപ്പെടാൻ സർക്കാരുണ്ടല്ലോ! മക്കളില്ലെങ്കിൽ സന്തോഷം. അമേരിക്കയിൽ ഒരു ദാമ്പത്യത്തിന്റെ ശരാശരി ആയുസ്സ് വെറും പന്ത്രണ്ട് വർഷങ്ങൾ! അതോർക്കുമ്പോൾ ഒരു ദാമ്പത്യം ഒരായുസ്സ് മുഴുവനും അനുഷ്ഠിക്കുന്ന നമ്മളെത്ര പഴഞ്ചന്മാർ! പക്ഷേ, ഈ 'പഴഞ്ചൻ സംസ്കാരം' ഇപ്പോൾ അമേരിക്കയുടെ ഒരു ദിവാസ്വപ്നമായി മാറിക്കൊണ്ടിരിക്കുന്നു.

അമേരിന്ത്യൻ ആദിവാസി ജനത ഇന്നനുഭവിക്കുന്ന സാംസ്കാരിക സംഘർഷം വളരെ വലുതാണ്. ആദി അമേരിക്കയുടെ ഏകാന്തതുരുത്തുകളിൽ, സ്വയംപര്യാപ്ത ജീവിതം നയിച്ചുകൊണ്ടിരിക്കുന്ന ഒരു ജനത (പല വർഗങ്ങളുടെ കൂട്ടായ്മ) ഇല്ലത്തുനിന്നിറങ്ങി, അമ്മാത്ത് എത്താൻ കഴിയാതെ പരുങ്ങുന്നു. കൊളറാഡൊ, ന്യൂമെക്സിക്കോ, ടെക്സാസ്, ഊട്ടെ സംസ്ഥാനങ്ങൾ ചേർത്ത് അവർക്കായി ആധുനിക സർക്കാർ ഒരു ഇന്ത്യൻ റിസർവ് സ്റ്റേറ്റ് സമ്മാനിച്ചിരിക്കുന്നു. ചില ചില്ലറ നഗരജോലികളിൽ ഏർപ്പെടുന്ന യുവാക്കൾ ഇന്നും വാരാന്ത്യങ്ങൾ ചെലവഴിക്കാൻ, അവരുടെ പൗരാണിക ഗ്രാമജീവിതങ്ങളിലേക്ക് തിരിച്ചുപോകുന്നു. സ്വന്തം ആചാരാനുഷ്ഠാനങ്ങൾ നിർവഹിക്കാൻ. അടിച്ചേൽപ്പിക്കപ്പെട്ട ഒരാധുനിക മതത്തിന്റെ (ക്രിസ്തുമതം) ബാഹ്യാനുഷ്ഠാനങ്ങൾ മാത്രം നിർവഹിക്കുകയും ആത്മീയകാര്യങ്ങൾക്ക് വംശവൃക്ഷത്തിന്റെ നിഴലുകളെ അഭയം തേടുകയും ചെയ്യുന്ന ഈ ജനത ഒരുതരം ത്രിശങ്കുസ്വർഗത്തിലാണ്. കുളച്ചണ്ടിപോലെ ആധുനികജീവിതത്തിന്റെ ആഴിപ്പരപ്പിൽ കൂട്ടംകൂട്ടമായി, വേരില്ലാതെ നിലനിൽക്കുന്നവർ.

ചീനർ അമേരിക്കൻ സാമ്പത്തികാടിത്തറയിൽ സ്ഥിരമായി സ്ഥാനമുറപ്പിച്ച വലിയൊരു വിഭാഗമാണ്. അടുത്തകാലത്തുമാത്രം അമേരിക്കൻ രാഷ്ട്രീയത്തിലേക്ക് ആനയിക്കപ്പെട്ട അമേരിക്കയിലെ പ്രവാസി ഇന്ത്യക്കാർ അവിടെ ലയിച്ചുചേരുകയല്ലാതെ ഗത്യന്തരമില്ലാത്തവരായിച്ചമയുന്നു.

7

പ്രഭാതങ്ങൾ

അതിരാവിലെ. പുൽത്തകിടികൾ, സുഖസുഷുപ്തിയിൽ മയങ്ങിക്കിടക്കുന്നു. തനിച്ച് നടക്കാൻ പോകുന്നതിലൊരു സ്വപ്നാടനസുഖം. മുഖത്ത് ചുംബിക്കുന്ന കുളിരേകുന്ന കാറ്റ്. നടവഴിയിലെമ്പാടും പൈൻകായ്കൾ. രോമക്കൈയുകൾ വീശി എല്മ് വൃക്ഷങ്ങൾ. ഉറങ്ങിക്കിടക്കുന്ന ഇരുനിലഭവനങ്ങൾക്കിടയിലെ മുറ്റത്തൂടെ ഗേറ്റിനകത്തേക്കു നടന്നു. വെളിച്ചം വരവായെങ്കിലും പ്രവൃത്തി സമയം – എട്ടുമണി – തുടങ്ങാൻ ഇനിയും രണ്ടരമണിക്കൂറുണ്ട്. ഒരുമണിക്കൂർ നടത്തമാവാം. അച്ഛനും മകനും മുറികളിൽ സുഖനിദ്രയിലാണ്. കതക് വലിച്ചടച്ചു. മുറ്റത്തെ കാഴ്ച വിസ്മയകരമായി. നീളെ തൊഴുത്തിൽ മുളഞ്ഞ പശുക്കളെപ്പോലെ നിരനിരയായി വണ്ടികൾ. ഓരോന്നും ഓരോ മോഡൽ. ഒന്നിനൊന്നു വ്യത്യസ്തനിറങ്ങൾ. മഞ്ഞുമുത്തണിഞ്ഞ മനോഹരവാഹനങ്ങൾ. പല രൂപങ്ങൾ, വിവിധ വലിപ്പത്തിൽ. ഒരു പ്രദർശനശാലയിൽ നടക്കുമ്പോലെ വഴിവിളക്കുകൾ മഞ്ഞക്കണ്ണടച്ചു തുടങ്ങി. ഹൈവേക്കപ്പുറം ബിസിനസ് ബിൽഡിങ്ങുകളുടെ പുറകിൽനിന്നു സൂര്യൻ ഗ്രാമത്തിൽ ഉറങ്ങിക്കിടക്കുന്ന ഭവനങ്ങളെ പാളിനോക്കുന്നു. നീളെ മഴക്കാർ ചിതറിയ, അതിവിശാലാന്തരീക്ഷം. സമതലത്തിലെ വിസ്തീർണം കുടിയ അംബരം. അതിരുകളിൽ മഞ്ഞ് പെയ്യുന്നു. അല്ല പൂമഴ. ആകാശം നോക്കി. മഴ പെയ്യില്ല.

ധൈര്യത്തോടെ നടന്നു. വളർത്തുപട്ടികളെ വീടുകൾക്ക് വെളിയിലേക്കും, അതിരിലെ വനത്തിലേക്കും കൊണ്ടുപോകുന്ന ഗൃഹസ്ഥർ.

മുഖത്ത് കുങ്കുമം പുരട്ടുന്ന വഴിയോരത്തടാകതീരത്തെത്തി. അന്യോന്യം മുടിചീകി മിനുക്കുന്ന പെലിക്കൺപക്ഷി ദമ്പതികൾ കരയിൽ നിൽക്കുന്നു.

അപ്പോൾ ഒരു തടിയൻ വെള്ളക്കാരൻ വൃദ്ധൻ ചുവപ്പും നീലയും വരകൾ വിലങ്ങുന്ന ബനിയനും ബെർമുഡയും ധരിച്ച് എതിരേ വന്നു. കൈയിൽ കാലി പ്ലാസ്റ്റിക് ക്യാരി ബാഗ്. പുൽത്തകിടിയിൽ രാത്രി യാത്രികർ വലിച്ചെറിഞ്ഞ കുപ്പികളും കടലാസുതുണ്ടുകളും ബിസ്കറ്റ് പൊതികളും ഗ്ലൗസ് ധരിച്ച കൈയാൽ പെറുക്കി, സഞ്ചിയിലിട്ട് വൃദ്ധൻ വെളുക്കെച്ചിരിച്ചു!

ഗുഡ്മോണിങ്.

...മോണിങ്!

അയാൾ എന്റെ വേഷവിധാനം നിരീക്ഷിച്ചു. സാരിയുടെ നേരെ പരിചയം നടിച്ചു.

തടാകക്കരയിലേക്കിറങ്ങിവന്ന രണ്ട് താറാവുകൾ മൂടുകുലുക്കി വൃദ്ധനൊപ്പം റോഡിലൂടെ നടന്നു.

വൃദ്ധൻ പുറംതിരിഞ്ഞുനോക്കി അവരോട് ചിരിച്ചു. പ്രഭാതസവാരിയിലെ കൂട്ടുകാരാവാം. വൃദ്ധൻ തൊട്ടടുത്ത 'ക്ലോസ്ഡ് കമ്യൂണിറ്റി' എന്നെഴുതിവച്ച ബോർഡിനു കീഴെ, അയൽ ഗ്രാമത്തിലേക്ക് നടന്നു മറഞ്ഞു. താറാവുകൾ, രണ്ടാമത്തെ തടാകക്കരയിലെത്തി ഇറങ്ങി ജലം സ്പർശിച്ചു. തണുപ്പ് കൂടുതലെന്നറിഞ്ഞു. പരസ്പരം ഉരുമ്മി, വെള്ളത്തിന്റെ അരികു ചേർന്നുനിന്നു. കുറേക്കൂടി നടന്നു, ഞാൻ തിരിഞ്ഞുനോക്കിയപ്പോൾ, അവ തടാകക്കരയിൽ ഇറങ്ങിനിന്ന്, ഭിത്തിയുടെ പഴുതിൽ ഇര തേടുകയാണ്.

സൂര്യൻ കുറേക്കൂടി മുഖം ചുവപ്പിച്ചു. തടാകം ലജ്ജിച്ചു. അരുണവർണമായ കവിളുകളിൽ കാറ്റ് പതുക്കെ തടവി. താറാവുകൾ മടിച്ചു മടിച്ചു ജലത്തിലിറങ്ങിയപ്പോഴേക്കും ഞാൻ ഓൾഡ് ഗ്ലെൻ ആബി എന്ന പുരാതന ഗ്രാമസീമയിൽ എത്തി. 'ഹൗസ് ഫോർ സെയിൽ' എന്ന ബോർഡുകൾ അവിടെ പുൽത്തകിടിയിൽ കാലൂന്നി നിൽപ്പുണ്ട്, വൃദ്ധദമ്പതികൾ മാത്രം താമസിക്കുന്ന ചെറിയൊരു ഗ്രാമം. അതിലെ മരവേലി ഏതാണ്ട് തകർന്നുകഴിഞ്ഞു. വീടുകൾ മിക്കതും അറ്റകുറ്റപ്പണികൾ കാത്ത് നിൽപ്പാണ്. ഭീമാകാരമായ എല്മ് വൃക്ഷങ്ങളും കൈകൾ പരത്തി വീശി നിൽക്കുന്ന ഓക്കുമരങ്ങളും കാട്ടുവള്ളികൾ പടർന്ന് ഇരുട്ട് കേറുന്ന കോമ്പൗണ്ട്. ഒരു പടുവൃദ്ധ, ഒരു പട്ടിയെ തുടലിട്ടു റോഡിലേക്കു വന്നു. ആര് ആരെ തുടലിട്ടു നിയന്ത്രിക്കുന്നു എന്നുപറയാൻ വയ്യ. പട്ടി നേരെ പോകുന്നത് "ഡോഗ്സ് ട്രെയിൽ" എന്നെഴുതിവച്ച കാട്ടിലേക്കുള്ള ഒറ്റയടിപ്പാതയുടെ നേർക്കാണ്. ബോർഡ് വായിച്ചിട്ടാണ് പട്ടി മുന്നിൽ നടന്നുപോകുന്നതെന്നു തോന്നും. പ്രകൃതിയുടെ വിളികേട്ട പട്ടിയെ നിയന്ത്രിക്കാനാവാതെ വൃദ്ധ ഗതികെട്ടു കടുപ്പിച്ചു കിതയ്ക്കാൻ തുടങ്ങി. പട്ടിയല്ലെ, ഒരു സഹായഹസ്തം നീട്ടാൻ ഏതായാലും ഞാൻ ഒരുക്കമല്ല. വൃദ്ധ തുടൽ ഒരു തൈമരത്തോട് ചുറ്റാൻ ശ്രമിച്ചു. പറ്റിയില്ല. പട്ടി അവരേയുംകൊണ്ട് കാട്ടിൽ മറഞ്ഞു. വാർധക്യകാലത്ത്, മക്കളുടെ അഭാവം അറിയാതിരിക്കാനാണ് വൃദ്ധ പട്ടിയെ പോറ്റുന്നതെന്നു ഞാൻ വിചാരിക്കുന്നു.

കുറെക്കൂടി മുന്നോട്ട് നടക്കാം. ഇവിടെ തെരുവ് നായ്ക്കളെ ഭയപ്പെടേണ്ടതില്ല; നാട്ടിലേതുപോലെ മനുഷ്യരെയും. അപകടമുക്തമായ ഗ്രാമറോഡുകൾ, ഞാൻ വിചാരിച്ചു. ഓൾഡ് ഗ്ലെൻ ആബിയുടെ പരിസരം വിട്ടപ്പോൾ വെയിലിനു തിളക്കം കൂടി. ഇപ്പോൾ കുറച്ചു ദൂരം എന്റെ രണ്ടുവശത്തും വനങ്ങളാണ്. തിരുനെല്ലിക്കാടുപോലെ നിബിഡമല്ല. അകത്തേക്ക് കാണാം. കാറ്റ് അടിക്കാടുകളെ വീശിക്കളഞ്ഞിട്ടുണ്ട്. ചുവപ്പുകലർന്ന ചുവന്ന ജലം. മുതലയുണ്ടാവുമോ? ഇല്ല. കാട്ടിലേക്കിറങ്ങി നിൽക്കുന്നു രണ്ടുമൂന്നു ഭവനങ്ങൾ, കാടിനു പുറംതിരിഞ്ഞ്. ഒരു കൾവെർട്ട് കടന്നപ്പോൾ മറ്റൊരു ഗ്രാമം. സെന്റ് ജോൺ പ്ലാന്റേഷൻ! പ്ലാന്റ് ചെയ്തിരിക്കുന്നത് മനുഷ്യർക്കുള്ള പാർപ്പിടങ്ങളെയാണ്. ഇടയ്ക്ക് പലതരത്തിലുള്ള സൈൻ ബോർഡുകൾ, പുൽത്തകിടിയിൽ വശീകരണഭാഷയിൽ.

"നിങ്ങൾക്കു വീടു മാറേണ്ടേ? വീടുമാറ്റം നിങ്ങളുടെ ജീവിതത്തിനു പുതുമ നൽകും."

"നിങ്ങൾക്ക് ഇണയെ മാറ്റിയെടുക്കേണ്ടേ?" എന്നൊരു കുറിപ്പ് ഏന്തുന്ന ഒരു ബോർഡ് അവിടെക്കാണും എന്നുതന്നെ ഞാൻ നിരൂപിച്ചു.

"എൻജോയ് ലൈഫ്" എന്നാണ് മറ്റൊന്നിൽ.

"ന്യൂ ഹോംസ് വെയ്റ്റ് റ്റു ചെയ്ഞ്ച് യുവർ ലൈഫ്സ്!"

പരസ്യപ്പലകകൾ രസികത്തങ്ങൾ നിറഞ്ഞത്.

നേരം പുലർന്നിട്ടും മഞ്ഞ് നീങ്ങിയിട്ടും എല്ലാ മുൻകതകുകളും ജനലുകളും അടഞ്ഞുതന്നെ കിടക്കുന്നു.

ഇന്നു ശനിയാഴ്ചയാണല്ലോ. ഇവർക്ക് ബ്രേക്ക്ഫാസ്റ്റ് വേണ്ടാത്ത പ്രഭാതം. ഉറങ്ങിക്കിടക്കുന്ന ഗ്രാമത്തിലൂടെ നടക്കുമ്പോൾ, വിജനതയിലൊരു പ്രേതഭൂമിയിലൂടെ നടക്കുമ്പോലെ, നാട്ടിലെ ഗ്രാമക്കാഴ്ചകളൊന്നും തന്നെയില്ല. വീടുകളുടെ പിന്നാമ്പുറത്ത് ഞാന്നുകിടക്കുന്നൊരു അഴക്കോലോ എവിടെയെങ്കിലും ഒരു തൊഴുത്തോ വഴിയോരത്തു പെട്ടിക്കടയോ ധൃതിയിൽ നടന്നുപോകുന്ന പണിക്കാരോ – ഒന്നുമില്ല. മരക്കൊമ്പിലിരുന്നു കുറുകുന്ന പ്രാവുകളുടെ ശബ്ദം കേൾക്കാം. സാന്നിധ്യമില്ല. പാടിത്തീർന്ന രാക്കുയിൽ നിശ്ശബ്ദത പാലിക്കുന്നു. ഒരൊറ്റ പട്ടിയും കുരയ്ക്കുന്നില്ല.

സെന്റ് ജോൺസ് പ്ലാന്റേഷനിലെ ഒരു ഭവനത്തിന്റെ ടെറസ് കൈവരിയിൽ, ഒരു നീല ജീൻസ് വെയിൽ കായുന്നത് കണ്ടു ഞാൻ അതിശയിച്ചു. ഈ നാട്ടിൽ ആരും ഒരു തുണിപോലും പുറത്ത് ഉണക്കാനിടുന്നില്ല എന്നു ബോധ്യമായി. നീല ജീൻസിനുടമ ഈയിടെ ഇവിടെ കുടിയേറിയ ഏതോ പരദേശിയാവാം. ഒരു മനുഷ്യജീവിയെ കാണാൻ പറ്റിയതിലുള്ള സന്തോഷം പകരുന്ന ഒരൊറ്റ വസ്ത്രം.

തിരിച്ചു നടന്നു. തടാകങ്ങൾ വെയിൽ കുടിക്കുന്നു. എന്റെ നടപ്പാതയോരങ്ങളിൽ ഞാൻ മൂന്നു തടാകങ്ങൾ താണ്ടി. ഒന്നിന്റെ കരയിൽ എഴുതിവച്ചിരിക്കുന്നു:

ഡോൺഡ് ടച്ച് ഓർ ബെയ്ത് ഇൻ ദ വാട്ടർ. ഡേഞ്ചറസ്!

മുതലയുണ്ടാവും. ഞാൻ റോഡിന്റെ എതിരോരത്തൂടെ നടന്നു. പുലർകാല ഡ്യൂട്ടിക്കിറങ്ങിയ കാറുകൾ വഴിക്കു വഴി എന്നെക്കടന്നു ഹൈവേയിലേക്കു കുതിച്ചു.

മകനുണർന്നിരിക്കുന്നു.

അച്ഛൻ വാർത്തകൾ വിഴുങ്ങിക്കൊണ്ടിരിക്കുന്നു. പ്രഭാത സവാരിയെക്കുറിച്ച് ചിന്തിച്ചു. ഡ്രെസ് ചെയ്തു. തയ്യൽക്കാരൻ തൊടാത്തതൊന്നും വസ്ത്രമല്ല, ചെരിപ്പും അത്ര സ്വീകാര്യമല്ല. വിരലുകൾ മൂടുന്ന പാദരക്ഷകൾ തന്നെ ധരിക്കണം. സോക്സും. ചുമ്മാതല്ല, മണ്ണ് ചതുപ്പാണ്; പുൽത്തകിടിയെന്ന ബ്ലാങ്കറ്റ് പുതച്ച് സുഖശയനം നടത്തുകയാണ്. നഖങ്ങൾക്ക് അണുബാധയേൽക്കുമെന്ന ഭയമായിരിക്കണം, പാദുകനിയമങ്ങൾക്ക് അടിസ്ഥാനം.

അടുക്കള, അടുക്കളയല്ല. ഒരു കൗണ്ടർ. പുറകിലൊരു മുറി. സിനിമാഷൂട്ടിങ് വേദിപോലെ, രണ്ടുഭാഗം മാത്രം ഭിത്തികൾ ഉള്ള മുറി. അതിമനോഹരം. ഷെൽഫുകളിൽ നിറയെ ഇന്ത്യൻ കറിക്കൂട്ടു പായ്ക്കറ്റുകൾ. ഒന്നും തെറ്റിയിട്ടില്ല. ഭസ്മമാക്കിയ ജീരകം, ട്യൂബുകളിൽ നിറച്ച ഇഞ്ചി, വെളുത്തുള്ളി പെയ്സ്റ്റുകൾ, കലാഭംഗിയോടെ നുറുക്കിയ പച്ചക്കറികൾ, പായ്ക്കറ്റ് പൊട്ടിച്ച് കുത്തനെ പാചകപാത്രത്തിലിട്ടാൽ മതി. കൊഴുപ്പിന്റെ പല നിലവാരത്തിലുള്ള പാൽപ്പായ്ക്കറ്റുകൾ. അടുക്കള ജോലി ഒരു ജോലിയേ അല്ല. ഇവിടെത്തന്നങ്ങു കൂടിയാലോ എന്നാലോചിക്കാം. “നമ്മുടെ അടുക്കള തിരിച്ചുപിടിക്കണം” എന്നു നാട്ടിലെ പെൺവാദികൾ പറയുന്നത് കേട്ടു. അടുക്കള നഷ്ടപ്പെട്ടതു നാട്ടിലല്ലല്ലോ, ഇവിടെയല്ലേ? ഗ്ലോബലൈസേഷന്റെ ഇറക്കുമതിക്കൂട്ടത്തിൽ പടിഞ്ഞാറൻ മുദ്രാവാക്യങ്ങളുമുണ്ട്.

അപ്പോഴാണ് അയൽവീട്ടിലെ നീതു എന്ന പെൺകൊടി, സ്മിതാപാട്ടീലിന്റെ പടമുള്ള, സി ഡി തേടി എത്തിയത്. ചുവന്ന മുളകിന്റെ നാട്ടിൽനിന്നും വരുന്നവൾ. ആന്ധ്രക്കാരി.

8

നീതു റെഡ്ഡി

എപ്പോഴും ഒരു മലയാളിപ്പെണ്ണിനെ ഓർമിപ്പിക്കുകയും ഒരു തെലുഗുബ്രാഹ്മിണിയെപ്പോലെ ജീവിക്കുകയും ഒരമേരിക്കൻ ഉദ്യോഗസ്ഥയെപ്പോലെ വേവലാതികൊള്ളുകയും ചെയ്യുന്ന നീതു റെഡ്ഡി. ഒഴിവുദിനങ്ങളിൽ അവൾ വെള്ള ചുരിദാറും ടോപ്പും ഷോളും ധരിച്ചു. പുലരും മുമ്പ് കുളിച്ച്, നനഞ്ഞ മുടി പുറകിൽ പരത്തിയിട്ടിരിക്കും. അരവരെ നീണ്ടു കിടക്കുന്ന ചുരുണ്ട തലമുടിയിലും അത് ചീകിയൊതുക്കി ഇഴചേർത്ത് പിന്നിയിടുന്നതിലും അവൾ തനി മലയാളിതന്നെ.

ഞായറാഴ്ച പുലർകാലത്ത് ഞാൻ നടക്കാനിറങ്ങുമ്പോൾ, തന്റെ മീൻകൊത്തി ജാഗ്രതയുമായി അവൾ ഗേറ്റിനു മുമ്പിലുണ്ടാവും. അരുതാത്തിടത്ത് ആറ് ട്രാക്ക് ഹൈവേ മുറിച്ചു കടക്കാൻ തരംപാർത്ത് നിൽക്കുന്നതിനിടയിൽ എനിക്കൊരു 'ഗുഡ്മോണിങ് ആന്റി' തരും. പെട്ടെന്നു കിട്ടിയ ഒരു സൂചിപ്പഴുതിലൂടെ നടുറോഡിലെ ഡിവൈഡറിലേക്കു പറക്കും. പിന്നെ ഡൗൺ ട്രാക്കുകളുടെ മുമ്പിൽ മറ്റൊരു പഴുതു കാത്ത്. വെറുമൊരു കൗതുകത്താൽ ഞാനവളുടെ ചലനങ്ങളെ കണ്ണുകൊണ്ട് പിന്തുടർന്നു. ആറാമത്തെ ട്രാക്കും മുറിച്ച്, പാതയോരത്തിനു സമാന്തരമായിക്കിടക്കുന്ന സൈക്കിൾ ട്രാക്ക് താണ്ടി, പുൽത്തകിടി പുതച്ച ഓരച്ചെരുവു കേറി അവൾ ഒരു ആറിഴക്കമ്പിവേലിയുടെ മുമ്പിലെത്തുന്നു. റോഡിനു സമാന്തരമായി ഒരുനിര ബിസിനസ് ബിൽഡിങ്. ഇതിലൊന്നിലാണ് അവൾ ജീവിതം തേടുന്നത്. ഇനിയും അമേരിക്കൻ പൗരയായിക്കഴിഞ്ഞിട്ടില്ല. അച്ഛനമ്മമാരും അനിയനും മറ്റനേകം കസിൻസുമെല്ലാം ഇവിടെ കൊറ്റുതേടി കാലുറപ്പിച്ചു കഴിഞ്ഞവരാണ്.

"നീതുവിന് ഗ്രീൻകാർഡ് കിട്ടിയില്ലേ?"

"അടുത്ത് കിട്ടും."

"എത്ര വർഷമായി ജോലി കിട്ടിയിട്ട്?"

"അഞ്ച് കൊല്ലം കഴിഞ്ഞു."

"എന്തേ അമാന്തം?"

"ഞാൻ ധൃതികാണിച്ചില്ല. നാട്ടിലെ ഏകബന്ധുവും–മുത്തശ്ശി–മരിച്ചപ്പോൾ എന്റെ അവസാനത്തെ വേരും പൊട്ടി. ഇനിയിവിടെ വേര് പിടിപ്പിക്കണം."

"വിവാഹം?"

"ആലോചിക്കണം'!'

"ആരെ?"

"ഒരിന്ത്യനെ! ഒരു ഹിന്ദുവെ! വെജിറ്റേറിയനായാൽ നന്ന്."

"നാട് നിനക്കിഷ്ടമാണെന്നല്ലെ പറഞ്ഞത്? ഒരു നാട്ടുകാരനെ വിവാഹം ചെയ്ത് നാട്ടിലേക്കു മാറുമോ?"

"നെവർ!"

പല ദിവസങ്ങളിലും 'ആന്റി'യുടെ കൈയിൽനിന്ന് ഒരു കപ്പ് കാപ്പി കഴിക്കാൻ അവൾ ഞങ്ങളുടെ ഫ്ളാറ്റിൽ കയറിവന്നു.

ആദ്യത്തെ ദിവസം ശക്തമായി മഴപെയ്തൊടുങ്ങിയ സമയത്തായിരുന്നു. വരാനിരിക്കുന്ന 'ഡോറ'യെന്ന കൊടുങ്കാറ്റിന്റെ മുന്നോടി.

രാവിലെ, കതകിൽ ആരോ മുട്ടുന്നു.

ഞാൻ കതക് തുറന്നു. പ്രാതൽ കഴിഞ്ഞ് മകൻ ജോലിയിലേർപ്പെട്ട് അവന്റെ മുറിയിൽ. അച്ഛൻ ഇന്റർനെറ്റിൽ കുടുങ്ങിയ നാട്ടിലെ വാർത്തകളെ തപ്പിയെടുക്കുന്നു. ഇന്നേതോ വമ്പൻ സ്രാവ് കുടുങ്ങിയ മട്ടുണ്ട്. പത്രവായനയിൽ രാഷ്ട്രീയം അഭ്യസിക്കുന്ന അച്ഛൻ ഒരു വിസിറ്ററുടെ ആഗമനം അറിഞ്ഞതേയില്ല.

ശീതക്കാറ്റിനൊപ്പം അവൾ അകത്തുകേറി. നനഞ്ഞ തലമുടിയിൽ നിന്ന് ഇന്ത്യൻ തൈലത്തിന്റെ പരിമളം. നെറ്റിയിൽ പൊട്ട്. തിളങ്ങുന്ന കുഞ്ഞ് നക്ഷത്രം.

നാണത്തോടെ അവൾ ചോദിച്ചു:

"അകത്തു കടക്കട്ടെ."

"വരൂ, എങ്ങനെ കണ്ടുപിടിച്ചു ഈ കതക്?"

"നമ്പർ എനിക്കു പറഞ്ഞുതന്നിരുന്നല്ലൊ. മറന്നിരുന്നു. ഒരു ധൈര്യത്തിന് കോണികയറിപ്പോന്നു."

"വാതിൽ മാറിയിരുന്നെങ്കിലോ?"

"തിരിച്ചുപോകും, അത്രതന്നെ!"

ഇവിടെ അന്യരുടെ കതകിൽ മുട്ടുന്നത് മര്യാദകേടാണ്. കതകുകൾക്ക് മുമ്പിൽ ഡോർബെല്ലിന്റെ സാന്നിധ്യം എങ്ങും കണ്ടില്ല, പ്രാകൃതരീതിയിൽ മുട്ടിവിളിക്കുകയാണ്, പോസ്റ്റ്മാനും വിൽപ്പനക്കാരും മറ്റാരും.

എന്തുകൊണ്ടങ്ങനെ?

ബെല്ലിന്റെ ശബ്ദം അടുത്ത ഫ്ളാറ്റുകാരെ ഉണർത്തും.

നല്ല സംവിധാനം. ഡോർബെല്ലിൽ വിരലമർത്തിവിടാതെ, കാത്തു നിൽക്കുന്ന നമ്മുടെ നാട്ടിലെ ഭിക്ഷക്കാരെപ്പറ്റി ഞാൻ നീതുറെഡ്ഡിയോട് പറഞ്ഞു.

ശുദ്ധ ബ്രാഹ്മണസ്ത്രീ. വിനയം, കുലീനത്വം, സങ്കോചം. ഇവളീ നാട്ടിൽ ഇണങ്ങിപ്പോകുന്നതെങ്ങനെ?

കാപ്പി കുടിച്ച് അവൾ പറഞ്ഞു:

“നല്ലകാപ്പി, നാട്ടിലെത്തിയതുപോലെ.”

“ഇവിടെയും കാപ്പി തന്നല്ലോ നടപ്പ്?”

“ഇത് ആന്റിയുടെ കൈകൊണ്ട് ഉണ്ടാക്കിയതാണല്ലോ. അവൾ കാപ്പി ഉണ്ടാക്കാറില്ല. മേടിച്ചുവയ്ക്കാറും ഇല്ല. കാലത്ത് പാലും സെരിയലും. അല്ലെങ്കിൽ ജ്യൂസ്.”

“കാപ്പിക്ക് ഭയങ്കര വില!” അവൾ പറഞ്ഞു: വല്ലപ്പോഴും ഒരു കാപ്പിക്കുവേണ്ടി അത്രയ്ക്ക് നഷ്ടപ്പെടാൻ ഞാനില്ല!”

ഇവളൊരു ഭയങ്കര പിശുക്കി തന്നെ! ഞാൻ വിചാരിച്ചു. നാട്ടിൻപുറത്തുകാരി മുത്തശ്ശി വളർത്തിയതിനാലാവും. കണ്ടത് പഠിച്ചിരിക്കുന്നു. കേക്ക് കഴിക്കില്ല. മുട്ട!

തേങ്ങ ചേർത്ത വിഭവമൊന്നും വേണ്ട. കൊളസ്ട്ററോൾ!

അമേരിക്കയിൽ തേങ്ങയ്ക്കും വെളിച്ചെണ്ണയ്ക്കും എതിരെ നടക്കുന്ന കുപ്രചരണങ്ങളെക്കുറിച്ച് അവൾ പറഞ്ഞു.

ഞാൻ മേടിക്കുന്നത് “ചാക്കോ കോക്കനട്ട് മിൽക്ക്” ആണ്. വേണമെങ്കിൽ മുഴുത്തേങ്ങ, ചകിരിയടക്കമോ പൊതിച്ചതോ ഇന്ത്യൻ കുസീനിൽ കിട്ടും. വീർപ്പുമുട്ടി നെഞ്ച് പിളർന്ന് പോയ തേങ്ങകൾ ഇന്ത്യൻ ഷോപ്പിന്റെ കൗണ്ടറിൽ കിടക്കുന്നു. കരിങ്കല്ലായി ഭവിച്ച കപ്പക്കിഴങ്ങും.

തേങ്ങയുടച്ചാൽ ശബ്ദമുണ്ടാകും. ചിരവിയാലും ശബ്ദം. ശബ്ദമെന്തും അശ്ലീലം! ‘ചാക്കോവിന്റെ തേങ്ങാപ്പാൽ കുറുകി മധുരിച്ചിരിക്കുന്നു. ഏതോ കുടിയേറ്റക്കാരൻ അച്ചായന്റെ കയറ്റുമതിയാണെന്ന് ഞാൻ വിചാരിച്ചു. ടിന്നിന്റെ മേലുള്ള വിലാസം നോക്കി. ന്യൂമെക്സിക്കോയിലെ അച്ചായനല്ല, ആദി ഇന്ത്യനാണ് ഉൽപ്പാദനത്തിനുടമ. നല്ലത്. ഫിലിപ്പീൻസിൽനിന്നു വരുന്ന തേങ്ങാപ്പാലുമുണ്ട്.

ഏതും നിറയെ കൊളസ്ട്രോളായിരിക്കുമെന്ന് അവൾ താക്കീത് തന്നു.

പക്ഷേ, എന്റെ മകന് തേങ്ങയരച്ചുചേർത്ത പടവലങ്ങക്കറിതന്നെയാണിഷ്ടം. അല്ലെങ്കിൽ പരിപ്പ്. തേങ്ങയില്ലാത്ത ഒരടുക്കളയെപ്പറ്റി ചിന്തിക്കാനാവില്ലെന്ന് ഞാനവളോട് പറഞ്ഞില്ല.

അവൾക്ക് കാർ ലൈസൻസ് പുതുക്കുന്ന‘വിദ്യ’ അറിയണം. ഇന്ത്യൻ ഫിലിമിന്റെ സി ഡി വേണം. പ്രത്യേകിച്ച് സ്മിതാപാട്ടീലിന്റെ. അങ്ങനെ ഓരോ കാരണം പറഞ്ഞ് അവൾ എന്റെയും തന്റെയും ഏകാന്തതയകറ്റാൻ ഓടിയെത്തി.

പിന്നെപ്പിന്നെ എനിക്കു മതിയായി. ഒരായുഷ്കാലത്ത് പറഞ്ഞു തീർക്കാനുള്ളത് മുഴുവനും ഒരുദിവസത്തിന്റെ അവസാനത്തിലെ ഒരു പത്തുമിനിട്ടിനകം, ആരോടെങ്കിലും പറഞ്ഞുതീർക്കണമവൾക്ക്.

ഞാൻ പറഞ്ഞു:

“ഇത്ര വാചാലയാകരുത്, നീതു. നീയൊരു എൻജിനീയർ. ഒരിന്ത്യക്കാരി. ഇവിടുത്തുകാർക്ക് വാക്ക് വിലയേറിയതാണ്.”

“ഞാൻ മറ്റാരോട് പറയും?” അവളുടെ ചോദ്യം. “നാട്ടുകാരെ ആരെയും ഞാൻ കണ്ടെത്തുന്നില്ല.”

നീതു റെഡ്ഡിയുടെ ഏകാന്തത എന്നെ നോവിച്ചു. പണമുണ്ടാക്കാനുള്ള പാച്ചിലിൽ ഇവിടെ ഓരോ ആണും ഓരോ പെണ്ണും ശിക്ഷ അപ്പോൾത്തന്നെ അനുഭവിക്കുന്നു. ഏകാന്തത. ഒറ്റപ്പെടലിന്റെ ഗർത്തങ്ങളിലേക്ക് കുത്തനെ വീണുപോകുന്നവർ. അപ്പോഴും അവർ വിചാരിക്കുന്നു, ഞാൻ മുന്നോട്ടാണ് പോകുന്നത്. പിന്തിരിഞ്ഞുനോക്കാനിടമില്ല.

അടുത്തൊരുനാൾ അവൾ എന്നോട് പറഞ്ഞു: “ബോസ് ആകെ വിഷമത്തിലാണ്. കമ്പനിയുടെ പുരോഗതിക്ക് തടസങ്ങളുണ്ട്.”

“അയാൾ നീതുവിനെപ്പോലെ ഒരു എംപ്ലോയി തന്നല്ലേ?”

“എന്നാലും കമ്പനി മുന്നോട്ടു പോകേണ്ടത് ഞങ്ങളെല്ലാവരുടെയും ആവശ്യമാണ്.”

“അതുകൊണ്ട്?”

“ഇനി ഞായറാഴ്ചകളിലും ജോലി ചെയ്യണം. എന്നാലോ, ഇരിപ്പിടത്തിൽനിന്ന് അയാളൊന്ന് മുഖമുയർത്തി നോക്കുകപോലുമില്ല. ഒരു ‘ഗുഡ് മോണിങ്’ കേട്ടാലെനിക്കൊരു സമാധാനം. ഈ പെണ്ണ് ജോലിയിൽ സ്വയം അർപ്പിച്ചു എന്നയാളറിയേണ്ടെ? എന്റെ ഞായറാഴ്ചകളെ ബലി കഴിക്കുന്നത് അയാൾ കാണുന്നില്ലെ? ആവോ!”

അന്നു വൈകുന്നേരം ഒരു പായ്ക്കറ്റ് ഐസ്ക്രീമുമായി അവളെന്നെ വന്നു കണ്ടു: “ആപ്പീസിൽ പാർട്ടിയായിരുന്നു. മുട്ടയുടെ വെള്ള ചേർന്ന ഒന്നും ഞാൻ കഴിക്കില്ല. ഇതിന്റെ കൂടെ പുഡ്ഡിങ്ങും കാണും. മധുരം ഇഷ്ടമില്ലാത്ത ഞാൻ പായ്ക്കറ്റ് മേടിച്ച് മാറ്റിവച്ചു.”

“ആന്റീ, എനിക്കിന്നു വല്ലാത്ത വിഷമമായി.”

“എന്താണു കാര്യം?”

“എന്റെ കോൺഫിഡൻഷ്യൽ റിപ്പോർട്ടിൽ ഒരു കറുത്ത പുള്ളി.”

“അതെങ്ങനെ പറ്റി കുട്ടീ?”

“ഞാൻ കഴിഞ്ഞ ദിവസം ഗേറ്റിനടുത്തു വച്ച് ഞങ്ങളുടെ സെക്യൂരിറ്റി സ്റ്റാഫിനോട് സംസാരിച്ചു. വെറുതെ കുശലം പറഞ്ഞു കടന്നുപോവുകയല്ല, ഏതാനും മിനിറ്റുകൾ” നിന്നനിൽപ്പിൽ കാറ്റിൽ പറത്തിക്കാണും, ഞാൻ ഊഹിച്ചു.

ഞാൻ മിണ്ടാതെ നിൽക്കുന്നത് കണ്ട് അവൾ തുടർന്നു: “സെപ്തംബർ പതിനൊന്നിനു ശേഷം ഇവർക്ക് ഏഷ്യക്കാരെ മുഴുവനും സംശയ

മാണ്. നമ്മളെ ആരോ നിഗൂഢമായി നിരീക്ഷിച്ചുകൊണ്ടേയിരിക്കും. എനിക്ക് മതിയായി. മറ്റെങ്ങുപോകാനാണ്?"

"സാരമില്ല. ഒരു കറുത്ത പുള്ളിയല്ലെ? ഇനി ഉണ്ടാവാതെ നോക്കണം. സംസാരം കുറയ്ക്കുക തന്നെ!

"പാർട്ടിയുടെ വേളയിൽപോലും സ്റ്റാഫ് പരസ്പരം കാണുന്നോ മിണ്ടുന്നോ ഇല്ല. കണ്ണിൽപ്പെട്ടതെന്തെങ്കിലും എടുത്ത് കഴിച്ച്, ഹാളിൽ നിന്നു സീറ്റിലേക്കു നടന്നുപോകും. നമ്മുടെ നാട്ടിൽ പ്രേതാത്മാക്കൾക്ക് വിശിഷ്ടാഹാരങ്ങൾ വച്ചു കൊടുക്കുംപോലെയാണ്. പഴയ ആചാരം പുതിയ രൂപത്തിൽ."

പാർട്ടിക്ക് അവളുടെ വക ഇഡ്ഡലിയും സാമ്പാറുമായിരുന്നു. ഇഡ്ഡലിയുടെ നിർമാണക്രിയ ഞാൻ പറഞ്ഞുപഠിപ്പിച്ചു. സാമ്പാറെന്തെളുപ്പം! ഇന്ത്യൻ സ്റ്റോറിൽനിന്ന് പലയിനം പച്ചക്കറി നുറുക്കിയ സാമ്പാർ പാക്കറ്റ് പ്ലസ് സാമ്പാർ പൊടി പാക്കറ്റ് പ്ലസ് പൈപ്പിലെ വെള്ളം. നാലോ അഞ്ചോ തിള. സാമ്പാറിന്റെ മണം, രുചി.

ഇഡ്ഡലിയുടെ എണ്ണം പിശുക്കിയായ നീതു നന്നെ കുറച്ചു.

"ഞാൻ പത്തിഡ്ഡലിയുണ്ടാക്കും. ഓരോന്നും നാലായി മുറിക്കും. ഓരോരുത്തർ ഓരോ കഷണമേ എടുക്കൂ. നാൽപ്പതുപേർക്ക് കഴിക്കാം" ഞാൻ ഒരു പഴയ കഥ ഓർത്തു. പിശുക്കുകാരനായ തയ്യൽക്കാരൻ ഒരു തൊപ്പിയുടെ തുണികൊണ്ട് അഞ്ചു തൊപ്പികളുണ്ടാക്കിയ കഥ. അവ ധരിക്കാൻ അയാളുടെ തന്നെ അഞ്ചു കൈവിരലുകൾ വേണ്ടിവന്നു. തലയ്ക്കെന്തിനു തൊപ്പി?

ഇക്കണക്കിന് ആറു കൊല്ലം ജോലി ചെയ്തു കഴിഞ്ഞ നീതു റെഡ്ഡി ഒരു കോടീശ്വരി ആയിക്കഴിഞ്ഞിട്ടുണ്ടാകും. പണം ജീവിതമാക്കിയ പെൺകുട്ടിയെ എനിക്ക് മനസിൽനിന്നു മാറ്റിയിരുത്താൻ കഴിയാതെയായി.

പാന്റ്സിനു പകരം, പൈജാമയും ഫുൾസ്ലീവ് ഷർട്ടും ധരിച്ച് ആപ്പീസിൽ പോകുന്നവൾ. ഞാൻ നാടുവിടുന്നതിന് രണ്ടു ദിവസം മുമ്പ് നാലു പുത്തൻ സ്വർണവളകളണിഞ്ഞ് അവൾ എന്നെ കാണാൻ വന്നു. നാട്ടിലിപ്പോൾ കിലോക്കണക്കിനാണ് ആഭരണം എന്നു ഞാനവളോട് മിണ്ടിയില്ല. മാനസികമായി അവൾ തന്റെ വിവാഹത്തിനൊരുങ്ങുകയാണ്; ഒരു പക്ഷേ ഒരിക്കലും കണ്ടെത്താനിടയില്ലാത്ത ഇന്ത്യൻ ചെറുപ്പക്കാരനെ സ്വപ്നം കണ്ടുകൊണ്ട്! ഇതേ തീരത്ത് പിടിച്ച് നിൽക്കാനുള്ള സ്പർശിനികൾ നാലുപാടും നീട്ടിക്കൊണ്ട്.

9

ഓക്കിഫെനോക്കിയും പ്രയറിച്ചതുപ്പും

വടക്കേ അമേരിക്കയിലെ ഏറ്റവും വിസ്തൃതമായ ചതുപ്പു നിലങ്ങൾ കാണാൻ പോവുകയാണ്. ദ ഓക്കിഫെനോക്കി സ്വാംപ്. പേരിൽത്തന്നെയുണ്ട് പൗരാണികത. വിസ്താരം 700 ചതുരശ്രമൈൽ. ജോർജിയ സ്റ്റേറ്റിന്റെ തെക്കുകിഴക്കൻ ഭാഗം. ജോർജിയ ഞങ്ങളുടെ വാസസ്ഥാനത്തിനു തൊട്ടുവടക്കേ സംസ്ഥാനമാണ്. പ്രകൃതി-ചരിത്ര സ്നേഹികളെ ആകർഷിക്കുന്നിടം. സൈപ്രസ് ചതുപ്പുകൾ, വളഞ്ഞുപിരിഞ്ഞ ജലപാതകൾ, വെള്ളത്തിനുമേൽ പൊങ്ങിക്കിടക്കുന്ന പായൽപ്പായ്കൾ എന്നിവ ചതുപ്പിന് ഹൃദയഹാരിയായ ഒരു മൊസൈക് വർണദീപ്തി നൽകുന്നു. ഫ്ളോട്ടിങ് പായ്കൾക്കുമേൽ വളർന്നുയർന്ന വൻവൃക്ഷങ്ങൾ!

യാത്രികർ നന്നേ കുറവ്. ഭൂമിയുടെ ഉയരം കുറഞ്ഞ് വരുന്നു. അവസാനം അത് അത്ലാന്റിക്കിന്റെ സമനിരപ്പെത്തും. 65 മില്യൻ വർഷം മുമ്പ് ഈ ചതുപ്പ് അത്ലാന്റിക്കിന്റെ അടിത്തട്ടായിരുന്നു. ഊറൽപ്പരപ്പ്. വളരെ ആഴത്തോളം മണൽ നിറഞ്ഞതാണ്, തീരദേശത്തിനു നേരെ, സമാന്തരമായി പുറംകടലിൽ ഉത്ഭവിച്ച ഒരു മണൽത്തിട്ടയാണ്, തിരമാലകളിൽ നിന്നകറ്റി, ഈ സ്ഥലത്തെ ഒരു നിത്യചതുപ്പാക്കി മാറ്റിയിരിക്കുന്നത്.

ബോട്ടുജെട്ടിയിലെ പാർക്കിൽ ഒഴിഞ്ഞുകിടപ്പുള്ള ഊൺമേശകളും ബഞ്ചുകളും ഇന്ന് യാത്രികരുടെ എണ്ണം കുറവാണെന്നു തെര്യപ്പെടുത്തി.

സ്പാനിഷ് വംശജനെന്നു തോന്നിച്ച ടൂറിസ്റ്റ് ബോട്ട് ഡ്രൈവർ അന്നത്തെ ഡ്യൂട്ടി മതിയാക്കിയ മട്ടിലിരിക്കുന്നു. ഞങ്ങൾ, രണ്ടു കുടുംബങ്ങൾ മാത്രം.

ഡ്രൈവർ-കം-ഗൈഡായ സായിപ്പിനു ബഹുസന്തോഷം. വെള്ളക്കാരന്റെ കുടുംബവും പുറത്തുനിന്നു വന്നവരാണെന്നു തോന്നിച്ചു. റഷ്യൻ മുഖച്ഛായ.

ഡ്രൈവർ ബോട്ടു ജെട്ടിയോടടുപ്പിച്ചു. മുമ്പിൽ അറ്റമില്ലാത്ത ചതുപ്പിനിടയിലൂടെ, ചെന്നിറമാർന്ന ജലപാത. വശങ്ങളിൽ ചതുപ്പുകൾ, താടിമീശകൾ വളർന്ന വൃദ്ധവൃക്ഷങ്ങൾ. മൊരിഞ്ഞ കൈകളുയർത്തി അവ നിരന്തരം തങ്ങളെ പീഡിപ്പിക്കുന്ന ഷഡ്പദങ്ങളെ ആട്ടിയകറ്റുകയാണ്. വരണ്ട പ്രയറികളും ചതുപ്പ് പ്രയറികളും ചേർന്ന ഒരു ഭൂവിഭാഗം. അതിനാൽ ഉഭയജീവികളുടെ ഒരു മഹോത്സവപ്പരപ്പ്. കുറ്റിക്കാടുകൾ ആധിപത്യം പുലർത്തുന്ന ചതുപ്പും ഒഴുകിനടക്കുന്ന പായൽപ്പരപ്പിൽ കൂത്താടുന്ന ജീവികളും ചേർന്ന് ജീവിതത്തിനു പരസ്പരം കൊഴുപ്പ് കൂട്ടുന്നു.

നാനൂറിൽപ്പരം ഇനങ്ങളുള്ള നട്ടെല്ലുജീവികളും ഇരുനിറം പക്ഷികളും അറുപതിനം ഇഴജീവികളും തിരിച്ചറിയപ്പെട്ടിട്ടുണ്ട്. ഭൂരിഭാഗവും വിഷജീവികളാണ്. ഉപ്പു കലർന്ന ജലത്തിൽനിന്നു വേറിട്ട ശുദ്ധജലാശയങ്ങളുമുണ്ട്. പ്രകൃതിയിലെ നിരവധി വർഗത്തിൽപ്പെട്ട ജീവികളാലും സസ്യലതാദികളാലും സദാ കമ്പനംകൊള്ളുന്ന അന്തരീക്ഷം. 'വിറകൊള്ളുന്ന ഭൂമി' എന്ന പേരും – ഓക്കിഫെനോക്കി.

1910 നു ശേഷം വന്ന 'കെടുതികാല'ത്ത് ഈ ചതുപ്പുകളിലെ ആയിരക്കണക്കിന് പൈൻ, സൈപ്രസ്, ചുവന്നകിൽ എന്നിവ വെട്ടിമുറിച്ച് തടികൾ വിപണിയിലെത്തി. രാജ്യത്തിൽ അന്യംനിന്നുപോകുന്ന പല പൗരാണിക വൃക്ഷങ്ങളും മനുഷ്യരുടെ ആർത്തിക്ക് രക്തസാക്ഷികളായി.

1937 ൽ ഫ്രാങ്ക്ളിൻ റൂസ്‌വെൽറ്റ് പ്രസിഡണ്ട് പദത്തിലെത്തി. 'ഓക്കിഫെനോക്കി' ഒരു ദേശീയപാർക്കായി പ്രഖ്യാപിക്കപ്പെട്ടു. റോഡുകളില്ലാത്ത പാർക്ക്. തോണിയാത്രമാത്രം. ഇത് വൃക്ഷഹത്യക്കും പരിസ്ഥിതി വിനാശത്തിനും തടയിട്ടു.

ഗൈഡ്, ജോയൽ എന്ന സരസൻ ബോട്ടിന്റെ പുറകുവശത്തേക്കു തിരിഞ്ഞുനിന്ന് കാഴ്ചകളെക്കുറിച്ച് ചെറുവിജ്ഞാനം പകരുന്നതിൽ ഉത്സുകനായി.

രസിപ്പിക്കുന്നതിലാണ് കൂടുതൽ കഴിവ്.

വിപൽക്കരമാണ് ഈ ജലയാത്ര. പലേടത്തും എട്ടുമീറ്റർ ആഴമുണ്ട് തോടിന്. ബോട്ടിന്റെ വിളുമ്പ് ജലനിരപ്പിൽനിന്ന് എട്ടിഞ്ച് മാത്രം ഉയർന്നാണ് നിൽപ്പ്.

ജലത്തിന് എണ്ണമയം, ചുവപ്പ്രാശി, കൊഴുപ്പ് – ഒരു അപകടമേഖലയെന്ന് സദാ ഓർമിപ്പിക്കുന്ന ദിങ്മുഖം.

അരുൺ ഓരംചേർന്നിരുന്നു വീഡിയോ ക്യാമറയിൽ മുഴുകി. അവന്റെ നിശ്ചലമായ കൈയിന്മേൽ, ദശക്കണക്കിനു കാട്ടുതുമ്പികളും മറ്റ് പ്രാണികളും കടിച്ചുകാരാൻ തുടങ്ങി.

യാത്രയ്ക്ക് ഒരു മുന്നൊരുക്കവും എടുത്തിരുന്നില്ല, പതിവുപോലെ. നിക്കറും ബനിയനും ധരിച്ച് വരേണ്ടിടമല്ല ഇതെന്നു മകനു ബോധ്യമായത് കുറേക്കൂടി മുന്നോട്ടെത്തിയപ്പോഴാണ്. കാഴ്ചബോട്ടിന് വേഗത നന്നേ കുറവ്. മിസ്റ്റർ ജോയലിന് ആവേശം മൂക്കുമ്പോൾ, ഓട്ടം നിർത്തി അയാൾ തിരിഞ്ഞുനിന്ന്, തന്റെ സരസഭാഷണം തുടരും. എണ്ണാൻ

കഴിയാത്തത്ര മുതലകളുടെ ആവാസകേന്ദ്രമാണ്, ജലപാതകളും ചതുപ്പും എന്നു കണ്ടപ്പോൾ ഭയം കൂടിക്കൂടി വന്നു. ബോട്ടിനു കേടു വന്നാലോ? മുങ്ങിയാലോ? ഒരു മുതല ചാടിക്കയറി ബോട്ടിൽ വീണാലോ?

വെള്ളത്തിന്റെ രൂക്ഷഗന്ധവും അസിഡിറ്റിയും പരുഷവർണവും കണ്ട് ഉപ്പു ജലമെന്ന് നിരൂപിച്ചു.

ഇരുട്ടാഴം കൂടുന്ന ജലരാശിക്കു നേരെ കൈ ചൂണ്ടിയപ്പോൾ മി. ജോയൽ പറഞ്ഞു, "കഴിഞ്ഞ സമ്മറിൽ ഒരു മദാമ്മയുടെ കൈ മുതല കൊണ്ടുപോയി. "പല്ലി ഒരു പാറ്റയെപ്പിടിച്ചു തിന്നു എന്ന ലാഘവ സ്വരത്തിൽ.

സഹയാത്രികരുടെ കൂടെയുള്ള ഏകബാലൻ അവന്റെ ലൈഫ് ബെൽറ്റ് നന്നായി മുറുക്കി. മറ്റാർക്കും രക്ഷാകവചം പോയിട്ട് കട്ടിയേറിയ വസ്ത്രവുമില്ല. വേനൽ വസ്ത്രത്തിലാണ് എല്ലാവരും.

മാറാലയിൽ തുള വീഴുമ്പോലെയാണ് തുമ്പികളും വണ്ടുകളും കോട്ടൺ കുപ്പായത്തെ ആക്രമിച്ച് ശരീരത്തിലെ ചോര വലിച്ചെടുക്കുന്നത്.

ഇടയ്ക്ക് ഇടത്തേ കരയിൽനിന്ന് വലത്തോട്ട് ഒരു മുതലയുടെ തേരോട്ടം. വന്യപ്രാണി സാമ്രാജ്യത്തിൽ, ഞങ്ങൾ ഏഴു മനുഷ്യകീടങ്ങൾ വെറും നിസ്സാരർ.

"എന്താണ് മുതലയ്ക്കു തീറ്റ?" ഞാൻ ജോയലിനോട് ചോദിച്ചു.

"നായ്ക്കൾ. നാഥനില്ലാത്ത നായ്ക്കൾ മുതലയ്ക്ക് തീറ്റയായെത്തുന്നു. പിന്നെ പലതരം ജീവികളെ സ്നാക്സ് ആയി അവൻ സ്വയം കണ്ടെത്തി ശാപ്പിടും. ഒരു പുളിയുറുമ്പ് മുതൽ കുറുക്കൻ വരെ."

ജലപ്പാതകൾ വളഞ്ഞു പുളഞ്ഞ് പല ദിശകളിലേക്കു നീളുന്നു. ധ്യാനത്തിലാണ്ട വൻവൃക്ഷങ്ങൾക്ക് കീഴെ വള്ളികളിൽ ഊഞ്ഞാലാടുന്ന മീൻകൊത്തികൾ. തടിമരത്തിൽ ചുറ്റിക്കിടക്കുന്ന കുറ്റൻ പെരുമ്പാമ്പ്. വിശ്രമിക്കുന്ന മുതലകൾ, എണ്ണമറ്റ ചീവീടുകൾ.

ജലത്തിന്റെ പ്രത്യേകതയും കാലാവസ്ഥയുടെ സവിശേഷതയും കാരണം, ലോകത്തിലെ മാംസഭുക്കുകളായ സസ്യജാലം ഏതാണ്ട് മുഴുവനും ഇവിടെയുണ്ടെന്നറിഞ്ഞു. കെണിപ്പാത്രം തുറന്നുവെച്ച് ഇര കാത്തുനിൽക്കുന്ന വലിയ പിച്ചർപ്ലാന്റ്സ് കടുകുമണി വലിപ്പം മുതൽ, നിരവധി വണ്ടുകൾ.

തോട്ടത്തിലെ ജലത്തിനുമേൽ വിഷക്കെണി വെച്ചു കാത്തുനിൽക്കുന്ന ചെറുകിടസസ്യങ്ങൾ, കണ്ട് ആരും കൈ പുറത്തിടാതെയായി.

വൃക്ഷതീരങ്ങൾ പിന്നിട്ട് ബോട്ട് ഒരു തുറസിലെത്തി. പാരാവാരംപോലെ കാട്ടുപുഷ്പങ്ങൾ വിടർന്നുനിൽക്കുന്ന ജലപ്പരപ്പ്, ചതുപ്പ്, ഇടയിൽ എല്ലാത്തരം നീന്തൽപ്പക്ഷികളും. ആമ്പൽപ്പരപ്പിൽ ഓരോ പൂ വിടർന്നു തുടങ്ങീട്ടേ ഉള്ളൂ.

കാട്ടുതാറാവുകളും മണൽപ്രദേശത്തെ കൊറ്റികളും ദേശാടന

ക്കിളികളുംകൊണ്ട് മുഖരിതവും ജൈവസമൃദ്ധവുമായ ഈ ഭൂതലം, ഉഷ്ണമരുഭൂമികൾക്ക് നേരെതിരാണ്, ആവാസവ്യവസ്ഥയിൽ.

ഇവിടത്തെ രാജ്യഭാരം മുതലയ്ക്കു തന്നെ. തോട്ടിൽ തലങ്ങും വിലങ്ങും നീന്തിനടക്കുന്നതിനിടയിൽ അവ പരസ്പരം ശകാരിക്കുന്നു. ചിലപ്പോൾ അലോസരപ്പെടുത്താനെത്തിയ യാത്രക്കാരാവാം.

അത്യപൂർവമായ ‘മഴവിൽ സർപ്പം’ ഈ ജലത്തിനുണ്ടെന്ന് മി. ജോയൽ പറഞ്ഞു. ഭാഗ്യമുള്ളവനേ കാണാൻ പറ്റൂ. നിരുപദ്രവകാരികളായ നീർക്കോലികൾ നാടോടികളെപ്പോലെ അപ്രസക്തരായി. നിരവധി പല്ലി വർഗങ്ങളുടെ വ്യത്യസ്തചിലയ്ക്കൽ. ഒരു ആമ കൂടി ബോട്ട് പാത മുറിച്ച് കടന്നു ധൃതിയിൽ ഒഴിഞ്ഞുമാറി.

“ലുക്ക് അറ്റ് ഇറ്റ്.” ജോയൽ ബാലനോട് പറഞ്ഞു: “പുവർ തിങ്. എന്തുചെയ്യണമെന്നറിഞ്ഞുകൂടാ.”

തടിയൻകുട്ടി, അവന്റെ മൃദുസ്വരം വെടിഞ്ഞ് പൊട്ടിച്ചിരിച്ചു. ആപൽക്കരമായ അന്തരീക്ഷത്തിൽ വെളിച്ചം പരന്നു.

മുക്കറയിടുന്ന ഒരു ‘പന്നിത്തവളയെ ജോയൽ ചൂണ്ടിക്കാട്ടി. കൂർക്കം വലിക്കുന്ന മറ്റൊരിനം തവള. രാത്രി, മുതലകൾ ഉറങ്ങിക്കിടക്കുമ്പോൾ തവളകളുടെ രാഗോത്സവം ആരംഭിക്കും. ചതുപ്പ് പൂർണമായും ഒരിക്കലും ഉറങ്ങുന്നില്ല. ഗൈഡ് പറഞ്ഞു.

പാതി നിദ്രയിലും പാതി പകൽസ്വപ്നത്തിലുമായി, ഒരു ജൈവപ്രപഞ്ചം. ഇവിടം ആദിഭൂതലത്തിന്റെ ഒരവശേഷിപ്പാണ്.

വേനൽമഴയ്ക്കൊപ്പം (ഇന്നലെയിവിടെ നല്ലൊരു വേനൽമഴയുണ്ടായിരുന്നു) തെക്കൻ ഭാഗങ്ങളിൽനിന്നു ചെറു പറത്തവളകളും ചെമ്മരിയാട്ടിൻപറ്റം പോലെ കരയുന്ന, തവളക്കുഞ്ഞുങ്ങളും ഇവിടെ വാസത്തിനെത്തും. പരസ്പരം തിന്നു ജീവിക്കുന്ന വീട്ടുകാരും വിരുന്നുകാരും. ജലത്തിനടിയിൽ ധാരാളം ശുദ്ധജലമത്സ്യങ്ങളുണ്ടെങ്കിലും അവ മുതലയിൽനിന്നകന്നു മാറിക്കഴിയുന്നു.

ഒരു പുള്ളിപ്പുലിത്തവള, വഴുക്കുന്ന കല്ലിൽ കേറിയിരുന്ന് ഇളകുന്ന വെള്ളത്തിൽ നോട്ടമുറപ്പിച്ച് നിൽപ്പായി. മി. ജോയലിന്റെ ഒച്ചയെ അത് തീർത്തും അവഗണിച്ചു.

സന്ധ്യക്ക് വീടെത്തി. മകൻ പറഞ്ഞു:

“ചൊറിയുന്നു.”

അവന്റെ ശരീരത്തിന് അരയിഞ്ച് തടി കൂടിയിരിക്കുന്നു. വിഷപ്രാണികളാണോ? ആവാം. ചൂടുവെള്ളത്തിൽ കുളിച്ചു. ആന്റി-സെപ്റ്റിക് ക്രീം പുരട്ടി. അലർജി നിരോധനഗുളിക കഴിച്ചു. എന്തുചെയ്തിട്ടും ഇരുപത്തിനാല് മണിക്കൂർനേരം ശരീരം തടിച്ചുതന്നെയായിരുന്നു. പ്രത്യേകിച്ചും ധരിച്ചിരുന്ന ബർമുടയ്ക്കും ബനിയനും പുറത്ത്. ചെറിയ കലകൾ ഒരാഴ്ച നിലനിന്നു.

എന്നാലെന്താ നല്ല പടങ്ങൾ കിട്ടിയില്ലേ!

10

സ്വാതന്ത്ര്യത്തിന്റെ വെളിച്ചം

ഇന്ത്യയിൽ ജാതി എന്നപോലെ തന്നെയാണ് അമേരിക്കയിൽ വർണം; ചരിത്രത്തിൽ സ്ഥിരലേഖനം ചെയ്യപ്പെട്ടത്. തേച്ചാലും കുളിച്ചാലും കഴുകിക്കളയാൻ പറ്റാത്തത്.

വർണവിവേചനം അമേരിക്കയിൽ ഉണ്ടോ എന്നു ചോദിച്ചാൽ, യാഥാസ്ഥിതിക യൂറോപ്പിലുള്ളത്ര കടുപ്പമേറിയതല്ല എന്നുപറയാം. കറുത്ത – വെളുത്ത – ചെമ്പൻ – മഞ്ഞ – ബ്രൗൺ വർഗങ്ങളെല്ലാം ഇവിടെക്കുടിയേറിപ്പാർത്തവരാണ്, അടുത്ത കാലങ്ങളിൽ. 'ചുവന്ന ഇന്ത്യർ' എന്നു പറയപ്പെടുന്ന, ചുവന്നവരും ഇന്ത്യക്കാരും അല്ലാത്ത ആദി ജനത ഇവിടുത്തുകാരാണ്. അവരിലുമുണ്ട് പ്രാചീന കുടിയേറ്റക്കാർ. മധ്യധരണ്യാഴിദേശത്തുനിന്നും ഏഷ്യയിൽനിന്നും അമേരിക്കൻ-യൂറോപ്യൻ വൻകരകളെ ഹിമപാളികൾകൊണ്ട് കൂട്ടിയിണക്കുന്ന, നോർത്ത് ആർട്ടിക്കിലെ ബെറിങ് കടലിടുക്ക് വഴി വന്ന ആദി വർഗങ്ങളും. അതുകൊണ്ടെല്ലാവർക്കും തുല്യാവകാശം സിദ്ധിച്ച ഭൂമി, എല്ലാ സങ്കരങ്ങളുമുണ്ട്. ധനവും ഭൂസമ്പത്തുമാണ് വർണവിവേചനത്തിന്റെ മാനദണ്ഡമായി പിന്നീട് പരിണമിച്ചത് എന്നുവരാം.

ഇവരെല്ലാം ഒത്തുചേർന്ന് അമേരിക്കൻ ഐക്യനാടുകളെന്ന രാഷ്ട്രത്തെ നിർമിച്ചു. സ്വാതന്ത്ര്യസമരം, യുറോപ്പിലെ കാരണവസ്ഥാനീയരും അമേരിക്കയിൽ കുടിയേറിയവരുടെ അനന്തരാവകാശികളും തമ്മിലായിരുന്നു. പിന്നീട് ആഭ്യന്തരയുദ്ധങ്ങളുണ്ടായി. അടിമത്തം നിലനിർത്തണമെന്ന് സിദ്ധാന്തിച്ച തെക്കൻ സ്റ്റേറ്റുകളിലെ ഭൂവുടമകളുടെ കൂട്ടായ്മയും അടിമകളെ മോചിപ്പിക്കണം എന്നു ശഠിച്ച വടക്കൻ സ്റ്റേറ്റുകളുടെ ജനകീയവാദികളും തമ്മിൽ ഇതിനൊരു സാമ്പത്തിക കാരണമുണ്ടായിരുന്നു, മാനവികചിന്തകൾക്കുമപ്പുറം അഥവാ എബ്രഹാം ലി

ങ്കൺ, മാർട്ടിൻ ലൂതർകിങ് എന്നിവരുടെ നേതൃത്വത്തിൽ അടിമകളുടെ മോചനത്തിനുവേണ്ടി പോരാട്ടങ്ങൾ നടന്നുകൊണ്ടിരിക്കെ, ലിങ്കൺ നേതൃത്വം നൽകിയ അടിമവിമോചനദൗത്യത്തെ വടക്കൻ സ്റ്റേറ്റുകളിലെ നൂതനവ്യവസായ സംരംഭകർ ഹൈജാക്ക് ചെയ്തു എന്നും പറയാം. തെക്ക് കിഴക്ക് അപ്പലേച്യൻ പർവതനിരകളും ദക്ഷിണ അത്‌ലാന്റിക് തീരവും തുടങ്ങി പടിഞ്ഞാറ് വൈൽഡ് വെസ്റ്റ് വരെ അറ്റമില്ലാതെ കിടന്ന കന്യാഭൂമികളെ ഉർവരമാക്കാൻ കറുത്ത അടിമകളുടെ മെയ്ക്കരുത്ത് അനിവാര്യമായിരുന്നു. അതിനായി ആഫ്രിക്കയിലേക്ക് പോയ വെളുത്ത കിങ്കരന്മാർ, അടിമക്കച്ചവടക്കപ്പലുകളുടെ ഒരു ശൃംഖലതന്നെ തീർത്തു. അത്‌ലാന്റിക് തീരത്ത് അടിമകളെ ഇറക്കുമതി ചെയ്യുന്ന തുറമുഖങ്ങളും നിരവധി ചന്തകളുമുണ്ടായി. അടിമകൾ ചരക്കുപോലെ ലേലം ചെയ്യപ്പെട്ടു. അടിമകളിൽ കുടുംബങ്ങളുണ്ടായിരുന്നവരെ വേർപിരിച്ച് വെവ്വേറെ ഉടമകൾക്ക് വിറ്റു. അടിമക്കളങ്ങളിൽ പുതുദാമ്പത്യം തുടങ്ങാനിച്ഛിച്ചവരെ പിന്നെയും പിരിച്ച്, മറിച്ചു വിറ്റു. സ്ത്രീയടിമകളോട് ഉടമ 'കാരുണ്യം' കാണിച്ചില്ലെന്നു പറഞ്ഞുകൂടാ. അവരെ സന്താനോൽപ്പാദകയന്ത്രങ്ങളാക്കി. മക്കൾക്ക് മിടുക്കനുസരിച്ച് ചന്തകളിൽ നല്ല വില കിട്ടി. ഈ ഏക ലാഭ കേന്ദ്രീകൃത സമ്പ്രദായത്തെയാണ് അടിമ വിമോചനസമരങ്ങളിലൂടെ 'വടക്കർ' ചോദ്യം ചെയ്തത്. അവർക്കും വേണമായിരുന്നു തൊഴിലാളികൾ. കറുത്ത തൊഴിലാളികൾ. കരുത്തർ. വടക്കൻ സ്റ്റേറ്റുകളിൽ വ്യവസായവൽക്കരണം ഊർജസ്വലമായി നടക്കുകയായിരുന്നു.

അവസാനം അടിമകളെ മോചിപ്പിച്ചു. അവരാകട്ടെ സ്വാതന്ത്ര്യം 'ആഘോഷി'ക്കാനുള്ള തിടുക്കത്തിൽ, കൃഷിഭൂമിയിലെ തൊഴിൽ വെടിഞ്ഞു. വടക്കോട്ട് നീങ്ങി കുറേപ്പേർ വ്യവസായത്തൊഴിലാളികളായി. പിന്നെയും സ്വാതന്ത്ര്യം കൊതിച്ചവർ അന്നത്തെ കനഡയിലെ സ്വാതന്ത്ര്യത്തിലേക്കു സഞ്ചരിച്ചു. ഇവിടെ എസ് സി – എസ് റ്റി കളുടെ ഉന്നതിക്കുവേണ്ടി ഉണ്ടാക്കിയെടുത്ത നിയമങ്ങളെക്കാൾ നിഷ്ഫലമായി ഭവിച്ചു, ഐക്യനാടുകളിലെ നിയമങ്ങൾ. ട്രെയിനുകൾ, പൊതുസ്ഥലങ്ങൾ എന്നിവയിൽ കറുത്തവർഗത്തിനു പൊതുപ്രവേശനം നൽകാൻ പിന്നേയും നടന്നു, ആഭ്യന്തരസമരങ്ങൾ. മാർട്ടിൻ ലൂതർകിങ്

മാർട്ടിൻ ലൂതർകിങ് ജൂനിയർ

ജൂനിയർ അതിന്റെ ഇരകളിലൊന്നാണ്. അവസാനം ജോൺ എഫ് കെന്നഡി, അടിമമോചനത്തിനുള്ള സമ്പൂർണ ബില്ല് ഒപ്പിടാൻ തുനിഞ്ഞത് അദ്ദേഹത്തിന്റെ വധത്തിൽ കലാശിച്ചു.

ഇന്ന് കറുത്തവരുടെ മുഖം കണ്ടാലറിയാം. അവരുടെ മിഴികളിലാണ് സ്വാതന്ത്ര്യദീപ്തി, സ്വച്ഛമായി ജ്വലിക്കുന്നത്. അവരുടെ ഭാവഹാവാദികളിൽ പ്രകടമാകുന്ന അഭിമാനബോധം, ആത്മവിശ്വാസം, പ്രസരിപ്പ് എല്ലാം നിസ്തുലമാണ്. ഇതാണ് അവരെ ലോകസ്പോർട്സ് നിരയുടെ മുൻപന്തിയിലെത്തിച്ച പ്രധാന ഘടകം. ഇന്ന് കറുത്ത അമേരിക്കയില്ലെങ്കിൽ, അമേരിക്കയ്ക്ക് അമാവാസി കാലമാകും.

ദീർഘകാലം നീണ്ട, നിലയുറപ്പിക്കാനുള്ള സമരങ്ങൾ അമേരിക്കനെ കഠിനാധ്വാനിയും ഒരതിരുവരെ രുഷ്ടനുമാക്കി എന്നുപറയാം. ജീവിതത്തിന്റെ ഗുണനിലവാരത്തിൽ അവർക്ക് വ്യക്തമായ ദിശാബോധമുണ്ട്. പണമാണ് ആധുനിക കാലത്തിന്റെ, സുഖജീവിതത്തിന്റെ നട്ടെല്ല് എന്ന് അവൻ ശരിക്കും വിശ്വസിക്കുന്നു, അതു വേണ്ടതിലധികം ഉണ്ടാക്കാൻ ലോകത്ത് എന്നും യുദ്ധങ്ങളുണ്ടായിക്കൊണ്ടിരിക്കണം.

പുറത്ത് യുദ്ധം നടക്കാത്ത കാലത്ത്, അകത്ത് ജീവിത സൗഖ്യമോ ഭദ്രതയോ ഇല്ലെന്നറിയാം. മാർജിൻ കുറഞ്ഞ കൃഷി ചെയ്ത് ജീവിതം 'തുലയ്ക്കരുതെന്ന് കർഷകർ വിചാരിക്കുന്നു. ആയുധനിർമാണവും ഔഷധനിർമാണവും വിൽപ്പനയുമാണ് ലാഭമുണ്ടാക്കുന്ന തൊഴിലുകൾ. ഇതരരാജ്യങ്ങളിൽ പലവഴിക്കും വരുന്ന റോയൽറ്റി അമേരിക്കയുടെ മികച്ച വരുമാനമാണ്. കൃഷിഭൂമി തരിശിടാൻ സബ്സിഡി കൊടുക്കുന്നു. അതിവികസനത്തിന്റെ ബദ്ധപ്പാടുകൾ.

അമേരിക്കയ്ക്ക് ഏറ്റവും വലിയ ഉൽക്കണ്ഠ, സ്വന്തം ജനതയുടെ ഭാവിതലമുറയെക്കുറിച്ചാണ്. അതിഭോഗത്താലുള്ള അമിതസ്ഥൂലത അവരുടെ (പുതുതലമുറയുടെ) ആരോഗ്യം അപകടത്തിലാക്കുന്നു. കടിഞ്ഞാണില്ലാത്ത ലൈംഗികജീവിതം, ഭർത്താവില്ലാത്ത അമ്മയെ സൃഷ്ടിക്കുന്നു. ഉപരിപഠനത്തിന് യുവതലമുറ വേണ്ടത്ര ശ്രദ്ധിക്കുന്നില്ല. പഠിപ്പുകാലത്തേക്കാൾ അഭികാമ്യം, പക്ഷിമൃഗാദികളെപ്പോലെ സ്വതന്ത്രവിഹാരമാണെന്ന് അച്ഛനമ്മമാരുടെ പരിലാളന വേണ്ടത്ര ഏൽക്കാതെ വളരുന്ന കുട്ടികൾ മനസിലാക്കുന്നു. കുട്ടികൾ തന്നെ പ്രശ്നം. അവരെ മെരുക്കുക അസാധ്യമെന്ന് പുത്തൻ കുടിയേറ്റക്കാരും ആവലാതിപ്പെടുന്നു. പക്ഷേ, നിരന്തരമായി കഠിനാധ്വാനം ചെയ്യുകയും, കൂട്ടുകുടുംബജീവിതംപോലും കെട്ടഴിയാതെ നിലനിർത്തുകയും വമ്പൻ സമ്പത്തിനുടമകളായിത്തീരുകയും ചെയ്യുന്ന വലിയൊരു ജനവിഭാഗം അവിടെയുണ്ട് – ചീനരും ജൂതരും. വലിയ വളപ്പുകളിൽ കൊട്ടാര സമമായ ഭവനങ്ങൾ പണിത് സമൃദ്ധമായി ജീവിക്കുന്ന ഇന്ത്യക്കാരും ഉണ്ട്. ഗ്രാമങ്ങളിൽ ഫ്യൂഡൽ ജീവിതത്തിന്റെ സജ്ജീകരണങ്ങളുണ്ടെങ്കിലും ജീവിതത്തിന്റെ രീതികൾ ശുദ്ധ നഗരത്തിന്റേതാണ്. ഏതു കുഗ്രാമത്തിലും റോഡുകളും പാർക്കുകളും വിസിറ്റർ സെന്ററുകളും കാഴ്ചകളും സംവിധാനം ചെയ്യ

പ്പെട്ടിട്ടുണ്ട്. പൊതുശുചിത്വം ഒന്നാംകിടയിൽ. പൊതുജീവിതത്തിൽ വ്യക്തികൾക്ക് സ്വാതന്ത്ര്യം, സിവിൽ നിയമങ്ങളുടെ അദൃശ്യനിയന്ത്ര ണങ്ങളും പൊരുത്തപ്പെടലും. സാമൂഹികപ്രതിബദ്ധത എന്ന പദത്തിന്റെ ശരിയായ അർഥം അമേരിക്കൻ ജീവിതശൈലിയിൽ വായിച്ചെടുക്കാം. ഒരാൾ മറ്റൊരാൾക്ക് വിനയാവുന്നില്ല. 'പാരവയ്പിന്' സാധാരണ ജീവി തത്തിൽ ഇടമില്ല. സുതാര്യമെങ്കിലും പ്രൈവസിയും ഇന്റിവിജ്വാലിറ്റിയും നഷ്ടപ്പെടാത്ത ജീവിതം. ഷോകെയ്സ് ചെയ്യപ്പെട്ട ജീവിതവും അപ്പോലെ പ്രകൃതിയും.

ഒരുച്ചനേരത്ത് സെന്റ് അഗസ്റ്റിൻ കടപ്പുറത്തുനിന്ന് മടങ്ങുമ്പോൾ ഏഴടിപ്പൊക്കമുള്ള മൂന്നു വെളുത്ത സുന്ദരിമാർ എതിരെ നടന്നുവരുന്നു. നാലിഞ്ചുവീതി ഷഡ്ഡിയും മൂന്നിഞ്ചു വീതി ബ്രായും ധരിച്ച് ഉല്ലാസത്തോടെ നടന്നുപോകുന്നവർ. തിരക്കേറിയ ജീവിതം ചുറ്റും ഒഴു കുന്നു. ഇങ്ങനെ നടക്കാനുള്ള സ്വാതന്ത്ര്യം നമ്മുടെ കോവളം കടപ്പുറ ത്താണെങ്കിൽ എത്ര പൂവാലന്മാർ ചുണ്ടിൽ തേനിറ്റി അവരുടെ കൂടെ ക്കൂടും എന്ന് എത്രയോ പ്രാവശ്യം സാക്ഷ്യപ്പെടുത്തുന്നു. അതൊരു 'കാഴ്ച'യല്ലിവിടെ.

മറിച്ചൊരുനാൾ അരുൺ സൂപ്പർമാർക്കറ്റിൽനിന്നും തിരിച്ചെത്തി കോണിപ്പടിക്കൽ വണ്ടി നിർത്തിയപ്പോൾ അവനെ സഹായിക്കാൻ അച്ഛൻ ധൃതിയിൽ ഓടിയിറങ്ങിച്ചെല്ലുന്നു. മുണ്ടും ബനിയനും വേഷം. മകൻ ഓടിയെത്തി നിരോധിച്ചു. മുകളിൽപ്പോയി മുണ്ടു മാറ്റി പാന്റ്സ് ധരിച്ചുവേണം മുറ്റത്തിറങ്ങാൻ!

"അതെന്തിന്?"

അതങ്ങനെയാണ്. മുണ്ട് ഒരു വസ്ത്രമല്ല. അതുതന്നെ. അമേരി ക്കൻ ശൈലിയിൽ അച്ഛനിപ്പോൾ ഉടുക്കാതെയാണ് മുറ്റത്തിറങ്ങിയിരി ക്കുന്നത്. മകൻ ബാഗേജുകൾ പൊക്കിയെടുത്തു പടികൾ കയറുമ്പോൾ പറഞ്ഞു:

"പെണ്ണ് വസ്ത്രം ധരിച്ചില്ലെങ്കിൽ കുഴപ്പമില്ലായിരിക്കും. ആണങ്ങ നെയല്ല. പെണ്ണിനെ പ്രകോപിപ്പിക്കാൻ ഇവിടെ പൊതുനിയമം അനുവ ദിക്കുന്നില്ല" പാവം മുണ്ട് തിരസ്കരിക്കപ്പെട്ടു.

പുറത്ത് പോകാതെ, ഒരു ഞായറാഴ്ച വൈകുന്നേരം ഞാൻ മെല്ലെ ജനൽച്ചില്ല് പൊക്കുന്നു. മകൻ പറഞ്ഞിട്ടുണ്ട്, ജനൽ തുറക്കരുത്, ചൂടു ണ്ടെങ്കിൽ എ സി ഓണാക്കിയാൽ മതി. തണുപ്പേറിയാലും അങ്ങനെ തന്നെ.

അപ്പൊപ്പിന്നെ ഇക്കണ്ട ജനലുകളെല്ലാം എന്തിന്?

അമ്മ കർട്ടൺ നീക്കിക്കോളൂ. പുറത്തേക്കു കാണാം.

നോക്കിയപ്പോൾ കണ്ടത്:

അയലത്തെ ഗൃഹനാഥനും പത്നിയും വിരുന്നുവന്ന വേറെ രണ്ടു പെണ്ണുങ്ങളും വെയിലും നിഴലും ഉടുത്ത് നെടുനീളെക്കിടക്കുന്ന തുറന്ന മുറ്റത്തൂടെ വടക്കോട്ട് നടക്കുന്നു. നീന്തൽത്തടാകത്തിലേക്കാണ്. പുരു ഷൻ ബെർമുഡയും ബനിയനും ധരിച്ച്, ടർക്കിടവ്വൽ ചുമലിലിട്ട്. പെണ്ണു

ങ്ങൾ മുന്നെ പറഞ്ഞ മട്ടിൽ മൂന്നിഞ്ചു വസ്ത്രം ധരിച്ച്, ടവ്വൽ നീട്ടിപ്പിടിച്ച കൈയിൽ തൂക്കി, അങ്ങനെ. മുടി മേലോട്ട് കെട്ടിവച്ചിരിക്കുന്നു. പെണ്ണുങ്ങളുടെ നഗ്നതയ്ക്കു ചുറ്റും ആൺകണ്ണുകൾ ഇവിടെ ആർത്ത് ആഘോഷിക്കാത്തതിന്റെ കാരണം ഇതുതന്നെ. സ്വകാര്യത സ്വന്തം കാഴ്ചപ്പാടിനകത്താണ്.

അഞ്ഞൂറ് കൊല്ലങ്ങൾക്കപ്പുറം, വെളുത്ത വർഗത്തിൽപ്പെട്ട അധിനിവേശക്കാർ ആദ്യം ചെയ്തത്, നഗ്നരെ ട്രൗസറും കുപ്പായവും അണിയിക്കുകയാണ്.; മനസിനെ സെമിറ്റിക് മതംകൊണ്ടുടുപ്പിക്കുകയും. ഇപ്പോൾ കാര്യങ്ങൾ തലതിരിഞ്ഞിരിക്കുന്നു. നവാജോ (ആദി ഇന്ത്യൻ) സ്റ്റേറ്റുകളിലൂടെ സഞ്ചരിച്ചപ്പോഴെല്ലാം നന്നായി ഡ്രസ്സ് ചെയ്തവരെ മാത്രമാണ് കണ്ടത്.

പെണ്ണുങ്ങൾ വയറു കാണിച്ച് വസ്ത്രം ധരിക്കൽ ഇവിടെ കണ്ടില്ല. സമൂഹജീവിതത്തിൽ ശ്ലീലാശ്ലീലങ്ങൾ ഉണ്ടാക്കിയ സദാചാരനിയമങ്ങളുടെ കാവൽഭടന്മാർ സാനിയ മിർസയെ ശകാരിച്ചതോർക്കുക. നൂറുകുട്ടർ നൂറുതരക്കാർ എന്നങ്ങു ചിന്തിച്ചാലെന്താ ചേതം?

11

കപ്പലുകളുടെ നല്ലകാലം

തെരുവുകളെല്ലാം നദികളായി. ഒഴുകിയൊഴുകി മൻഹാട്ടനിലെ നാല്ലോ സ്ട്രീറ്റിലെത്തി. കറുപ്പിലും വെളുപ്പിലും അമേരിന്ത്യൻ ദമ്പതികൾ പൂർണകായത്തോടെ എണീറ്റുനിൽക്കുന്ന ഒരു ചുമർചിത്രത്തിനു മുമ്പിലൂടെ കടന്നുപോയി. വെള്ളക്കാരന് അത്ര സമ്മതമില്ലെങ്കിലും നാട്ടിലെ പൂർവപിതാക്കൾ, പല രൂപത്തിലും ഭാവത്തിലും ആധുനികരുടെ ഇടയിലേക്കു കടന്നുനിൽക്കുന്നു. പലയിടങ്ങളിൽ. നാലാൾ കൂടുന്നിടത്തെല്ലാം ഒരു ടൂറിസ്റ്റ് മുദ്രയോടെ.

ന്യൂ സൗത്ത് പോർട്ട് അഴിമുഖത്തെത്തി. ന്യൂയോർക്കിന്റെ സുവർണ നാവിക കാലത്തെ ഓർമത്തെരുവ്. എട്ടിഞ്ചു കനമെങ്കിലും ഉള്ള പ്രാചീന തടിപ്പലക പാകിയ തറ. കൂറ്റൻ മരവേലി. വേലിക്കപ്പുറം Peking എന്ന നാമത്തിലൊരു ജർമൻ യാനപാത്രം. അത്‌ലാന്റിക്കിന്റെ ഗംഭീര ജലരാശിയിൽ അത് ഇന്നും അഭിമാനത്തോടെ നിലയുറപ്പിച്ചിരിക്കുന്നു; ഓളക്കുത്തിൽ ചാഞ്ചാടാതെ.

പതിനെട്ടും പത്തൊമ്പതും നൂറ്റാണ്ടുകളിൽ നിർമിക്കപ്പെട്ട കെട്ടിടങ്ങൾ, അറ്റകുറ്റപ്പണി കഴിഞ്ഞു വെയിലേറ്റു സുഖിക്കുന്നു. ഫ്യൂഡൽ കാലഘട്ടത്തിന്റെ പ്രൗഢി എങ്ങും കാണാം. വലിയ വാണിജ്യത്തെരുവുകൾ, അടിമച്ചന്തകൾ, കുടുംബവ്യാപാരകേന്ദ്രങ്ങൾ. അമേരിക്കൻ സമ്പദ്ഘടനയെ നിയന്ത്രിക്കുന്നത് കുടുംബവ്യാപാര ബഹുരാഷ്ട്രകുത്തകകളാണ്.

ഭരണം അവരുടെ പിടിയിലാണ്. ലോകചരിത്രത്തിൽ കപ്പൽ വാണിജ്യത്തിനും കോളനി വാഴ്ചയ്ക്കും യുദ്ധങ്ങൾക്കും ഏതാണ്ട് തുല്യസ്ഥാനം ഉണ്ടായിരുന്നു. ഈ തുറമുഖം എല്ലാത്തിനും സാക്ഷി. ഓരോർമക്കുറി.

വിസിറ്റർ സെന്ററിന്റെ തടിമണ്ഡപത്തോട് ചേർന്ന പ്ലാറ്റ്ഫോമിൽ ദിനോസറിന്റെ അസ്ഥികൂടഫോസിലിനെ ഓർമിപ്പിക്കുന്ന കറുകറുത്തൊരു ഉരുക്ക് നങ്കൂരം. അതിന്റെ ഭീമച്ചങ്ങല. മനോഹരമായ ഒരു ലോഹക്കഴുത്ത്. കാണികൾക്കു മുമ്പിൽ നീണ്ടുനിവർന്ന് ഒരു കിടപ്പ്!

അതിനൊരു മയിൽക്കഴുത്തും കറുത്തുരുണ്ട രണ്ടു മിഴികളും കാരിരുമ്പിൽ തീർത്തുവച്ചിരിക്കുന്നു. എത്ര നൂറ്റാണ്ടുകൾ കടലിൽക്കിടന്നു! അപ്പുറത്ത് കണ്ണാടിക്കൂട്ടിൽ ഭൂതകാലത്തിലേക്കുറ്റുനോക്കുന്ന, വലിയ, ശപ്തമിഴികളുള്ള ഒരമേരിന്ത്യൻ പടയാളികളുടെയും കുടുംബത്തിന്റെയും പ്രതിമകൾ. അർധകായം, കൈയിൽ തൂവൽ വീശറി, തലയിൽ തൂവൽക്കിരീടം അമ്പും വില്ലും, മുഖത്ത് ധീരതയും. ആ കണ്ണുകളിലെ വ്യസനം ആരുടെ മനസിലും തറഞ്ഞുകേറും.

നടുക്ക് സിവിക് സെന്റർ. വിശ്രമ മണ്ഡപം. പത്തടി ഉയരത്തിൽ. വളരെ വിശാലം. എവിടെ ഇരുന്നാലും അത്‌ലാന്റിക്കിന്റെ നീലത്തിരമാലകൾ ദൃശ്യമാവും. ലഘുഭക്ഷണശാലയിൽനിന്ന് ഇറങ്ങി നാലുപാടും നിരന്ന മാർബിൾപ്പടവുകളിലിരുന്ന് അത്‌ലാന്റിക്കിന്റെ വന്യസൗന്ദര്യം കാണാൻ എമ്പാടും ജനം.

അമേരിക്കൻ ചരിത്രവും ഭൂമിശാസ്ത്രവും പഠിച്ച കാലം മുതൽക്ക് ഈ മഹാസമുദ്രത്തിന്റെ വന്യത എന്റെ മനസിന്റെ മൂലയിൽ തിരയടിക്കുന്നുണ്ടായിരുന്നു എന്ന് ഓർക്കുന്നു. കൈനീട്ടിത്തൊടാവുന്ന അകലത്തിൽ ഈ മഹാജലരാശി! തിരകൾ മുറിച്ച് വാട്ടർ ടാക്സികളും ചെറുകപ്പലുകളും മൂന്നു കൂറ്റൻ പാലങ്ങൾ ചേർന്നു കിടക്കുന്നതിനു കീഴെ സഞ്ചരിക്കുന്നു.

ഇവിടന്ന്, അക്കരെ സാറ്റൻദ്വീപിലേക്ക് ഒരു കടത്തുകപ്പൽ പോകാനൊരുങ്ങി നിൽപ്പുണ്ട്. അംബ്രോസ് എന്നൊരു കപ്പൽ ദ്വീപുയാത്ര കഴിഞ്ഞു മടങ്ങിയെത്തുന്നു.

കപ്പൽ ഹൗസ്ഫുൾ. റാമ്പിലൂടെ എല്ലാവരും കയറിപ്പറ്റി. സീറ്റുകൾ അധികംപേർക്കും വേണ്ട. ഡെക്കിന്റെ കൈവരി പിടിച്ചു നാലുചുറ്റും നിന്ന് സമുദ്രം കാണാനാണ് കുതിപ്പ്. നടന്നു മതിവന്ന വൃദ്ധരും സദാ ഇവിടെ കറങ്ങുന്നവരും മാത്രമാണ് സീറ്റുകളിൽ.

രണ്ടു മാസം മുമ്പ് 2004, മെയ് എട്ടാം തീയതി, ദക്ഷിണ അത്‌ലാന്റിക്കിനു മീതെ പറക്കുമ്പോൾ കീഴെ സമുദ്രം വെൺനുരയും നീലാകാശവും മാത്രമായിരുന്നു.

ഇത് സാക്ഷാൽ അത്‌ലാന്റിക് നോർത്ത് സമുദ്രം. മുമ്പേ പോയ കപ്പൽച്ചാൽ ജലത്തിനു കുറുകെ ഒരു മരതകപ്പാത നിർമിച്ചിട്ടുണ്ട്. അത് ചെറുതിരകൾക്ക് എളുപ്പം മായ്ക്കാനാവുന്നില്ല.

മൻഹാട്ടനിലെ, നൂറുനിലക്കെട്ടിടങ്ങൾ, സായന്തനത്തിലെ ചുവന്ന വെയിലിൽ കുളിച്ചു നിൽക്കുന്നു. ദീപാലങ്കാരത്തിന്റെ കുറവ് തെളിഞ്ഞു. നഗരം ഭീകരഭീതിയിലാണ്. സെപ്തംബർ പതിനൊന്ന് ആവർത്തിച്ചേക്കുമെന്ന ഭയം. കെട്ടിടങ്ങളുടെ ശിരസും നെഞ്ചും ഇരുട്ടിൽ ആണ്ടുപോ

കുന്നു. താഴെ നിലകളിൽ, തെരുവിൽ മിതമായ അലങ്കാരം മാത്രം. അഹങ്കാരം താനേ ശമിച്ച സ്വാതന്ത്ര്യോത്സവത്തിന്റെ നാളുകൾ.

സാറ്റൻ ദ്വീപിന്റെ പ്രധാന്യം അവിടെ നിന്ന് സമുദ്രത്തിൽ കാലൂന്നി നിൽക്കുന്ന അനേകം അംബരചുംബികളെ അകലങ്ങളിൽ കാണാമെന്നതാണ്. പിന്നെ സ്വാതന്ത്ര്യത്തിന്റെ മഹാറാണിയുടെ പ്രതിമ നിൽക്കുന്ന യശോസ്തംഭവും.

സ്വാതന്ത്ര്യ പ്രതിമ

സാറ്റൻ ദ്വീപിൽനിന്നു മടക്കയാത്ര. സൂര്യൻ ജലധിയുടെ പടിഞ്ഞാറൻ തീരത്ത് വിട വാങ്ങാനൊരുങ്ങുകയാണ്. അസ്തമയസൂര്യനും നേരെതിരെ സ്വാതന്ത്ര്യപ്രതിമയും പരസ്പരം മുഖത്തോട് മുഖം നോക്കി മൂകമായ ഒരു വിടപറയലിന്റെ വക്കിലാണ്. "ഇവിടെയാണ് സ്വാതന്ത്ര്യത്തിന്റെ ജന്മഗേഹം" എന്ന് പ്രതിമയെ ഫ്രഞ്ചുകാരിൽനിന്ന് ഒരു സമ്മാനമായി സ്വീകരിച്ചുകൊണ്ട് അന്നത്തെ അമേരിക്കൻ പ്രസിഡന്റ് ഗ്രോവർ ക്ലീവ്‌ലണ്ട് പറഞ്ഞു. ഈ ഊറ്റത്തിലാണ് അമേരിക്ക ഇന്ന് ലോകരാഷ്ട്രങ്ങളുടെ രക്ഷാകർത്തൃത്വം സ്വയം ഏറ്റെടുത്തിരിക്കുന്നത്. ഓരോ രാഷ്ട്രത്തിന്റെയും സ്വാതന്ത്ര്യത്തിന്റെ അതിരു വരയ്ക്കാൻ അമേരിക്കയ്ക്കല്ലാതെ മറ്റാർക്ക് അധികാരം!

സ്റ്റാച്യു ഓഫ് ലിബർട്ടി

ഫ്രാൻസിലെ വെർസെയിൽസ് നഗരപ്രാന്തത്തിൽ ചേർന്ന ഒരു സൽക്കാരവേളയിൽ എഡ്‌വാർഡ് റെനെ ലബുലായെ സ്വാതന്ത്ര്യപ്രതിമ അമേരിക്കൻ ഐക്യനാടുകൾക്ക് സമർപ്പിച്ചു. അപ്പോൾ അവളുടെ പേര്, 'ലോകത്തിന് പ്രകാശമേകുന്ന സ്വാതന്ത്ര്യം' എന്നായിരുന്നു. ഫ്രെഡറിക് ആഗസ്റ്റെ ബാർത്തോൾഡ് എന്ന ശിൽപ്പിയുടെ സൃഷ്ടിയാണിത്. അയ്യായിരം പടയാളികളുടെ ക്വാർട്ടർ മാസ്റ്ററായിരുന്ന ഒരു ശിൽപ്പി!

1865 ൽ അതിനെ അംഗംപ്രതി വിഘടിച്ച് 350 ഖണ്ഡങ്ങളാക്കി, 214 ക്രെയിനുകളുടെ സഹായത്തോടെ, ന്യൂയോർക്കിലെ 'ഫോർട്ട് വുഡ്സി'ലേക്കു കൊണ്ടുവന്നു. 'ലിബർട്ടി ഐലന്റ്'

എന്ന് പ്രതിമയുടെ ആസ്ഥാനത്തിന് നാമകരണം ചെയ്തു. ഭൂവിതാനത്തിന് കീഴെ 91 അടി ചതുരത്തറയിലാണ് പ്രതിമ പ്രതിഷ്ഠിക്കപ്പെട്ടിരിക്കുന്നത്. 53 അടി ഉയരമുള്ള ഒരു സ്തൂപത്തിനുമേൽ പ്രതിമ നിൽക്കുന്നു. 90 അടി ഉയരമുള്ള ലോകത്തിലേക്കു വച്ച് ഏറ്റവും വലിയ ഓട്ടുപ്രതിമ. ഭാരം 225 ടൺ. 1885 ഒക്ടോബർ 28 ന് അവൾ അവിടെ നിലയുറപ്പിച്ചു. അമേരിക്കയുടെ മുഴുവൻ അഭിമാനസ്തംഭം. സ്വാതന്ത്ര്യത്തിന്റെ ദേവത. പച്ചയുടുപ്പും പോക്കുവെയിൽ സമാനിച്ച സ്വർണക്കിരീടവും ധരിച്ച്, ഉയർത്തിപ്പിടിച്ച വലംകൈയിൽ കൊളുത്തിയ പന്തവുമായി. വിടപറയലിന്റെ അവസാന നിമിഷത്തിൽ സൂര്യദേവന്റെ ചുംബനം അവളുടെ മിഴികളിൽ അർപ്പിക്കപ്പെട്ടു. നയനങ്ങൾ നക്ഷത്രങ്ങളായി. സ്വാതന്ത്ര്യം നേടിയ ലോകസമൂഹങ്ങളുടെയെല്ലാം ചിഹ്നങ്ങൾ ഈയൊരൊറ്റ പ്രതിമ ആവാഹിക്കുന്നു.

സ്വാതന്ത്ര്യത്തിന്റെ ഉടമകളും രക്ഷകരും തങ്ങളാണെന്ന മട്ടിൽ, അമേരിക്കൻ സഞ്ചാരികൾ ഗർവോടെ തലയുയർത്തി നിൽക്കുന്നു. അവർ പിന്നെ ഉദാരമായി മന്ദഹസിക്കുന്നു.

അനേകം ക്യാമറകൾ ഡെക്കിൽ നിരന്നു. മകന്റെ വീഡിയോയിൽ ഒന്നാന്തരം പടങ്ങൾ ചുരുൾ നീർത്തിയിരിക്കുന്നതു കണ്ട് പിന്നീട് ഞാൻ ആശ്ചര്യസ്തബ്ധയായി. താജ്മഹൽ നമ്മുടെ മാത്രമല്ലാത്തതുപോലെ ഈ സ്വാതന്ത്ര്യദേവതയും എല്ലാവരുടെയുമാണല്ലോ!

മനം നിറഞ്ഞുവിങ്ങുന്നതിനാലാവാം ആരും ഒരക്ഷരം ഉരിയാടുന്നില്ല. കടലലകളുടെ പതിഞ്ഞ ലാസ്യം മാത്രം. സമുദ്രം കറുത്തിരിക്കുന്നു. വെയില് കുടിച്ചു ചീർത്ത തിരകൾ മങ്ങിപ്പോയി. കാറ്റിനു തണുപ്പേറി.

ഞങ്ങളുടെ യാനം, കപ്പൽപ്പാതയെ പിന്നിലുപേക്ഷിച്ച് മൻഹാട്ടൺ ഡൗൺ ടൗണിനു നേർക്കു മടക്കയാത്ര തുടർന്നു.

12

ജൂലൈ 3, 4 (സ്വാതന്ത്ര്യദിനാഘോഷം)

ന്യൂദില്ലിയിലെ സ്വാതന്ത്ര്യദിനാഘോഷം ഞങ്ങൾ ഒരിക്കലും നേരിൽ കണ്ടിട്ടില്ല. ഇവിടെയിതാ ലോകത്തിന്റെ നേരെതിർഭാഗത്ത് ഒരു രാഷ്ട്രത്തിന്റെ സ്വാതന്ത്ര്യദിനാഘോഷത്തിൽ പങ്കെടുക്കാൻ പോകുന്നു.

ന്യൂയോർക്ക് സമുദ്രതീരം ജനനിബിഡമായി. ലോകത്തിലെ എല്ലാ വിഭാഗങ്ങളിലുംപെട്ട മനുഷ്യർ ഈ സംഗമത്തിന് എത്തിച്ചേർന്നിരിക്കുന്നു. ന്യൂയോർക്ക് സെൻട്രൽ 31–ാം നമ്പർ തെരുവിലേക്ക് പുതുമഴയ്ക്ക് പുറകെ വന്ന സന്ധ്യയിൽ മഴപ്പാറ്റകൾ പൂത്തുയരുമ്പോലെ ജനം ചീറ്റുന്നു. അമേരിക്കയിലെത്തിയതിനു ശേഷം കണ്ണിൽപ്പെടുന്ന ആദ്യത്തെ ജനക്കൂട്ടം. രാജ്യത്തിന്റെ നാനാഭാഗത്തുനിന്നും വിദേശങ്ങളിൽനിന്നും വന്നുചേർന്നവർ. ആഫ്രിക്കൻ വംശജരുടെ പെരുപ്പം അത്ഭുതകരമായി. ചീനരുണ്ടെങ്കിലും കുറവ്. കുറെ ഇന്ത്യക്കാരെ കണ്ടെത്തി, അമേരിക്കൻ വേഷത്തിൽ. കൂടുതലും യുവദമ്പതികൾ. വെളുത്തപൂക്കൾ വിടർന്നു വിലസുന്നതേറെയും കറുത്ത വർഗത്തിന്റെ വദനങ്ങളിലാണെന്നത് ആശ്ചര്യമുളവാക്കുന്നു. വാസ്തവത്തിൽ സ്വാതന്ത്ര്യലബ്ധിയിൽ പൂർണമായും ആനന്ദിക്കുന്നത് അവരാണ്. സ്പ്രിങ് തൊടുത്തുവിട്ടതുപോലെയാണ് തെരുവിലൂടെ അവർ നീണ്ട കാലുകൾ വച്ച് നടന്നുപോകുന്നത്. നല്ലപോലെ മേക്കപ്പ് ചെയ്ത കറുത്ത സുന്ദരികൾ കൂടുതൽ ശ്രദ്ധയാകർഷിക്കുന്നു. മനസും ശരീരവും നൃത്തം ചെയ്യുന്നു. വെളുത്ത പെൺകിടാങ്ങൾ ഏഴടിപ്പൊക്കമുള്ള കറുത്ത വംശജരായ യുവാക്കളുടെ ചുമലിൽ ഏന്തിവലിഞ്ഞു തൂങ്ങി ആഘോഷിക്കാൻ പോകുന്നു. ഒരു ദീർഘകായൻ 'റ' പോലെ വളഞ്ഞുകുത്തി, ഉയരം കുറഞ്ഞ ഒരു മദാമ്മപ്പെണ്ണിനെ ചുംബിച്ചുകൊണ്ട് നടുറോട്ടിൽ നിൽക്കുന്നു. വർണവിവേചനം ഏറ്റവും കുറഞ്ഞ പാശ്ചാത്യരാജ്യം അമേരിക്കയാണെന്നു തോന്നുന്നു. കറുത്ത

ന്യൂയോർക്ക് വാൾസ്ട്രീറ്റ്

യുവാവ് വെള്ളക്കാരിയെ പ്രേമിക്കുകയെന്നതാണ് ഫാഷൻ. മൈക്കേൽ ജാക്സൺ കോസ്മെറ്റിക് സർജറി ഉപയോഗിച്ചു തന്റെ കറുത്ത വംശ ചർമം പൊളിച്ചുമാറ്റി വെളുത്ത ചർമം സ്വീകരിച്ചു. ആഫ്രിക്കൻ മൂക്ക് ഉടച്ചുവാർത്തു. വേണ്ടായിരുന്നുവെന്ന് പിന്നീട് തോന്നിയിരിക്കണം. വിരലുകളുടെ ആകൃതി മാറ്റാൻ അയാൾക്ക് കഴിഞ്ഞില്ല. സംഗീതസദസിന് കറുപ്പും വെളുപ്പും അഭേദമാണെന്നും അറിഞ്ഞില്ല. കളിക്കളത്തിൽ അമേരിക്കയുടെ വിജയസ്തംഭങ്ങൾ എന്നും കറുത്തവർഗക്കാരാണ്.

എന്നാലും അമേരിക്കയിൽ വർണവ്യത്യാസം ഉണ്ട്; ഇന്ത്യയിൽ ജാതിയെന്നപോലെ. തേച്ചാലും കുളിച്ചാലും സർജറികൾക്ക് അപ്രാപ്യവുമായ ജാതി. അതിനെ മറികടക്കാനാണ് ഇന്നത്തെ സാമൂഹികനിയമങ്ങൾ. കോണ്ടലിസ റൈസ് എന്ന വനിതയെപ്പോലെ, കറുത്ത വർഗക്കാരായ എഴുത്തുകാരികളെപ്പോലെ ചിലർ.

പക്ഷേ, ആഘോഷവേളയിൽ തെളിഞ്ഞുകത്തുന്ന ചെരാതുകളാണ് ആഫ്രിക്കൻവംശജരുടെ മിഴികൾ എന്നു ഞാൻ കാണുന്നു.

മൻഹാട്ടൻ ഡൗൺ ടൗൺ പാതകളിലൂടെ നിറഞ്ഞൊഴുകുന്ന മനുഷ്യനദി, മനുഷ്യന്റെ ജീവിതകാമനയുടെ വെള്ളപ്പൊക്കത്തിലാണെത്തുന്നത്.

നിരീക്ഷണവിമാനങ്ങൾ ആകാശത്ത് ചുറ്റിപ്പറക്കുന്നു. ഇവർക്കിടയിൽ നിന്നൊരു ഭീകര തീവ്രവാദിയെ റാഞ്ചിയെടുക്കാനാവുമോ എന്നാവും നോട്ടം.

വെള്ളക്കാർക്ക് ഭയം കൂടും. ഭീകരനെ മാത്രമല്ല, ചുറ്റും അവർ ഷോകെസ് ചെയ്തു കാത്തുപോരുന്ന പ്രകൃതിയിലെ, ഈച്ചകളെ, വണ്ടുകളെ, പല്ലികളെ, അണുപ്രാണികളെ, പറക്കുന്നതും ഇഴയുന്നതും നടക്കുന്നതും നീന്തുന്നതുമായ സർവപ്രാണികളെയും അവർ ഭയക്കുന്നു. കുടിയിടങ്ങൾ, ജനലിൽ നെറ്റും ചില്ലും അനവധി അരിപ്പകളുംകൊണ്ട് ജൈവമുക്തമാക്കാനുള്ള സർവസജ്ജീകരണങ്ങളുമുണ്ട്. ഒരു കൊടുങ്കാറ്റിന്റെ സൂചനപോലും അവരുടെ മനസിൽ ആശങ്കയുടെ മഹാമാരി വിതയ്ക്കുന്നു. ശൂന്യാകാശമാണ് ഭേദം എന്ന് അമേരിക്കൻ കണക്കുകൂട്ടുന്നുണ്ടാവണം. ജൈവപ്രകൃതി മുഴുവനും ഭീകരസ്വത്വങ്ങളെക്കൊണ്ട് നിറഞ്ഞിരിക്കുന്നു എന്ന അമേരിക്കൻ കാഴ്ചപ്പാടിൽനിന്നാണ്, നമ്മളിപ്പോൾ രോഗനിരോധന ഏർപ്പാടുകൾ വൻവില കൊടുത്തു വാങ്ങുന്നത്.

വാൾസ്ട്രീറ്റ് ഒരു ശ്മശാന ചത്വരംപോലിരിക്കുന്നു. വേൾഡ് ട്രേഡ് സെന്ററിന് സെപ്തംബർ പതിനൊന്നാം തീയതി സംഭവിച്ച സർവനാശത്തിന്റെ ചിഹ്നങ്ങളെല്ലാം ബാക്കിനിൽപ്പുണ്ട്.

കരി പിടിച്ച, സമീപ കെട്ടിടസമുച്ചയങ്ങൾ ഇപ്പോഴും അങ്ങനെതന്നെ. തകർന്ന കണ്ണാടി ജനലുകൾ, കരുവാളിച്ച ഭിത്തികൾ, വെന്തുകോലംകെട്ട കൂരകൾ. ട്രേഡ് സെന്റർ കെട്ടിടം നിന്നിരുന്ന വിസ്തൃതമുറ്റം, ഇവിടെ ലോകവിസ്മയമായിരുന്ന W T O നിന്നിരുന്നു എന്ന ഒരു ഫലകവുമേന്തി മ്ലാനമായി നിൽപ്പുണ്ട്. അതിവിസ്താരം ചേർന്ന്, അറുത്തുമാറ്റിയ ഭീമൻ ലോഹവടങ്ങളുടെ കുറ്റികൾ, നാശത്തിന്റെ വലിപ്പം വ്യക്തമാക്കുന്നു.

ഈ ശൂന്യസ്ഥലിയുടെ കീഴെ ന്യൂയോർക്കിന്റെ മൂന്നുനില ട്യൂബ്‌വേകൾ പോകുന്നുണ്ട്. ഭൂഗർഭറെയിൽവെ. ഇപ്പോൾ ഈ വശത്തേക്കുള്ള ട്യൂബ് ട്രെയിൻ പാതകൾ ബ്ലോക്ക് ചെയ്തിരിക്കയാണ്. അടച്ചിട്ട ടണൽപാതകൾക്ക് മേലെ ഈ ഭാഗത്തെ റോഡുകളും നിരോധിക്കപ്പെട്ടിരിക്കുന്നു. സന്ദർശകർക്കുവേണ്ടി ഒരു കവാടം. ശ്മശാനസ്ഥലിക്കു ചുറ്റും കനത്ത കമ്പിവേലി. വേലിക്കുചുറ്റും പുതിയ നടപ്പാത. അതിലൂടെ നടന്ന് ഉൾക്കാഴ്ചയുടെ ദുരന്തഭൂമി കാണാം. ശൂന്യം. ഒന്നും തന്നെ അവശേഷിച്ചിട്ടില്ല. മൻഹാട്ടൺ തെരുവുകളെ അടച്ചുകെട്ടി നിൽക്കുന്ന അംബരചുംബികൾക്കു മേലെ കാറ്റ് വീശുന്നു. അശരീരിയായൊരു നിലവിളി എല്ലാ പഴുതുകളിലൂടെയും ചുറ്റിനടക്കുന്നു. നിലവിളി കാണികളുടെ ആത്മാവുകളിലേക്ക് അരിച്ചിറങ്ങുന്നു. മരിച്ച വീട്ടിലെന്നപോലെ സന്ദർശകരുടെ നിശ്ശബ്ദസാന്നിധ്യം. അരിച്ചു നീങ്ങുന്ന കാലൊച്ചകൾ.

അടച്ചുപൂട്ടിയ കെട്ടിടങ്ങളുടെ ഇരുണ്ട അകത്തളങ്ങളിൽനിന്ന് ഒറ്റപ്പെട്ട എരിയുന്ന ബൾബുകൾ എത്തിനോക്കുന്നു.

ചെമ്പിന്റെ താഴികക്കുടം ചുമന്നു നിൽക്കുന്ന, കഴിഞ്ഞ നൂറ്റാണ്ടിലെ ഒരു അംബരചുംബിക്കെട്ടിടം. അതിനടുത്ത് പുരാതനമായ ചർച്ച്. മൻഹാട്ടൻ നഗരത്തിലെ ഏറ്റവും പുരാതനമായ പൊതുമന്ദിരം. സെന്റ് പോൾസ് കത്തീഡ്രൽ. ജോർജ് വാഷിങ്ടൺ അമേരിക്കയുടെ ഒന്നാമത്തെ പ്രസി

ഡന്റായി സ്ഥാനാരോഹണം നടത്തി, ആദ്യമായി വന്നു പ്രാർഥിച്ചതിവിടെയായിരുന്നു എന്നു രേഖപ്പെടുത്തിയിട്ടുണ്ട്.

സെപ്തംബർ പതിനൊന്നിന്റെ ആകസ്മികവിപത്തിൽ പരിക്കേറ്റവരെയും മരിച്ചവരെയും ഈ പള്ളിപ്പരിസരത്തിൽ കൊണ്ടുവന്നു കിടത്തി. ഈ ശ്മശാനശിലകൾ പതിനെട്ടാം നൂറ്റാണ്ടിലെ അധിനിവേശ ജനതയുടെ ഓർമകളിൽ നിൽക്കുന്നു. മഞ്ഞപ്പനി ബാധിച്ചു മരണപ്പെട്ട ഒരു ബാലന്റെ ശവകുടീരത്തിനു ചുറ്റും പല വർണപ്പൂക്കൾ വിരിഞ്ഞു കാണികളെ അടുത്തേക്കു വിളിക്കുന്നു.

പൂത്തടങ്ങളും പുൽത്തകിടിയും പൗരാണിക വൃക്ഷങ്ങളും സമീപത്തെ പള്ളിയുമെല്ലാം ഒന്നാന്തരം ഒരു പാർക്കായി സന്ദർശകരെ പരിലാളിക്കുന്നു.

പള്ളിയിൽ നിരന്ന നൂറുകണക്കിന് സുവർണചെരാതുകളിൽ ഞാൻ ഒരു തിരി തെളിയിച്ചു, അജ്ഞാതരായ മനുഷ്യരുടെ സ്മരണയ്ക്കുവേണ്ടി. അനേകംപേർ, പള്ളിയിൽ പ്രവേശിച്ചു വിളക്കുകൊളുത്തി നിശ്ശബ്ദം കടന്നുപോയി. ആദ്യകാല പുരോഹിത ശ്രേഷ്ഠന്മാരുടെ പേരുകൾ കൊത്തിവച്ച ഫലകത്തിനു മുമ്പിൽ രണ്ടു പെൺകുട്ടികൾ മെഴുകുതിരികൾ കൊളുത്തി. സുരക്ഷാ സജ്ജീകരണം ഒരു സ്വപ്നവും മരീചികയുമാകുന്നു. ഇത്തരം ജനക്കൂട്ടത്തെ ആർക്കും ഒന്നിനാലും രക്ഷിക്കാനാവില്ല. ആപൽ ഭീഷണികൾ അനിവാര്യശാപങ്ങളാവുന്നു. ഇടിത്തീയെ തടുക്കാനാവാത്തതുപോലെ. ആഘോഷം ഭീഷണിയെ ജയിക്കുന്നു. അന്തരീക്ഷം ശാന്തം. സ്ഫുടവും ദൃഢവുമായ അനൗൺസ്മെന്റ് : കൃത്യം ഒമ്പത് മണിക്ക് വെടിക്കെട്ട് തുടങ്ങും. ആകാശവും ഭൂമിയും കറുത്തിരിക്കുന്നു. മനുഷ്യരുടെ മിഴികൾ ദീപപ്രഭയേറ്റ് തിളങ്ങുന്നു. പരിമിതമായ വിളക്കുകൾ എരിയുന്നു. അസ്വസ്ഥമായ ഒരു ചലനമോ ശബ്ദമോ ഇല്ല. ആത്മനിയന്ത്രണത്തിന്റെ ആൾരൂപങ്ങൾ, കുറ്റിക്കാടുകൾപോലെ ഇരുണ്ട്, ഒരു കാറ്റ് വീശുകപോലും ചെയ്യാതെ, നിശ്ചലമായി കാത്തിരിക്കുന്നു. ഇതാ സ്വാതന്ത്ര്യത്തിന്റെ ഒരു രാവ് വീണ്ടും – കഠിനാധ്വാനത്തിന്റെ ദിനസരിയിൽനിന്നു മോചനം.

ആകാശവും ഭൂമിയും അപരിചിതമല്ലാതായി. ഈ മനുഷ്യസമുദ്രവും അലയാഴിയും പരിചിതമാണ്. നമ്മൾ വിവിധ രാജ്യക്കാരാണെന്ന് ആരും ഓർമപ്പെടുത്തുന്നില്ല. ഒരേ താവഴിയിലെ മക്കൾ. കാഴ്ചകാണാൻ ജിജ്ഞാസുക്കൾ. സ്വാതന്ത്ര്യോത്സവം സർവർക്കും സമ്മതം, സന്തോഷകരം, നിശ്ചിന്തതയുടെ മണിക്കൂറുകൾ.

ജനത്തിന്റെ വിശ്വാസം സാർഥകമാക്കാൻ സർക്കാർ ചെയ്തിരിക്കുന്ന ഏർപ്പാടുകളൊന്നും പ്രകടമല്ല. ഉണ്ടാവും. തീർച്ചയായും സജ്ജീകരണങ്ങൾ സമൃദ്ധമായിരിക്കും.

വെടിക്കെട്ടാരംഭിച്ചു. തൃശൂർ പൂരത്തിന്റേതിനോട് കിടപിടിക്കും. ഇടിനാദങ്ങളെക്കാൾ മുന്നിട്ടുനിൽക്കുന്നത് വർണക്കാഴ്ചകളാണ്. നന്നായി. കാഴ്ചകളുടെ അത്ഭുതകരമായ വൈവിധ്യം കാണിയെ കോരിത്തരിപ്പി

ക്കും. വർഷിക്കുന്ന, ബഹുവർണ നക്ഷത്രങ്ങൾ, മുളിപ്പറക്കുന്ന ബഹിരാകാശ പേടകങ്ങൾ, പറക്കും തളികകൾ, ആയിരമായിരം ധാന്യക്കറ്റകൾ, അവസാനം സ്വാതന്ത്ര്യപ്രതിമയുടെ തേജോമയരൂപം ചക്രവാളത്തിൽ ഉദിച്ചുയരുന്നു. ഹർഷാരവം.

വെടിക്കെട്ടോടെ വിട. തിരിച്ചൊഴുക്ക്. വെള്ളപ്പൊക്കം വാർന്നുപോകുന്നു. ആഹാരകേന്ദ്രങ്ങളിൽ ചെറുചെറു വെള്ളപ്പൊക്കങ്ങൾ. അമേരിക്കർ അത്താഴത്തിനാണ് കൂടുതൽ താൽപ്പര്യം കാണിക്കുന്നതെന്ന് തോന്നുന്നു. ലഞ്ച് പലപ്പോഴും വർക്കിങ് ലഞ്ചാണ്. അത് 'ബ്രഞ്ചു'മാകുന്നത് ഒഴിവുദിനങ്ങളിലാണ്. ബ്രേക്ക്ഫാസ്റ്റ് + ലഞ്ച്. 'മക്ഡൊണാൾഡ്' സ്റ്റാൾ നിറഞ്ഞു. ക്യൂ പുറത്തേക്ക് നീളുന്നു. അരുണും റാണിയും കൂടിയാലോചിച്ച് ഡിന്നർ ഓർഡർ ചെയ്തു. വീടെത്തുമ്പോൾ അർധരാത്രിയാവാം. പുറത്തു കടന്ന് ട്യൂബ് ട്രെയിനിൽ കയറി. സീറ്റൊന്നും ഇല്ല. പരസ്പരം ചാരി സ്വർണക്കമ്പിയിൽ തൂങ്ങിനിൽക്കുന്നവർ. ഷീബാ റാണി രണ്ട് സീറ്റ് പിടിച്ചു. അവിടെയിരുന്നപ്പോൾ, മുമ്പിൽ മനുഷ്യവൈവിധ്യത്തിന്റെ നാടകശാല. എന്തും കാഴ്ച. ഒരു മ്യൂസിയം സന്ദർശിക്കുന്ന അനുഭവം. ഇതെവിടെക്കിട്ടും? ജോലി ചെയ്തു തളർന്ന മുഖങ്ങളില്ല. ആഘോഷത്തിൽ വിടർന്ന മുഖങ്ങൾ. ആഘോഷങ്ങൾക്കിവിടെ നമ്മുടെ നാട്ടിലേക്കാൾ പ്രസക്തിയേറും. എന്നും കഠിനാധ്വാനത്തിലേർപ്പെട്ടിരിക്കുന്നവർക്ക് ഒന്നോ രണ്ടോ അവധി നാളുകൾ വലിയ ഉത്സവങ്ങൾ തന്നെ. നന്നേ കുറച്ച് അവധിനാളുകൾ അനുവദിക്കപ്പെട്ടിരിക്കുന്ന നാടാണ് അമേരിക്ക. ഇവിടെ നമ്മുടെ നാട്ടിൽ, ഒരു കാഴ്ചത്തീവണ്ടിപോലെയാണ് പ്രവൃത്തി ദിനങ്ങളും ബന്ദുദിനങ്ങളും ആഘോഷദിനങ്ങളും കല്യാണ-ഉത്സവസീസണുകളും കണ്മുമ്പിലൂടെ അലസഗമനം നടത്തുന്നത്. എന്നിട്ടും ഈ മഹാരാജ്യം നിലനിന്നുപോകുന്നതിനാലാണ് അത്ഭുതപ്പെടേണ്ടത്. അമേരിക്ക വിചാരിക്കുന്നത് നേരെ മറിച്ചാണ്. ഒരു ഭൂവിഭാഗത്തെ രാഷ്ട്രമാക്കി സജീവമായി നിലനിർത്താൻ നിങ്ങൾ പണിയെടുത്തുകൊണ്ടേയിരിക്കുക. നമുക്ക് (അമേരിക്കയ്ക്ക്) പൈതൃകത്തിന്റെ മഹത്വം പറഞ്ഞ് അലംഭാവംകൊള്ളാൻ, ഉണ്ടില്ലെങ്കിലും ഉറങ്ങാനൊരിടം ഇല്ല. അത് നമ്മൾ തന്നെ പടുത്തുയർത്തണം! പൈതൃകത്തിന്റെ പിൻബലം.

അർധരാത്രിയോടടുത്ത് ക്വീൻസ് വില്ലേജിലെ സിസ്റ്റർ വെറോണിക്കയുടെ അല്ല, ഞങ്ങളുടേതായിക്കഴിഞ്ഞ, ഗൃഹത്തിലെത്തുമ്പോൾ നിറഞ്ഞ സംതൃപ്തിയോടെ ഗൃഹനാഥ ആതിഥേയ.

"നിങ്ങൾ സ്വാതന്ത്ര്യദിനം ആഘോഷിച്ചു!"

"അതെ, സിസ്റ്റർ വന്നില്ലല്ലോ."

"നാൽപ്പത് വർഷങ്ങളോളമായി ഞാനിവിടെ, ഈ ന്യൂയോർക്ക് ഭവനത്തിൽ. ഇന്നുവരെ ഈ ഉത്സവത്തിൽ പങ്കെടുത്തില്ല. യോഗമുണ്ടായില്ല!"

"എന്തുകൊണ്ട്?"

"ഉത്സവകേന്ദ്രത്തിനടുത്തായിരുന്നു. ഞാൻ ആയുഷ്കാലമത്രയും

ജോലി ചെയ്തിരുന്ന ഹോസ്പിറ്റൽ! ഒരൊറ്റ സ്വാതന്ത്ര്യദിനത്തിലും എനിക്ക് അവധി കിട്ടിയിരുന്നില്ല. ഡ്യൂട്ടിയുണ്ടായിരുന്നു. വെടിക്കെട്ടിന്റെ ഒച്ച കേട്ടു. അതും ദൂരെ! രോഗത്തിന് അവധിയില്ലല്ലോ. രോഗികൾക്കും!"

"ഇന്നു വരാമായിരുന്നു!"

"അടുത്തവർഷം തീർച്ചയായും."

ബെയ്സ്മെന്റ് റൂമുകളിലെ വെളിച്ചം കണ്ണടച്ചിരിക്കുന്നു. സുഖകരമായ തണുപ്പ്. നാളെ പ്രഭാതത്തിൽ ന്യൂയോർക്കിനോട് വിട പറയണം.

പട്ടണത്തിൽ മെയ്ൻലാന്റുമായി ബന്ധിപ്പിക്കുന്ന മൂന്നു പാലങ്ങൾ ഒന്നിച്ചു നിൽക്കുന്ന കാഴ്ച കണ്ടു. തൂക്കുപാലങ്ങൾ.

നാലാമത്തേത് സമുദ്രത്തിനിടയിലുള്ള ട്യൂബ് ട്രെയിൻ തുരങ്കമാണ്. വൻകരയ്ക്കും ന്യൂയോർക്ക് ദ്വീപസമൂഹത്തിനുമിടയ്ക്ക് ഒരു ദീർഘ സ്വർണക്കഴുത്ത്. സുവർണമയമായ ഒരു ട്യൂബ് ട്രെയിനിന്റെ പാത.

ബെയ്സ്മെന്റിലെ കിടപ്പറയിൽ ഒരു നവജാതശിശു കരയുന്നുണ്ടോ എന്നു ഞാൻ ഇടയ്ക്കിടെ ചെവിയോർത്തു. നർത്തകിയുടെ കുഞ്ഞ് പിന്നീട് ഞങ്ങളുടെ നാട്ടിലേക്ക് മടങ്ങാൻ വിസമ്മതിച്ചേക്കാം. ഒരു അമേരിക്കൻ സന്തതിയായി ഭൂതലം കാണാനിരിക്കുന്ന കുട്ടിയുടെ ഭാഗധേയത്തെക്കുറിച്ച് എനിക്ക് വേവലാതിയായി. ഇന്ന് നർത്തകിയെ കണ്ടില്ല.

13

സിസ്റ്റർ വി

ഞാനവരെ വെറും സിസ്റ്റർ എന്നു ചിന്തിക്കാനാഗ്രഹിക്കുന്നില്ല. ചുറുചുറുക്കോടെ ക്വീൻസ് വില്ലേജിലും ന്യൂയോർക്കിലും പിന്നെ മകൻ താമസിക്കുന്ന വാഷിങ്ടടൺ ഡി സി യിലും സഞ്ചരിക്കുന്ന യൗവനം വിട്ടൊഴിയാൻ കൂട്ടാക്കാത്ത ഉയരം കുറഞ്ഞൊരു സുന്ദരി. മധ്യതിരുവിതാംകൂറുകാരി. ഒപ്പം നാട്ടിൽനിന്ന് ഒരു ബാങ്കുദ്യോഗസ്ഥനെ ഭർത്താവായിക്കൊണ്ടുവന്നു. ഇപ്പോഴദ്ദേഹം ജീവിച്ചിരിപ്പില്ല. ഒരു മകൻ മാത്രമുണ്ട് – 'നാസ'യിലെ അഡ്മിനിസ്ട്രേറ്റീവാണെന്നു തോന്നുന്നു. പ്രസിഡന്റ് ബുഷുമായി നേരിട്ട് ഫോണിൽ സംസാരിക്കാൻ 'പവറു'ള്ള ഉദ്യോഗസ്ഥൻ. ഒരു ബ്രാഹ്മണയുവതിയെ വിവാഹം കഴിച്ച് രണ്ടു കുട്ടികളുമായി വാഷിങ്ടടൺ ഡി സി യിലെ അതിമനോജ്ഞമായൊരു ബംഗ്ലാവിൽ.

സിസ്റ്റർ വിയെ പരാമർശിക്കാൻ കാരണം, അവർ പ്രവാസജീവിതത്തിനും അസ്തമയത്തോടടുക്കുന്ന മലയാളിജീവിതത്തിനും ഇടയ്ക്കുള്ള മനോജ്ഞമായൊരു കണ്ണിയാണ് എന്നതത്രെ. വർഷത്തിൽ ഒന്നിലധികം തവണ നാട്ടിൽ വന്നുപോകും. പുത്തനനുഭവങ്ങൾ നാട്ടിൽനിന്നുള്ള, വറ്റലുകൾക്കും പലഹാരങ്ങൾക്കും നാടൻ അങ്ങാടിയിലെ ഉടുപ്പുകൾക്കും പുതുതായി മേടിച്ച സാരികൾക്കുമൊപ്പം ഭാണ്ഡമാക്കിക്കൊണ്ടുവരും. മലയാളത്തിൽ കുർബാന നടത്താൻ കഴിവുള്ള അമേരിക്കരോട്, പുത്തനമേരിക്കരായ പ്രവാസിമക്കളോടും നന്നായി ഇംഗ്ലീഷ് പറയാൻ കെൽപ്പുള്ള ഒരു പള്ളീലച്ചനെക്കിട്ടിയാൽ അതീവ സന്തോഷത്തോടെ കൊണ്ടുവരും.

ഒരിക്കൽ അങ്ങനെ കുർബാന ചൊല്ലാനും, 'വഴിതെറ്റി'യേക്കാനിടയുള്ള കുട്ടികളെ 'നേരെയാക്കാനും' കൊണ്ടുവന്ന ഒരച്ചനെ അവർ ബെയ്സ്മെന്റിൽ താമസിപ്പിച്ച കഥ പറഞ്ഞു കേഴ്വിക്കാരെ മുഴുവനും ചിരിപ്പിച്ചു. അച്ചനെ ദൂരെയൊരിടത്തു പാർപ്പിക്കാൻ അവർ ഭയന്നിരിക്കും. 'നല്ല അച്ച'ന്മാർക്കു നല്ല ഡിമാന്റാണെന്നു തോന്നുന്നു.

സിസ്റ്റർ വിയെപ്പോലുള്ളവരാണ് മറുനാട്ടിലും വിദേശത്തും നാടിന്റെ ഗന്ധവും രുചിയും നിലനിർത്തുന്നതെന്ന് എനിക്ക് തോന്നുന്നു.

ഒരുപക്ഷേ, 'ഗോദിൻ' എന്ന റഷ്യൻ വംശജനായ അമേരിക്കൻ ആർക്കിടെക്റ്റ് രൂപകൽപ്പന ചെയ്ത, അമേരിക്കയുടെ സ്വന്തം വാസ്തു എന്ന വകാശപ്പെടുവുന്നൊരു ഭവനത്തിലാണ് സിസ്റ്റർ ഇന്നു തനിച്ച് താമസിക്കുന്നത്. ഇടയ്ക്കിടെ നാട്ടിൽ നിന്നെത്തുന്ന അതിഥികളെ ഉപചാരപൂർവം താമസിപ്പിക്കാൻ സന്തോഷം. നാടൻ മലയാളത്തിൽ മനോജ്ഞമായി തമാശ പറയാനുള്ള ജന്മസിദ്ധമായ കഴിവുണ്ടവർക്ക്. ഉറക്കംതൂങ്ങുന്ന വരെ പൊട്ടിച്ചിരിപ്പിക്കും, ദുഃഖിതരെ സന്തോഷത്തിൽ കുളിപ്പിച്ചെടുക്കും. കൊല്ലംതോറും ഒന്നിലധികം തവണ നടത്തുന്ന നാട്ടിൽപോക്ക്, ഒരു തരം ഉജ്ജീവനപ്രക്രിയയാണ്.

'ഗോദിൻ' എന്ന വാസ്തുശിൽപ്പിയാണ് അമേരിക്കയ്ക്ക് ഒരു തനത് വാസ്തുശിൽപ്പം തീർത്തതെന്ന് ഒരു ഡോക്യുമെന്ററി ഫിലിമിൽ കണ്ടു. ഒരു വൻകര സ്വന്തമാക്കിയ ഒരു ബഹുവർണ ജനതയ്ക്ക്, സ്വന്തമായൊരു പാർപ്പിടഭംഗി ഇല്ലാതിരിക്കുന്നത് മോശമെന്ന് ഗോദിൻ കരുതി. തടി സുലഭമായ നാട്ടിൽ, ഏതാണ്ട് മുഴുവനും തടിയിൽ തീർക്കപ്പെട്ട ബഹുനിലമാളികകളും ഒരുനില ഒറ്റ ഭവനങ്ങളും. നാൽപ്പത്തഞ്ചു ഡിഗ്രിയിൽ ഇരുവശവും ചെരിഞ്ഞ മേൽക്കൂര. ഓരോ മുറിക്കും പ്രത്യേകം കൂര, ഒന്നിനുമേലൊന്നായി പതിഞ്ഞുകിടക്കും. തടിപ്പലകയാൽ നിർമിച്ച ഇരട്ടഭിത്തിക്കകം, കുമ്മായക്കൂട്ട് നിറച്ച്, ചിലതിനെതിരെ കീടനാശം നടത്തി കാറ്റിനും മഞ്ഞിനും തണുപ്പിനും ചൂടിനും പ്രതിരോധനിര തീർത്ത് ഏറെ ചെലവില്ലാത്ത ഭവനങ്ങൾ. കീഴെ നിന്നുയർത്താൻ പറ്റുന്ന ചില്ലുജാലകങ്ങൾ. അവ എപ്പോഴും അടച്ചിട്ട് വൈദ്യുതികൊണ്ട് അകം ക്രമീകരിക്കുക എന്നതാണിന്നത്തെ രീതി. തെക്ക് മയാമി മുതൽ വൻകരയുടെ വടക്കേ അറ്റം വരെ സഞ്ചരിച്ചപ്പോഴെല്ലാം ഈ അമേരിക്കൻ വാസ്തുശിൽപ്പം കാണായി. നൂറുനില ഫ്ളാറ്റ് സമുച്ചയങ്ങളുടെയും അവ തരണസൗന്ദര്യം ഒരേ ശൈലിയിൽ. പുതിയ അംബരചുംബികൾ, തടിക്കു പകരം ധാരാളമായി സ്റ്റീൽ ഉപയോഗിക്കുന്നു.

ഒരു രാജ്യത്തിന്റെ വിശാലഭൂസ്ഥിതിയിലെങ്ങും പാർപ്പിടങ്ങൾക്കു ചുറ്റും ഒരേ ഡിസൈനിൽ ഉയരം കുറഞ്ഞ മരവേലികൾ. സ്വകാര്യസ്വത്തിനും പൊതുമുതലിനും വ്യത്യസ്ത ഡിസൈൻ. കണ്ടാലറിയാം. ഭവനങ്ങളുടെ പൂമുഖത്ത് നെറ്റിയിൽ മുഴുത്ത അക്കങ്ങളിൽ ഡോർ നമ്പർ. നമ്മുടെ നാട്ടിലേതുപോലെ, മാറി മാറി വരുന്ന പഞ്ചായത്ത്-നഗരസഭകൾ വീട്ടുനമ്പർ മാറ്റിക്കളിക്കുന്നില്ല. ജനനം മുതൽ മരണം വരെ ഒരു കെട്ടിടത്തിന് ഒരേയൊരു ഡോർ നമ്പർ. അതിലെ നിവാസികൾ കുടുവിട്ട് രാജ്യത്തിലെവിടെച്ചെന്നു താമസമാക്കിയാലും വൈകിയെത്തിയ ഒരെഴുത്തോ പാഴ്സലോ വിലാസക്കാരനെത്തിക്കാൻ തപാൽ വകുപ്പിന് പ്രത്യേക സംവിധാനം. ഭരണയന്ത്രത്തിന്റെ കണ്ണുകളെ വെട്ടിച്ച് ഒരിക്കലും മുങ്ങാൻ പറ്റാത്ത അവസ്ഥ.

സിസ്റ്റർ വിക്ക്, അവരുടെ പഴയ ഭവനം വെടിഞ്ഞ് വാഷിങ്ടൺ ഡി സി യിലെ സുഖജീവിതത്തിൽ, പേരക്കിടാങ്ങളോടൊപ്പം കഴിയാൻ മനസില്ല. മനസ്സ് മലയാളം വിട്ടില്ലെങ്കിലും നാഗരികത അമേരിക്കനാണ്. വിടപറയുന്നതിന്റെ തലേ ദിവസം, ഞങ്ങൾ അവരുടെ കിച്ചൻ ഗാർഡനിൽ ഒരു വട്ടമേശയ്ക്കു ചുറ്റുമിരുന്നു സംസാരിച്ചു. ഡോക്ടർ ഷീല അവരുടെ സാരി നനച്ച് പുൽത്തകിടിക്കു മേലൊരു അഴയിൽ തോരാനിട്ടിരിക്കുന്നു. സിസ്റ്റർ ചിരി തൂകി. അമേരിക്കയിൽ തുണി തോരാനിട്ട ഒരഴക്കോലോ, വെയിലിലുണങ്ങുന്ന ഒരു സിംഗിൾ വസ്ത്രമോ ഞങ്ങൾ ഒരിക്കലും കണ്ടില്ല. എല്ലാം യന്ത്രമുപയോഗിച്ച് അലക്കിയുണക്കി, അകത്തളങ്ങളിൽതന്നെ സൂക്ഷിക്കണം. നമ്മുടെ രീതികൾ എത്ര പ്രാകൃതമാണെന്ന് അവിടെ നാൾ താമസിച്ചാൽ മനസിലാകും.

കിച്ചൺ ഗാർഡൻ നിരക്കെ പുൽത്തകിടി. തെക്കുപടിഞ്ഞാറു കോണിൽ അടുപ്പിച്ചു നട്ട മൂന്ന് പൈൻവൃക്ഷങ്ങൾ. പ്രായം ചെന്നിരിക്കുന്നു. വടക്കു കിഴക്കു കോണിൽ മൂന്നുനാലു ഓക്കുമരങ്ങൾ. മുറ്റത്ത് ചട്ടിയിൽ പൂച്ചെടികൾക്കൊപ്പം ഒരു ഡ്വാർഫ് കറിവേപ്പിലത്തൈ. ഒരാണ്ടിൽ ഒരു നാലുമാസത്തെ വളർച്ച പൂർത്തിയാക്കി, ശേഷിച്ച മാസങ്ങളിലെ നീണ്ട ശീതകാലനിദ്രയ്ക്ക് വട്ടം കൂട്ടുന്ന കറിവേപ്പിലച്ചെടി ചട്ടിയിൽ ഒരനാഥക്കുഞ്ഞിനെപ്പോലെ തെളിവറ്റു മൂകമായി നിലകൊണ്ടു. അതിനു രണ്ടടി കഷ്ടിച്ച് ഉയരം. എത്രയോ വർഷങ്ങളുടെ പഴക്കം കാണും.

സിസ്റ്റർ വിടപറയുമ്പോൾ മുറ്റത്തുനിന്നു. പിന്നെ വണ്ടിയുടെ അടുത്തേക്കു വന്നു. ചിരിക്കു പിന്നിൽ നേരിയ വിഷാദം. മലയാളിപ്പിള്ളേരെ പള്ളിയിലേക്കാകർഷിക്കാൻ അവർ കഴിവതും പരിശ്രമിക്കുന്നു. പുതുതായി ഒരച്ചൻ നാട്ടിൽനിന്നെത്തി, പള്ളിയിൽ മലയാളം കുർബാന തുടങ്ങിയിട്ടുണ്ട്. പള്ളിക്കെട്ടിടം വാടകയ്ക്കെടുത്തിരിക്കുകയാണ്. കുട്ടികൾക്കും അമ്മമാർക്കും പിസ്സായും കേക്കും വിരുന്നൂട്ടി സൽക്കാരങ്ങളുമുണ്ട്. പുതിയ അച്ചന് ഇംഗ്ലീഷ് വശമുണ്ടാകണേ എന്നാണ് മലയാളം കുർബാനയ്ക്കൊപ്പം അവർ ചിന്തിക്കുന്നത്. രണ്ടിനെയും ഒന്നിച്ചു വിളിക്കാനുള്ള വഴി ആരായുകയാണ്. മുന്നേ വന്ന വികാരിയച്ചൻ ഭാഷകളുടെ പൊരുത്തക്കേട് സഹിക്കാതെ നാട്ടിലേക്കു തിരിച്ചുപോയ കഥ അവർ വിസ്തരിച്ചു.

നാട്ടിൽനിന്നിവിടെയെത്തി, സേവനചക്രം ചുറ്റിത്തീർത്ത് ഇനിയെന്ത് എന്ന് ചിന്തിക്കുന്നവരുടെ മടുപ്പ് മുറ്റിയമുഖങ്ങൾ ഓണാഘോഷവേളയിൽ എമ്പാടും കണ്ടു. പക്ഷേ, സിസ്റ്റർ വി കീഴടങ്ങാൻ ഭാവമില്ല. നാട്ടുയുവജനങ്ങളുടെ കെട്ടിന്നു, തുണയാളായും ഇടനിലക്കാരിയായും സേവനോത്സുകയായ അവർ ഓജസോടെ ഓടിനടക്കുന്നു.

ഈ മൂവാറ്റുപുഴക്കാരിയെ എങ്ങനെ മറക്കും?

“എന്നാണ് പേരക്കിടാങ്ങളെ കാണാൻ വാഷിങ്ടൺ ഡി സി യിലേയ്ക്ക് പോകുന്നത്?

രണ്ടു നാലു ദിവസം കഴിയട്ടെ. നിലവറയിലെ നൃത്തസുന്ദരി പൂർണ

ഗർഭിണിയാണ്. അവളുടെ സഹനർത്തകനായ ഭർത്താവിപ്പോൾ ഒരിന്ത്യൻ ഷോപ്പിൽ സെയിൽസ്മാനാണ്. കച്ചേരി കിട്ടുമ്പോൾ പാടാൻ പോകും.

ഗർഭിണിയായ ഭാര്യക്ക് കാലത്ത് ആഹാരം പാചകം ചെയ്തുവച്ചാണ് ആ സ്നേഹധനൻ കടയിലേക്കു പോവുന്നത്. നർത്തകിയുടെ പിതാവിനെ എനിക്കു നാട്ടിൽവച്ചറിയാം. നൃത്തത്തെ വിവാഹവുമായി അവൾ കൂട്ടിക്കുഴച്ചത് സിസ്റ്റർ വിക്ക് ദഹിക്കുന്നില്ല.

എന്നാലും സദാ സേവനനിരതയായി, സിസ്റ്റർ അവളെ ഡോക്ടറുടെ അടുത്ത് സ്വന്തം കാറിലിരുത്തി കൊണ്ടുപോകും. നർത്തകിക്കിവിടെ കാറോ വീടോ സ്ഥിരമായൊരു ഉപജീവനമാർഗമോ ഇല്ല. വിസ്മയജനകമാണ് ന്യൂയോർക്ക് സിറ്റിയിലെ അവരുടെ ഈ നിലനിൽപ്പ്.

ഗർഭിണിക്ക് ഷോപ്പിങ് സഹായിയുമാണ് സിസ്റ്റർ. ഒരു നീരസവും കാണിക്കില്ല. തമാശ പറഞ്ഞ് അവളുടെ വയറ്റിൽക്കിടക്കുന്ന കുഞ്ഞിനെക്കൂടി ചിരിപ്പിക്കും. വിരുന്നുകാർ പ്രമാണിച്ച് വീട്ടിലുണ്ടാക്കിയ വിശേഷവിഭവങ്ങൾ അവർ അപ്പപ്പോൾ നിലവറയിലെത്തിച്ചു.

ഇവരില്ലായിരുന്നെങ്കിൽ എന്താകുമായിരുന്നു ഈ നർത്തകയുവതിയുടെ ഗതി. ഇത്തരക്കാർ, സിസ്റ്ററെപ്പോലുള്ളവർ, ഏതു മറുനാടൻ നഗരത്തിലും വിദേശത്തും ഉണ്ടാവും. അതാണ് പ്രകൃതി നിയമം.

സിസ്റ്ററുടെ സമകാലികൾ, പെൻഷൻപറ്റിയവർ, ന്യൂയോർക്കിലെ സ്വന്തം ഭവനങ്ങൾ പൊൻവിലയ്ക്ക് വിറ്റ്, രാജ്യത്തിന്റെ തെക്കേയറ്റത്തെ ഫ്ളോറിഡാ സ്റ്റേറ്റിലെ സുഖവാസകടലോരങ്ങളിൽ ബംഗ്ലാവുകൾ പണിത് താമസിക്കുകയാണെന്നവർ പറഞ്ഞു.

എനിക്കിടവിടമാണ് വീട്! ഇതിനു മാറ്റമില്ല. മകന്റെയൊപ്പവും പോവുന്നില്ല! നല്ലത്. മൂന്ന് നാളുകളിലെ സൽക്കാരങ്ങളോടും സ്വാതന്ത്ര്യദിനാഘോഷത്തോടും വിടചൊല്ലി.

ന്യൂയോർക്കിനോട് വിടപറയുമ്പോൾ ഞാൻ ചിന്തിച്ചു: ഗുരുത്വാകർഷണം കൂടിയ ഒരു മഹാനഗരം. എന്നാലോ ഒരു നഗരം ഉളവാക്കുന്ന വീർപ്പുമുട്ടൽ തീരെ അനുഭവപ്പെടുന്നില്ല.

ഇവിടെ വീണ്ടും വരുമോ? വിസയ്ക്ക് പത്തു വർഷത്തെ ആയുസുണ്ട്. എനിക്കോ?

ബ്രോഡ്വേയിലൂടെ മഞ്ഞുമറ നീക്കി വണ്ടികുതിക്കുന്നു. അച്ഛൻ വീഡിയോ ക്യാമറ തുറന്ന് മകനൊപ്പം മുമ്പിലിരുന്ന് വിന്റ്സ്ക്രീനിലൂടെ കാഴ്ചകൾ വലിച്ചെടുക്കുന്നു.

മൻഹാട്ടൻ ടണലിന്റെ സുവർണമായ ഭിത്തികൾ ചേതോഹരമായൊരു വെളിച്ചത്തിൽ കുളിച്ചു. ഡെൽവേർ ബ്രിഡ്ജിനു മേലെത്തിയപ്പോൾ വണ്ടികളുടെ എണ്ണം പെരുകി. വാഹനങ്ങൾ പല വർണക്കുപ്പായമണിഞ്ഞ ജനക്കൂട്ടത്തിന് സമമായി. സ്വാതന്ത്ര്യം ആഘോഷിക്കാൻ പല സ്റ്റേറ്റുകളിൽ നിന്നെത്തിയ വണ്ടികൾ മടക്കയാത്രയിൽ മൗനം പാലിക്കുന്നു. സസ്ക്വെച്ചെന്ന നദി വളരെ ആഴത്തിൽ ശാന്തമായൊഴുകി. ഓളങ്ങളില്ല.

വേവലാതികളില്ല. മണൽ നഷ്ടമായ ഗർത്തങ്ങളോ അഴുക്ക് കുമ്പാരങ്ങളോ ഇല്ലാത്തൊരു ജലപ്രവാഹം.

വാഷിങ്ടൺ ഡി സി

ഭരണസിരാകേന്ദ്രം അതീവ ശാന്തമായിരിക്കുന്നു. ഇന്നലത്തെ കലോത്സവം കഴിഞ്ഞ തിയേറ്ററിന്റെ ചത്വരത്തിൽ ഏതാനും കുടുംബങ്ങൾ മാത്രം. ഉറക്കമില്ലാത്ത ഒരു രാത്രിക്കുശേഷം ആലസ്യത്തിലാണ്ട ജനപദങ്ങൾ. 'ക്യാപിറ്റോൾ' സ്മാരക സ്തൂപത്തിനുമേൽ ജോർജ് വാഷിങ്ടണിന്റെ പ്രതിമ ആകാശങ്ങളുടെ മഞ്ഞ് നീരാളത്തിലൂടെ അവ്യക്തമായിക്കാണാം.

വൈറ്റ് ഹൗസ് എന്ന ഭവനം, പ്രസിഡന്റിന്റെ ഔദ്യോഗിക വസതി, ആർഭാടങ്ങളില്ലാതെയെങ്കിലും ഗംഭീരമായി, വൃക്ഷനിരകൾക്കിടയിൽ ശാന്തിഭജിച്ചു നിൽക്കുന്നു. എത്ര വ്യത്യസ്തനായാണ് ഇവിടെ അധിവസിക്കുന്ന യു എസ് പ്രസിഡന്റ് ലോകദൃഷ്ടിയിൽ!

രാഷ്ട്രതന്ത്രത്തിലെ കൊടുംക്രൂരതകൾ, പിടിവാശികൾ, ബഹുരാഷ്ട്രക്കുത്തകകളുടെ പിണിയാൾപ്പദവി, ലോകപൊലീസെന്ന ഭാവം – ഭൂഗോളത്തിലെ ഏറ്റവും വലിയ ജനാധിപത്യരാഷ്ട്രത്തിന്റെ ഭരണത്തലവന് ഉചിതമായ വിനീതഭവനം. രണ്ടും ചേർത്തുവയ്ക്കാൻ പറ്റുന്നില്ലല്ലോ.

ദൂരെ ക്യാപിറ്റോൾ മന്ദഹാസത്തോടെ നിൽക്കുന്നു. സ്തൂപത്തിനുമേലുള്ള പ്രതിമ, ജനാധിപത്യഭരണത്തിന്റെ കെട്ടുറപ്പിനെ സൂചിപ്പിക്കുന്നു. അതിവിശാലമായ ക്യാമ്പസിൽ പല സ്മാരകങ്ങളുണ്ട്. ഏതോ യുദ്ധഭൂമിയിൽ, അമേരിക്ക എന്ന ജന്മനാടിനുവേണ്ടി വീരമൃത്യുവരിച്ച അജ്ഞാ

വൈറ്റ് ഹൗസ്

തനാമാവായ ഭടന്റെ ഓർമസ്തംഭം, ചതുരാകൃതിയിൽ, പുൽത്തകിടിയുടെ ഓരത്ത്. അപ്പുറം പതിനായിരക്കണക്കിന് വിയറ്റ്നാം പട്ടാളത്തെ മാത്രമല്ല, ഓറഞ്ച് മിഠായി തീറ്റി കുഞ്ഞുങ്ങളെയും കൊന്നൊടുക്കിയ ഒരു ദുരന്തയുദ്ധത്തിൽ, അമേരിക്കയ്ക്കു നഷ്ടമായ സ്വന്തം യോദ്ധാക്കളുടെ ഓർമമണ്ഡപം. അത് സ്വയം കൊഞ്ഞനംകുത്തുമ്പോലെ ഏഷ്യക്കാരിയായ എനിക്ക് അനുഭവപ്പെടുന്നു. ഒരു രാഷ്ട്രത്തിന് അപമാനകരമാണ് ഈ മെമ്മോറിയൽ എന്ന് അമേരിക്കയിൽ ഒരു വിഭാഗം സുമനസുകൾ ചിന്തിക്കുന്നുണ്ടാവും. ഇനി, ഇറാഖ് യുദ്ധത്തിന്റെ പരിസമാപ്തിയിലും ഒരു സ്മാരകമണ്ഡപം പണിയാനുള്ള ഇടം, അത്യന്തം വിസ്തൃതമായ ഈ പുൽത്തകിടിയിലുണ്ട്.

ഇരുമ്പു കമ്പികൾ വലയം ചെയ്യുന്ന വൈറ്റ് ഹൗസിന്റെ വേലിക്കകത്തേക്ക് ക്യാമറ നീട്ടി, സൗമ്യമായ ആ കെട്ടിടത്തെ ഒപ്പിയെടുക്കുമ്പോൾ, ജനാധിപത്യത്തിന്റെ പ്രധാന കാവൽക്കാരൻ വസിക്കുന്ന ഈ ഭവനം പുതുക്കിപ്പണിത് 'പരിഷ്കൃത'മാക്കാൻ അവർ ശ്രമിച്ചില്ലല്ലോ എന്ന് നമുക്ക് ആശ്വസിക്കാം. 1798 ൽ ആദ്യമായി പുതിയ കെട്ടിടം വൈറ്റ് വാഷ് ചെയ്തപ്പോൾ അമേരിക്കൻ മനസ്സ് അതിന് "വൈറ്റ് ഹൗസ്" എന്നു പേരിട്ടു. 1800 ൽ പ്രസിഡന്റ് ജോൺ ആഡംസ് ആണ് ഇവിടെ താമസമാക്കിയ ആദ്യത്തെ ഭരണാധികാരി.

വിന്ററിലെ ശൈത്യം സഹിക്കാനാവാതെ, ചുമരുതോറും ചൂടുവെള്ളക്കെറ്റിലുകളും ജലനാളികളും ഉറപ്പിച്ച്, ഒരു ഫർണസും സ്ഥാപിച്ചു. തണുപ്പിനെ ചെറുത്തുനിൽക്കാമെന്നായപ്പോൾ പ്രസിഡന്റിന്റെ ഭവനത്തെ ബ്രിട്ടീഷ് പട്ടാളം ആക്രമിച്ചു. പ്രസിഡന്റ് മന്ദിരം സിൻസിനാറ്റി (ഒഹിയോ സ്റ്റേറ്റ്) യിലേക്ക് മാറ്റിയാലോ എന്ന് ചിന്തിച്ചു. ആൻഡ്രു ജാക്സൺ ന്യൂവോളിയൻസ് യുദ്ധത്തിൽ ബ്രിട്ടീഷ് സൈന്യത്തെ പരാജയപ്പെടുത്തി. പിന്നീട് രാഷ്ട്രത്തലവന്റെ മന്ദിരം മാറ്റേണ്ടതിനെപ്പറ്റി ചിന്തിക്കേണ്ടിവന്നിട്ടില്ല. ഒരു ബെയ്സ്മെന്റും രണ്ടു നിലകളുമുള്ള മന്ദിരം പുൽത്തകിടിയിൽ ഒരുക്കത്തോടെ പതിഞ്ഞുകിടക്കുകയാണ്. മുന്നിൽ പൂത്തടങ്ങൾ, വൃക്ഷനിരകൾ, പിന്നെ സർവത്ര പുൽത്തകിടി.

പാതയോരത്ത് മറൈൻ കോർ വാർ മെമ്മോറിയൽ തികച്ചും പ്രതീകാത്മകമായി. അത്യന്തം ക്ലേശിച്ച് ഭടന്മാർ അമേരിക്കൻ പതാകമരം ഉയർത്താൻ ശ്രമിക്കുന്നതിന്റെ ഒരു സചേതനപ്രതിമ.

അമേരിക്കയുടെ പതിനാറാമത്തെ പ്രസിഡന്റ്, അമേരിക്കൻ ജനതയുടെ ഏറ്റവും പ്രിയങ്കരനും കറുത്ത വർഗത്തിന്റെ മോചനത്തിനു വേണ്ടി ജീവിതം ബലികഴിച്ചവനുമായ എബ്രഹാം ലിങ്കന്റെ പ്രതിമ ഏറ്റവും ഹൃദയാവർജകം. പരസ്പരം പോരടിച്ച് നിന്ന അമ്പതോളം സ്റ്റേറ്റുകളുടെ ഐക്യധാർഢ്യത്തിന് അടിത്തറയിട്ടത് ലിങ്കനാണ്. അതിനിന്നും ഉറപ്പ് കൂടുന്നതല്ലാതെ, ഉലച്ചിൽ തട്ടുന്നില്ല. വടക്കറ്റം ന്യൂയോർക്ക് മുതൽ തെക്ക് മയാമി വരെയുള്ള പല യാത്രകൾക്കിടയിൽ എന്റെ മനസിൽ ഉറച്ച ഒരു കാര്യം "അമേരിക്ക" എന്നുരിയാടുമ്പോൾ, ഓരോ പൗരന്റെയും വായിൽ

മധുരം തുടിക്കുന്നു എന്നതാണ്. രാജ്യഭക്തിയുടെ ഒരു സവിശേഷ മുഖം. അമേരിക്കയുടെ സാധാരണക്കാരിൽ പട്ടിണിയുണ്ട്, തൊഴിലില്ലായ്മയുണ്ട്, മക്കളെക്കുറിച്ച് അതൃപ്തിയുണ്ട്, നിരക്ഷരതയും വളരെ നേരിയതോതിൽ അപ്രകാശിതമായി വർണവിവേചനവുമുണ്ട്.

എന്നാൽ മാതൃരാജ്യത്തിന്റെ പേരിൽ അവർക്ക് വിശ്വാസവും ഭക്തിയും ആദരവുമെല്ലാമുണ്ട്. അക്കരപ്പച്ച തേടി നാടുവിടുന്നവരിൽ ഏറ്റവും കുറവ് ഒരുപക്ഷേ അമേരിക്കക്കാരായിരിക്കാം. ഭാവനാശാലിയായ ഒരു ഭരണത്തലവനെ തലപ്പത്തിരിക്കാൻ, ബഹുരാഷ്ട്രകുത്തകകൾ അനുവദിക്കാതിരിക്കുന്നതാണ് ഏറ്റവും വലിയ വർത്തമാനകാല ഭീഷണി.

ആറുമാസം ഫ്ളോറിഡയിൽ നിവസിച്ചെങ്കിലും, മൂന്നു ദിവസം മാത്രം ന്യൂയോർക്കിൽ ചെലവഴിച്ചതാണ് മനസിൽ മുദ്രണം ചെയ്യപ്പെട്ടിരിക്കുന്ന ഗാഢഅനുഭവം. ന്യൂയോർക്ക് അമേരിക്കയുടെ ഹൃദയമാകുന്നു; എന്തെല്ലാം പരസ്പരവിരുദ്ധമായ അനുഭവങ്ങൾ അതുൾക്കൊള്ളുന്നുണ്ടെങ്കിലും.

തിരിച്ചുപോക്ക്

മടക്കയാത്ര വൈകുന്നേരമായി. രാത്രി തങ്ങുന്നത് മൂന്ന് രാത്രികൾക്കു മുമ്പു താമസിച്ച അതേ സൂപ്പർ–6–ൽ. നോർത്ത് കരോലിനയുടെ വടക്കറ്റത്തെ വനപ്രദേശത്തുള്ള ശൈത്യം നിറഞ്ഞ ഒരു ഹോട്ടൽ മിക്കവാറും ദിവസങ്ങളിൽ വൈകിട്ട് മഴ പെയ്യുന്നുണ്ടെന്ന് പരിസരം പറയുന്നു. നമ്മുടെ വൈത്തിരിപോലെ ഉയരത്തിലൊരിടം.

14

ഭയത്തോടെ പ്രകൃതി; മനുഷ്യനും

എന്തുഭംഗി! എങ്ങും പുൽത്തകിടി, ഭൂമിക്കൊരു കുപ്പായം പോലെ. അതിരുകളില്ലാത്ത വൃക്ഷനിരകൾ. ഇടയ്ക്ക് കാവുകൾ, ഇടയ്ക്ക് പനങ്കൂട്ടങ്ങൾ.

വഴിയോരത്ത് ഒരു ലോറി വന്നു നിൽക്കുന്നു. റോസാദളങ്ങൾ പോലെ ചീകിയ ചുവന്ന കീലിന്റെ ഇതളുകൾ. ജോലിക്കാരൻ ഓരോ വൃക്ഷത്തടവും റോസ് നിറത്തിലൊരു പൂക്കളമാക്കി, പഴയ പൂക്കളെ മണ്ണിന്റെ മടിയിൽ പൂഴ്ത്തുന്നു. വിശാലമായ പച്ചപ്പുൽത്തകിടിയിൽ അവിടവിടെ നിൽക്കുന്ന ഒറ്റവൃക്ഷങ്ങളിപ്പോൾ ഓരോ 'പൂക്കള'ത്തിനു നടുവിലാണ്. പച്ചയിലെ വലിയ കുങ്കുമക്കളങ്ങൾ. നൊടിയിടകൊണ്ട് ഭൂമീദേവി വൃത്താകൃതിയിൽ പുള്ളികുത്തിയ പച്ചക്കുപ്പായം അണിഞ്ഞിരിക്കുന്നു.

വണ്ടി കാലിയാക്കിയ ഡ്രൈവർ, തൊഴിലുപകരണങ്ങൾ കൈയിലെടുത്തു നടന്നു. അതിനിടെ തിരിഞ്ഞുനോക്കി തന്റെ കളമെഴുത്ത് പാടവത്തെ സ്വയം അഭിനന്ദിച്ചു വണ്ടിയോടിച്ച് പോകുന്നു. അമേരിക്കർക്ക് പ്രകൃതിയെ സ്നേഹവും ബഹുമാനവും ഭയവുമാണ്! അവർക്ക് അപരനെയും, പുൽത്തകിടിയിൽ വന്നുപെടുന്ന പച്ചത്തുള്ളനെയും, ചവിട്ടിക്കടിയിൽ ഒളിക്കാൻ ഭാവിക്കുന്ന പാറ്റയെയും, ചതുപ്പ് കാട്ടിലെ മുതലയെയും ഷഡ്പദങ്ങളെയും തീവ്രവാദിഭീകരനെയും ഒരുപോലെ ഭയമാണ്. വന്യപ്രകൃതിയോട് മല്ലിട്ട്, ഭൂമിയെ കൈവശപ്പെടുത്തി, അധിനിവേശസംസ്കാരം അരക്കിട്ടുറപ്പിച്ചവർക്ക് ഭയപ്പെടാനെന്തു ന്യായം? പ്രകൃതിയോട് തിരുത്താനാവാത്ത തെറ്റ് ചെയ്തു എന്നൊരു പശ്ചാത്താപം അവരുടെ ഉൾത്തടത്തിൽ ഊറിക്കൂടിയോ?

പ്രകൃതിയുടെ സന്തതികളായ കാടത്രയും വെട്ടിമാറ്റി, വളർത്തു കാടുകൾ വച്ചുപിടിപ്പിച്ചതിൽ മനംനൊന്തുവോ?

ഞങ്ങളുടെ ഉമ്മറവാതിലിനു പുറത്ത് ഒരു ഭിക്ഷക്കാരന്റെ ഭാവത്തിൽ കാത്തുനിൽക്കുന്ന ഒറ്റപ്പെട്ട കൂറയെ എനിക്ക് മറക്കാനാവുന്നില്ല. വ്യാഴാഴ്ചകൾ മരുന്നു തളിയുടെ ദിനമാണ്. പുലരും മുമ്പ് 'ഡിസ്ഇൻഫെക്ഷന്' ആരോഗ്യപരിപാലനവകുപ്പിന്റെ ഉദ്യോഗസ്ഥനെത്തി. ഭാരം കുറഞ്ഞ സ്പ്രെയർ, കീടനാശിനിപ്പാട്ടകൾ, പലതരം – പുൽത്തകിടിക്കുമേൽ, പച്ചിലച്ചാർത്തിൽ വെറും റോഡിൽ – മൂടൽമഞ്ഞുപോലെ മരുന്നു മഴ. മണമൊന്നും ഇല്ല.

ഒരൊറ്റ കീടം അവശേഷിച്ചിട്ടില്ല എന്നുറപ്പുവരുത്തി ജോലിക്കാരൻ വണ്ടിയോടിച്ച് അടുത്ത പാർക്കിലേക്ക്. കുറേക്കഴിഞ്ഞ് ഒരണ്ണാൻ ഞാവൽക്കൊമ്പിലൂടെ ഊർന്നിറങ്ങി, താഴെയെത്തി ചുറ്റുപാടുകൾ നിരീക്ഷിച്ച്, അടുത്ത മരത്തിലേക്ക് കയറിപ്പോയി. മരക്കൊമ്പിലെ പച്ചത്തൊലി കാർന്ന്, മരുന്ന് ചുവച്ചിട്ടാവും കടിച്ചുതുപ്പി ചിലച്ചു പ്രതിഷേധസ്വരത്തോടെ ഇറങ്ങി എങ്ങോ മറഞ്ഞു.

വിളറിവെളുത്ത ആ പാറ്റ അപ്പോഴും കണ്ണുകൾ ഉരുട്ടിമിഴിച്ച്, മീശ ചലിപ്പിക്കാൻ ഭയന്ന്, വാതിൽക്കട്ടിളയ്ക്കും, ആർക്കും വേണ്ടാത്ത വലിയൊരട്ടി ടെലഫോൺ ഡയറക്ടറി പുസ്തകങ്ങൾക്കും ഇടയിൽ പതുങ്ങിനിന്നു. അടിച്ചുകൊല്ലാൻ തോന്നുന്നില്ല. പാവം!

മനുഷ്യവാസഗ്രാമത്തിൽ കീടങ്ങൾക്കൊന്നും സ്ഥാനമില്ല. അവ കാട്ടിലെ ചതുപ്പിൽ ഒതുങ്ങണം.

പാർക്കിലെ മരത്തിലൊന്നു തൊടാൻപോലും ആരും മെനക്കെടുന്നത് കാണുന്നില്ല. ഷോകേസ് ചെയ്യപ്പെട്ട പ്രകൃതിയും സമാന്തരമായി മനുഷ്യജീവിതവും. ഇടപെടലുകൾ തീരെ കുറവ്. മനുഷ്യരെക്കാൾ പരിചരണം ലഭിക്കുന്നത് ചെടികൾക്കും വളർത്തുമൃഗങ്ങൾക്കുമാണ്.

ഞങ്ങൾ ഇരുപത്തഞ്ചു മൈൽ ദൂരെയുള്ള ബീച്ചിൽനിന്ന് തിരിച്ചു വരികയായിരുന്നു. കുളിർമയുള്ള രാത്രി. നഗരത്തിനുപുറത്തൊരു ജനപദത്തിൽ, ഒരു ചെറുപുരയിടത്തിൽ ഒറ്റയ്ക്ക് നിൽക്കുന്ന ഒരു ജെഴ്സിപ്പശു! അത്ഭുതം! ഇവിടെ എത്തീട്ട് മൂന്നു മാസമായി. ഒറ്റയ്ക്ക് മേയുന്നൊരു പശുവിനെ ഇന്നുവരെ കണ്ടുമുട്ടിയതില്ല. നൂറുകണക്കിന് പശുക്കൾ വിസ്തൃത മേച്ചിൽ സ്ഥലങ്ങളിൽ കൂട്ടമായി മേയുന്നത് കാണാം. താഴ്വരയിൽ ഒരു ക്യാൻവാസിൽ രചിച്ച ഒരു ചിത്രംപോലെ. ന്യൂയോർക്കിൽ പോയി തിരിച്ചുവന്ന വഴിക്കെങ്ങും രണ്ടുദിവസത്തിലധികം നീണ്ട യാത്രയ്ക്കിടെ കാണാത്തൊരു ദൃശ്യം. ഒരു വീട്ടുപശു. മനുഷ്യന്റെ സ്വന്തം പശു! കറുപ്പിൽ വെളുത്ത മിന്നുന്ന പൊട്ടുകൾ. ഇരുട്ടായിട്ടും പശു തീറ്റ നിർത്തിയിട്ടില്ല. വീട്ടുകാരന്റെ കാലൊച്ചയ്ക്ക് ചെവിയോർക്കുന്നുമില്ല. മരച്ഛായയിലൊരു ചെറുഭവനം. അമേരിക്കയുടെ തനിമയുള്ള വാസ്തുശിൽപ്പം. ഒരു നേറ്റീവ് ഇന്ത്യൻ പോറ്റുന്ന പശു

ആകാം, ആല്ലെങ്കിൽ പരീക്ഷണത്തിന് എവിടെന്നോ ഏൽപ്പിച്ചുകിട്ടിയ ഒരു പശു. എന്തായാലും അതിന്റെ ഏകാന്തത എന്നെ നോവിക്കുന്നു. ഒന്നു കരയാനോ, കരച്ചിലിനൊരു മറുപടി സ്വന്തം വർഗത്തിൽനിന്ന് കേൾക്കാനോ ഭാഗ്യമില്ലാത്ത പശു. അതിരിലെ ഹൈവേയിലൂടെ പറക്കും വണ്ടികളെ അത് തീർത്തും അവഗണിച്ച് തീറ്റ തുടരുകയാണ്; ഒരനുഷ്ഠാനം പോലെ.

"ഒറ്റപ്പെട്ട പശുക്കളെ വളർത്തുന്ന പതിവ് എവിടെയും കണ്ടില്ലല്ലോ?" ഞാൻ മകനോട് പറഞ്ഞു.

ചികിത്സയിലായിരിക്കുന്നതോ നിരീക്ഷണത്തിലായിരിക്കുന്നതോ ആയ ഒരു പശുവാകാം. നേറ്റീവ് ഇന്ത്യാക്കാരനൊരാൾ രഹസ്യമായി വളർത്തുന്നതാവാം. ഉൽപ്പാദനമേഖല മുഴുക്കെ മൾട്ടിനാഷണലുകളും വൻകിട ഉൽപ്പാദകരും കൈയടക്കിയിരിക്കുന്ന ഒരു നാട്ടിൽ വീട്ടുവളർത്തു കോഴിക്കും പശുവിനും സ്ഥാനമില്ലെന്ന് ഞാൻ നിരൂപിച്ചു.

പാവം, പാവം, പശു! കൂട്ടുകാരില്ലാത്ത ഒരു ജീവി!

അതിരാവിലെ ഒരു വൃദ്ധ, കൈയിലൊരു പ്ലാസ്റ്റിക് ക്യാരിബാഗുമായി വില്ലേജ് റോഡിലൂടെ നടന്ന് പുൽത്തകിടിയിലേക്ക്. ഏതോ രാത്രി മധുപന്മാരാൽ ഓടുന്ന വണ്ടിയിൽനിന്ന് വലിച്ചെറിയപ്പെട്ട ഉടഞ്ഞ മദ്യക്കുപ്പികളും ചോക്ലേറ്റ് പേപ്പറും പെറുക്കുന്നു, സഞ്ചി നിറഞ്ഞിട്ടില്ല. ചുവന്ന ബ്ലൗസും പുള്ളി സ്കർട്ടും ധരിച്ച് വൃദ്ധസുന്ദരി പറഞ്ഞു,

ഹലോ!

ഗുഡ്മോർണിങ്—

അടുത്തുതന്നെ പെൻഷനേഴ്സ് താമസിക്കുന്ന ഗ്രാമത്തിലെ ഒരന്തേവാസിയാണെന്നു തോന്നി. ഏതോ എൻ ജി ഒ സംഘത്തിലെ അംഗമോ സ്വയംസേവികയോ ആവാം. രാത്രിയാമത്തിന്റെ പാതി കഴിഞ്ഞാൽ ഏതു മദ്യപാനിയും ഒരുപോലെ — കുപ്പിവലിച്ചെറിയുക. അപ്പോൾ അമേരിക്കൻ റോഡും തിരുനെല്ലി വനപാതയും ഒരേ സ്വഭാവം കാണിക്കുന്നു. പരിഷ്കാരംകൊണ്ട് മനുഷ്യനെ എത്ര കണ്ടു പൊക്കാം. എത്ര കാലത്തേക്ക്. ജന്മനാ നല്ലവനല്ലാത്തവനാണ് മനുഷ്യൻ എന്ന ചിന്ത മനസിലൂടെ കടന്നുപോയി.

ഞായറാഴ്ച രാത്രി കഴിഞ്ഞ പ്രഭാതം. ഹൈവേ ക്ലീനർ, ഓട്ടോറിക്ഷ പോലൊരു വണ്ടിയിൽ നേർത്ത ചെന്നിറമാർന്ന വെയിലിൽ ഓടിച്ചു വരുന്നു.

ഒരു പയ്യൻ അതിൽനിന്നിറങ്ങി ഓടിവന്നു റോഡിനിരുവശങ്ങളിലെ സിഗററ്റ് കുറ്റികളും കുപ്പികളും ശേഖരിച്ചു. സാധാരണദിനങ്ങളിൽ ഉദ്യോഗസ്ഥൻ സ്വയം ചെയ്യുന്ന തൊഴിലാണ്. ഇന്ന് ഒരു കുട്ടിയെ തുണ കൂട്ടിയിട്ടുണ്ട്. ഒരു ദരിദ്രബാലൻ. മുഷിഞ്ഞ ബനിയൻ, അൽപ്പം ഇരുണ്ട തൊലി, ഒട്ടിയ കവിളും കുഴിഞ്ഞ കണ്ണും. തടിയനും വൃദ്ധനുമായ ഉദ്യോഗസ്ഥൻ ദൂരെയുള്ള ബിസ്കറ്റ് പായ്ക്കറ്റിനു നേർക്ക് വടി ചൂണ്ടി. പയ്യൻ ഓടിപ്പോയി പായ്ക്കറ്റെടുത്തു. നിറയെ ബിസ്കറ്റ്. പായ്ക്കറ്റ് പൊളിച്ച് ഒന്നോ രണ്ടോ രുചിച്ചുനോക്കി, വലിച്ചെറിഞ്ഞതാണ്. വിശക്കുന്ന പയ്യൻ പായ്ക്കറ്റ് വണ്ടി

യിലെ കുപ്പത്തൊട്ടിയിൽ നിക്ഷേപിച്ചു. എന്റടുത്തുകൂടി വണ്ടിയോടിച്ചു പോയി. ഡ്രൈവർ കൈയുയർത്തി അഭിവാദ്യം ചെയ്യാൻ മറന്നുമില്ല.

ഗ്വാവാ നദീതടപാർക്ക്

ഗ്രാമപാത മുറിച്ചുകടന്ന് അനേകം പടവുകളുള്ള മരക്കോണി കയറി നഗരാതിർത്തി കഴിഞ്ഞ് ഇരുപത് മൈലിലധികം പോന്നിരിക്കുന്നു.

കോണികയറി തടിയിൽ തീർത്ത ഒരു പ്ലാറ്റ്ഫോമിൽനിന്ന് മറ്റൊന്നിലേക്ക് കയറി. സമുദ്രംപോലെ പരന്നു കിടക്കുന്ന അഴിമുഖം. ഉന്നതമായ ഒരു നിരീക്ഷണമണ്ഡപം. ചുറ്റും വിശാലമായ കാട്ടുപൂച്ചെടികളുടെയും വിവിധയിനം പനങ്കൂട്ടങ്ങളുടെയും പ്രദർശനശാല. ബീച്ച് വീതി കുറഞ്ഞതാണ്. അതിവിശാലമായി കണ്ണെത്താദൂരം വരെ പുറകിലേക്കു പരന്നു കിടക്കുന്ന സ്വാഭാവിക പാർക്ക് വിജനം. ഒരു ദമ്പതികൾ തീരത്തൂടെ നടന്ന് കവിടികളും ഷെല്ലുകളും ശേഖരിക്കുന്നു. ഉടയുന്ന തിരകൾക്കൊപ്പം അവർ പൊട്ടിച്ചിരിച്ചു. കാളിമയാർന്ന തിരമാലക്കൂട്ടങ്ങൾ ആകാശത്ത് ഇരമ്പിക്കയറുന്നു. ചക്രവാളം ഒരു കൂറ്റൻ ചാപംപോലെ മുമ്പിൽ വളഞ്ഞുയർന്നുതാണ് മനസിൽ ഒരു വലിയ ഗുഹാമുഖത്ത് നിൽക്കുന്ന പ്രതീതിയുളവാക്കി. അർധവൃത്താകാരം തോന്നിക്കുന്ന ഈ ബീച്ച് ഞാനിന്നുവരെ കണ്ടിട്ടുള്ള തീരങ്ങളിൽവച്ച് ഏറ്റവും മനോഹരമാണ്. നിർജ്ജനവും ഏറെക്കുറെ നിശ്ചലവും വ്യത്യസ്തവും. കയറ്റുത്തുവരുന്ന കൂറ്റൻ കാളകളെപ്പോലെ തിരമാലകൾ. ഉയരങ്ങളിൽക്കൂടി കടന്നുപോകുന്ന കാറ്റുകൾ. വൃക്ഷങ്ങൾ അനങ്ങുന്നില്ല. മറ്റൊരു വൃത്തചാപത്തിലെത്തി. മീൻ പിടിച്ചു വിനോദിക്കുന്ന ഒരു കൂട്ടം കറുപ്പു വർഗക്കാർ. വിനോദിക്കയല്ല, അന്നത്തെ ഡിന്നർ സമൃദ്ധമാക്കാൻ ഇന്നു പുലരുമ്പോൾത്തന്നെ വന്നുചേർന്നവരാണെന്ന് അരുൺ പറഞ്ഞു. ഏകാകികളുടെ ഈ നിർജ്ജനതീരത്തെ തടിപ്പലകയിൽത്തീർത്ത കാഴ്ചമണ്ഡപത്തിൽനിന്നു നോക്കുമ്പോൾ, മീൻപിടുത്തക്കാർ ഒരു കൂട്ടം ദേശാടനക്കിളികളെന്നു തോന്നിച്ചു. ജലരാശിക്കു പുറംതിരിഞ്ഞു നിന്നപ്പോൾ, വർണപ്രപഞ്ചം തിരശ്ശീലനീക്കിയ ഉയരം കുറഞ്ഞ കാട്ടുപുൽപ്പൊന്തകൾ.

ഒരുതരം മരുച്ചെടികൾ. കഴിഞ്ഞ മഴയ്ക്ക് തളിരിട്ടു പൂത്തുലഞ്ഞ കുറ്റിച്ചെടികളുടെ വർണവൈവിധ്യം ഏത് ഉദ്യാനപുഷ്പങ്ങളെയും തോൽപ്പിച്ചു. ജീവനുള്ള പൂക്കൾ. തിളങ്ങുന്ന വർണരാജി. കാറ്റിൽ കളിച്ചുല്ലസിക്കുന്ന പൂങ്കുലകൾ. ഈ അലൗകികപൂവാടിയിൽ കളിക്കാനിവിടെ ഒരൊറ്റക്കുഞ്ഞിനെയും കാണുന്നില്ലല്ലോ എന്ന മനസ്സ് ആവലാതിപ്പെട്ടു. കുഞ്ഞുങ്ങളുടെ ഒച്ചയും വെളിച്ചവും അഴകും കണ്ട് മതിവരാൻ കഴിയാത്തൊരു ദേശം.

അടുത്ത ലഗൂണിൽ മെഷീൻബോട്ടിൽ പുറംകായലിൽ പോയി നിറയെ മീനുമായി തിരിച്ചുവരുന്ന വെള്ളക്കാരെ കണ്ടു. വലതുവശത്തെ തീരം പൂർണമായും ചൂണ്ടൽക്കാരായ കറുത്ത വർഗക്കാർ കീഴടക്കിയി

രിക്കുന്നു. ഈ വേറിട്ടു നടപ്പ് ന്യൂയോർക്കിലോ അടുത്ത സ്റ്റേറ്റുകളിലോ കാണാൻ കഴിഞ്ഞിട്ടില്ല. കറുത്തവർക്ക് മീൻപിടുത്തം ഭക്ഷണത്തിനു വേണ്ടിയാണ്.

അമേരിക്കയിൽ വെള്ളക്കാർക്ക് മത്സ്യബന്ധനം വാശിയേറിയ ഒരു അവധിദിന വിനോദം. ബോട്ടുകളിൽ പുറംകടൽവരെ പോയി, ചൂണ്ടയിട്ട് വലിയ മീൻ പിടിക്കുക, അളന്നു തിട്ടപ്പെടുത്തി, തൂക്കിനോക്കി, ഡയറിയിൽ കുറിച്ചുവയ്ക്കുക, ജീവനുവേണ്ടി കടുംപിടിത്തം പിടിക്കുന്ന മീനിനെ, അതേ ജലധിയിലേക്ക് തിരിച്ചയയ്ക്കുക. പിന്നീട് സമ്മാനനിർണയം. തൂക്കത്തിലും വലിപ്പത്തിലും മുന്തിയ മീൻ പിടിച്ചവർക്ക് വിലപ്പെട്ട പ്രൈസ്മണി.

മരംവെട്ടും ഇവർക്ക് ഉത്സാഹമേറിയ ഒരു പാരമ്പര്യ സ്പോർട്സ് ഇനമാണ്.

ഒരേ വണ്ണത്തിൽ നിരയായി നിൽക്കുന്ന വൃക്ഷങ്ങൾ കണ്ടെത്തി, അഞ്ചുമീറ്റർ ഉയരത്തിൽ അറുത്തുമാറ്റി, കുറ്റികളാണ് മത്സരത്തിന് വിധേയമാക്കുന്നത്. കുറ്റികൾ കനത്ത മഴു ഉപയോഗിച്ച് ആദ്യം വെട്ടി വീഴ്ത്തുന്നവർക്ക്, ക്രമത്തിൽ ഒന്ന്, രണ്ട്, മൂന്ന് ഗ്രേഡിൽ സമ്മാനങ്ങൾ. ഒരു മീൻപിടിത്ത ചാനൽ ടി വിയിൽ കാണാം.

മീൻപിടിത്തവും നായാട്ടും മരംവെട്ടലും അമേരിക്കനെ അധിനിവേശ കാലത്തെ ഉത്സാഹങ്ങളെ ഓർമിപ്പിക്കുന്നുണ്ടാവും.

ഗ്വാവാ ബീച്ച് നിമിഷംകൊണ്ട് കാളിമ പുതച്ചു. ബോട്ടുകൾ കരയ്ക്കടിഞ്ഞു. മീൻ നിറച്ച ട്രേലറുകൾ കാറുകളിലോ വലിയ വാനുകളിലോ ഘടിപ്പിച്ച് വേട്ടക്കാരൻ സ്ഥലം വിട്ടു. ഒരു വെളുത്ത ദമ്പതികൾ, ആഫ്രിക്കൻ വംശജനായ ഒരു കുട്ടിയുടെ കൈ പിടിച്ച് അവനെ ആഫ്രിക്കൻ കുടുംബങ്ങളുടെ അടുത്തേക്കു നടത്തി, സ്വന്തം വർഗക്കാരുടെ ചലനങ്ങൾ കാണിച്ചു കൊടുത്തു. കറുത്ത നാലുവയസുകാരൻ വെള്ള ദമ്പതികളുടെ വളർത്തുപുത്രനാണെന്ന് ഒറ്റ നോട്ടത്തിൽ മനസിലാക്കാം. കൈയിൽ വിലകൂടിയ കളിപ്പാട്ടം, വൃത്തിയുള്ള നീന്തൽവസ്ത്രം. പതിനഞ്ചുവയസിൽ വീടുവിടാൻ വെമ്പൽകൊള്ളുന്ന വെളുത്ത മക്കളെക്കാൾ അഭികാമ്യർ കറുത്തവരെന്നു കണക്കുകൂട്ടിയിരിക്കാം. വിത്തിനെക്കാൾ നന്ന് ദത്തെന്ന് തീരുമാനിച്ച ദമ്പതികൾ.

മഴക്കാറുകൾ ഭീഷണമായി, ഒരണുബോംബ് സ്ഫോടനക്കാഴ്ചയെ അനുകരിച്ച്, തലയ്ക്കു മീതെ പടുകുറ്റൻ കുട നിവർത്തി. സമുദ്രം രൂക്ഷഭാവം കൈക്കൊള്ളുന്നത് ദൂരെക്കാണാം. അകലങ്ങളിൽ ദുർബലമായ ഇടിവെട്ടുന്നു. ജനം പലായനം ചെയ്യുന്നു.

തടി മണ്ഡപത്തിന്റെ ഉയരത്തിൽനിന്നാൽ മിന്നലേൽക്കാം. കാട്ടുപൊന്തകളിൽ പുഷ്പകുടീരങ്ങളിലേക്ക് എട്ടു ദിക്കിൽനിന്നും നാനാതരം കിളികൾ ചേക്കേറാൻ പറന്നെത്തി. ഇനി അവരുടെ ലോകം.

മണ്ഡപത്തിൽനിന്നിറങ്ങി. തടിയിൽ മനോഹരമായി പണിയപ്പെട്ട

അനേകം പടവുകൾ ഇറങ്ങി. ചാപാകൃതിയിൽ ഒരു ഇരുണ്ട വിജനതീരം. യാത്രികരെല്ലാം മടങ്ങി. മീൻപിടിത്തക്കാർ ചൂണ്ടക്കയർ ചുറ്റിയ പോളുകൾ ചുമലിൽ തോക്കുപോലെ ചേർത്തു വച്ച് വണ്ടികൾ പാർക്ക് ചെയ്തിടത്തേക്ക് നടന്നു. കറുത്ത വംശജരുടെ കാളിമയാർന്ന കണ്ണുകൾ, ഇരുണ്ട അത്‌ലാന്റിക് വാരാണസിക്കുമേൽ ഒരു വീശുവലപോലെ അവസാനമായൊന്നു കറങ്ങി.

വെളുത്ത കക്കകൾ കുമിഞ്ഞുകിടക്കുന്ന ഈ ഏകാന്തതീരത്ത് ഇനിയൊരിക്കലും വരില്ല. കാറ്റ് നിരസിച്ചു. എല്ലാവർക്കും വേണ്ടു.

15

ഒരു നനഞ്ഞ പ്രഭാതം

ഇന്നലെ മഴ പെയ്തിരുന്നു. വേനൽപ്പുലരിയുടെ നനവും തണുപ്പും ഹൃദയഹാരിയായി. പെയ്തുതോർന്ന മേഘങ്ങൾ വെളുത്ത ആട്ടിൻപറ്റം പോലെ ഒരേ ദിശയിലേക്ക്, കിഴക്കോട്ട്, മേഞ്ഞുമറയാൻ വെമ്പുന്നു. വൃക്ഷനിരകൾക്കും ചെടിക്കൂട്ടങ്ങൾക്കും നല്ലൊരു കുളി. മഴകാരണം ഇന്നലെ രാത്രി കിളികൾ കൂടണഞ്ഞത് വളരെ വൈകിയാണ്. അവ, ഞാവൽപ്പടർപ്പിലിരുന്നു ചോർന്നൊലിക്കുന്ന കൂടുകളെക്കുറിച്ചും നനഞ്ഞൊട്ടിയ കുഞ്ഞുങ്ങളെപ്പറ്റിയും ആവലാതി പറഞ്ഞുകൊണ്ടിരുന്നു.

തീർത്തും വ്യത്യസ്തമായൊരു പ്രഭാതത്തിലേക്കാണുണർന്നത്. കിഴക്കു നിന്നു വീശിയ കാറ്റ് ദിശമാറ്റി ഇപ്പോൾ പടിഞ്ഞാറുനിന്ന് കിഴക്കോട്ട്. കോണിയുടെ ലാന്റിങ്ങിൽ പടിഞ്ഞാറുനിന്ന് കടന്നെത്തിയ കാറ്റ് എന്നെക്കാൾ ധൃതിയിൽ കിഴക്കോട്ട് ഓടിപ്പോയി കോണിയിറങ്ങി. മുറ്റം നിറയെ ഞാറപ്പഴങ്ങൾ. അടർന്നു വീണ ഇലകൾ, പൈൻ മരച്ചില്ലകൾ. വൃത്തിയാക്കാൻ ട്രോളിയും ഒരു വണ്ടിയും ഇരച്ചെത്തി. തടിയൻ വണ്ടിക്കാരനെ സഹായിക്കൻ മെലിഞ്ഞുണങ്ങി, ഇരുണ്ട നിറമുള്ള ഒരു ബാലനുമുണ്ട്. യന്ത്രംകൊണ്ട് നീങ്ങാൻ കൂട്ടാക്കാതെ പിടഞ്ഞുകിടന്ന് ശാഠ്യം പിടിക്കുന്ന ചവറ്റിലക്കൂട്ടത്തെ, പയ്യൻ ഇരുകൈകളാലും വാരിയെടുത്തു, ചാക്കുകളിൽ നിറച്ചു കെട്ടി, വണ്ടിക്കാരനെ കാത്തുനിന്നു. കൈയുറ ധരിക്കാതെ കരിയില കോരുന്ന ബാലൻ ഒരസാധാരണ കാഴ്ചയാണ്.

അവന് വിശക്കുന്നുണ്ടെന്ന് എനിക്കു തോന്നി. ഞാൻ സൗമ്യമായി മന്ദഹസിച്ചു. അവൻ നിസ്സംഗനായി നിന്നു. ഞാൻ ഗുഡ്മോണിങ് പറഞ്ഞു. അവൻ എന്നെ വിശദമായി നോക്കി. കൺപീലികൾ പിടഞ്ഞു, ഒരു നേറ്റീവ് ഇന്ത്യൻ ബാലൻ. നഗ്നകരങ്ങൾകൊണ്ട് ജോലി ചെയ്യുന്ന മനുഷ്യനെ, ഇവിടെവച്ച് ആദ്യം കാണുകയാണ്. നീണ്ട തോട്ടിയും

കൊടിലും ഉപയോഗിച്ചാണ് സായിപ്പ് സ്വീപ്പർ തെരുവോരത്തെ പായ്ക്കറ്റുകൾ ഇറുക്കിയെടുത്ത് വണ്ടിയിലെ പെട്ടിയിൽ നിക്ഷേപിക്കുക. ഒരു പേപ്പർ കാർട്ടണായാലും ഒരു മദ്യക്കുപ്പിയായാലും ഒരു മരച്ചില്ലയായാലും കരംകൊണ്ടു സ്പർശിക്കാതെ നീക്കം ചെയ്യും. ശുചിത്വവേലകൾക്ക് എന്തെല്ലാം തരത്തിൽ രൂപകൽപ്പനചെയ്ത ഉപകരണങ്ങൾ! കാഴ്ചയ്ക്കെന്തു ഭംഗി! അഴുക്ക് നിർമാർജനത്തിന് പലതരം വണ്ടികൾ. വണ്ടിയിൽ വേസ്റ്റ് നിറഞ്ഞ് അടച്ചുപൂട്ടിയാൽ, മീതെയൊരു കോച്ച് നീണ്ടുനീർന്നു കിടക്കും. ക്ലീനർ സായിപ്പ് കയറി അതിൽ ചാരിക്കിടന്ന് പാതി ആകാശത്തിലും പാതി തറയിലുമായി മിഴിയോടിച്ച് വാഹനം നിയന്ത്രിക്കും. ഒരുതരം കിടപ്പുശൈലിയിൽ കഴിയുന്നത്ര ഉപകരണങ്ങളെക്കൊണ്ടു പ്രവർത്തിപ്പിക്കുക; ദേഹാധ്വാനം അത്യന്തം കുറയ്ക്കുക. ഇതാണ് രീതി.

ഒരിക്കൽ രാവിലെ നടന്നു നടന്ന്, ഒരു റിഹാബിലിറ്റേഷൻ കേന്ദ്രത്തിന്റെ മുമ്പിലെത്തി. വൃദ്ധരുടെ സദനം. സ്ത്രീകളും പുരുഷന്മാരുമുണ്ട്. പട്ടുവിരികളിട്ട ജനലുകൾ, പുഷ്പഭാജനങ്ങൾവച്ച മേശകൾ, സെറ്റികൾ, കോച്ചുകൾ, ചീട്ടുകളി മേശ, എല്ലാം പുറത്തൂടെ നടക്കുന്ന എനിക്ക് കാണാം. ജനൽവിരികൾ, പ്രഭാതവായുവിനുവേണ്ടി തുറന്നു കിടക്കുന്നു. കട്ടിലുകളുടെ തിരശ്ശീല ഞൊറിഞ്ഞുമാറുന്നതിനിടയ്ക്ക് പ്രൗഢമായൊരു വൃദ്ധ ജനലിലൂടെ ലോകം കാണുന്നു.

വൃദ്ധസദനത്തോട് ചേർന്ന് ഒരു ഹോസ്പിറ്റൽ, നിർമാണത്തിന്റെ ആദ്യ ദിശയിലാണ്.

പതിനഞ്ചോ പതിനാറോ വയസുള്ള ഒരു സുന്ദരി, ഭീമൻ വുഡ്കട്ടർ പ്രവർത്തിപ്പിച്ച്, തനിച്ച്, വൻ വൃക്ഷങ്ങൾ അറുത്ത് മാറ്റുന്നതിൽ വ്യാപൃതയായിരിക്കുന്നു. വാഴക്കണപോലെ അറ്റുവീഴുന്ന കൂറ്റൻ പൈൻ, എല്മ് വൃക്ഷങ്ങൾ. വൃദ്ധയുടെ കൗതുകം അവസാനിക്കുന്നില്ല. വിദൂരതയിൽ മറഞ്ഞുപോയ ബാല്യത്തിന്റെ സ്മരണയിൽ മുഴുകി അവർ വരാന്തയിലേക്കിറങ്ങി.

നാലാമത്തെ പ്രഭാതത്തിൽ വീണ്ടും അതേ വഴി. വൃദ്ധസദനത്തിന്റെ മുന്നിൽ പ്രകാശപൂരിതമായ ഒരു തുറസ്സ്. കാട് അപ്രത്യക്ഷമായി. പർദ നീക്കിയ ഒരു മനോഹര തടാകം സൂര്യനെ നോക്കി ചിരിക്കുന്നു. തടാകത്തിനു ചുറ്റും മൂന്നു വർഷത്തിലേറെ പ്രായമുള്ള, അഞ്ചുമീറ്റർ ഉയരമുള്ള പനകൾ. നാലു ദിശകളിലേക്കും താങ്ങുകാലുകൾ ഊന്നിനിൽക്കുന്ന പുതിയ പാർപ്പുകാർ. ഒരാഴ്ചകൊണ്ട് ഒരു വനതുണ്ടത്തിന്റെ സ്ഥാനത്ത് ഒരു തടാകവും ചുറ്റും ഒരു പുതിയ പാർക്കിന്റെ വെളിപാടും. നഴ്സറികളിൽ മുളപ്പിച്ച് വളർത്തപ്പെട്ട പനകളുടെ ആലസ്യം അടുത്ത ആഴ്ചയും കഴിഞ്ഞപ്പോൾ തീരെ വിട്ടുമാറി. പിന്നീട് രണ്ടാഴ്ചകൂടി കഴിഞ്ഞപ്പോൾ റിഹാബിലിറ്റേഷൻ സെന്ററിന്റെ മുൻവശത്തെ റോഡിനെ ഹൈവേയുമായി ബന്ധിപ്പിക്കുന്ന പുതിയ റോഡിന്റെ പണിയായി. തടാകക്കരയിൽ കുഞ്ഞുചെടികൾ പൂക്കളോടെ ഒരുനാൾ പ്രത്യക്ഷപ്പെട്ടു.

പല വർണങ്ങളിൽ ബാൾസം ചെടികൾ. എത്ര പ്രാകൃതാവസ്ഥയിലാണ് നമ്മുടെ പൂന്തോപ്പ് നിർമാണം എന്നു ഞാൻ ചിന്തിക്കുന്നു. അകലങ്ങളിൽ ശാസ്ത്രീയമായി വളർത്തപ്പെടുന്ന പൂച്ചെടികളുടെ നഴ്സറി ഞാൻ ഭാവനയിൽ കണ്ടു. സ്വാഭാവികമായി മുളച്ചുയർന്ന് അവിടെത്തന്നെ പ്രായപൂർത്തിനേടി, പ്രജനനക്രിയ നിർവഹിക്കുന്ന ഒരൊറ്റ വൃക്ഷമോ ചെടിയോ ഇവിടെയില്ലെന്ന് അനുമാനിക്കുന്നു. എല്ലാം മനുഷ്യൻ പറിച്ചു നട്ടത്. എല്ലാം യന്ത്രകൃതം. ദിവസങ്ങൾക്കകം ഒരു വിസ്തൃത പുൽത്തകിടി, നടുവിൽ ഒന്നോ രണ്ടോ അതിലധികമോ തടാകങ്ങൾ; പൂത്തടങ്ങൾ, വൃക്ഷനിരകൾ, പനങ്കൂട്ടങ്ങൾ എല്ലാം ഏതാനും ആഴ്ചകൾക്കകം ഒരു മായാവിദ്യയാലെന്നോണം നിങ്ങളുടെ മുമ്പിൽ പ്രത്യക്ഷപ്പെടുന്നു. ഭൂമിയുടെ മേലുള്ള വസ്ത്രങ്ങൾ ഉരിഞ്ഞുകളയാനും വീണ്ടും മറ്റൊരിനം ഉടുപ്പിക്കാനും എന്തെന്തു സന്നാഹങ്ങൾ.

തുടക്കത്തിലിവർ മനുഷ്യരെ അടിമയാക്കി. മനുഷ്യൻ മോചനം നേടിയപ്പോൾ, ഭൂമിയെ അടിമയാക്കുന്നു. ഇതിന്റെ ഫലം കാണാനിരിക്കുന്നേയുള്ളൂ. കൊളറാഡൊ ഭൂഗർത്തങ്ങൾക്കു സമീപം പെട്രോളിയം ഖനനം ചെയ്യാൻ അനുമതി നൽകുന്ന ഒരു ബിൽ തിരഞ്ഞെടുപ്പിന് തൊട്ടുമുമ്പത്തെ ആഴ്ചയാണ് പ്രസിഡന്റ് ബുഷ് കോൺഗ്രസിനെക്കൊണ്ട് പാസാക്കിയെടുത്തത്. വരുംതലമുറയെ 'ഗ്രാന്റ് കാന്യൻ' ഗർത്തദേശങ്ങൾ എങ്ങനെ, ഏതു രൂപത്തിൽ സ്വീകരിക്കും എന്നു ഞാൻ പരിഭ്രമിക്കുന്നു.

തിങ്കളാഴ്ച. ബ്രേവിക്ക് വില്ലേജിനെ വലം വയ്ക്കുന്ന റോഡ് നടന്നു തീർത്ത് സെന്റ് ജോൺസ് പ്ലാന്റേഷനിലെത്തി. അൻപത് കൊല്ലം പഴക്കമുള്ള ഒരു ഗ്രാമം. ഇരുനില ഭവനങ്ങളുടെ നീണ്ട നിരകൾ, അനവധി. ഇടയിലൊരു തോട്. തോട്ടുകരയിലെ ഭവനനിരയ്ക്കും കാടിനും ഇടയ്ക്ക് പേരിനൊരു കമ്പിവേലി. മുതലകൾക്ക് കാട്ടുചതുപ്പിൽനിന്ന് എളുപ്പം മനുഷ്യവാസ കേന്ദ്രത്തിലേക്ക് കയറിപ്പറ്റാം. മുതലകൾ ഇന്നില്ലായിരിക്കും. ചതുപ്പ് ഷഡ്പദങ്ങൾകൊണ്ട് മുഖരിതമായിരിക്കുന്നു. ഇളം മഞ്ഞച്ചായം തേച്ച 'പ്ലാന്റേഷനു' ചേർന്ന അതിപുരാതനമായ ചെറുഗ്രാമം. 'ഓൾഡ് ഗ്ലെൻ ആബി'. പുരാതനവൃക്ഷങ്ങൾ, ഒറ്റപ്പെട്ട ചെറുഭവനങ്ങളെ പൊതിഞ്ഞ്, ആകാശംമുട്ടി കാവൽ നിൽക്കുന്നു. വൃക്ഷങ്ങളിലെല്ലാം കാട്ടുവള്ളികൾ. വള്ളികൾക്ക് പൂക്കുന്ന പ്രായം കഴിഞ്ഞു. വാർധക്യം ബാധിച്ച വൃക്ഷങ്ങളും വള്ളിക്കുടിലുകളും ഭവനങ്ങളും അതിൽ പാർക്കുന്ന മനുഷ്യരും വളർത്തുപട്ടികളും. യോജിക്കുന്ന ഗ്രാമനാമം, 'ഓൾഡ് ഗ്ലെൻ ആബി'. പതിഞ്ചോളം ഭവനങ്ങൾ. അമേരിക്കൻ തനിമയോടെ. ഒറ്റനില. പല വീടുകൾക്കും മുമ്പിൽ ചെറുബോർഡുകൾ, 'വിൽപ്പനയ്ക്ക്'. മനുഷ്യർ വൃദ്ധസദനങ്ങളിലേക്കും, പട്ടികൾ, ചതുപ്പുകളിലെ മുതല വളർത്തു കേന്ദ്രങ്ങളിലേക്കും പോകുമായിരിക്കും. പട്ടികളെ പ്രഭാതകൃത്യങ്ങൾക്ക്, കാടുകളിലെ, dog's trail ലേക്കു കഷ്ടപ്പെട്ടു വലിച്ചിഴച്ച് കൊണ്ടുപോകുന്ന വൃദ്ധദമ്പതികൾ ചിരിച്ചു. കൈവീശി. 'ഗുഡ് മോണിങ്' മൊഴിയുമ്പോൾ അവരുടെ താടി വിറച്ചു.

വെളുത്ത് സുന്ദരിയായ മദാമ്മ ചോദിച്ചു:

"യു ആർ ഫ്രം?"

"ഇന്ത്യ!"

"ഗാന്ധിജിയുടെ രാജ്യത്തു നിന്ന്?"

"അതെ."

അവരുടെ മുഖം ഒരു പൂവുപോലെ വിടർന്നുല്ലസിച്ചു. ഉല്ലാസത്തിന്റെ ഭാരം താങ്ങാനാവാതെ എളുപ്പം വാടി. അവർ ഒരു പഴയ ബ്രിട്ടീഷുകാരിയാണ്. പിന്നീട് ഇവിടേക്ക് കുടിയേറി. നീപ്പാൾ അതിർത്തിയിലായിരുന്നു താമസം.

ഇനി എത്ര നാൾ അവർ ഇവിടെയുണ്ടാവും?

നായ് അവരെ വലിച്ചിഴച്ച് കാട്ടുപാതയിലേക്ക് കൊണ്ടുപോയി. കഴുത്തിലെ നായ്ച്ചങ്ങല അവർക്ക് വീഴാതെ പിടിച്ച് നടക്കാനുള്ള ഒരുപകരണം കൂടിയാണ്. ഒറ്റ ഭവനത്തിലും സന്താനങ്ങളില്ലെന്നു തോന്നുന്നു. വൃദ്ധദമ്പതികളുടെ വരണ്ടുപോയ സ്വപ്നങ്ങൾപോലെ, പുൽത്തകിടിയിലെമ്പാടും ചവറ്റില കൊഴിഞ്ഞുകൂടി. പുൽത്തകിടി കത്രിച്ചിട്ടില്ല. ഉണങ്ങിയ വള്ളികളും കമ്പുകളും നീക്കം ചെയ്തിട്ടില്ല. പൈൻ കോൺ വീണ പുൽത്തകിടി, കളിപ്പാട്ടം എറിഞ്ഞുകളഞ്ഞു വീടുവിട്ടു പറന്നകന്ന മക്കളെ ഓർമിപ്പിക്കുന്നു.

ഇനി ഈ വഴിക്ക് നടക്കരുത്. മനസിനെ ദുഃഖാകുലമാക്കുന്നതെന്തിന്? ഇവരാരും എനിക്ക് പരിചിതരല്ലല്ലോ!

മൂന്നു ദിവസം കഴിഞ്ഞ് വീണ്ടും അതേ വഴിക്ക്. കാറ്റിന്റെ തണുപ്പ് കുറഞ്ഞു. ചെടിത്തുമ്പിൽ മഞ്ഞുകണങ്ങളില്ല.

'ഓൾഡ് ഗ്ലെൻ ആബി'യുടെ പ്രവേശനദ്വാരം ചേർന്ന് ഒരാംബുലൻസ് കണ്ട് ഞാൻ ഞെട്ടി. പുറമെ നിന്നുവന്ന ചില വണ്ടികൾ പുറത്തെ റോഡിൽ പാർക്ക് ചെയ്ത് കിടപ്പുണ്ട്. ആർക്കോ എന്തോ സംഭവിച്ചിരിക്കുന്നു. പിറ്റേന്നും ഞാൻ അതേ വഴി തേടി. ജിജ്ഞാസ. അഴലാണ്ട മനസ്സ്. ആംബുലൻസ് ഇല്ല. തലേന്നാൾ കണ്ട അതേ വണ്ടികൾ. ഒരു വലിയ വാൻ. "അണ്ടർ ടേക്കേഴ്സ്" എന്ന കുറിപ്പ്. ഒരാൾ ഈ പുരാതന ഗ്രാമത്തോട് വിടവാങ്ങി, അവസാനത്തെ യാത്ര പുറപ്പെടുന്നു. വണ്ടികളിൽ എത്തിച്ചേർന്നത് മക്കളാവാം, പഴയ ബന്ധുക്കളാവാം, യൗവനകാലത്തെ ഓർമകൾ.

'ഓൾഡ് ഗ്ലെൻ ആബി', വിൽപ്പനക്കുറിപ്പുകൾ ചാർത്തി മരണം കാത്തുകിടക്കുന്നു. പിന്നീട് ഒരു നാളും ഞാൻ അതിന്റെ മുന്നിലൂടെ നടക്കാൻ പോയില്ല. ഇന്ത്യയെ ഓർക്കുന്ന ആ സ്ത്രീയെ ഞാൻ മറക്കുന്നില്ല.

16

പ്രകൃതി ഒരു നിത്യശത്രുവോ?

കുടിയേറ്റ സംസ്കാരത്തിന്റെ അടിത്തറ എന്നും പ്രകൃതിയെ അടിച്ചമർത്തിക്കൊണ്ടുള്ള ജീവിതമാണ്. പ്രകൃതിയെ സൗന്ദര്യവൽക്കരണത്തിന് എത്രകണ്ട് ഫലപ്രദമായി ഉപയോഗിക്കാം എന്ന പരീക്ഷണത്തിലാണ് ഇന്നത്തെ അമേരിക്ക.

ഞങ്ങളുടെ ഗ്രാമത്തിന് ചുറ്റും കനത്ത പുൽത്തകിടിയാണ്. ഫ്ളോറിഡ, പൗരാണിക കാലത്ത് ഒരു വലിയ ചതുപ്പ് നിലമായിരുന്നുവെന്ന് ഊഹിക്കാം. വിശാല ചതുപ്പുകളിൽ കുറേഭാഗം മണ്ണിട്ടുയർത്തി പാർപ്പിടങ്ങൾ നിർമിക്കുക, ജനപദത്തിന്റെ എല്ലാ ഉപഭോഗവസ്തുക്കളും സജ്ജമാക്കി വിതരണം ചെയ്യാനുള്ള മാർക്കറ്റുകൾ സ്ഥാപിക്കുക, രാഷ്ട്രത്തിന്റെ ഏതു ദിശയിലേക്കും സഞ്ചരിക്കാനുള്ള ഒന്നാന്തരം ഹൈവേകൾ സ്ഥാപിക്കുക, ശേഷിച്ച സ്ഥലങ്ങളിലെ ഭൂമിയെ മുഴുവനും പുൽത്തകിടികൊണ്ട് പുതപ്പിച്ച്, എല്ലാ ഇടസ്ഥലങ്ങളിലും വനവൽക്കരണം നടത്തുക – ഇതാണ് ഭൂമിയെപ്രതി സർക്കാരുകൾ നിർദേശിക്കുന്ന ഏജൻസികൾ ചെയ്തുകൊണ്ടിരിക്കുന്നത്. പ്രകൃതിയുടെ ഒരു കാഴ്ചബംഗ്ലാവിനു മുമ്പിൽ കഴിഞ്ഞുകൂടുന്ന അനുഭവമാണ് മനുഷ്യന്. നമുക്ക് ഇഷ്ടം പോലെ പ്രഭാതസവാരിക്കോ സായാഹ്നനടത്തത്തിനോ പോകാം; ഒരു പൊടിപോലും ഏൽക്കാതെ, ചെളി ചവിട്ടാതെ, തികച്ചും ആരോഗ്യകരമായ ചുറ്റുപാടിൽ.

എവിടെ നോക്കിയാലും തടാകങ്ങൾ. പക്ഷേ ജീവജാലങ്ങളുടെ കുറവ് എന്നെ അത്ഭുതപ്പെടുത്തി. മാസങ്ങൾക്കു ശേഷമാണ് ഒരു മഞ്ഞപ്പൂമ്പാറ്റ കാടിന്റെ ഓരത്ത് പറന്നു കളിക്കുന്നത് ഞാൻ കാണുന്നത്. ശൈത്യകാലം പിന്നിട്ട്, ഒരു സീസൺ കഴിയാറാവുന്നു. ഒരുദിവസം രാവിലെ ഒരു പച്ചത്തുള്ളൻ ബദ്ധപ്പെട്ട് ഓക്ക് മരച്ചില്ലകളിൽ മറയുന്നത്

കണ്ടു. മറ്റൊരു സന്ധ്യക്ക് വഴിതെറ്റി എത്തിയ രണ്ടുകൊക്കുകൾ പൈൻമരത്തിന്റെ ശിഖരത്തിലിരുന്ന് ദീനമായി വിലപിക്കുന്നു. കൊളറാഡൊ ഗർത്തത്തിനുമേൽ ഒരു കാലിഫോർണിയൻ പരുന്ത് അക്കരെയക്കരെ ചേക്കേറാൻ വിഷമിക്കുന്നതും കണാനിടയായി. എവിടെപ്പോയി ജീവജാലങ്ങളെല്ലാം?

ഉഷ്ണമേഖലാ പ്രദേശമായ നമ്മുടെ നാട്ടിലെ ജൈവസമൃദ്ധി ഇവിടെ പ്രതീക്ഷിച്ചുകൂടല്ലൊ! എന്നാലുമില്ലേ, കുറേ മനുഷ്യരിവിടെ? റാഞ്ചുകളിൽ പശുക്കൂട്ടങ്ങളും കുതിരകളും ഉണ്ട്. കെന്റക്കിയിലെ കോഴികൾ ലോകപ്രസിദ്ധമാണ്. അമേരിന്ത്യർക്കു പ്രിയപ്പെട്ട ടർക്കിക്കോഴികളും അമേരിക്കന്റെ ഏറ്റവും അടിസ്ഥാന ആഹാരമായ പന്നികളും ഏതെല്ലാമോ റാഞ്ചുകളിൽ വളരുന്നുണ്ട്. കാണാനരുതാത്തത്, മനുഷ്യന് നേരിട്ട് പ്രയോജനപ്പെടാത്തത് എന്ന് ഒരു സാധാരണക്കാരൻ കണക്കാക്കുന്നത് ചെറുകിടഷഡ്പദങ്ങളെയാണ്. ഒരു കൊതുകിന്റെ മൂളൾ കേൾക്കാത്തതിനാൽ ഒരിക്കലും രാത്രിയായിട്ടില്ലെന്ന തോന്നൽ.

അമേരിക്കയുടെ ചരിത്രം, നരവേട്ടയുടെയും ജന്തുവേട്ടയുടെയും രക്തരൂഷിത്മായ ചരിത്രമാകുന്നു. ഈ ഭൂമി, മനുഷ്യനു മാത്രം അവകാശപ്പെട്ടതാണെന്ന ആദിമ ക്രൈസ്തവ സങ്കൽപ്പത്തിന്റെ ഒരു കറുത്ത നിഴൽ ജീവിതത്തിന്റെ ഉൾവിളികളിലെല്ലാം പ്രകടമാണ്.

ഭക്ഷണത്തിനു മാത്രം, പ്രായപൂർത്തിയായ മുതലകളെ വേട്ടയാടി സദ്യകൾ നടത്തിയിരുന്ന റെഡ് ഇന്ത്യൻസ് എന്നു പറയപ്പെടുന്ന തായ്നൊ-ഇന്ത്യൻ വർഗം. ഭക്ഷണത്തിനു മാത്രമായി അവർ, ആണും പെണ്ണും, കടലിനോടടരാടി കൂറ്റൻ മത്സ്യങ്ങളെ വേട്ടായാടിയിരുന്നു. പ്രധാന ആഹാരം, പെറുക്കിത്തിന്നലിൽനിന്നു കൃഷിയിലേക്കു മാറിയപ്പോൾ, പ്രകൃതിയെയും അതിലെ എണ്ണമറ്റ ജന്തുക്കളെയും വെല്ലുവിളിക്കാതെ, ചിരന്തനസൗഹൃദത്തിന്റെ പാരസ്പര്യത്തിൽ അവർ ജീവിച്ചുപോന്നു.

അധിനിവേശ സമൂഹങ്ങൾ, ഒരു ഭൂഖണ്ഡത്തെ മുഴുവനും വേട്ടയാടിയും കാട് ചുട്ടും നശിപ്പിച്ചു; കുടിയേറ്റ സംസ്കാരത്തിന്റെ പാരമ്യത്തിൽ അവർ ലോകത്തെ മുഴുവനും തീറ്റാനുള്ള ഭക്ഷ്യവിളകളുടെയും പാലിന്റെയും മാംസത്തിന്റെയും ഉടമകളായി. യുദ്ധോൽപ്പന്നങ്ങളാണ്, മരുന്നാണ്, വാഹനസഞ്ചാരസാമഗ്രികളാണ് കൂടുതൽ ലാഭകരമെന്നു വന്നപ്പോൾ, ടൂറിസ്റ്റ് വ്യവസായം ഒരു സുവർണ വാഗ്ദാനമെന്നു കണ്ടപ്പോൾ അവർ വീണ്ടും പ്രകൃതിയെ സ്നേഹിക്കാൻ തുടങ്ങിയിരിക്കുന്നു. ചൂഷണം ചെയ്യപ്പെടാതെ അവശേഷിച്ചിരുന്ന മരുപ്രദേശങ്ങളെയും കന്നുകാലികളേയും കണ്ടെത്തി സംരക്ഷണപ്രക്രിയയിലേർപ്പെടുന്നു.

പഴയ പാപങ്ങൾക്കു ഫലം കിട്ടും എന്ന ഭയവിചാരംകൂടി, അവരുടെ പ്രകൃതി സംരക്ഷണപ്രക്രിയകളെ പിന്താങ്ങുന്നുണ്ട്.

ഭൂകമ്പങ്ങളെ, കൊടുങ്കാറ്റിനെ, കാട്ടുതീയെ, തിരമാലകളെ എല്ലാം നേരിടുന്നതിൽ അമേരിക്ക ബദ്ധശ്രദ്ധമാണ്. ഒരുവർഷത്തിൽ ശരാശരി

ഇരുപത്താറ് കൊടുങ്കാറ്റുകൾ ഫ്ളോറിഡ തീരത്തെ ആക്രമിക്കാം. അവർ കൊടുങ്കാറ്റുകൾക്ക് ചാർലി, ഡോറ, ജീൻ, ക്രിസ്റ്റോ എന്നിങ്ങനെ നാമകരണം ചെയ്തിട്ടുണ്ട്. ഇന്ന് ചാർലി എത്തിച്ചേരും എന്നാണ് പ്രവചനം. ചാനലിൽ തുടരെത്തുടരെ മുന്നറിയിപ്പുകൾ. ഇന്ന മണിക്കൂറിൽ, ഇത്ര മിനിറ്റിൽ, ഈ സെക്കന്റിൽ അവർ ഇവിടെയെത്തും.

ഞങ്ങൾ പരിഭ്രമിച്ചുപോയി. കാലവർഷക്കെടുതികളെ എല്ലാ വർഷങ്ങളിലും നേരിടുന്ന നമ്മൾക്ക്, ഇവരുടെ മുന്നറിയിപ്പിൽ അതിഭയവും ബാലിശതയും കടന്നുകൂടിയിട്ടില്ലേ എന്നു സംശയമായി.

കൊടുങ്കാറ്റിന്റെ വിരുന്ന് പ്രമാണിച്ച് സൂപ്പർമാർക്കറ്റുകളിൽ ഫാസ്റ്റ് ഫുഡ് വന്നു കുന്നുകൂടി. എല്ലാ കാറുകളിലും ഭക്ഷണം സംഭരിക്കാൻ സൂപ്പർമാർക്കറ്റിലേക്ക്.

മകൻ പറഞ്ഞു, കാറ്റ് കൃത്യസമയത്തുതന്നെ വരും; മഴയും. ഒരു ദിവസത്തേക്കു വേണ്ട ആഹാരം കരുതിവയ്ക്കുന്നത് നന്ന്; കുടിവെള്ളവും. മുന്നറിയിപ്പിനെ കുറെയെല്ലാം മാനിക്കണമല്ലോ! പാചകം പൂർണമായും ഇലക്ട്രിക് അടുപ്പിലാണ്. ഈ ഗ്രാമത്തിൽ ഗ്യാസ് വിതരണം ഇല്ല. ഇടവിട്ട ഗ്രാമങ്ങളിൽ ഇന്ധനങ്ങൾ വേറെയാണ്.

ഒരു ചെറുഗ്യാസ് സിലിണ്ടർ മേടിക്കണോ? ഒരനുഭവം തന്നല്ലോ. പഴം കഴിക്കാം. ഉണ്ടില്ലെങ്കിൽ മരിക്കുകയൊന്നുമില്ല. പത്തുഗാലൻ വെള്ളം കുടിവെള്ളം സംഭരിച്ചുവച്ചു. പൈപ്പ് ലൈനുകൾ കൊടുങ്കാറ്റിലും വെള്ളപ്പൊക്കത്തിലും താറുമാറാകാം.

മുറ്റത്തെ കാറുകളുടെ എണ്ണം കുറയുന്നു. പലരും ഉയർന്ന ഇടങ്ങളിൽ അഭയം തേടിപ്പോയി. കാറുകളെ വൃക്ഷച്ചോടുകളിൽനിന്നും തുറസുകളിലേക്ക് മാറ്റിയിട്ടു.

കൊടുങ്കാറ്റ് അനർഥം വിതച്ചാൽ മകൻ പട്ടിണിയാവരുതല്ലോ; അച്ഛനും. ഞാൻ ഒരടുക്ക് ചപ്പാത്തി ഉണ്ടാക്കിവച്ചു. കാലാവസ്ഥാപ്രവചനം അനുസരിച്ച് മിനിറ്റിന് കൃത്യസമയത്ത് രാത്രി മഴ പെയ്യാൻ തുടങ്ങി. ഇവിടെ സാധാരണ മഴയുടെ ആയുസ്സ് അഞ്ചു മിനിറ്റാണ്. വെള്ളം മുഴുവനും സ്കൂൾവിട്ട കുട്ടികളെപ്പോലെ മുറ്റത്ത് പരന്നൊഴുകി, അടുത്ത നിമിഷം ഡ്രെയ്നേജിലൂടെ പോയ്മറയും. കുറേനേരംകൂടി തെളിഞ്ഞ മുറ്റത്ത് തങ്ങിനിൽക്കണമെന്ന് ഓരോ മഴത്തുള്ളിയും മോഹിക്കും. പക്ഷേ, അടുത്ത നിമിഷം അവർ വെള്ളച്ചാലുകളിലൂടെ, ഭൂമിയുടെ ഹൃദയത്തിലേക്ക് മറയും.

ഇന്ന് അഞ്ചുമിനിറ്റല്ല, മണിക്കൂറുകളോളം മഴപെയ്തു. സൂര്യൻ വെളിക്കു മുഖം കാണിച്ചതേയില്ല. ഒരേ ദിശയിൽനിന്നു കാറ്റു വീശി. അർധരാത്രി ഒരു വീട്ടിൽ ബഹളം കേട്ടു. നടുമുറ്റത്തൊരു കൂട്ടസ്വരമേള. വീടുവിട്ടു പോകുന്നവരുടേതാവും. പുറത്തേക്ക് മഴകാരണം വീണ്ടും കാണാൻ വയ്യ. ഒരു കൂറ്റൻ ഓക്കുമരം ഒരു ഫ്ളാറ്റ് സമുച്ചയത്തിന്റെ പുറകുവശത്തു വീണുകിടക്കുന്നു. റോഡിന്റെ മറുവശത്തെ ബിസിനസ് മേഖലയിൽ ഒരുദിവസം മുഴുവനും പവർ പണിമുടക്കി. തെരുവ് വിള

ക്കുകളും ട്രാഫിക് സിഗ്നലും പ്രവർത്തിച്ചില്ല. വാഹനങ്ങൾ കുറവായേ പുറത്തിറങ്ങിയുള്ളു. ആറുമാസത്തിനിടയ്ക്ക് അന്നാദ്യമായി 'പവർ' നിലച്ചതുകാരണം ആരും ജോലിക്കുപോയില്ല. 'പവർ' ആകുന്നു ഇവിടെ സർവാധികാരി. അതില്ലാതായാൽ ജീവിതം നിശ്ചലമാകുന്നു. കെട്ടിടങ്ങൾ മരിക്കുന്നു. ജാലകങ്ങൾ പാതി കൺപോളകൾ വിടർത്തുന്നു.

ടി വിയിൽ, മഹാമാരിയെക്കുറിച്ചും കടൽക്ഷോഭത്തെക്കുറിച്ചും സന്നദ്ധസംഘടനകൾ ഉയർത്തിയ ക്ലാസുകളെക്കുറിച്ചുമുള്ള വാർത്തകൾ, ഇടമുറിയാതെ. കരീബിയൻ കടലിലെ ഒരു ദ്വീപ് അപ്രത്യക്ഷമായിരിക്കുന്നു. കൊടുങ്കാറ്റിന്റെ ഭീകരതയ്ക്ക് നടുവിൽനിന്നു ആവേശത്തോടെ ദൃക്സാക്ഷി റിപ്പോർട്ടർ ചാനലിൽ പ്രക്ഷേപണം നടത്തുന്നു. അമേരിക്കക്കാരുടെ മനോധൈര്യം നമ്മുടേതിനെക്കാൾ എത്ര പുറകിലെന്ന് ഞാനാലോചിച്ചു. കറന്റ് സപ്ലൈ ഇല്ലാതിരുന്നത് ആകെ ഒരു മണിക്കൂർ നേരമാണ് ഈ വർഷത്തിൽ. അപ്പോഴേക്കും നിസ്സഹായരായിപ്പോവുന്ന മനുഷ്യസമൂഹം. ഇവിടെ ഭൂമുഖത്ത് മൃഗങ്ങളും പക്ഷികളും പ്രാണികളും വളരെയധികം ഇല്ലാതിരുന്നത് നന്നായെന്ന് അപ്പോൾ എനിക്കു തോന്നി. കരഞ്ഞുനിലവിളിക്കുന്ന ഒരു കിളിയൊച്ചയും കേട്ടില്ല. ഒരു പശുവും കരയുന്നില്ല. മഴ തോർന്നു. കാറ്റ് നിന്നു. ആകാശം ഇരുണ്ട് തന്നെ ഇരുന്നു. ചാർലി എന്ന കൊടുങ്കാറ്റ് മദം ശമിച്ചു എവിടെയോ മയങ്ങിക്കിടന്നു. പുനരധിവാസക്യാമ്പുകളിൽ അഭയാർഥികൾക്ക് കട്ടിലുകൾ, മെത്തകൾ, കമ്പിളികൾ, സുഭിക്ഷഭക്ഷണം, ടി വി ചാനലുകൾ റിപ്പോർട്ടുകൾ ചൊരിഞ്ഞുകൊണ്ടിരുന്നു. ഒരു മഹായന്ത്രം ആകെ നിലച്ചുപോയ ദിവസം. എല്ലാവരും പണിശാലകളിൽനിന്ന് ഒഴിഞ്ഞുനിൽക്കാൻ നിർബന്ധിക്കപ്പെട്ട ഒരേയൊരു ദിവസം. ഗ്രാമത്തിൽനിന്ന് ഒരു മനുഷ്യജീവി പുറത്തിറങ്ങിയതേയില്ല. സമ്പൂർണ വിശ്രമം. വിശ്രമമറിയാതെ ജോലി ചെയ്യുന്നവരുടെ സമാധാന ദിനം.

17

അമേരിന്ത്യൻ ആദിവാസി ഭൂമിയിലേക്ക്

ഒർലാന്റോ എയർപോർട്ടിൽനിന്ന് ഡാസിലേക്ക് പറക്കണം. ജാക്സൺവിൽ നഗരത്തിൽനിന്നു കൊണ്ടുപോന്ന സ്വന്തം കാർ ഒർലന്റോവിലെ കാർപാർക്ക് സെന്ററിലെ ഏഴുനില മാളികയിൽ പാർക്ക് ചെയ്തു, അഞ്ചുദിവസത്തേക്ക്. ഡൊമസ്റ്റിക് ഫ്ളയിറ്റിൽ ന്യൂമെക്സിക്കോ സ്റ്റേറ്റിലേക്ക്.

രാത്രിയായി. നല്ല ഇരുട്ടിന്റെ പശ്ചാത്തലത്തിൽ ഒരു ബഹുവർണ രത്നക്കംബളം നീട്ടിവിരിച്ചപോലെ ഡാളസ്സ് നഗരം കീഴെ. അതിചാതുര്യത്തോടെ വിന്യസിച്ച വർണവൈവിധ്യമാർന്ന പ്രകാശഗോളകങ്ങൾ ആകാശചാരികൾക്ക് മനോമോഹനമാകുന്നു. നഗരത്തിലെ നിവാസികൾക്ക് ഇത് കാണാൻ കഴിയുന്നില്ലല്ലൊ എന്നു പരിതപിച്ചു. അവരെ ഭരിക്കുന്നത് അനേകായിരം വാഹനങ്ങളുടെ വീതുളി വെളിച്ചങ്ങളും ഞരക്കങ്ങളുമാണ്. അവർക്ക് അനുഭവേദ്യമായ ആകാശം ഇപ്പോൾ കറുത്തിരിക്കുന്നു. ഇടവിട്ട് ഉൽക്കാപതനംപോലെ വിമാനക്കണ്ണുകൾ. ഇത്തരം ഒരു മാനക്കാഴ്ച എനിക്ക് ജീവിതത്തിലാദ്യമാണ്. സ്വാതന്ത്ര്യം ആഘോഷിക്കുന്നതുകാണാൻ നാലു മാസം മുമ്പ് ന്യൂയോർക്കിലെത്തിയപ്പോൾ, നഗരത്തിന്റെ മേൽക്കണ്ണുകളെല്ലാം അടഞ്ഞുകിടന്നു. സെപ്തംബർ പതിനൊന്നിന്റെ പ്രേതഭീതിയാൽ അമാവാസിക്കു മുമ്പത്തെ ഇരുട്ട് കെട്ടിടങ്ങളുടെ മേൽപ്പാതികളും തെരുവ് വിളക്കുകളും മറച്ചു. കറുത്ത അറബിപ്പർദ ധരിച്ച നഗരം. വിരോധാഭാസം തന്നെ. തങ്ങൾ കഴിഞ്ഞ കാലത്ത് വേണ്ടതിലധികം ആർഭാടത്തിലും ധൂർത്തിലും ആറാടിയിരുന്നു എന്ന ബോധം അമേരിക്കൻ മനസിലങ്കുരിക്കാൻ 'സെപ്തംബർ പതിനൊന്ന്' സംഭവത്തിന് കഴിഞ്ഞു. ഒരുപക്ഷേ വിയറ്റ്നാം യുദ്ധം കഴിഞ്ഞപ്പോഴും ഇത്തരമൊരു അകവെളിച്ചം അവർക്ക് കിട്ടീട്ടുണ്ടാവില്ല.

ഡാളസിലിറങ്ങി. ആൽബുക്കർക്കിലേക്കുള്ള മറ്റൊരു പ്ലെയിൻ കാത്തിരുന്നു. അരമണിക്കൂർ. വലിയ തുമ്പികളെപ്പോലെയാണ് സ്വകാര്യവിമാനങ്ങൾ ഉല്ലാസത്തോടെ, എയർപോർട്ടിലൊരു വശത്ത് ലാന്റ് ചെയ്യുന്നതും പറന്നകലുന്നതും.

'എയർ അമേരിക്ക' പ്ലെയിനിൽ കയറി, നമ്മുടെ ഒരു ലക്ഷ്വറി ബസിന്റെ 'ഗമ'യില്ല. ഒരു പാസഞ്ചർ വണ്ടി. കുടിവെള്ളം പോലും കിട്ടില്ല. സ്വയം കരുതണം. എന്നാൽ ഫ്ളൈറ്റ് തുടങ്ങിക്കഴിഞ്ഞ്, സ്വകാര്യക്കച്ചവടക്കാർ ട്രോളികളിൽ, മിഠായികളും പാനീയങ്ങളും വായനയ്ക്കുവേണ്ട പത്രാദികളും കൊണ്ടുവന്നു. കൂട്ടത്തിൽ പ്രചാരണ തന്ത്രങ്ങൾ. തിന്നാനായി യാത്രചെയ്യുന്നവർക്കായി കുശാൽ. അല്ലാത്തവർക്ക് ആകാശത്തിലെ ഇരുണ്ട താഴ്വരകൾ.

തെക്കൻ സ്റ്റേറ്റുകളിൽ, തീവ്രവാദികളുടെ ആക്രമണഭീഷണി താരതമ്യേന കുറവ്. പൗരാണികതയുടെ ഉറക്കത്തിലാണ് നഗരഭാഗങ്ങൾ. ആൽബുക്കർക്ക് എന്ന നാമധേയം, അഞ്ചാം ക്ലാസിലെ ചരിത്രപുസ്തകത്തിൽനിന്ന് കണ്ടെടുത്തിരിക്കുന്നു. ഇന്ത്യയുടെ പടിഞ്ഞാറൻ തീരത്ത് ആദ്യത്തെ കോണികൾ തീർക്കുംമുമ്പ്, ക്രൈസ്തവമതം പ്രചരിപ്പിക്കാനെത്തിയ, പിന്നീട് ഗവർണറായി നിയമിക്കപ്പെട്ട ആൽബുക്കർക്ക് ഇതേ പടനായകനായിരിക്കുമോ? പതിനാറാം നൂറ്റാണ്ടിലെ ആ ഭരണാധികാരിയുടെ ഓർമതന്നെയാണോ ഈ ആൽബുക്കർക്ക് നഗരത്തിനും? മകൻ മറുപടി പറഞ്ഞില്ല. അവൻ പഠിച്ച ചരിത്രത്തിൽ പക്ഷേ ആൽബുക്കർക്ക് എന്ന അധിനിവേശ പടയാളിയുണ്ടായിരുന്നില്ല.

വലുപ്പത്തിലും പ്രൗഢിയിലും ന്യൂമെക്സിക്കൊ സ്റ്റേറ്റിന്റെ ഒന്നാം നഗരമാണ് ആൽബുക്കർക്ക്. പക്ഷേ ആക്രമണഭയം അധികം കണ്ടില്ല. നിരന്നുകത്തുന്ന ദീപങ്ങൾ. സമുദ്രനിരപ്പിൽനിന്ന് അയ്യായിരം അടി ഉയരത്തിൽ. മരുപ്രദേശമാണെങ്കിലും ചൂട് കുറവ്. മഴക്കുറവ് സഞ്ചാരികളുടെ സുഗമസഞ്ചാരത്തിന് അനുഗ്രഹം.

എയർപോർട്ട് കവാടത്തിൽ ഒരു കൂറ്റൻ ദിനോസറിന്റെ അസ്ഥികൂടം, കാലത്തെ വെല്ലുവിളിക്കുന്ന ഒരുതരം അഹന്തയുണ്ട്, മുതുകൽപ്പം വളച്ച് കഴുത്ത് നീട്ടി, തുറുകണ്ണുകളുടെ ചെറിയ ആഴങ്ങളിലൂടെയുള്ള അദൃശ്യനോട്ടത്തിൽ. അതിന്റെ മുമ്പിൽ അൽപ്പപ്രാണികളായ ഈ മനുഷ്യർ!

1706 ൽ സ്പാനിഷ് കുടിയേറ്റക്കാർ താവളമടിക്കുന്നതിന് മുമ്പ് ഇവിടം അധിനിവേശ സേനയും ആദിമ അമേരിന്ത്യരും തമ്മിൽ നടന്ന തീവ്രവും ക്രൂരവുമായ ഏറ്റുമുട്ടലുകളുടെ ചോരവീണു മണ്ണിനു പൂർവാധികം പശിമ കൂടി. പതിനെട്ടു കുടുംബങ്ങൾ, സ്പെയിനിൽനിന്നു വേരുകൾ പറിച്ചുകളഞ്ഞ് ഇവിടെയെത്തി. റിയോഗ്രാന്റ് നദിയുടെ തടപ്രദേശചതുപ്പുകൾക്കും താഴ്വരകൾക്കും തലമുറകളോളം അധിനിവേശ ജനപദങ്ങളെയും അവരുടെ കന്നുകാലികളെയും പോറ്റാനാവും എന്ന് അവർ കണക്കുകൂട്ടി. നദീതടത്തിനും സാന്റിയാ പർവതനിരകൾക്കും ഇടയിൽ

അവരൊരു പട്ടണം പണിതു. സ്പാനിഷ് സംവിധാനവും അമേരിന്ത്യൻ ശൈലിയും കലർന്നൊരു നഗരം. ആദ്യനഗരം. ആൽബുക്കർക്ക്.

ഒരു വലിയ നടുമുറ്റം, ഇഷ്ടിക പതിച്ചത്. ചുറ്റും പള്ളി, സർക്കാർ മന്ദിരങ്ങൾ, വിപണനാലയങ്ങൾ, അവയ്ക്കിടയിലൂടെ അകായിലേക്കു നീളുന്ന നടപ്പാതകൾ. നടപ്പാതയോരോന്നും ഓരോ ഭവനസമുച്ചയത്തിൽ ചെല്ലുന്നു.

വൈക്കോലും മരുമണ്ണും കൂട്ടിക്കുഴച്ച്, കൊടും വെയിലിൽ ചുട്ടെടുത്ത്, വിറകുക്ഷാമത്തിന്റെ അവസ്ഥയിൽ രൂപപ്പെടുത്തിയ ഇഷ്ടികകൾ, ചുമരുകൾ പണിയാൻ. മേൽക്കൂര പരന്ന കെട്ടിടങ്ങൾ. ഒറ്റത്തടിത്തുലാങ്ങൾ, കെട്ടിടത്തിന് ഒരു ശിരോലങ്കാരംപോലെ നാലുചുറ്റും പുറത്തേക്ക് തള്ളി നിൽക്കുന്നു. കെട്ടിടങ്ങൾക്കെല്ലാം കാവിനിറം. തൂണും ഉത്തരവും തുലാങ്ങളും കതകുകളുമെല്ലാം കട്ടിത്തടിയിൽ തീർത്ത് അരക്ക് തേച്ച് മിനുക്കിയമട്ടിൽ. കോണുകൾ ഒരിടത്തും കാണപ്പെടാത്ത ശൈലി. ജനലും കതകും, ചുമർ മൂലകളും വളച്ചെടുത്ത് ആകൃതിപ്പെടുത്തിയത്. പ്രാചീന അമേരിന്ത്യരുടെ ഈ വാസ്തുകല നവീന അമേരിക്കയിലെ, ഇന്ത്യൻ മേഖലകൾ ഇന്നും പിന്തുടരുന്നു. മറ്റൊരു മാതൃകയ്ക്കും ഇവിടെ അനുവാദമില്ല. തൊട്ടടുത്ത് 'സാന്താഫേ' പട്ടണവും ഈ നിർമാണശൈലി സ്വീകരിച്ചതു കണ്ടു. പള്ളികളും വിദ്യാലയങ്ങളും സർക്കാരാപ്പീസുകളും പടിപ്പുരകളും മ്യൂസിയങ്ങളും തിയേറ്ററുകളും അങ്ങാടികളും ഈ ശൈലിയിൽത്തന്നെ. ഇതാണ് അമേരിക്കയ്ക്ക് സ്വന്തമായ അഡോബ് സ്റ്റൈൽ. ഏഴുനിലകൾ വരെ, ഈ മാതൃകയിലുള്ള പൗരാണിക ഭവനങ്ങൾ ഇവിടെയുണ്ട്. ഓരോന്നും ഒരു കാഴ്ചവസ്തുവും പാർപ്പിടവുമാണ്. അല്ലെങ്കിൽ മറ്റു പ്രവർത്തനമണ്ഡലങ്ങൾ.

നമ്മൾ കാലത്തിലൂടെ പുറകോട്ടു നടന്ന് ഒരു പൗരാണിക ജനപദത്തിന്റെ ഒത്ത നടുവിൽ നിൽക്കുന്ന പ്രതീതി. മറ്റൊരു ലോകത്ത് എത്തിപ്പെട്ടതുപോലെ. നിങ്ങൾ, നിങ്ങളെ മറന്നുപോകുന്നു. നിങ്ങൾ തൽക്കാലം ഉപേക്ഷിച്ചുപോന്ന രാജ്യത്തെയും കടൽത്തീരങ്ങളെയും ജനത്തെയും പട്ടണഗ്രാമങ്ങളെയും, നിങ്ങളുടെ സ്വന്തം ആകാശങ്ങളെയും കുറേ നേരത്തേക്ക് മറന്നുപോകുന്നു. കാറ്റിനുപോലും വ്യത്യാസം.

1880 ൽ യു എസ് ഗവൺമെന്റ് ഈ പട്ടണത്തെ സംരക്ഷിക്കാൻ പടിഞ്ഞാറൻ പർവതച്ചരിവിൽ നീളെ ഒരു കോട്ട പണിതു 'ദ വൈൽഡ് വെസ്റ്റ്' അപ്പോഴും അഗമ്യവും ഭയാനകവും ആയിത്തുടർന്നു.

പിന്നെ പഴയ ആൽബുക്കർക്കിനെ അപ്പടി സംരക്ഷിച്ചുകൊണ്ട്, സമാന്തരമായ ഒരു പുതിയ പട്ടണം പുത്തൻ ശൈലിയിൽ പണിയപ്പെട്ടു. എന്നാലും കെട്ടിടനിർമാണത്തിൽ ചില സവിശേഷതകൾ പഴയതുതന്നെ. ഞങ്ങൾ ചെന്നുകയറിയ വിശ്രമമന്ദിരം പല നിലകളുള്ള ഒരു കൂറ്റൻ അഡോബ് മന്ദിരമാണ്. ഓരോ തൂണും ഓരോ വൃക്ഷത്തിന്റെ തായ്ത്തടി അപ്പാടെ നിലനിർത്തിയത്. തുലാങ്ങളും അപ്പടി.

മുളക് മെക്സിക്കൻ ജനതയുടെ തീവ്രാനുഭവങ്ങളുടെ ബഹിഃസ്ഫു

രണമാകാം. ആഹാരശാലകളിലും വിമാനത്തിലും അനുസാരി വിഭവം 'റെഡ് പെപ്പർ' ആകുന്നു. നമ്മുടെ ബ്ലാക്ക് പെപ്പർ, കുരുമുളക്, പിന്നോട്ടു പോകുന്നതിന്റെ രഹസ്യം ഞങ്ങൾ നേരിൽ കണ്ടു. അമേരിക്കയിൽ ചുവന്ന മുളകിനു പ്രാമാണ്യം വർധിച്ചുവരികയാണ്.

ഇവിടെ നിന്നുതന്നെയാണ്, പതിനാറാം നൂറ്റാണ്ടിലെ സ്പാനിഷ്-പോർച്ചുഗീസ് അധിനിവേശ സംഘങ്ങൾ, നമ്മുടെ നാട്ടിലേക്ക് കൈതച്ചക്കയും കപ്പൽമുളകും പപ്പായയും കടച്ചക്കയും കപ്പയുമെല്ലാം കൊണ്ടുവന്നിരിക്കുക.

മലബാർ ശൈലി

ഒരിക്കൽ ഞങ്ങൾ ഒർലാന്റോവിലെ കാഴ്ചകാണാൻ പോകുമ്പോൾ മലബാർഹിൽ എന്നും കോക്കനട്ട് പോയന്റ് എന്നും രണ്ടു സ്ഥലങ്ങൾ കണ്ടു.

ഇവിടെയിതാ, "ടാകൊ-ബെൽ" എന്ന അമേരിന്ത്യൻ ഹോട്ടൽ ശൃംഖലയിൽ ഞങ്ങളുടെ മുമ്പിൽ ഒരു പുതിയ ഭക്ഷ്യം കുർലോങ്. ഒരുതരം ഏലാഞ്ചി. നല്ല പരിമളം. കോഴിക്കറിയുടെ. ഒരു വലിയ ചോളച്ചപ്പാത്തിയുടെ ചുരുൾ. അതിനകത്ത് മലബാർ ശൈലിയിലുള്ള കോഴിക്കറിയിൽ കുഴച്ച പുഴുക്കലരിച്ചോറ്. കീഴറ്റം മടക്കി, കൈയിൽ കിട്ടിയാൽ, നിങ്ങൾക്കതു യാത്രയിലും കഴിക്കാം. മേലറ്റം കടിച്ചു കടിച്ചു താഴോട്ടെത്തുമ്പോഴാണ് മലബാറിന്റെ തനിരുചി നിങ്ങൾക്കനുഭവപ്പെടുക. 'മക്-ഡൊനാൾഡി'ന്റെ ബർഗർ തീറ്റ മടുക്കുന്ന സഞ്ചാരികൾക്ക് ഇത് പ്രിയപ്പെട്ട ഒരു സമ്പൂർണാഹാരമാണ്. അമേരിക്കയിലെങ്ങും മൂന്നിനം ആഹാരങ്ങൾ മക്-ഡൊനാൾഡ്, ടാകൊ-ബെൽ, ചൈനീസ് നിങ്ങൾക്കു യാത്രാമധ്യേ ഇടത്താവളങ്ങളിൽ കിട്ടും. മൂന്നു ഭൂഖണ്ഡങ്ങളുടെ ആഹാരശൈലി. വേറെയുമുണ്ട്, ഇറ്റാലിയൻ, ഫ്രഞ്ച്. പക്ഷേ ടാകൊ-ബെൽ, അമേരിക്കൻ തനതുശൈലിയാണ്. അമേരിന്ത്യരുടെ സ്വന്തം. വെജിറ്റബിൾ കുർലോങ്ങും കിട്ടും. അകത്ത് പയർ പുഴുങ്ങിയത്.

വിസിറ്റർ സെന്റർ, ഗ്യാസ് സ്റ്റേഷൻ

യാത്ര ഏറെ നീളുമ്പോൾ, നിങ്ങളുടെ നോട്ടം വിസിറ്റർ സെന്റർ, ഗ്യാസ് സ്റ്റേഷൻ ബോർഡുകളെവിടെ എന്നാവും. ഇടതുവശത്ത് എക്സിറ്റ് നമ്പരുകളും ചെറു സൈൻ ബോർഡും കാണാം. രണ്ടുമൈൽ മുൻകൂട്ടിത്തന്നെ സൂചകങ്ങളും. അവയെ അവഗണിച്ചു മുന്നോട്ടു പോയാലോ, മണിക്കൂറുകളോളം നിലയ്ക്കാത്ത യാത്ര. വണ്ടിക്കും യാത്രികർക്കും പട്ടിണി ഫലം. സഞ്ചാരി എപ്പോഴും സ്വയം ശിക്ഷിതൻ ആയിരിക്കണം. വഴി ചോദിക്കാനോ വിവരം അന്വേഷിക്കാനോ പോലീസിനെയല്ലാതെ മറ്റാരെയും നിങ്ങൾ കാണുകയില്ല. വിജനറോഡുകളിൽ പോലീസും പ്രത്യക്ഷപ്പെട്ടെന്നു വരില്ല. ഫോണിൽ വരുത്തണം.

റെസ്റ്റ് ഏരിയ അല്ലെങ്കിൽ വിസിറ്റർ സെന്ററിനോട് ചേർന്നോ അല്ലാ

തെയോ ഗ്യാസ് സ്റ്റേഷനുണ്ട്. ഗ്യാസ് (പെട്രോൾ) കണക്ക് ചെയ്തു. ബട്ടണമർത്തി, ഒരു കാപ്പിയോ ചായയോ കഴിക്കാം. എല്ലാം സെൽഫ്-സർവീസ്. ഗ്യാസ് സ്റ്റേഷൻ പൂർണമായും ഓട്ടോമാറ്റിക്, ക്രെഡിറ്റ് കാർഡ് പഞ്ച് ചെയ്താൽ മതി. മെഷീന് എന്തെങ്കിലും പ്രശ്നമുണ്ടെങ്കിൽ, ഒര ദൃശ്യകോണിൽനിന്ന് സഹായി ഓടിയെത്തും, നിമിഷത്തിനകം.

ഒരു മിനിറ്റ് കൂടുതലെടുക്കാതെ, വിസിറ്റർ സെന്ററിലെ കുളിർമയിൽ നിന്നെണീറ്റു. പനങ്കൂട്ടങ്ങൾ തുരുത്തുകൾപോലെ അവിടവിടെ.

തൊട്ടപ്പുറത്തേക്ക് നോക്കിയാൽ കാണില്ല.

'സാന്താഫേ'യിലേക്ക് പോകാം.

18

സാന്താ ഫേയും പ്യൂബ്ലൊ ഇന്ത്യൻസും

പ്രാതൽ ഉപേക്ഷിച്ച് സാന്താ ഫേ പട്ടണത്തിലെത്തി. 400 വർഷം പഴക്കമുള്ള ഈ നഗരത്തിന് വിവിധ സംസ്കാരങ്ങൾ മാറ്റുകൂട്ടിയിട്ടുണ്ട്. ഓരോന്നും അതിന്റെ വ്യക്തിമുദ്ര കാത്തുസൂക്ഷിക്കുകയും ചെയ്യുന്നു. ടൂറിസ്റ്റുകളുടെ സമൃദ്ധി ഉൾക്കൊള്ളാൻ കഴിയാത്തത്ര ചെറുപട്ടണം. ചരിത്രത്തിന്റെ വഴികളിലൂടെ സഞ്ചരിച്ച് ഇവിടംവരെ എത്തിയ ഒരു ജനതയുടെ വികാസപരിണാമങ്ങൾ വെവ്വേറെ അടയാളപ്പെടുത്തപ്പെട്ട ഇത്തരം ഒരു പട്ടണം വേറെ അധികം കാണില്ല.

അമേരിന്ത്യൻ സുവർണകാലത്ത് ഉണ്ടായിരുന്ന ഒരു ഗ്രാമസമുച്ചയമായിരുന്നു ഇവിടം. പ്യൂബ്ലൊ ഇന്ത്യൻ ഗ്രാമങ്ങളുടെ ഒരു സങ്കേതം.

'പ്യൂബ്ലോ ഇന്ത്യൻസ്' എന്നറിയപ്പെടുന്ന നേറ്റീവ് ഇന്ത്യൻസ്, മൂന്ന് വ്യത്യസ്ത ഭാഷകൾ സംസാരിക്കുന്നു. ഒറ്റപ്പെട്ട പർവതസാനുക്കളിലും സമതലഗ്രാമങ്ങളിലും താമസിച്ചിരുന്ന ഈ ആദിവർഗത്തിന്റെ, 'പ്യൂബ്ലൊ' എന്നറിയപ്പെടുന്ന പത്തൊമ്പതു ഗ്രാമങ്ങൾ ഇന്ന് അവിടവിടെ ചിതറിക്കിടക്കുന്നു.

1. 'സുനി' ഭാഷ സംസാരിക്കുന്ന സുനി പ്യൂബ്ലൊ (പ്യൂബ്ലൊ എന്നത് ഓരോ പരിഷ്കൃത ഗ്രാമത്തെ കുറിക്കുന്നു.)
2. കെറെസ് ഭാഷ സംസാരിക്കുന്ന, ലഗണ, അക്കോമ, സാന്റോ ഡോമിംഗോ, കൊച്ചീറ്റി, സാന്താ അനാ, സാൻ ഫെലിപ്പെ, സിയ എന്നീ ഗ്രാമങ്ങൾ
3. തീവ ഭാഷ മൊഴിയുന്ന, താവൊ, പിക്യൂറിസ്, സാന്റിയ, ഐസെൽറ്റ എന്നീ കേന്ദ്രങ്ങൾ
4. തീവ ഭാഷ ഉച്ചരിക്കുന്ന ഒരു അവാന്തര വിഭാഗം സാൻ ജുവാൻ, സാന്താ ക്ലാര, സാൻ ഐൽഡെ ഫൊൻസൊ, പോജോക്, നാമ്പ്ൾ, തെസ്യൂക് ജെമസ് തുടങ്ങിയ പ്യൂബ്ലൊകൾ.

ഈ വർഗങ്ങളുടെ സമീകൃത വേഷം ഇന്ന് യൂറോപ്യൻ വർഗങ്ങളുടേതിനു തുല്യമെങ്കിലും, പ്യൂബ്ലൊ ഇന്ത്യനെ പെട്ടെന്നു തിരിച്ചറിയാൻ പറ്റും. ഉറച്ച, വണ്ണം കുറഞ്ഞ ശരീരം, കൂർമതയുള്ള നോട്ടം, കറുത്ത മിഴികൾ, മിതഭാഷണം, അതീവ വിനയം, വളരെക്കുറച്ചു മാത്രം വർത്തമാനം പറച്ചിൽ, ഗൗരവമുള്ള കാര്യങ്ങളൊഴികെ സംസാരം ഇല്ല. സൊറ പറയാൻ ഇവരെ കിട്ടില്ല എന്നുപറയപ്പെടുന്നു. എന്നും ശത്രുവിന്നെതിരെ ജാഗ്രതയോടെ ജീവിക്കാൻ വിധിക്കപ്പെട്ട ഒരു വർഗമായതാവാം കാരണം. അവരുടെ ആരാധനാനുഷ്ഠാനങ്ങളും നിശ്ശബ്ദതയിൽ ആണ്ടുപോകുന്നു. ദൈവവുമായി രഹസ്യഭാഷണം നടത്തുന്നതിലാണ് താൽപ്പര്യം.

പല പ്യൂബ്ലൊ ദേശങ്ങളിലും ഇപ്പോൾ പുതുപട്ടണങ്ങൾ ഉയർന്നുവന്നിരിക്കയാൽ, കുറെ 'ഇന്ത്യർ' പരിഷ്കൃത ജോലികളിൽ ഏർപ്പെടാൻ നിർബന്ധിതരായിരിക്കയാണ്. എന്നാലും വാരാന്ത്യങ്ങളിൽ കിട്ടുന്ന രണ്ടു ഒഴിവു ദിവസങ്ങളിൽ ഈ ജോലിക്കാർ വിദൂരമലയിടുക്കുകളിലും മരുപ്രദേശങ്ങളിലും ഒറ്റപ്പെട്ട സമതലങ്ങളിലുമുള്ള പൂർവിക കുടുംബങ്ങളിൽ തിരിച്ചെത്തുകയും തനതു വിശ്വാസങ്ങളിലും അനുഷ്ഠാനങ്ങളിലും മുഴുകുകയും ചെയ്യുന്നു. ആധുനിക ജീവിതം ഏൽപ്പിക്കുന്ന മാനസിക സംഘർഷങ്ങൾ ഇവരെ വല്ലാതെ വേട്ടയാടുന്നുണ്ട്.

ഇവരുടെ അനുഷ്ഠാനങ്ങൾക്ക് അനേകം നൂറ്റാണ്ടുകളുടെ പാരമ്പര്യമുണ്ട്. വീടുകളിലിരുന്ന് അവർ പാരമ്പര്യനെയ്ത്ത്, ചൂരൽപ്പണി, കുട്ട നിർമാണം, കരടിപ്പുല്ലിൽ കൈവേലകൾ, കൈതോലക്കുടകളും കൈതനാരിന്റെ പാത്രങ്ങളും നിർമിക്കൽ, വർണാഞ്ചിത ബൽറ്റ് നിർമാണം, ശിരോലങ്കാര നിർമിതി, ആഭരണം ഉണ്ടാക്കൽ, തോൽപ്പണി, ചക്രത്തിന്റെ സഹായമില്ലാതെ മൺപാത്ര നിർമാണം (ചക്രത്തിന്റെ കണ്ടുപിടുത്തത്തിനും മുൻകാലങ്ങളിൽ പാത്രനിർമാണരീതി) എന്നിവയിലേർപ്പെടുന്നു.

"ഞങ്ങൾ ചെയ്യുന്ന ഏതു പണിയും പവിത്രമാണ്" എന്ന് പ്യൂബ്ലൊ പറയുന്നു. ഞങ്ങൾ ചെയ്യുന്ന ഏതു ഡിസൈനിനും ഒരർഥമുണ്ട്. കാരണവന്മാർ ചെയ്യുന്നത് കണ്ടിരുന്ന്, പിന്നീട് ഓർമയിൽ നിന്നെടുത്ത് ചെയ്യുകയാണ്. ചില നേരങ്ങളിൽ എത്രയോ നാളുകൾ ചിന്തിച്ചിരുന്നാലാണ് ഒരു രൂപം, വർണം, ഒരു വെറും വര വിരൽത്തുമ്പിലെത്തുന്നത്". ഓരോ പ്യൂബ്ലൊ ഗ്രാമത്തിനും സ്വന്തം വെള്ളിയാഭരണപ്പണിക്കാരുണ്ട്. നൂറ്റാണ്ടുകളായി അവർ 'ടർക്കോയ്സ്' എന്ന ഇളം നീലാകാശത്തിന്റെ വർണമുള്ള രത്നക്കല്ലുകൾ ഉരച്ച് മിനുക്കുന്നു; അവ കൊണ്ട് എല്ലാത്തര ആഭരണങ്ങളും നിർമിച്ചുവരുന്നു. മരിച്ച അഗ്നിപർവതങ്ങളുടെ ഗളദ്വാരത്തിൽ നിന്നാണ് അവർ നീലരത്നം ശേഖരിക്കുന്നത്. ഷെല്ലുകൾ, ശംഖുകൾ, രത്നക്കല്ലുകൾ പലതരം - ഇവയെല്ലാം ഇവരുടെ കരവിരുതിന് വഴങ്ങും. സാന്താ ഫേ പട്ടണത്തിന്റെ തെക്കുള്ള കോറില്ലോസ് പർവതങ്ങളിൽ ഒരു കാലത്ത് ടർക്കോയ്സ് രത്നങ്ങൾ സുലഭമായിരുന്നു. ഇത് അലൗകികമാന്ത്രികശക്തി ഉൾക്കൊള്ളുന്നു എന്നാണ് അവരുടെ വിശ്വാസം. ഇത് ധരിച്ചാൽ, വീട്ടിൽ സൂക്ഷിച്ചാൽ ആപത്തുകളെ അകറ്റാം.

സാന്താ ഫേയിലെ, പുരാതന ഗവർണറുടെ കൊട്ടാരക്കെട്ടിന്റെ പുറം വരാന്തയിൽ, പ്യൂബ്ലോ ഇന്ത്യൻസ് അവരുടെ ആഭരണങ്ങളും കൈവേല ത്തരങ്ങളും, കമ്പളം തറയിൽ വിരിച്ച് അതിൽ വിൽപ്പനയ്ക്ക് നിരത്തിയി രിക്കുന്നത് കണ്ടു. ഭാഗ്യാന്വേഷകരായ ഓരോരുത്തരുടെ ഉടലിലും ഇളം നീലക്കല്ലിൽ പണിത ഒരു വെള്ളിയാഭരണമെങ്കിലും കാണാറായി. അരുൺ ഒരു മുന്നിഴ ടർക്വയ്സ് നെക്ലെസ് മേടിച്ച് എനിക്ക് സമ്മാനിച്ചു.

"സൂക്ഷിച്ചു വയ്ക്കാനാണ്. ആർക്കും സമ്മാനിക്കുള്ളതല്ല!" അവൻ ഓർമിപ്പിച്ചു. അമ്മ സമ്പന്നയാവട്ടെ എന്നു കരുതിയിരിക്കും.

കൊട്ടാരവരാന്തയിൽ വിൽപ്പനയ്ക്കെത്തിയിരിക്കുന്നവരെല്ലാം കുടും ബസമേതമാണ് കാത്തിരിപ്പ്. ടൂറിസ്റ്റുകളിൽനിന്നു വന്നുചേരാവുന്ന ഭാഗ്യം പരീക്ഷിക്കാൻ ആശയോടെ. അത്ഭുതകരമായ കൗതുകവസ്തു ക്കൾ, വർണപ്പകിട്ടുള്ള ജമുക്കാളങ്ങൾ, ബെൽറ്റുകൾ, ശിരോലങ്കാരങ്ങൾ, മരത്തിൽ കൊത്തിയെടുത്ത 'ഇഗ്വാന' എന്ന ദൈവരൂപങ്ങൾ, പലതരം ചായപ്പണികളുള്ള കുടങ്ങൾ, കിണ്ണങ്ങൾ, കപ്പുകൾ–ഓരോന്നും മണ്ണിലും കൈതനാരിലും അഗ്നിപർവതമുഖത്തെ ലാവാമണ്ണിലും മെനഞ്ഞെടുത്ത താണെന്ന് വിശ്വസിക്കാൻ പറ്റുന്നില്ല. മനോഹരചിത്രങ്ങൾ ഉടുപ്പുകളെയും പാത്രങ്ങളെയും വസ്തുക്കളെയും അലങ്കരിക്കുന്നു. ശൈലിയിലും വർണസങ്കരത്തിലും ഇവയ്ക്ക്, നമ്മുടെ ഭഗവതിക്കാവുകളിലെ കൊടി കളോടും, തെയ്യക്കോലങ്ങളുടെ ചമയങ്ങളോടും അതീവ സാമ്യമുണ്ട്. ഇവരുടെ ചിത്രങ്ങളിൽ എലി, സർപ്പം, ഷഡ്പദങ്ങൾ എന്നിവയുടെ രൂപ ങ്ങളെഴുതിയിരിക്കുന്നു. ആന എവിടെയുമില്ല. കാട്ടുപോത്ത് ഒരു ദിവ്യ മൃഗമായിരുന്നു എന്നുവേണം അനുമാനിക്കാൻ. മെക്സിക്കൻ ഉത്സവ ങ്ങളിൽ ഇന്നും ബഫെല്ലോനൃത്തം നിലനിൽക്കുന്നു.

തലയിൽ, ഇളംനീല രത്നക്കല്ലിന്റെ ആഭരണം അണിഞ്ഞ യുവതി കൾ വിൽപ്പനക്കളത്തിന്റെ മുൻനിരയിലിരിക്കുന്നു. പുറകെ എല്ലാ കുടും ബാംഗങ്ങളും. ചിലർ എണീറ്റുപോകുന്നു. വീണ്ടും തിരിച്ചുവന്നിരിക്കു ന്നു. വിൽപ്പനമാത്രം കാര്യമായി നടക്കുന്നില്ല. വെള്ളക്കാരായ ടൂറിസ്റ്റു കൾ കുറേ സാധനങ്ങൾ എടുത്ത് പകിട്ടു നോക്കി. അമേരിക്കയ്ക്കു പുറമെ നിന്നെത്തിയവരാകാം കൗതുകപൂർവം ചിലതു വിലയ്ക്കു വാങ്ങി സ്വന്തമാക്കി. പക്ഷേ തണുത്ത വാണിഭം ഇവർക്കെന്തു നൽകുന്നു എന്നു ഞാൻ ചിന്തിച്ചു. ഒരനുഷ്ഠാനംപോലെ തന്നെ, സാധനങ്ങൾ മുമ്പിൽ നിരത്തി ഈ ഇരിപ്പും. ക്ഷമയോടെ, നിശ്ശബ്ദരായി, ചുറ്റുപാടുകളിൽ നിന്നു ഒറ്റപ്പെട്ട്, വികാരപ്രകടനമൊന്നുമില്ലാതെ, വിലപേശാതെ, ജീവി തത്തിന്റെ ത്രില്ലുകളിൽനിന്നെല്ലാം വേറിട്ടുപോയവരെപ്പോലെ. ചന്തയിൽ നിന്നിറങ്ങുമ്പോൾ, മനസ്സ് ഒട്ടും പ്രസാദിച്ചിരുന്നില്ല. നിർവീര്യമാക്കപ്പെട്ട ഒരു ജനതയും സംസ്കാരവും കുറ്റിയറ്റുപോവും. ഗാഢമായ ഒരുതരം ഗൃഹാതുരതയും ദുഃഖവും അവരുടെ ശാന്തമിഴികളുടെ ആഴത്തിൽ ഉറ ഞ്ഞുകൂടീട്ടുണ്ട്. മരിച്ചുകഴിഞ്ഞും കുറേശ്ശെ നിശ്വസിക്കുന്ന അഗ്നിപർവ തമുഖങ്ങളെ ഓർമിപ്പിക്കുന്നു ഇവരുടെ ഭാവം. യുവാക്കളിൽപ്പോലും

പ്രസാദത്തിന്റെ ഒരു കണിക കണ്ടില്ല. അമേരിക്കൻ-ആഫ്രിക്കൻ വംശജരുടേതിൽനിന്നു കടകവിരുദ്ധമായ ഒരു മനോഭാവം. കറുത്ത വർഗങ്ങളുടെ മിഴികളിൽ സ്ഫുരിക്കുന്ന അമേരിക്കൻ ഭാവത്തിന്റെ പ്രകാശം എന്നെ പലപ്പോഴും അത്ഭുതപ്പെടുത്തി. "അമേരിക്ക ഈസ് ഔവർ ഡ്രീം" എന്ന് വാഷിങ്ടൺ ഹൗസിനു മുമ്പിലെ പ്രകടത്തിനിടയിൽ, ശാന്തഗംഭീരവും സ്ഫുടവും ദൃഢവുമായ അസാധാരണ സ്വരത്തിൽ പ്രഖ്യാപിച്ച, ജൂനിയർ മാർട്ടിൻ ലൂതർ കിങ്ങിന്റെ അഭിമാനം മുഴങ്ങുന്ന കാഹളം, അമേരിക്കൻ കറുത്തവർഗക്കാരെ കാണുമ്പോഴെല്ലാം എന്റെ മനസിൽ മുഴങ്ങുന്നു. പക്ഷേ, ഒരു അമേരിക്കൻ ആദിവാസി-ഇന്ത്യനെക്കാണുമ്പോൾ, അഗാധമായ ഒരു ദുഃഖത്തിന്റെ സമുദ്രം ഉള്ളിൽ അലയടിക്കുമ്പോലെ.

കാലത്ത്, ന്യൂ മെക്സിക്കോവിലെ മഹാനഗരമായ ആൽബുക്കർക്കിൽനിന്നു പുറപ്പെടുമ്പോൾ പ്രതീക്ഷിച്ചിരുന്ന ആദി ഇന്ത്യൻ പട്ടണത്തിൽനിന്ന് എത്രയോ വിസ്മയകരമാണെന്ന് സാന്താ ഫേ എന്ന ഈ പട്ടണം.

സെന്റ് ഫ്രാൻസീസ് കത്തീഡ്രൽ

'കത്തീഡ്രൽ ഓഫ് സെന്റ് ഫ്രാൻസീസ് ഓഫ് അസ്സീസി' ഇതാ മുമ്പിൽ. ഉയർന്ന മുറ്റത്ത് ഇടതുവശം, ഒരു എട്ടടി പ്രതിമ. ഒരു ആദിവാസി ഇന്ത്യൻ സ്ത്രീ. ഒറ്റനോട്ടത്തിൽ വിളിച്ചോതുന്ന വംശമുദ്ര. വേഷം, അധിനിവേശ സ്പെയിൻകാർ കൽപ്പിച്ചരുളിയത്. ഒരു വലിയ മുഖം. കഴുത്തിലൂടെ, മാറിലേക്ക് വീണുകിടക്കുന്ന കറുത്ത വെള്ളച്ചാട്ടം പോലെ തലമുടി. ചുരുളില്ല. കഴുത്തിൽ ടർക്വോയ്സ് എന്ന ഇളംനീല രത്നക്കൽമാല, പിന്നൊരു കുരിശുമാലയും. കാതിൽ ടാർക്വോയ്സ് പതിച്ച കുണുക്കുകൾ, കൈയിൽ വേദപുസ്തകം. അതിശയകരമായിരിക്കുന്നു. അവരുടെ വദനത്തിൽ വിടരുന്ന ആത്മീയതയുടെ പരമശാന്തി. ഒരു മത

സെന്റ് ഫ്രാൻസീസ് കത്തീഡ്രൽ

ത്തിന്റെയും ബാഹ്യപ്രേരണകൂടാതെ, ഒരു പ്രവാചകന്റെയും വാഗ്ധോരണിയില്ലാതെ, സ്വയംഭൂവായ ഈ സ്പിരിച്വാലിറ്റി, മനുഷ്യാസ്തിത്വത്തിന്റെ കാഹളം വിളിക്കുന്നതായിത്തോന്നുന്നു.

ഈ ആദിഇന്ത്യൻ വനിതയുടെ, വംശമേത്, മതമേത്, പ്രാർഥന ഏതു ദൈവത്തിന്റെ പേരിലാണ് എന്ന് ചോദിക്കുന്നവർ പമ്പരവിഡ്ഢികൾ. പക്ഷേ പാമരനായ ഒരാളുടെ വാചകങ്ങൾ പ്രതിമയുടെ പാദങ്ങളിൽ, ഒരു ഫലകത്തിൽ കൊത്തിവയ്ക്കപ്പെട്ടിരിക്കുന്നു, 'ക്രെറ്റോൾ ടൈറ്റാൽറ്റി കേഡ്' (Krterl Titalty kde). പതിനേഴാം നൂറ്റാണ്ടിന്റെ ആദ്യ പാദത്തിൽ ജീവിച്ചിരുന്ന ഈ അമേരിന്ത്യൻ വനിത, അവരുടെ വർഗത്തിലെ ആദ്യത്തെ ക്രൈസ്തവ സന്യാസിനിയാണ്. ഒരു നൂറ്റാണ്ടിലധികം നീണ്ടുനിന്ന നിരന്തര ഇന്ത്യൻ–അധിനിവേശ പോരാട്ടത്തിന്റെ ബീഭത്സവും അതിക്രൂരവുമായ യാതനകൾ ഉളവാക്കിയ മുറിവുകളുടെ ആഴം ഈ മുഖബിംബത്തിന്റെ ശാന്തതയുടെ പുറകിൽ ഇരുണ്ട് കിടപ്പുണ്ട്. പടിഞ്ഞാറൻ ശൈലിയിൽ പൈജാമയും, മീതെ ഞൊറികളുള്ള സ്കർട്ടും ഫുൾസ്ലീവ് ബ്ലൗസും ധരിച്ച, പടിഞ്ഞാറൻ സംസ്കാരത്തിന്റെ ആദ്യത്തെ ചവിട്ടുപടിയിൽ, വേഷഭൂഷാദികളെക്കുറിച്ച് ഒരു വേവലാതിയുമില്ലാതെ നിൽക്കുന്ന ഒരു പ്രൗഢ. പോപ്പിന്റെ മുഖത്തുപോലും വിടരാത്ത ആത്മീയതയുടെ പരമോന്നതി.

കന്യാസ്ത്രീയുടെ കൈയിൽ, നേറ്റീവ് ഇന്ത്യൻ മട്ടിൽ ഒരു തൂവൽ വിശറി അവരുടെ മുമ്പിൽ വന്ദിച്ച്, പള്ളിയിലേക്ക് കടന്നു. കൊത്തുവേലകൊണ്ട് ശിരോലങ്കാരം ചാർത്തിയ വൻ സ്തൂപങ്ങൾക്കുമേൽ കമാനങ്ങൾ, വാതായനങ്ങളിൽ, വിവിധ വർണപളുങ്കുപാളികൾ പതിച്ച അടപ്പുകൾ, സ്ഫടിക വാതിലിൽ വർണശബളമായ ഒൻപതു പാതിരിമാരുടെ ചിത്രങ്ങൾ. മെറ്റൽ വർക്ക് ചെയ്ത വലിയ കവാടത്തിലൂടെ അകത്തു കടന്നു. കനത്ത ഓക്ക് തടിയിൽ തീർത്ത ഫർണിച്ചർ. വലിയ ഹാളിന്റെ അറ്റത്ത്, അൾത്താരയുടെ കീഴെ ഒരു മതപ്രഭാഷകൻ, ടൂറിസ്റ്റുകളെ നിർബന്ധിച്ച് പിടിച്ചിരുത്തി, ദൈവത്തെപ്പറ്റി പ്രസംഗിക്കുന്നു. കേട്ടിരുന്ന ഏതാനുംപേർ മടുപ്പോടെ ഇറങ്ങിപ്പോയി. മനുഷ്യന്റെമേൽ വീണ്ടും പിടിമുറുക്കാനുള്ള മതത്തിന്റെ വേവലാതി അമേരിക്കയിൽ പ്രബലമായി വരികയാണ്. നിൽക്കുന്നിടം ഇടിഞ്ഞഴിഞ്ഞുപോകുന്നു എന്നു ചിലരെങ്കിലും ഭയപ്പെടുന്നുണ്ട്.

റെലിക്സ് ഓഫ് ഓൾഡ് വെസ്റ്റ്

പുരാതന ശിൽപ്പങ്ങളിൽ പ്രധാനം, സാൻ മിഗേൽ ചർച്ച്. ഇത് യു എസ് എ യിലെ ഒന്നാമത്തെ ക്രൈസ്തവ ദേവാലയം. നിർമിച്ചത് ട്ളാക്സലാൻ ഇന്ത്യൻ വംശജർ. ഇവർ മെക്സിക്കോയിൽ നിന്നെത്തിയവരാണ്. പള്ളി നിർമിക്കപ്പെട്ടത് 1610 ൽ ഒരു ഫ്രാൻസിസ്കൻപാതിരിയുടെ മേൽനോട്ടത്തിൽ.

കൂറ്റൻ പള്ളിമണിയുടെ മേൽ ഒരു ഒറ്റപ്രാവ് കറങ്ങി നടക്കുന്നു.

സാൻ മിഗ്വേൽ ചർച്ച്.

ചർച്ചിനടുത്ത് ഇന്ത്യൻ ചന്ത. ചന്തയിൽ അമൂല്യ ശേഖരങ്ങളിൽ പ്രധാനം, അമേരിന്ത്യൻ രത്നക്കല്ലുകളും ആഭരണങ്ങളും വീട്ടുപകരണങ്ങളും തന്നെ. ടർക്വോയ്സ് രത്നങ്ങളുടെ ഒരു വലിയ ആഭരണശേഖരം ടൂറിസ്റ്റുകളെ വ്യാമോഹിപ്പിക്കുന്നു. വലിയ രത്നക്കല്ല് പതിച്ച ലോക്കറ്റുകൾ, ലോലാക്കുകൾ, വളകൾ, നെറ്റിപ്പട്ടങ്ങൾ, ശിരോലങ്കാരങ്ങൾ, മാലകൾ, മോതിരങ്ങൾ, മാർച്ചട്ടകൾ - ഒരുകാലത്ത് അത്യന്തം സമ്പന്നരായിരുന്ന ആദിവാസി ജീവിതത്തിന്റെ സുവർണകാലം ചന്തകളിലെ വിൽപ്പനച്ചരക്കുകളിൽ പ്രതിഫലിക്കുന്നു. കേരളത്തിലെ കള്ളുചെത്തുകാർ ഉപയോഗിക്കുന്ന ഇനം മൺമാട്ടകൾ കൂട്ടത്തിലുണ്ട്. മൺപാത്രങ്ങളെല്ലാം കറുത്ത ലാവമണ്ണിൽ തീർക്കുന്നതുകൊണ്ട് കറുത്ത രാശിയിലാണ്.

സാന്താ ഫേ വില്ലേജ്

പട്ടണത്തോട് ചേർന്ന് സാന്താ ഫേ ഇന്ത്യൻ വില്ലേജ്. സ്റ്റേറ്റ് പാർക്ക് തൊട്ടടുത്ത്. സ്റ്റേറ്റ് പാർക്കിലെ ദൃശ്യവിസ്മയങ്ങളെല്ലാം അമേരിന്ത്യൻ ജീവിതത്തെ മുൻനിർത്തിയിട്ടുള്ളതാണ്. കവാടത്തിൽ ഒരിന്ത്യൻ കുടുംബത്തിന്റെ പൂർണകായ പ്രതിമ. വലിയ മുഖം, വലിയ മൂക്ക്, ആശങ്ക നിറഞ്ഞ വിദൂര ദൃഷ്ടി. ഈ മുഖമായിരിക്കണം എന്നും അധിനിവേശ സായിപ്പിനെ നേരിട്ടത്. നമ്മുടെ നാട്ടിലെ ആദിജനത ധരിച്ചിരുന്നതുപോലെ ഒറ്റമുണ്ടിന്റെ ഒരു വസ്ത്രം. കഴുത്ത് മുതൽ മുട്ടറ്റം വരെ മറയും. കരീബിയൻ ദ്വീപസമൂഹത്തിലെ ആദിവർഗങ്ങൾ പരിപൂർണനഗ്നരായിരുന്നുവെന്നാണ് ഡീഗൊ കോളൺ എന്ന ആദിമ ഇന്ത്യൻ വംശജനായ മതപ്രചാരകൻ (ക്രിസ്തുമതത്തിന്റെ) തന്റെ ആത്മകഥയിൽ പറയുന്നത്. ക്രമേണ വെള്ള-യൂറോപ്യർ എല്ലാ വർഗത്തെയും പാന്റ്സിലും ഷർട്ടിലും കയറ്റി. സ്ത്രീകൾക്ക് ധാരാളം ഞൊറികളുള്ള സ്കർട്ടും

ബ്ലൗസും നൽകി. പിന്നെ അവരുടെ പ്രതിജ്ഞയിൽനിന്നും സ്വന്തം ഭാഷകൾ നശിപ്പിച്ചു. ആശയവിനിമയത്തിന്റെ ചക്രവാളം വികസിച്ചപ്പോൾ അമേരിക്കൻ ഇംഗ്ലീഷ് വ്യാപകമായി. അമേരിക്കൻ ഇംഗ്ലീഷ് കോൺടിനെന്റൽ ഇംഗ്ലീഷിനേക്കാൾ കാര്യമാത്രപ്രസക്തവും ഋജുവും ആർഭാടങ്ങൾ കുറഞ്ഞതുമാണ്. വ്യാകരണമോ ഉച്ചാരണമോ സ്പെല്ലിങ്ങോ പ്രധാനമല്ലെന്നു ഉത്തരാധുനികയുഗത്തിലെ അമേരിക്കൻ ഭാഷ പ്രഖ്യാപിക്കുന്നു. ആദ്യം കേൾക്കുമ്പോൾ, യൂറോപ്യൻ കോൺവെന്റ് ഇംഗ്ലീഷ് ശീലിച്ച മലയാളിക്ക്, വൃത്തികെട്ടൊരു ഭാഷ എന്ന തോന്നലുളവാക്കും ഇവരുടെ സംസാരം കേട്ടാൽ.

19

മെക്സിക്കൻ ചുവപ്പ്

ന്യൂമെക്സിക്കൊ എന്ന അമേരിക്കൻ സ്റ്റേറ്റ് ചുവന്ന ചില്ലിയുടെ നാടാണ്. ചുവപ്പു മുളക് ഒരലങ്കാരമായി സാന്താ ഫേ ഗ്രാമത്തിലെ എല്ലാ ഭവനങ്ങളുടെ പൂമുഖത്തും മാലകളും കറ്റകളുമായി തൂക്കിയിട്ടിരിക്കുന്നു. പട്ടണത്തിനും ഗ്രാമത്തിനും ആസ്രഡക്കാറ്റിന്റെ ചുടുനീറ്റൽ. ഗ്രീഷ്മച്ചുവപ്പിന്റെ ലഹരിയിൽ ഉച്ചവെയിലേറ്റു മയങ്ങുന്ന മുളകുചന്തകൾ, കാഴ്ചക്കാരെ ഒരേസമയം വശീകരിക്കയും അകറ്റിനിർത്തുകയും ചെയ്യും. മുളകിനിത്ര മുഴുപ്പോ, ചുമപ്പോ എന്ന് അമ്പരക്കും. ഭവനങ്ങളിലും ഹോട്ടലുകളിലും കച്ചവടപ്പീടികകളിലുമെല്ലാം പുരാതനകാലം മുതൽക്കുള്ള മുളകുമാലകളും വാഴക്കുലയുടെ ആകൃതിയിൽ മെനഞ്ഞെടുത്ത മുളകുകറ്റകളും ചുവപ്പിന്റെ പല ഷെയ്ഡുകളിൽ കാണാം. ഇന്ത്യൻ ഭക്ഷണശാലയായ, ടാകൊ–ബെൽ ശൃംഖലയിൽ മുളകുചേർത്ത വിഭവങ്ങൾ കിട്ടും. സാന്താ ഫേ ഗ്രാമത്തിൽ എന്നെ മറ്റു ചില കാഴ്ചകൾ അത്ഭുതപ്പെടുത്തി. അമേരിന്ത്യൻ ആർട്ട് ശേഖരത്തിൽ രണ്ടു പുരാതന ഗണപതി ശിൽപ്പങ്ങൾ, ഓടിൽ വാർത്തെടുത്ത ഫലകങ്ങൾ പോലിരിക്കുന്നു. ഇന്ത്യ സന്ദർശിച്ച ഏതോ പഴയകാല അമേരിക്കൻ ഇവിടെനിന്നു കൊണ്ടുപോയതാവാം. അഥവാ അമേരിന്ത്യൻ, ആദികാല ഇന്ത്യൻ വംശത്തിൽപ്പെട്ടവരുടേതാകാം. ചരിത്രകാരന്മാർ തീരുമാനിക്കട്ടെ.

സാന്താ ഫേയുടെ പട്ടണത്തിൽനിന്നു ഗ്രാമത്തിലേക്കുള്ള തരുച്ഛായ നിറഞ്ഞ റോഡിൽ വെയിലിന് ഏതാണ്ട് പച്ച നിറം. സമയം നട്ടുച്ച. ആഹാരത്തെപ്പറ്റി ചിന്തിക്കാൻ ഇടകിട്ടിയതേയില്ല. അത്രയും നല്ലത്. തണലോരത്ത് തെരുവിനഭിമുഖം, മുന്നിലൂടെ ടൂറിസ്റ്റുകൾ നീങ്ങുന്നതറിയാതെ ധ്യാനനിമീലിതാക്ഷനായി ഇരിക്കുന്നതാര്? തടികൊണ്ടു തീർത്ത ഒരു മണ്ഡപത്തിൽ, ശ്രീബുദ്ധൻ! ഒന്നരയടി മാത്രം ഉയരമുള്ള ബുദ്ധവിഗ്രഹം

പച്ചവെയിലിൽ കുളിച്ചു നിൽക്കുന്നു. ഏറ്റവും ചെറിയ ഒരു കെട്ടിടം. മണ്ഡപത്തിനു മുഖവാതിലില്ല. മരയഴികളുടെ ഒരു നേരിയ വേലി മാത്രം. പരിസരം, മറ്റേതുനിലയവും പോലെ മനോഹരമായിരിക്കുന്നു; പ്രതിമ മാർബിളിൽ മെനഞ്ഞത്. പിൽക്കാലത്തു കുടിയേറിയ ചൈനക്കാരുടെ ഒരാരാധനാ കേന്ദ്രമാവാം എന്നു സങ്കൽപ്പിക്കുന്നു.

ഒരു പകലിന്റെ പാതിയിലധികം കഴിഞ്ഞു. ദീർഘിച്ച പരിപാടികൾ ശേഷിക്കുന്നു. ഞങ്ങൾ സാന്താ ഫേയോടു വിട പറഞ്ഞു. ടർക്വോയ്സ് ട്രെയിൽ എന്നറിയപ്പെടുന്ന പാതയിലൂടെ കുറെ ദൂരം മുന്നോട്ടു പോയി. മലകയറ്റം. ആദി-ഇന്ത്യൻ വംശജരുടെ രത്നക്കലവറകളിലേക്ക്, വെള്ളക്കാർ ആയുധശക്തിയോടെ യാത്ര ചെയ്ത പാതയാണിത്. റോഡ്, മലനിരകളിൽ അഗ്നിപർവതമുഖങ്ങളിലേക്ക് നീളുന്നു. പർവതനിരകളെ വലയം ചെയ്ത് മരുഭൂമിയിലൊരു അതിവിസ്തൃത നീലത്തടാകം. കുറച്ചു നേരം തടാകത്തിന്റെ തുമ്പു നോക്കിനിന്ന്, ഞങ്ങൾ കാലേ നിശ്ചയിക്കപ്പെട്ട പാതയിലേക്ക് പിന്തിരിഞ്ഞു.

സൂപ്പർ സിക്സ്

അമേരിക്കയിൽ യാത്ര ചെയ്ത രാത്രികളിലെല്ലാം ഞങ്ങൾക്ക് അഭയം നൽകിയത് 'സൂപ്പർ 6' എന്ന ഹോട്ടൽ ശൃംഖലയിലെ ബെഡ്റൂമുകളിലാണ്. അതിനെപ്പറ്റി പറയാതിരിക്കുന്നത് നന്ദികേടാണ്. രാജ്യത്തിലെ പ്രധാന ഹോട്ടൽ ശൃംഖലയിലൊന്നാണ് സൂപ്പർ 6. വടക്ക് കാനഡാ തുടങ്ങി യു എസ് എ യുടെ തെക്കേയറ്റം മയാമി വരെയും പടിഞ്ഞാറൻ തീരം തുടങ്ങി കിഴക്കൻ അത്‌ലാന്റിക് തീരം വരെയും സൂപ്പർ 6, വിശ്രമകേന്ദ്രങ്ങൾ ഒരു ശൃംഖലയായി, ടൂറിസ്റ്റുകൾക്ക് സ്വാഗതമരുളുന്നു. ഇതിന്റെ സവിശേഷത വിസ്മയകരം. എല്ലാ സ്ഥലത്തും ഒരേ പ്രിന്റുള്ള കിടക്കവിരികൾ, തിരശ്ശീലകൾ, ഒരേ ഫർണിച്ചർ, കുളിമുറിയിലെ ടംബ്ലർ മുതൽ ഇരിപ്പുമുറിയിലെ ഫ്ളവർവേസ് വരെ ഒരേ പാറ്റേണിൽ. ഓരോ രാത്രിയും തളർച്ചയോടെ മറ്റൊരു സൂപ്പർ സിക്സിൽ കയറിച്ചെല്ലുമ്പോൾ, ഇവിടെനിന്നുതന്നെയാണല്ലോ പുലർച്ചെ ഇറങ്ങിത്തിരിച്ചത് എന്ന ഓരാശ്വാസവും ഗൃഹസൗഖ്യവും നമ്മെ ആശ്ലേഷിക്കുന്നു. പുറമേ നിരത്തിയ പൂച്ചെട്ടികളും ഒരേ പാറ്റേണിൽ. കാലദേശസ്ഥിതിയനുസരിച്ച് അവയിൽ വളരുന്ന ചെടികളിൽ മാത്രമേ, അൽപ്പം വ്യത്യാസം കാണൂ. വിശ്രമകേന്ദ്രങ്ങലുടെ ഈ നൈരന്തര്യം വിശ്രമസൗഖ്യത്തിന് മാറ്റു കൂട്ടുന്നു. നിദ്രയ്ക്ക് പൊരുത്തക്കേടിനെ നേരിടേണ്ടതില്ല.

ഇന്ന് ഞങ്ങൾ എത്തേണ്ടത് "അന്റോണിറ്റോ" എന്ന ചെറുനഗരത്തിലാണ്. അവിടേക്കെത്ര ദൂരം! വൈകിയ അത്താഴത്തെപ്പറ്റി ചിന്തിച്ചില്ല.

"അടുത്തൊരു റെസ്റ്റോറന്റുണ്ട്. ഞാൻ പോയിട്ട് വല്ലതും കിട്ടുമോ എന്നു നോക്കാം". മകൻ ഞങ്ങളുടെ മുറി അടച്ചുപൂട്ടാൻ നിർദേശിച്ചു. ഞാൻ വരും വരെ തുറക്കരുത്!

മക്ഡൊനാൾഡ് ബർഗറിന്റെ ഒരു പങ്ക് കഴിച്ചു കിടന്നു. ഒറ്റയുറക്കത്തിൽ രാത്രി അവസാനിച്ചു. ആറുമണിക്ക് തുടർയാത്രയ്ക്ക് ഒരുങ്ങിയിരിക്കണമെന്ന് അരുൺ നിർദേശിച്ചിരുന്നു. പേടിക്കേണ്ട, അവൻ ഇന്റർകോമിലെ അലാറം മുഴക്കാം. സമയം ആറിനു പത്തുമിനിറ്റ്. ഇതുവരെ വിളിച്ചിട്ടില്ല. അങ്ങോട്ടു വിളിച്ചപ്പോഴാണ് പുലർന്ന വിവരം അരുൺ അറിയുന്നത്. തുടർയാത്രകളിലെ ദീർഘിച്ച വണ്ടിയോടിക്കൽ ക്ഷീണകരമായിരുന്നു.

ജനൽതിരശ്ശീല വകഞ്ഞു. ചില്ലു വാതായനങ്ങൾക്കു പുറമേ, മഞ്ഞിൽ സുഖനിദ്ര ചെയ്യുന്ന മരുഭൂമി! ഇന്നലെ അർധരാത്രിയോടടുത്ത് വിജനവീഥികളിലൂടെ വണ്ടിയോടിച്ച് എത്തിയത്, ഒരു മരുഭൂമിയിലായിരുന്നു! ചെയ്ത യാത്രയിലെ ക്ഷീണങ്ങളെക്കുറിച്ച് ചിന്തിച്ചു. മുറ്റത്ത് ശോഷിച്ച പുൽത്തകിടി, പരുക്കൻ പനവർഗച്ചെടികൾ, മുൾക്കാട്, പൂക്കൾ – അവ മനം കവിഞ്ഞു ചിരിക്കുന്നു. മരുതലം പച്ചച്ചിരിക്കയാണ്, കുളുർത്തു കുതിർന്നും. ഇന്നലേയും അതിനപ്പുറത്തെ നാളുകളിലും മഴ പെയ്ത ലക്ഷണമുണ്ട്. ജനവാസം ഇല്ലെന്നു പറയാം. നേരിയ അസ്വാസ്ഥ്യത്തോടെ അടുത്ത ജനലുകൾക്ക് നേരെ നോക്കി. ആൾപ്പാർപ്പുണ്ട്. മുറ്റത്തു മൂന്നു വണ്ടികളുമുണ്ട്. സമാധാനം.

യാത്രയ്ക്കൊരുങ്ങി മുറ്റത്തിറങ്ങിയപ്പോൾ, അവിചാരിതമായ ഒരാക്രോശം. ഒരു ദിനോസറിന്റെ ശബ്ദമോ? അൽപ്പം ഭീകരം, അതിലേറെ ഏകാന്തതയുടെ ഉൾക്കിടുക്കം, അതികഠിനമായ മാറ്റൊലി. മതിലിനപ്പുറം, ഒരു കറുകറുത്ത കരിത്തീവണ്ടി. പോയ സഹസ്രാബ്ദത്തിലെ പ്രാചീന കരിവണ്ടി! നാലഞ്ചു ബോഗികൾ.

കനേജോസ് കൗണ്ടിയിലെ അന്റോണിറ്റോ പട്ടണം ഡെൻവർ–റയോഗ്രാന്റ് റെയിൻ റോഡിന്റെ സന്തതിയാണ്. അമേരിക്കയുടെ സമ്പന്നതയിലേക്കുള്ള ആദ്യത്തെ പാത റെയിൽ റോഡുകളായിരുന്നു. റോഡിനിരുപുറവും ഒരു ചെറുപട്ടണം നാൾക്കുനാൾ വേരുപിടിച്ചു വളർന്നു. ഒരുഭാഗത്ത് സ്പെയിൻകാർ, നേരെതിർ ഓരത്ത് ഇംഗ്ലീഷ് കുടുംബങ്ങൾ – ഇവർ ഖനിജങ്ങളുടെ മുതലാളന്മാരായിരുന്നു. ഖനിപ്രദേശങ്ങളിൽ നിന്നും, പർവതസാനുക്കളിലെ ആവാസവ്യവസ്ഥയിൽ നിന്നും തുരത്തപ്പെട്ട ആദി – ഇന്ത്യൻ വർഗങ്ങൾ പട്ടണത്തിന്റെ പിന്നാമ്പുറങ്ങളിൽ താവളമടിച്ചു. കുറേപ്പേർക്ക് തൊഴിൽ കിട്ടി. അവരുടെ പൂർവികരെല്ലാം അധിനിവേശപ്പട്ടാളത്തിന്റെ വെടിയേറ്റു മരണപ്പെട്ടിരുന്നു.

പോയകാലത്ത് ഖനിജങ്ങളും തൊഴിലാളികളും സഞ്ചരിച്ച റെയിൽപ്പാതകളുടെ, പിൻതുടർച്ചക്കാരനാണ് ഞങ്ങളുടെ മുമ്പിൽ പ്രത്യക്ഷപ്പെട്ടിരിക്കുന്ന റെയിൽ റോഡും അതിന്റെ നായകസ്ഥാനീയനായ 'കാഴ്ചത്തീവണ്ടി'യും.

20

അന്റോണിറ്റോ

ഒറ്റനോട്ടത്തിൽ പച്ചമെത്തയിൽ ഉറങ്ങിക്കിടക്കുന്ന ഒരു മലയോര പ്പട്ടണം. അടുത്തെത്തുമ്പോൾ പട്ടണം ഒരു വിസ്തൃത മരുഭൂമിയുടെ ഓരത്താണെന്നറിയുന്നു.

തങ്ങളുടെ മുറ്റത്തിനപ്പുറം തണുത്ത റെയിൽപ്പാളങ്ങൾ മനുഷ്യസ മ്പർക്കവും വണ്ടിയുടെ ആശ്ലേഷവും പ്രതീക്ഷിച്ച് അനക്കമില്ലാതെ. സൂര്യൻ മഴക്കീറുകളുടെ അകമ്പടിയോടെ ദൂരെ മാറി നിൽക്കുന്നു. രണ്ടു കുടുംബങ്ങൾ തീവണ്ടിയുടെ നേർക്കടുത്തു. ഡ്രൈവർ സന്തോഷ ത്തോടെ സ്വീകരിച്ചു. വണ്ടി ദിനോസറിന്റെ ശബ്ദമുയർത്തി അലറിക്കു വി. തീവണ്ടി, കൽക്കരി നിറച്ച്, തന്റെ ഗതകാല യാത്രയ്ക്കൊരുങ്ങി.

ഭൂപടം നോക്കി അരുൺ പറഞ്ഞു: "നമുക്കിവനെ വലം വച്ച് ഉയര ങ്ങളിലൂടെ അനുഗമിക്കാം, ചിലപ്പോൾ ഓട്ടത്തിൽ തോൽപ്പിക്കാനും പറ്റും". കടന്നോടി, നല്ല വ്യൂ പോയിന്റുകളിൽ ചെന്നുനിന്ന് ഈ പുരാ തന ജീവിയെ മൂവിയിലാക്കുകയാണ് ഉദ്ദേശ്യം. വീഡിയോ ക്യാമറയും സ്റ്റാന്റുകളും ഒരിക്കൽകൂടി പരിശോധിച്ചു.

"നേറൊ ഗേജ്" ഹോട്ടലിനോട് വിട പറഞ്ഞു.

കാഴ്ചത്തീവണ്ടി

അമേരിക്കയിൽ ഇന്ന് ട്രെയിൻ ഗതാഗതം, മോട്ടോർ കാർ പ്രഭുക്ക ളുടെ മത്സരത്തിൽ, പതുങ്ങിപ്പതുങ്ങി നിഷ്ക്രമിക്കാൻ പോവുകയാണ്. ഡൊമസ്റ്റിക് പ്ലെയിനുകൾക്കും സ്പീഡു കൂടിയ കാറുകൾക്കും ഇടയി ലൊരു സഞ്ചാരമാർഗം. സ്ലീപ്പർ ബർത്തുകളില്ലത്രെ. രാത്രി മുഴുക്കെ യാത്ര ചെയ്യേണ്ടതുണ്ടെങ്കിൽ കാറാണ് കാമ്യം. കുളിച്ചുമിനുങ്ങി നിൽക്കുന്ന ഈ വണ്ടിയെ ടൂറിസ്റ്റുകൾക്ക് മാത്രമായി ഒരുക്കിനിർത്തിയി

രിക്കയാണ്. തുറന്ന ബോഗികളും മേൽക്കൂര ഘടിപ്പിച്ച ബോഗികളും ഉണ്ട്. ഡയനിങ് കാറും. അലസഗമനം. അന്റോണിറ്റോവിൽനിന്നു പുറപ്പെട്ട് റോക്കി പർവതനിരകൾ താണ്ടി, സാൻജുവാൻ താഴ്‌വര മുറിച്ച്, പാറക്കെട്ടുകളും ജലപാതകളും, മഴക്കാറുകളുടെ വന്യരൂപങ്ങളും ദർശിച്ച് പതുക്കെപ്പതുക്കെ അറുപത്തിനാല് മൈൽ സഞ്ചാരം. റെയിൽ ന്യൂമെക്സിക്കൊ സ്റ്റേറ്റതിർത്തി പതിനൊന്നിടത്ത് മുറിച്ചുകടക്കുന്നു. പല വലുപ്പത്തിലുള്ള നിരവധി പാറത്തുരങ്കങ്ങളിലൂടെ നുണുപോകുന്നു. ഒരിടത്ത് മുന്നൂറ്ററുപത് അടി നീളത്തിലുള്ള ഒരു മൺതുരങ്കവുമുണ്ട്. റോഡ് നിർമാണ ടെക്നിക്കിന്റെ നിരവധി സാധ്യതകളുള്ള ഒരു വനമാർഗം.

ഖനികൾ ക്ഷയിച്ചപ്പോൾ, പ്രഭുക്കൾ കൂടുതൽ മിച്ചവരുമാനമുള്ള ഉൽപ്പാദനമേഖലകൾ തേടിപ്പോയപ്പോൾ, റെയിൽ റോഡ് അനാഥമായി. അവശേഷിച്ച പല അനാഥക്കൂട്ടങ്ങളിലൊന്നാണ് ഈ ട്രെയിൻ. ഇത് സിൽവർടൺ പട്ടണം വരെ പോകുന്നു. ഇതിന്റെ 'ജെൻ ഓട്രി' എഞ്ചിനും അനുസാരികളും പല ഇംഗ്ലീഷ്-അമേരിക്കൻ സിനിമകളിലെ കഥാപാത്രമാണ്.

1994 ൽ ആണ്, റെയിൽ റോഡ് കമ്പനി പാത സഹിതം ഇവനെ ഒരു ചരിത്രസ്മാരകട്രസ്റ്റിനു കൈമാറിയത്. ചരിത്രത്തിന്റെ പെരുവഴിയിൽനിന്ന് അവന്റെ ഉണ്ടക്കണ്ണുകൾ ഞങ്ങളെ ഉറ്റു നോക്കി. അവന്റെ അലസഗമനത്തോട് മടുപ്പുള്ള മകൻ കാർ സ്റ്റാർട്ടു ചെയ്തു. റെയിൽ മുറിച്ച് മല കയറ്റത്തിനൊരുങ്ങി.

'കാസ്കേഡ് ക്രീക്ക്' എന്ന കാട്ടുപുഴയ്ക്കു സമാന്തരമായി ഞങ്ങൾ മലമടക്കിൽനിന്നു മലമടക്കിലേക്ക് കയറിപ്പോയി. ഉരുളൻ കല്ല് നിറഞ്ഞ സ്ഫടികജലം ചിരിച്ചും പിറുപിറുത്തും മറ്റനവധി കൂട്ടുകാരികളുമായി സന്ധിച്ചും ഞങ്ങൾക്കെതിരെ താഴോട്ട് കുതിച്ചു.

പെട്ടെന്നൊരു തിരിവിൽ ദിനോസറിന്റെ ശബ്ദം. വനത്തിലതിന്റെ അഹങ്കാരം കുറഞ്ഞിരിക്കുന്നു. ഉള്ളം കിടുകിടുപ്പിക്കുന്ന ഒരാർത്തനാദം. ചരിവുകളിൽനിന്ന് അനുക്രമം ഉയർന്നുപൊങ്ങിപ്പന്തലിക്കുന്ന സൂചിപത്രവനങ്ങളിൽ തീവണ്ടിയുടെ നിലവിളി ആയിരം മടങ്ങാവുന്നു. മൃഗങ്ങളെ കാണാൻ പറ്റാത്ത തുടരൻ വനപംക്തി. ശ്രദ്ധ, താഴെ ഇടുങ്ങിയ താഴ്‌വരയിലൂടെ ഒരു കറുത്ത ചേരയെപ്പോലെ ഇഴഞ്ഞുനീങ്ങുന്ന തീവണ്ടിയുടെ മേലായി. താഴ്ചയിൽ ഞങ്ങൾക്കവനെ ഏതാണ്ടടുത്ത തലത്തിൽ കാണാം. തൊപ്പിയുയർത്തി അഭിവാദ്യം ചെയ്യുന്ന അലസഗമനക്കാർ. ഡയനിങ് കാറിനെ വെടിഞ്ഞു വനനിരീക്ഷണം നടത്തുന്നവർ. മകൻ ചങ്ങാതിയെ പലവട്ടം തന്റെ ക്യാമറയിൽ പൂട്ടിയിട്ടു. വനജീവികളുടെ അസാന്നിധ്യം ഞങ്ങളെ തീവണ്ടി സഞ്ചാരികളോടടുപ്പിച്ചു. കിളിയൊച്ചയില്ല; മൃഗങ്ങളുടെ അനക്കമില്ല; ഒറ്റച്ചീവീടിന്റെ ശബ്ദംപോലും ഇല്ല. ജൈവസാന്നിധ്യത്താൽ സമ്പന്നമായ നമ്മുടെ ഉഷ്ണമേഖലാ വനങ്ങളുടെ നേരെതിർഭാവം. നിശ്ശബ്ദത, നിശ്ചലത, നിർജനത, – അസാന്നിധ്യങ്ങളുടെ നിറഞ്ഞ സൗന്ദര്യം.

ശാന്തിവനങ്ങൾ. തീവണ്ടിയുടെ ഗർജനം ഓർക്കാപ്പുറത്തെ ഇടിമിന്നൽപോലെ. ശൂന്യതയുടെ കൊടും ഗർജനം! ഒക്ടോബർ പതിനേഴ് ഈ വനപാത അടയ്ക്കപ്പെടും. പിന്നീട് അടുത്ത വർഷം മേയ് മാസത്തിൽ തുറക്കും. തീർച്ചയായും ഈ വണ്ടികളും കാഴ്ചക്കാരും അന്യർതന്നെ.

നേരിയ ഉൾഭയത്തോടെ ഞങ്ങൾ പതിനായിരം അടി ഉയരത്തിലെത്തി. മറ്റൊരു വണ്ടിയും ഇതുവരെ മുമ്പിലോ പുറകിലോ ഇല്ലായിരുന്നു. ഒരു വ്യൂ പോയിന്റിൽ വണ്ടി നിർത്തി.

ചിത്രകാരന്മാർക്ക് ഒരുക്കിയിട്ടിരിക്കുന്ന രണ്ടു ക്യാൻവാസ് സ്റ്റാന്റുകൾ. ഇടയിലൊരു വിശ്രമ ബെഞ്ച്. നേരെ മുന്നിൽ മുപ്പതടി താഴെ കുത്തിയൊഴുകുന്ന കാട്ടാറ്. ഇവിടെ ആറ്, പാറക്കെട്ടിനോട് കലഹിക്കുന്നു. ആറിന്റെ മാറ്റൊലിയാണ് പാറക്കെട്ടിന്റെ പറച്ചിൽ.

പുറകിൽ ഒരു വണ്ടി ഒഴുകിയെത്തിയത് ഞങ്ങൾ അറിഞ്ഞതേയില്ല. നിശ്ശബ്ദം ഡോറടച്ച് കൈയിലൊരു കുടിവെള്ളക്കുപ്പിയുമായി എൺപത് കഴിഞ്ഞൊരു വൃദ്ധൻ, ഞങ്ങളുടെ കൈവരിയുടെ അങ്ങേ അറ്റത്തു വന്നുനിന്നു. ആറ്റിലേക്ക് നോക്കി അയാൾ കുറേശ്ശെ വെള്ളം നുണഞ്ഞു. ദീർഘകായനാണ് – ഒന്നു ചരിഞ്ഞ് അയാൾ ഒരാത്മഹത്യാ മുനമ്പിലാണ് നിൽക്കുന്നതെന്നു തോന്നി. അയാൾ അനങ്ങുന്നതേയില്ല. വെള്ളം മുക്കാലും തീർന്നു. നരച്ച വിരലിലൊരു പ്ലാറ്റിനം മോതിരം തിളങ്ങുന്നു. ഇദ്ദേഹമൊരുപക്ഷേ ഈ വനസാമ്രാജ്യത്തിന്റെ ഉടമയാവാം. മക്കൾ ലോകത്തിന്റെ ഏതെങ്കിലും കോണിൽ. ഭാര്യ മരിച്ചിരിക്കും, ഞാൻ വിചാരിച്ചു. സഞ്ചാരങ്ങൾക്കിടയിൽ ഇണകളായിട്ടല്ലാതെ, യുവാക്കളെയോ മധ്യവയസ്കരെയോ വൃദ്ധരെയോ കണ്ടിട്ടില്ല. ഞങ്ങൾ പോരുമ്പോഴും അയാളവിടെത്തന്നെ. വിദൂരതയിലെ വെള്ളിഖനികളുടെ മേലാകാശത്തിൽ മെല്ലെ മെല്ലെ മഴക്കാറുകൾ കൂട്ടം കൂടുന്നു. കാട് ശിശിരം ആഘോഷിക്കാൻ മഞ്ഞച്ചും ചുവന്നും ഊതയിലും അലങ്കാരമണിയാൻ തുടങ്ങുന്നു. ഒരാഴ്ചയ്ക്കകം ഇവിടെങ്ങും ഒരൊറ്റ പച്ചമരം കാണില്ല.

പന്ത്രണ്ടായിരം അടി ഉയരത്തിൽ കാറ്റിനു നല്ല തണുപ്പ്. ഉച്ചനേരത്തെ തണുത്ത വെയിൽ. സ്വെറ്ററിനുമേൽ പുള്ളോവർ ധരിച്ചതു നന്നായി.

മാങ്കോസ് താഴ്‌വര

മാങ്കോസ് താഴ്‌വരയിലേക്കുള്ള ഇറക്കത്തിൽ, പല മണിക്കൂറുകൾക്കിടയിൽ ഒരേയൊരു ജനവാസകേന്ദ്രം. പത്തിൽ കുറഞ്ഞ കെട്ടിടങ്ങൾ. ചെറുഭവനങ്ങൾ. ഒരു ജലസംഭരണകേന്ദ്രം. മലഞ്ചെരിവിൽ വിനീതമായി നിൽക്കുന്നൊരു വാട്ടർടാങ്കും കീഴെ ടാങ്കർ ലോറികളും. കാട്ടാറിലെ ജലം, വെളുത്ത ഉറുമ്പുമുട്ടകളുടെ ആകൃതിയിലുള്ള ചെറു ചെറു ബാരലുകളിൽ നിറച്ച് ഒതുക്കി വെച്ചിട്ടുണ്ട്. ഓരോ വീട്ടുമുറ്റത്തും അത്തരം സംഭരണികൾ. കൂരയുടെ ഉയരത്തിലല്ല. ഉയരങ്ങളിലെ കാട്ടാറുകളിൽ

നിന്ന് ജലം നേരിട്ട് സംഭരിക്കുന്ന ഒരു സംവിധാനം. ഉയരെ നിന്നു കാണുമ്പോൾ വെളിപ്പെട്ടൊരു ഉറുമ്പുകൂടുപോലെ ഒരു ഗ്രാമം. മാങ്കോസ് താഴ്‌വര ഏതാണ്ട് ചെങ്കുത്താണ്. കുറഞ്ഞ സമയത്തിൽ കീഴെയെത്തി. പഴയ വെള്ളിയുടെ പ്രതാപത്തിൽ നിൽക്കുന്ന ഒരു ഒളിമങ്ങിയ പട്ടണം – സിൽവർട്ടൺ. ഞങ്ങളെ അനുഗമിച്ച ട്രെയിൻ ഇപ്പോഴും അവിടെ എത്തിച്ചേർന്നിട്ടില്ലെന്നു തോന്നുന്നു. പട്ടണത്തിൽ പഴയ ഓർമയിൽ അലക്കിയെടുത്തു നിൽക്കുന്നൊരു പഴയ റസ്റ്റോറന്റ്. ഒരു ദമ്പതികൾ മാത്രം നേരെയപ്പുറത്ത് ലഞ്ച് കഴിക്കുന്നു. മെലിഞ്ഞു നീണ്ടു വെളുത്തൊരു ചീന യുവാവ് കിന്നരിത്തൊപ്പിയും വെള്ള സ്യൂട്ടും ധരിച്ച് അടുത്തെത്തി.

മെനു കാർഡ് തുറന്ന് അരുൺ ഓർഡർ ചെയ്തു.

ഇന്നിതുവരെ ആഹാരം കഴിച്ചിട്ടില്ല. രണ്ടരമണി കഴിഞ്ഞിരിക്കുന്നു.

ഫ്രൈഡ് റൈസിന്റെ നിറഞ്ഞ പരിമളം. പിന്നെ കൂടെക്കഴിക്കാൻ മധുരച്ചാറിൽ കിടക്കുന്ന പഞ്ചസാര വിളയിച്ച ചെമ്മീൻ. ജിലേബി പോലെ. ജിലേബിയുടെ സ്വാദും. വെജിറ്റബിൾ കൊഞ്ച് എന്നു തോന്നി. ഫ്ളോറിഡയിലെ മത്സ്യങ്ങൾക്ക് കേരളത്തിലേതുപോലെ ലവണാംശമില്ല. മധുരമാണെന്നു കേട്ടു.

ഇഷ്ടമായില്ലെങ്കിൽ ചോറ് കഴിച്ചാൽ മതി. മകൻ കാത്തിരുന്നു. ആഹാരം പ്ലേറ്റിൽനിന്ന് അനങ്ങാൻ കൂട്ടാക്കുന്നില്ല. പുറകെ വന്ന പുഡ്ഡിങ് കേമം. കൂടെ ഒരുതരം ബേക്ക് പലഹാരം. ഷെല്ലിന്റെ ആകൃതി. അകം പൊള്ള. അതിനകത്ത് ചെറുകടലാസ് തുണ്ടിൽ ഒരോ സന്ദേശം.

– നല്ലതുവരും.

– ഇപ്പോൾ ചെയ്യുന്ന ജോലിയിൽ ഉറച്ചുനിന്ന് മുന്നോട്ടു പോകുക. വിജയം നിശ്ചയം.

– ചെയ്യുന്ന ജോലി വിജയകരമായി കലാശിക്കും എന്ന അവസാന കുറിപ്പ് എന്റെ ഷെല്ലിനകത്തായിരുന്നു. മൂന്നും ചേർത്ത് കൈയിൽ വച്ചു.

ഇനി വേണമെങ്കിൽ പത്തു മണിക്കൂർ കൂടി ഇതേ മട്ടിൽ യാത്ര തുടരാമെന്ന തോന്നൽ.

ഞങ്ങൾ പരസഹസ്രം കന്നുകാലികൾ കൊഴുക്കുന്ന കൃഷിയിടങ്ങളിലൂടെ ഓടിച്ചുപോയി.

പത്തുമൈലിലധികം സഞ്ചരിക്കുമ്പോൾ ചേർന്നുനിൽക്കുന്ന രണ്ടുമൂന്നു ചെറു കളപ്പുരകൾ. സൂക്ഷിപ്പുകാരുടെയും ഡ്രൈവർമാരുടെയും ഭവനങ്ങളാകാം. കാത്തുകിടക്കുന്ന ലോറികൾ.

തീറ്റപ്പുൽക്കൃഷിയിടങ്ങളിൽ ചതുരക്കട്ടകളായി പായ്ക്ക് ചെയ്ത പുല്ല്. അട്ടികൾ. ശൂന്യസ്ഥലികളും ധാരാളം. ഉപേക്ഷിക്കപ്പെട്ട കൃഷിയിടങ്ങൾ മുഴുക്കെ പുല്ല് വളർന്നിരിക്കുന്നു. അറുപതെഴുപത് വർഷങ്ങൾക്കു മുമ്പ് കന്യാഭൂമികളായിരുന്ന കൃഷിയിടങ്ങൾ. മഹായുദ്ധങ്ങളുടെ വിനാശകാലത്ത് കർഷകയുവാക്കളെല്ലാം നാടുവിട്ടു യുദ്ധസേനയിലെത്തി. സൈനികസേവനം നിർബന്ധമായിരുന്നു. തിരിച്ചെത്തിയപ്പോൾ കൂടുതൽ ആഴത്തിലുള്ള ശൂന്യതയും അരക്ഷിതാവസ്ഥയും യുവാക്കളെ നേരിട്ടു.

സ്വാതന്ത്ര്യം ലഭിച്ച അടിമകൾ കൃഷിക്കളങ്ങൾ ഉപേക്ഷിച്ച് നേരത്തെ സ്ഥലം വിട്ടിരുന്നു. അമേരിക്ക കുത്തനെ സാമ്പത്തിക തകർച്ചയിൽ പതിച്ച കാലമായിരുന്നു. The Great Depression കാലം. അമ്പതിനായിരം യുവാക്കളെ സർക്കാർ അൻപതു ക്യാമ്പുകളിൽ വിന്യസിച്ചു. അവർക്ക് ശമ്പളമായി മുവായിരത്തഞ്ഞുറ് ഡോളർ വീതം വീടുകളിലേക്കയച്ചു. അങ്ങനെ അൻപത് ടൂറിസ്റ്റ് കേന്ദ്രങ്ങൾ വീതം ഘട്ടംഘട്ടമായി വികസിപ്പിച്ചു. റോഡുകൾ, വിസിറ്റർ സെന്ററുകൾ, വ്യൂപോയിന്റുകൾ, ഗതാഗത സൗകര്യം. ചുരുങ്ങിയ കാലത്തിനിടയിൽ റോക്കി, അപ്പലേച്യൻ, സ്മോക്കി പർവതനിരകളും കടലോരങ്ങളും വിദേശികളും സ്വദേശികളുമായ ടൂറിസ്റ്റുകൾക്ക് വിസ്മയവിരുന്നുകളൊരുക്കി. യുദ്ധങ്ങളും യുദ്ധങ്ങൾക്കിടയിലെ ഇടവേളകളും തങ്ങൾക്കു മാത്രം ലാഭകരമായി എങ്ങനെ വികസിപ്പിച്ചെടുക്കാം എന്ന അമേരിക്കൻ തന്ത്രമാണ് ഇത്തരത്തിലുള്ള വികസനപ്രവർത്തനങ്ങൾക്കും പുരോഗതിക്കും പിന്നിലുള്ളത്. ജോലി ചെയ്താലേ ജീവിതമുള്ളു എന്നതാണ് അമേരിക്കൻ മുദ്രാവാക്യം. എല്ലുമുറിയെ പണിതാൽ... എന്ന നമ്മുടെ പഴമൊഴി തന്നെ. ഓരോ കേന്ദ്രവും വർഷംതോറും അനേകം ലക്ഷം സഞ്ചാരികളെയാണ് സ്വീകരിക്കുന്നത്. ചരിത്രസ്മാരകങ്ങൾ മാത്രം 'നഷ്ടവുമില്ല, ലാഭവുമില്ല' എന്ന രീതിയിലും മറ്റെല്ലാം 'ലാഭകര'മായും നടത്തുന്ന അനേകം ഫൗണ്ടേഷനുകളും ട്രസ്റ്റുകളും സർക്കാർ ജോലി എളുപ്പമാക്കുന്നു. ഗ്ലോബലൈസേഷന്റെ പേരിൽ ഈ മുദ്രാവാക്യങ്ങൾ സ്വീകരിക്കയും പിന്നിൽ കർമരഹിതവും നിസ്സംഗവുമായ നിലപാട് സ്വീകരിക്കുകയും ചെയ്യുന്ന നമ്മുടെ മുമ്പിൽ ചരിത്രസ്മാരകങ്ങളും പാരിസ്ഥിതിക വ്യവസ്ഥയും പുറ്റെടുത്തു പോവുകയോ തകർന്ന് നിലംപരിശാവുകയോ കൊള്ളയടിക്കപ്പെടുകയോ മാത്രം ചെയ്യുന്നു. ടൂറിസം എന്നാൽ നമുക്ക് ബിയർ പാർലറുകളും മസാജ് സെന്ററുകളും മാത്രമായി ഭവിക്കുകയാണ്.

കുറ്റിക്കൊമ്പുള്ള കൊഴുത്ത ജെഴ്സിപ്പശുക്കൾ മേയുന്ന അതിവിസ്തൃത മേച്ചിൽ സ്ഥലങ്ങൾ പിന്നിട്ടു. ഏഴടിപ്പൊക്കമുള്ള വേട്ടക്കാരും കൗബോയ്സും മദിച്ചു നടന്നിരുന്ന താഴ്വരയുടെ ഇന്നത്തെ വിജനതയും ജനവാസം ഒഴിഞ്ഞ ഗ്രാമക്കാഴ്ചയും പഴയ പ്രതാപകാലത്തിന്റെ ഇതളുകൾ മനസിൽ വിടർത്തുന്നു. മരക്കൂട്ടങ്ങളുടെ നടുവിലെ ഒഴിഞ്ഞ തറയിൽ ധാന്യക്കച്ചവടവും കാലിക്കച്ചവടവും പൊടിപൊടിച്ച ഒരു കാലമുണ്ടായിരുന്നു. പിന്നാമ്പുറങ്ങളിലൂടെ ഒഴുകുന്ന നദിയിലൂടെ അടിമകളെ നിറച്ച ചങ്ങാടങ്ങളും ബോട്ടുകളും സഞ്ചരിച്ചിരുന്നു. അമേരിക്കൻ വന്യസംസ്കാരത്തിന്റെ പാതകളിലൂടെ സഞ്ചരിച്ച മാർക്ക് ട്വയ്ൻ, ജോർജ് ഹാരിയറ്റ് തുടങ്ങിയ എഴുത്തുകാരെയും ഓർക്കുന്നു. വിഷപ്പുക വമിക്കുന്ന കൂറ്റൻ തീവണ്ടികളുടെ വരവോടെ ചലിക്കാൻ തുടങ്ങുന്ന അടിമക്കൂട്ടത്തിന്റെ കാഴ്ച. തറയറ്റം ഇറങ്ങിക്കിടക്കുന്ന മുഷിഞ്ഞ വെളുത്ത കോട്ടൺ ഫ്രോക്ക് ധരിച്ച വെള്ളക്കാരികളും, സ്കർട്ട് ധരിച്ച കറുത്ത അടിമയുവതികളും. മുഖം നഷ്ടമായ കുഞ്ഞുങ്ങൾ, ചരക്കിനും ചിലപ്പോൾ ചരക്ക

ടിമയുടെ അടിമക്കൂട്ടത്തിനും ഒരേ തറയിൽ വില പറയപ്പെട്ട ചന്തകൾ– അമേരിക്കയുടെ പൂർവകാല ജീവിതം, കറുത്തവനും ചെമ്പനും വെള്ളക്കാരനും ഒരുപോലെ ക്ലേശം നിറഞ്ഞവതന്നെ ആയിരുന്നു. അന്ന് ജീവിതം ആഘോഷിച്ചത് വിരലിലെണ്ണാവുന്ന ഭൂവുടമകളും കച്ചവടക്കാരും മാത്രം. ഇന്ന് അമേരിക്കൻ ജീവിതം ഒരുത്സവമാണെന്ന് പുറംകാഴ്ചയ്ക്കു തോന്നുമെങ്കിലും അകത്തളങ്ങളിൽ ക്ലേശങ്ങളും ഭീതികളും അരക്ഷിതമായ വാർധക്യങ്ങളും നിയന്ത്രണമില്ലാത്ത കൗമാരമദനോത്സവങ്ങളും എല്ലാമുണ്ട്. അതിനിടയ്ക്ക് തിളങ്ങുന്ന ഒരു വസ്തു പൗരസ്വാതന്ത്ര്യലബ്ധിയാണ്; പ്രത്യേകിച്ചും കറുത്ത അമേരിക്കനു ലഭിച്ച നീതി. അത് അവരുടെ മിഴികളിൽ അഭിമാനത്തോടെ ജ്വലിക്കുന്നു. ഇന്നിൽ മാത്രം രമിക്കുന്നവർ, കറുത്ത വർഗങ്ങൾ, പ്രത്യേകിച്ച് കുടുംബവും അവകാശികളും സുരക്ഷിതത്വവും കാംക്ഷിക്കുകയും അതനുസരിച്ച് ജീവിതക്കളത്തിൽ ചതുരംഗക്കരുക്കൾ നീക്കംചെയ്യുകയും ചെയ്യുന്ന ചിലരുണ്ട് – ചീനർ, ജൂതർ, ഏഷ്യാക്കാർ. കറുത്ത പെണ്ണുങ്ങൾ കഴിയുന്നത്ര കൂടുതൽ കുഞ്ഞുങ്ങളെ പെറ്റുകൂട്ടിയാലേ, കൃഷിക്കളങ്ങൾക്കും ഫാക്ടറികൾക്കും നിലനിൽപ്പുള്ളൂ എന്നു നിർണയിക്കപ്പെട്ടിരുന്ന കാലം പോയി മറഞ്ഞു.

തൊണ്ണൂറ് കഴിഞ്ഞ പല ദമ്പതികളെ, നടക്കാൻപോകുമ്പോഴും ഉല്ലാസയാത്രാവേളകളിലും കണ്ടു. തൊണ്ണൂറ് കഴിഞ്ഞവരും കാറോടിച്ചുപോകുന്നു – സൂപ്പർ മാർക്കറ്റുകളിലേക്ക്, ക്ലിനിക്കുകളിലേക്ക്, ഉല്ലാസകേന്ദ്രങ്ങളിലേക്ക്. ഇവിടെ കാറ് മനുഷ്യശരീരത്തിന്റെ ഒരവയവമാകുന്നു. അതില്ലാതെ ജീവിക്കാൻ വിഷമം. ഒരു പായ്ക്കറ്റ് ഉപ്പിനും ഒരു സൂചിക്കും ഒരു കളിപ്പാട്ടത്തിനും – നിങ്ങൾ പല മൈലുകൾ കാറോടിച്ച് സൂപ്പർമാർക്കറ്റിലെത്തുക തന്നെവേണം. ഒറ്റയായി ഒന്നും കിട്ടില്ല. ഒന്നു വാങ്ങിയാൽ മറ്റൊന്ന് ഫ്രീ. ഒന്നിനു വേണ്ടി ഒരു ഡസൻ അടങ്ങിയ പായ്ക്കറ്റ് രണ്ടെണ്ണം എന്നാണ് കണക്ക്. മകന്റെ വീട്ടിൽക്കണ്ട പേനകളുടെയും നഖം മുറിക്കുന്ന കത്രികകളുടെയും അടുക്കളക്കത്തിയുടെയും മറ്റും 'സമൃദ്ധി'യുടെ രഹസ്യം പിന്നെപ്പിന്നെയാണ് ഞാൻ മനസിലാക്കിയത്. ഒരിക്കലൊരു ചീപ്പ് തേടി, ഞാൻ, വോൾ–മാർട്ട് സൂപ്പർമാർക്കറ്റിന്റെ എല്ലാ സെക്ഷനും താണ്ടി. ഒരു ഡസനെങ്കിൽ അത്രയും വാങ്ങാം. പക്ഷേ ചീപ്പില്ല. അവസാനം മറ്റു സാധനങ്ങളുടെ പായ്ക്കറ്റുകളുടെ പുറകിൽ ലജ്ജയോടെ ഒളിഞ്ഞിരിക്കുന്നതാര്? രണ്ടു ചീപ്പുകൾ. ഒരേ സൈസ്. ചൈനീസ്. ഉടുപ്പ് നഷ്ടമായതിലുള്ള ലജ്ജയോടെ നിൽക്കുന്നു. ഞാനവ രണ്ടും കൈക്കലാക്കി കൗണ്ടറിലേക്കു നടന്നു. ബിൽ കളക്ടർ ഒരു നേർത്ത ചിരിയോടെ അതൊരു പാക്കറ്റിലിട്ടുതന്നു. ചന്ത ഭരിക്കുന്നത് ഇന്ന് ചീനയും കൊറിയയും ഫിലിപ്പീൻസും കാനഡയും നിക്കരാഗ്വെയും തായ്‌വാനും പോർട്ടോ–റിക്കോവും ഡൊമിനിക്കോയും മെക്സിക്കോയും ജപ്പാനും ചില യൂറോപ്യൻ രാജ്യങ്ങളുമാണ്. അമേരിക്കൻ ഉൽപ്പന്നങ്ങൾ കുറഞ്ഞുവരുന്നു, ചന്തകളിൽ. പക്ഷേ, അമേരിക്കൻ ആയുധമാർക്കറ്റ്

ലോകം ഭരിക്കുന്നത് നാം പ്രത്യക്ഷത്തിൽ കാണുന്നില്ല. നമ്മൾ കടുക് വിറ്റും തേങ്ങ വിറ്റും റബ്ബർ വിറ്റും വറുത്ത കായ കയറ്റി അയച്ചും ജീവിക്കുമ്പോൾ, അവർ പടക്കപ്പലും യുദ്ധവിമാനവും, അവയ്ക്ക് അനുസാരികളായി കോടിക്കണക്കിന് ആയുധങ്ങളും വിൽക്കുന്നു. അമേരിക്കയിലേക്ക് അജ്ഞാത കോണുകളിൽനിന്ന് പണം റോയൽറ്റിയായിട്ടും കടപ്പലിശയായും ഒഴുകിയെത്തുന്നു. യുദ്ധം അമേരിക്കയെ തകർക്കും എന്നു നമ്മൾ സന്തോഷിക്കുമ്പോൾ, യുദ്ധം ഒരു ലാഭക്കച്ചവടമാക്കുന്നതെങ്ങനെ എന്ന നിരന്തര പരീക്ഷണത്തിലേർപ്പെട്ടിരിക്കുന്നു, അവർ.

അമേരിക്ക ഒരുക്കിത്തന്ന ഒരു വിരുന്നാണല്ലോ, ഈ യാത്രകൾ. വിരുന്നിനു നല്ല വില കൊടുക്കണമെന്നു മാത്രം. മകന്റെ കഠിനാധ്വാനം.

21

മെസാ വെർദെ അഥവാ പച്ചമേശക്കുന്നുകൾ

നാലുമണി, വൈകുന്നേരം. ഞങ്ങളിപ്പോൾ കോളറാഡൊ സ്റ്റേറ്റിന്റെ അതിരിലൂടെ 'മേശക്കുന്നുകൾ' തേടിപ്പോവുകയാണ്. വരുംവഴിക്ക് ഒരിന്ത്യൻ ഗ്രാമമുണ്ടായിരുന്നു. കൃത്യം നാലുമണിക്ക് അതിന്റെ ഗേറ്റ് അടച്ചുകളഞ്ഞതിലുള്ള നിരാശയുണ്ട്, ഉള്ളിൽ. വഴിക്ക് ഞങ്ങളുടെയൊപ്പം പാട്ടുപാടി സഞ്ചരിച്ചിരുന്ന അർക്കാൻസ്സസ് നദി, സമതലത്തിലെത്തിയ സന്തോഷത്തിലായിരുന്നു. രണ്ടടി മാത്രം ജലം. ഒറ്റനിരപ്പ്. അടിത്തട്ടിൽ പല വർണത്തിൽ മിന്നുന്ന പളുങ്ക് കല്ലുകൾ; വലിയ രത്നക്കല്ലുകൾ പോലെ. മേലെ റെഡ് റോക്കിൽനിന്നും ബ്ലാക്ക് കാന്യനിൽ നിന്നുമെല്ലാം ഓടിയെത്തി വിശ്രമിക്കുന്ന കല്ലുകൾ.

വണ്ടി നിർത്തി. ഇറങ്ങി മുഖം കഴുകി. വൃത്തിയുള്ള ഒരു നദിയിലിറങ്ങിയിട്ടെത്ര കാലമായി. നാട്ടിൽ തിരിച്ചെത്തി, തിരുനെല്ലിയിലെ കാളിന്ദിപ്പുഴയിലൊന്നു മുങ്ങിയാലുള്ള ആനന്ദം. ജലത്തിനും വായുവിനും മണ്ണിനും കാലദേശഭേദങ്ങളില്ല. മനുഷ്യകുലത്തിന്റെ ഏക പൈതൃകം. ആകാശത്ത് സൂര്യൻ മെല്ലെ വിടപറഞ്ഞു പോകുന്നതെങ്ങോട്ട്? എന്റെ, ഞങ്ങളുടെ, നമ്മുടെ നാട്ടിലേക്ക്. അവിടെയിപ്പോൾ പത്രക്കാരനും പാൽക്കാരനും ഗേറ്റ് തുറക്കുകയും അടയ്ക്കുകയും ചെയ്യുന്നു. മുറ്റത്തെ മാവിൽ പ്രഭാതഗീതം അവസാനിപ്പിച്ച് കരിങ്കുയിൽ ചിന്താമഗ്നയായിരിക്കുന്നു. ഞാനൊന്നുമറിഞ്ഞില്ലേ എന്ന് രണ്ട് നത്തുകൾ, മരക്കൊമ്പിന്റെ ഇരുൾമറയിൽ അനങ്ങാതെ ചേർന്നിരിക്കുന്നു. തോട്ടത്തിലും പറമ്പിലും പൂക്കൾ വിടരുന്നു.

വേണ്ട! മേശക്കുന്നുകളിലേക്കു പോകാം. വിട്ടുപോന്നതെല്ലാം അവിടെത്തന്നെ കാണും.

അനസ്സാസികളുടെ നാട്ടിൽ

ഞങ്ങൾ 'ശത്രുരാജ്യ'ത്തേക്ക് കടക്കുകയാണ്. സന്ധ്യയുടെ പടിവാതിലിനിപ്പുറം മഴക്കാറ് കുട ചൂടിയ ഒരാകാശത്തിനു കീഴെ ചിന്താകുലമായി നിൽക്കുന്ന ഗ്രാമദേശം. വെറും ആയിരം വർഷങ്ങൾക്കു മുമ്പ് ഇവിടത്തെ മേശക്കുന്നുകളുടെ 'വലിപ്പു'കളിൽ ഒരുകൂട്ടം ആദിജനത വന്നു താമസമാക്കി. 'അനസ്സാസി' എന്ന പദത്തിന് അമേരിന്ത്യൻ ഭാഷയിൽ 'ശത്രു' എന്നർഥം. 'മെസാ വെർദെ' എന്നതിന് സ്പാനിഷ് ഭാഷയിൽ മേശക്കുന്നുകൾ അഥവാ പച്ചച്ച മേശക്കുന്നുകൾ എന്നും. ഉപരിതലം മേശപോലെ പരന്നു വിസ്തൃതമായ ഒരു പർവതനിര. മുകൾപ്പരപ്പിൽ തൊപ്പിപ്പാറകളുടെ ഉപരിതലത്തിനുമീതെ ഏതാനും അടി ഉയരത്തിൽ മണ്ണ്. മണ്ണിൽ വളരുന്ന പുല്ലുകൾ, ഉയരം കുറഞ്ഞ ചെടികൾ. മേശക്കുന്നുകളുടെ പിന്നാമ്പുറങ്ങളിൽ ചെരിവായിക്കിടക്കുന്നു, പുഷ്ടിയുള്ള കൃഷിഭൂമികൾ. കീഴ്ക്കാംതൂക്ക്. സുഗമമല്ല.

അത്‌ലാന്റിക്കിന്റെ ഒന്നാംതീരത്തുള്ള ഫ്ളോറിഡയിൽനിന്നു യാത്ര തിരിച്ച ഞങ്ങൾ പടിഞ്ഞാറൻ തീരത്തെ റോക്കി പർവതനിരയുടെ കിഴക്കൻ ചെരിവിൽ കാലിഫോർണിയയോട് ചേർന്ന്, കൊളറാഡോ സ്റ്റേറ്റിന്റെ തെക്കുപടിഞ്ഞാറൻ അതിർത്തിയിലെത്തിയിരിക്കുന്നു. അഗാധ മലമ്പിളർപ്പുകൾക്ക് ഭൗമശാസ്ത്രപ്രസിദ്ധിയാർജിച്ച കൊളറാഡോ മേഖല. ഇന്നലെ രാത്രി താമസിച്ച 'കോർട്ടെസി'ൽനിന്ന് ഒമ്പതുമൈൽ ദൂരം. പക്ഷേ വന്നത് 'മാൻകൊ' താഴ്‌വരയുടെ ഉന്നതമേഖല ചുറ്റിയാണ്. സന്ധ്യക്കു മുമ്പ് 'മെസാവെർദെ' നാഷണൽ പാർക്കിലെത്തണം.

മെസാ വെർദെ

ഇവിടം അമേരിക്കയുടെ ചരിത്രസ്മാരകങ്ങളിൽപ്പെടുന്നു. അയ്യായിരത്തോളം കാഴ്ചകൾ കാണാനുണ്ട്. അതിൽ അറുന്നൂറ് പാറമടകൾ. ഇഷ്ടിക പടുത്തുയർത്തിയ ബഹുനിലക്കെട്ടിടങ്ങൾ. അനസ്സാസി ഇന്ത്യൻ വർഗം എ ഡി 500 തുടങ്ങി എ ഡി 750 വരെ നിലവറക്കുണ്ടുകളിൽ കുടിൽകെട്ടി താമസിച്ചു. വൃത്താകാരത്തിൽ പടുത്തിറക്കിയ കുഴിയിലേക്കൊരു മരക്കോണി. ഇറങ്ങിക്കഴിഞ്ഞ്, കാലേ നിർമിച്ചുവച്ച കൂറ്റൻ വട്ടക്കുടപോലൊരു കൂര, നിരക്കി കുഴിയെ മൂടാം. ഭദ്രം. മഞ്ഞുറയ്ക്കുന്ന കാറ്റിനെയും തണുപ്പിനെയും നേരിടാതെ ഭൂമിയുടെ ഹൃദയമാളത്തിൽ സുഖനിദ്ര. പകലുകളിൽ ഇവർ നാടോടികളായി, പെറുക്കിത്തിന്നും മൃഗങ്ങളെ വേട്ടയാടിയും കഴിഞ്ഞു. പെണ്ണുങ്ങൾ കുട്ടയും പാത്രവും മെടഞ്ഞു, ദൂരെ ചന്തകളിൽ കൊണ്ടുപോയി വിറ്റു. ചന്തകൾ ആദിഇന്ത്യൻ വംശജരുടേതാണ്. 'ശത്രു'ക്കളായി കുടിയേറിയവരുടെ ഉൽപ്പന്നങ്ങൾ മേടിച്ചു, അവർക്ക് ചോളവും കൈതച്ചക്കയും പുകയിലയും കൈമാറി ഇന്ത്യർ. അത് സഹവർത്തിത്വത്തിന്റെ നാളുകൾ. മേശക്കുന്നുകളുടെ പുറകിലെ കൊടുംവനങ്ങളിൽ വേട്ടയാടുകയും മരം മുറിച്ച് ചോളം കൃഷി

ചെയ്യാൻ ഭൂമി പരുവപ്പെടുത്തുകയും ചെയ്യുന്നതെങ്ങനെയെന്ന് 'അപ്പാച്ചെ' ഇന്ത്യൻ വർഗം അനസ്സാസികളെ പഠിപ്പിച്ചു.

ഭൂഖണ്ഡത്തിന്റെ വടക്ക് കാനഡയിൽനിന്നു വന്നുചേർന്ന നവാഹൊ ഇന്ത്യൻ വർഗത്തിന്റെ പിൻഗാമികളാണ്, വടക്കേ അമേരിക്കയുടെ തെക്കേ അറ്റത്ത് കുടിയേറിയ അനസ്സാസികൾ എന്നു രേഖകൾ. ആകാരസാമ്യം രേഖകളെ ന്യായീകരിക്കുന്നു.

നിലവറക്കുടിലുകളിൽനിന്ന് ഇവർ, 'ചാപ്ലിൻ മെസ' എന്ന പർവതത്തിന്റെ പിളർപ്പിലേക്ക് താമസം മാറ്റി. റോക്കിയുടെ ശീതക്കാറ്റിൽനിന്ന് രക്ഷപ്പെടാനാവാം കാടു വെട്ടി ചോളക്കൃഷി തുടങ്ങി. ജുനിപ്പറും പിനിയൻ വൃക്ഷങ്ങളും നിറഞ്ഞ വനം അവർക്കു വേണ്ടി അൽപ്പം പിൻവാങ്ങി.

80 ചതുരശ്ര മൈൽ വിസ്താരമുണ്ട് ഈ മലമ്പിളർപ്പിനും പരിസരങ്ങൾക്കും. മാങ്കോസ് നദി ഈ പിളർപ്പിന്റെ വടക്കറ്റത്തുനിന്നുയർന്ന് പിളർപ്പിലൂടെ തെക്കറ്റത്ത് പ്രത്യക്ഷമാവുന്നു. പന്ത്രണ്ട് മലമ്പിളർപ്പുകൾ ഈ ഇടുക്ക് താഴ്വരയിൽ ഒളിഞ്ഞുകിടപ്പുണ്ട്.

മൂന്നുമണിക്ക് മാങ്കോസ് വാലി മുറിച്ചു കടക്കുമ്പോൾ, വിജന ഗ്രാമീണമേഖലയിൽ ഇത്തരമൊരു ചരിത്രവിസ്മയം കാത്തിരിക്കുന്നതിന്റെ യാതൊരു സൂചനയുമില്ല. കാഴ്ചകളെല്ലാം അത്ഭുതങ്ങളുടെ അനാവരണമായിരിക്കണം എന്നു മകൻ വിചാരിച്ചിരിക്കണം. മെസാ വെർദെയെപ്പറ്റി ഒരു സൂചനപോലും മുൻകൂട്ടി തന്നതുമില്ല. മകൻ, അച്ഛനമ്മമാരെ കുട്ടികളാക്കുകയായിരുന്നു

മഴ പെയ്യാൻ തുടങ്ങി. നാലുമണിയുടെ ആകാശം ഇരുണ്ടു. സാധാരണഗതിയിൽ ഇരുട്ടാവാൻ ഇപ്പോൾ എട്ടര കഴിയണം. വളരെ ദൂരെ രണ്ടോ മൂന്നോ ബൾബുകൾ എരിയുന്നത് വീടുകളിലോ കളപ്പുരകളിലോ? ശീതക്കാറ്റും പൊടിമഴയും ഇരുണ്ട ആകാശവും ആശങ്കാജനകമായൊരു അന്തരീക്ഷം രചിക്കുന്നു.

മെസാ വെർദെ നാഷണൽ പാർക്കിന്റെ ടോൾ ഗേറ്റിലെത്തുമ്പോൾ, വലിയ പാറാവുകാരനായി നിൽക്കുന്നത് കൊടുംമഴ കോരിച്ചൊരിയുകയും വെള്ളിവാൾ വീശുകയും ചെയ്യുന്ന രാത്രി! സൈൻബോർഡിനുമേൽ ലൈറ്റുണ്ട്.

സമയം കഴിഞ്ഞിട്ടില്ല. കടന്നുപോകാം. ടോൾ പെർമിറ്റ് മേടിക്കാൻ നീട്ടിയ കാശ് ദ്വാരപാലകൻ നിരസിച്ചു.

ഞാൻ പണം വാങ്ങുന്നില്ല, നല്ല മഴയാണ്. ഒരു കാഴ്ചയും കാണാൻ പറ്റില്ല. കുറേ വണ്ടികൾ പോയിട്ടുണ്ട്, മുമ്പേ. അവർക്കും ഗതി ഇതാവും.

നേരിയ നിരാശ തോന്നി. മാങ്കോസ് താഴ്വരയുടെ അതിവിശാലത മുഴുവനും താണ്ടി ഇവിടെ വന്നിട്ട് തിരിച്ചുപോകേണ്ടി വരുമോ?

ടോൾഗേറ്റ് തുറന്നു.

വണ്ടി അകത്തേക്ക്. തൊട്ട വളവിൽ വലിയൊരു വെളുത്ത ബോർഡ്. പർവതമുടിയിൽനിന്നു ഉരുണ്ടുവരുന്ന കൂറ്റൻ ശിലാഖണ്ഡങ്ങൾ റോഡിലേക്കു തെറിച്ചുവീണു ഭീഷണിപ്പെടുത്തുന്ന വലിയൊരു ചിത്രം.

“കടന്നുപോവുമ്പോൾ നിൽക്കാതെ വണ്ടിയോടിക്കുക. ഏതു നിമിഷവും ഒരു കൂറ്റൻപാറ നിങ്ങളുടെ വാഹനത്തിനുമേൽ വീഴാം. അപകടം. സീസൺ നന്നല്ല!” ബോർഡിന്റെ മുഖത്ത് രണ്ടാമതൊന്നു നോക്കാൻ ഭയം.

രണ്ടാമത്തെ വളവിൽ മറ്റൊരാപത്ത്. റോഡ് നെടുകെ പിളർന്ന് ഏറെ ദൂരത്തോളം പ്ലാസ്റ്റിക് ഷീറ്റുകൊണ്ട് മറച്ചിരിക്കുന്നു. മറയ്ക്കപ്പുറത്ത് രാത്രിയിലും റോഡുപണി നടക്കുകയാണ്. വലിയ ലൈറ്റുകൾ; കരുതൽ ലാമ്പുകളും. ഒരിടനാഴിപോലെ വീതി കുറഞ്ഞ മറ്റേപാതയിലൂടെ ഒറ്റ വാഹനട്രാക്ക് മാത്രം. സിഗ്നൽ പോസ്റ്റിനപ്പുറം ഞങ്ങൾക്കു തൊട്ടുമുമ്പെ കടന്നുപോയ വണ്ടി അപ്രത്യക്ഷമായി. ഞങ്ങൾ ഏക കാത്തുനിൽപ്പുകാർ. ഇലക്ട്രോണിക് സിഗ്നൽ. പിഴയ്ക്കു പ്രശ്നമില്ല. ഒമ്പതാം മിനിറ്റിൽ പ്രകാശിക്കും. വെറും ഒമ്പത് മിനിറ്റ്. പക്ഷേ, മുമ്പും പിമ്പും മറ്റൊരു വണ്ടിയുമില്ല. കുറ്റാക്കുറ്റിരുട്ടിൽ ജ്വലിക്കുന്ന വഴിവിളക്കുകളുടെ തുളകൾ മാത്രം. അപ്പോൾ കേട്ടു, മറ്റൊരു വണ്ടി കയറ്റം കയറി വരുന്ന ശബ്ദം. വിപത്തിൽ തനിച്ചല്ലെന്നാശ്വാസം.

സിഗ്നലിന് അനക്കം കാണുന്നില്ല. പിഴയ്ക്കുമോ? ഇനി കണ്ണിമയ്ക്കാതിരിക്കുമോ?

ഇലക്ട്രോണിക്സ് ഉപകരണം പിഴയ്ക്കില്ലെന്നു മകൻ. പക്ഷേ, സ്വരത്തിനൽപ്പം ഇടർച്ച. തൊണ്ട ഇലക്ട്രോണിക് അല്ലാത്തതിനാലാവാം.

പൊടുന്നനേ സിഗ്നൽ തെളിഞ്ഞു. മഴയെ തോൽപ്പിക്കാൻ മുന്നോട്ടു പാഞ്ഞു. എന്തു തണുപ്പ്! പുള്ളോവർ ധരിച്ചു.

ചുരം കയറുകയാണ്. 8,572 അടിയിലെത്തണം. അയ്യായിരത്തിൽ നിന്നു തുടങ്ങിയതാണ്. തലയ്ക്കുമീതെ, വലത്തേറോഡുഭിത്തിയിൽ കൂറ്റൻ ശിലകൾ ഇപ്പോൾ വീഴും എന്ന മട്ടിൽ ഭീഷണിയുടെ വാളോങ്ങി നിൽപ്പുണ്ട്. ഇത് ചിത്രക്കാഴ്ചയല്ല. നേർക്കാഴ്ച. ഒന്നല്ല, അനേകം. പുറകെപുറകെ. തടയാനൊരു മരം പോലുമില്ല. കാട് ദൂരെ മാറിനിൽക്കുകയാണ്. നിർമാണപ്രവർത്തനം കല്ലുകളെ കോപാകുലരാക്കിയിരിക്കുന്നു. ആഞ്ഞടിക്കുന്ന മഴയും.

ഭാഗ്യം! ചാപ്പിൻ മെസയുടെ പ്രവേശനദ്വാരത്തിലെത്തിയപ്പോൾ മഴ നിലച്ചിരിക്കുന്നു. അവിടെ ചെറിയൊരു ഹോട്ടലിൽ താവളമടിച്ചിരുന്നവർ മഴ നനഞ്ഞ ഭൂമിയിലിറങ്ങി നിൽപ്പുണ്ട്. അഗാധമായ മാങ്കോസ് താഴ്വരയിൽ മഴ ഓളം തള്ളുന്നു. മീതെ മഞ്ഞുമേഘങ്ങൾ. നക്ഷത്രങ്ങൾപോലെ ഒറ്റപ്പെട്ട വിളക്കുകൾ വിറയ്ക്കുന്നു. ക്രമേണ ആകാശത്തിന്റെ മുഖം പ്രകാശം പരത്തി. ടിക്കറ്റ് മേടിച്ച് അനസ്സാസികളുടെ പൗരാണിക പാറബംഗ്ലാവുകളിലേക്കിറങ്ങി. ജനവാസമില്ല. എ ഡി 700 തുടങ്ങി എ ഡി 1100 വരെ അവർ പരിഷ്കാരികളായി ഇവിടെ ജീവിച്ചിരുന്നു. അവരുടെ പെണ്ണുങ്ങൾ മൃഗത്തോൽ ധരിച്ച് തിരികല്ലിൽ ചോളം പൊടിക്കുന്നു. കുഞ്ഞുങ്ങൾ മുറ്റത്ത് കളിക്കുന്നു. അമ്മയെച്ചാരി ഒരു കുഞ്ഞ്

നിൽക്കുന്നു. കുഞ്ഞുങ്ങളെല്ലാം പൂർണനഗ്നർ. മറ്റ് രണ്ട് സ്ത്രീകൾ കോലായിലിരുന്ന് കുട്ടകൾ നിർമിക്കുന്നു. നീണ്ടു വിശാലമായിക്കിടക്കുന്ന മുറ്റത്തൂടെ, തണ്ടിലേറ്റിയ വേട്ടമൃഗവുമായി നാലാണുങ്ങൾ, പരിപൂർണ നഗ്നർ-നടന്നുവരുന്നു. മസിലുകൾ മുഴുത്ത ഉടൽ, കൈകാലുകൾ. ഏതാണ്ട് വെളുത്ത തൊലിയും വലിയ മുഖവും ഉറച്ച ശരീരവുമുള്ള 'നവാഹൊ' ഇന്ത്യർ. അവരുടെ കൂട്ടുകുടുംബങ്ങൾ താമസിച്ചിരുന്ന കെട്ടിടങ്ങളാണ് ഞങ്ങളുടെ മുമ്പിലെ നിര. വലിയ പ്ലാറ്റ്ഫോമിൽനിന്ന് കൂറ്റനൊരു ചരിത്രത്തീവണ്ടിയുടെ അകത്തേക്ക് നോക്കുമ്പോഴുള്ള കാഴ്ച. മുറികൾ തിരിച്ചിരിക്കുന്നത് ആറേഴിഞ്ച് നീളവും നാലിഞ്ച് കനവുമുള്ള കല്ലിഷ്ടികകളിലാണ്. ചിലപ്പോഴത് പാറക്കഷണങ്ങളായി കാണപ്പെട്ടു. പാറകളിൽ ഉളിപ്പണിയെടുക്കാൻ നവാഹൊ ഇന്ത്യക്കാർ പ്രഗത്ഭരായിരുന്നുവത്രെ. മുറ്റത്ത് ചാരിവച്ച കോണി നോക്കുമ്പോൾ കെട്ടിടത്തിന് നാലും അഞ്ചും നിലകളുണ്ട്. കോണിവച്ച് ചെറിയ കിളിവാതിലിലൂടെ ഓരോ അറയിലേക്കും കയറിപ്പോകാം. അറകൾക്ക്, ഒരുനിര മുറികൾ മുന്നിലും, വലിയൊരു സംഭരണമുറി പുറകിലുമുണ്ട്. പിന്നിലേത് കലവറ. മുമ്പിൽ കിടപ്പറ. കലവറ ഇന്നും ഭദ്രമാണ്, കാലിയാണെങ്കിലും. വായു സഞ്ചാരത്തിന് മുൻനിരയിൽ മാത്രമേ സുത്രങ്ങൾ കാണാനുള്ളൂ. ഓരോ അറയുടെ കോലായിലും ഓരോ ശിലാതലം. വൃദ്ധന്മാർക്ക് വിശ്രമിക്കാനാണെന്ന് ഒരു ചരിത്രത്തിൽ രേഖപ്പെടുത്തിയിട്ടുണ്ട്. മുറ്റത്ത് അഞ്ചടി ആഴത്തിൽ, 'കിവ' എന്നറിയപ്പെടുന്ന ദൈവമണ്ഡപം. ഇറങ്ങാൻ കൊച്ചു പടവുകൾ. കിഴക്കറ്റത്ത് ഒരു ബലിക്കല്ല്. നടുവിൽ ഇഷ്ടികപടുത്ത ഒരു ഹോമകുണ്ഡം. നമ്മുടെ ഗണപതി ഹോമകുണ്ഡത്തിന്റെ അതേ ശിലാവിന്യാസം. കിവകളെല്ലാം ഒരേ വലിപ്പമുള്ള വൃത്താകാരക്കുഴികളാണ്. പത്തടി വ്യാസം കാണും. ഗ്രാമത്തിന് ഒരു പൊതുകിവ. വലിയ വൃത്തം. വലിയ ഹോമകുണ്ഡം, ബലിക്കല്ല്. കിവയുടെ പടിഞ്ഞാറെ അർധവൃത്തത്തിൽ നിരക്കെ കല്ലിൽ പടുത്ത ഗ്യാലറി, ഉയരത്തിൽ കാണാം. ഗ്യാലറി കാഴ്ച കാണാനിരിക്കുന്നവർക്കാകാം.

1100 എ ഡി മുതൽ 1300 എ ഡി വരെ നവാഹൊ ഇന്ത്യയുടെ സുവർണദശയായിരുന്നു. പെണ്ണുങ്ങൾ കൈതനാരിൽനിന്ന് പട്ടുപോലത്തെ കുപ്പായങ്ങൾ നെയ്ത് പുരുഷന്മാരെ ഉടുപ്പിച്ചു. അവർ സ്വന്തമായി തോൽക്കുപ്പായവും പരുത്തിവസ്ത്രവും ധരിക്കാൻ തുടങ്ങി. മനോഹരമായ മൺപാത്രങ്ങളും കൗതുകവസ്തുക്കളും നിർമിച്ചു. ചോളം കൃഷി ചെയ്ത് ധാന്യം ഒരു വർഷത്തെ ആവശ്യത്തിനുള്ളത് മുഴുവനും പിന്നറകളിൽ സംഭരിച്ചു വച്ചു. നായാട്ട് ഉപേക്ഷിച്ചുമില്ല. സമൃദ്ധിയുടെ കാലം. 1200 എ ഡി യിൽ അവർ നിലവറക്കുണ്ടുകൾ വിട്ട് മെസാവെർദെയുടെ ബഹുനിലക്കെട്ടിടങ്ങളിലേക്ക് മാറിയതെന്തുകൊണ്ട് എന്ന ചോദ്യത്തിന്, പ്രകൃതികോപങ്ങളിൽനിന്നു സുരക്ഷ തേടിയും ഭക്ഷ്യങ്ങൾ ശേഖരിച്ചു വയ്ക്കാനും എന്ന ഉത്തരമേയുള്ളൂ. മനുഷ്യപുരോഗതിയുടെ ചവിട്ടുകല്ലാണ് ഇവരെ സംബന്ധിച്ച് മെസാവെർദെ വാസം. കൃഷി ചെയ്യുക,

ധാന്യം സംഭരിക്കുക എന്ന പരിഷ്കാരം സിദ്ധിച്ച കാലം. 1276 എ ഡി യിൽ മെസാ വെർദെയിലെ നിവാസികളെ ഒരു വൻ വരൾച്ച നേരിട്ടു. ഇരുപത്തിനാല് വർഷം നീണ്ടുനിന്ന വരൾച്ചയിൽ മലമ്പിളർപ്പിലെ ഈ ആദിഅധിനിവേശജനത നിഷ്ക്രമിച്ചു എന്നു ചരിത്രകാരന്മാർ പറയുന്നു. ഒരു കാലഘട്ടത്തിൽ, പാറയിഷ്ടികകളെ ശേഷിപ്പിച്ച് ഒരു ജനപദം മുഴുവനും അപ്രത്യക്ഷമായത്, ശീതകാലത്ത് അവരുണ്ടാക്കിയ തീക്കുണ്ഡങ്ങളിൽനിന്ന് അഗ്നി പടർന്നു കയറിയെന്നാണ് മറ്റൊരു നിഗമനം. ഒരു വർഷത്തേക്കു മുഴുവനുമായി ശേഖരിച്ചു വച്ച ചോളവും ഉണക്കിയ ഇറച്ചിയും മറ്റു ഭക്ഷ്യങ്ങളും വെന്തുവെണ്ണീറാവുന്നതിന് സാക്ഷ്യം വഹിക്കാൻ സമൂഹത്തിൽ ഒരു മനുഷ്യനും അവശേഷിച്ചില്ല. വനസ്ഥലി ജനവാസകേന്ദ്രത്തെ തിരിച്ചുപിടിച്ചു.

ക്ലിഫ് പാലസ് എന്നു നാമകരണം ചെയ്യപ്പെട്ടിരുന്ന ഈ ഭവനസമുച്ചയത്തിന്റെ നീണ്ട മുറ്റത്തു നിൽക്കുമ്പോൾ താഴെ ഒഴുകുന്ന മെലിഞ്ഞ മാങ്കോസ് നദിയും അക്കരെ മറ്റൊരു ശിലാഭിത്തിയും പാർപ്പിടവും കാണാം. ഇടുക്ക് താഴ്വരയിലേക്ക് വീശുന്ന കാറ്റ് ചൂളം കുത്തി, അനസ്സാസികളെന്ന പൂർവിക മനുഷ്യരുടെ ആത്മാക്കളുടെ നിലവിളികൾ ഏറ്റെടുത്ത് എതിർദിശയിലേക്ക് പറന്നകലുന്നു.

1888 ൽ 700 തുടങ്ങി 800 വർഷം വരെ നീണ്ടുനിന്ന ശൂന്യതയ്ക്കു ശേഷം ഒരുനാൾ, കൂട്ടം തെറ്റിയ കാലികളെത്തേടി രണ്ടു റാഞ്ചന്മാർ മലമ്പിളർപ്പിന്റെ അതിർത്തിവനങ്ങളിലെത്തി. ഉയരം കുറഞ്ഞ പിന്യൻ മരങ്ങളും ജുനിപ്പറുകളും ചിതറിക്കിടക്കുന്ന മേശക്കുന്നുകളുടെ ഇടയ്ക്ക് ഒരു പടുകൂറ്റൻ വൃക്ഷത്തലപ്പ് ഉയർന്നുനിൽക്കുന്നതു കണ്ട് അവർ അത്ഭുതസ്തബ്ധരായി. ഒരു സ്പ്രൂസ് വൃക്ഷത്തിന്റെ ശീർഷ ശിഖരപ്പടർപ്പ്. അത്തരമൊന്ന് ആ ദേശത്തൊന്നും ആ കർഷകർ കണ്ടിട്ടില്ല. ഒരാൾ വൃക്ഷത്തിൽ എത്തിപ്പിടിച്ച് ഉച്ചിയിൽനിന്ന് അഗാധമായ പിളർപ്പിലേക്കു കണ്ണോടിച്ചു. ജീർണിക്കാതെ കിടക്കുന്നു. അപൂർവക്കാഴ്ചയായി ഒരു പുരാതന ഗൃഹസമുച്ചയം. ചുവന്ന പാറയിഷ്ടികകൾക്ക് പരിക്കോ പൂപ്പലോ ഇല്ല. അടിക്കാട് നിറഞ്ഞ ഒരു കാട്ടരുവിയുടെ ഇരുപുറവും കെട്ടിടാവശിഷ്ടങ്ങൾ. മലവെള്ളപ്പാച്ചിലിൽ, ഗ്രാമതാഴ്വരയിലെ തങ്ങളുടെ ഭവനങ്ങൾക്കു പിന്നിൽ, മണ്ണിനൊപ്പം മനുഷ്യരുടെ അസ്ഥികൾ ഒഴുകിയെത്താറുണ്ടായിരുന്ന കാര്യം അവർ ഓർമിച്ചു. അതിന്റെ ഉത്ഭവം ഇവിടെയായിരുന്നു എന്ന അറിവിൽ ചരിത്രകാരന്മാർ പാഞ്ഞെത്തി. ഡോ. ജെസ്സെ വാർട്ടർ ഫ്യൂക്കെസ് (Smithsonian Institution) നയിച്ച ഗവേഷണ പരമ്പരയുടെ ഫലമായി, അടർന്നുവീണു കിടക്കുന്ന ഇഷ്ടികകൾ പുനഃസ്ഥാപിക്കപ്പെട്ടു. സ്പ്രൂസ് മരത്തിന്റെ കീഴിൽ നിൽക്കുന്ന ജീർണിച്ച ഭവനത്തെ ഇക്കരെ നിൽക്കുന്ന ഞങ്ങൾ കണ്ടു. മുറ്റത്ത് അനേകം നൂറ്റാണ്ടുകളെ അതിജീവിച്ച പടുകൂറ്റൻ സ്പ്രൂസ് വൃക്ഷത്തിന്റെ കറുത്ത ഉടൽ ഫോസിലായിത്തുടങ്ങി.

ക്ലിഫ് പാലസിന് 114 മുറികളും 8 ആരാധനാമണ്ഡപങ്ങളും ഉണ്ട്.

ഇവ നിൽക്കുന്നത് 216 അടി നീളവും 89 അടി വീതിയുമുള്ള ഒരു കൂറ്റൻ പാറമടയിലാണ്. ഇതിൽ ഒരുകാലത്ത് നൂറിലധികം അനസാസികൾ ജീവിച്ചിരുന്നു. മൃതശരീരങ്ങൾ അവർ കുഴിച്ചിട്ടില്ല. മറിച്ച്, ഗർത്തത്തിന്റെ അടിയിലൂടൊഴുകുന്ന നദിയുടെ ചെരിവുകളിൽ നിക്ഷേപിച്ച്, നേരെ മുറ്റത്തിന്റെ മുകളതിർത്തിയിൽനിന്നു മണ്ണിടിച്ച് താഴ്ത്തിമൂടി. ചെറുചെറു ചുവന്ന മൺകൂനകൾ ഇന്നും അവശേഷിക്കുന്നു. കൊട്ടാരച്ചുമരുകളിൽ ആദിചിത്രങ്ങൾ കൊത്തിയതിന്റെ ശേഷിപ്പുണ്ട്. തീപിടിത്തത്തിൽ വെന്തു മരിച്ചവരും അകത്തെ ധാന്യഅറകളിലേക്കു പിൻവലിഞ്ഞു പുകയേറ്റു മരിച്ചവരും. ചുറ്റും അലമുറയിടുന്നതുപോലെ കാറ്റ്.

22

കിവകൾ

ഇന്നത്തെ പ്യൂബ്ലോ ഇന്ത്യൻ ഭവനങ്ങളിലെ ഹോമമണ്ഡപത്തിന്റെ പ്രാചീനരൂപമാണ് ക്ലിഫ് ഹൗസിൽ കാണപ്പെടുന്ന കിണർ രൂപത്തിലുള്ള ആഴം കുറഞ്ഞ ആരാധനാസ്ഥലങ്ങൾ. അവയുടെ മേലതിർമുടി തടിയിൽ പണിത കൂരകളായിരുന്നു. കൈതോലപ്പായകൾ മഴയെ തടുത്തിരിക്കാം. കൂരകൾ നശിച്ചു. കുഴിഞ്ഞ വൃത്തങ്ങൾ അവശേഷിക്കുന്നു. ആധുനിക ഇന്ത്യൻ ഭവനങ്ങളിൽ, അകത്തളത്തിൽ ഹോമം ചെയ്യാനുള്ള സജ്ജീകരണങ്ങൾ കാണാം, നമ്മുടെ ഇന്ത്യയിലെ ഹോമങ്ങൾ, പ്രാചീനകാലത്തെ അനുഷ്ഠാനക്രിയയുടെ തുടർച്ചതന്നെ. അത് ലോകമെങ്ങും പ്രാചീനവർഗങ്ങൾ അനുഷ്ഠിച്ചുപോന്ന ഒരു ആരാധനാ സമ്പ്രദായമായിരിക്കാം. ഇവിടെ ഒരു കാലത്ത് നരബലിയും തുടർന്ന് ജന്തുബലിയും നടന്നിരിക്കാം. വേട്ടമൃഗങ്ങളുടെ ശരീരങ്ങളെ തണ്ടിലേറ്റിക്കൊണ്ടുവന്ന് ഏതാനും തുണ്ടുകൾ അഗ്നിക്കു സമർപ്പിച്ചിരിക്കാം. കിവയുടെ മൂന്നാലു പടവുകൾ കയറിയെത്തുന്ന കൊളോസിയത്തിൽ കൂറ്റൻ കാട്ടുപോത്തുകളെ വെട്ടിമുറിക്കുമ്പോൾ ദൃക്സാക്ഷികളായി ശിലാഗ്യാലറികളിൽ സമൂഹം മുഴുവനും ഒത്തുകൂടിയിട്ടുണ്ടാവും. ഓരോ ഭവനത്തിനു മുമ്പിലുമുള്ള (ഒറ്റമുറി ഫ്ളാറ്റുപോലെ) ചെറു കിവകൾ അതതു കുടുംബത്തിന്റെ ആരാധനാസ്ഥലമാണ്. ഇവയ്ക്കും മേൽക്കൂര കണ്ടില്ല. ഇന്നും കാണപ്പെടുന്ന കിവകളിൽനിന്നുള്ള ചെറിയ പൈപ്പുകൾ താഴ്വരയിലെ നദീതീരത്തിലേക്ക് മഴവെള്ളത്തെ നയിച്ചിരിക്കും.

പോയ കാലത്തിന്റെ നഷ്ടപ്രതാപത്തെക്കുറിച്ചു ചിന്തിക്കാതെ, നിരന്തരം വന്നും പോയും ഇരിക്കുന്ന ടൂറിസ്റ്റുകളെ പരിഗണിക്കാതെ മാങ്കോസ് നദിയുടെ കൈവഴി ധൃതിയിൽ താഴ്വരപ്പിളർപ്പിൽനിന്ന് കടന്നുപോകുന്നു. ഒരു ജനപദത്തിനു മുഴുവനും കുടിവെള്ളം നൽകിയ നദി. വരൾച്ച കാരണം അവരുടെ വിനാശം കണ്ട നദീതീരം. ഇപ്പോൾ നദിക്കു

കുറുകെയുള്ള പാലത്തിലൂടെ അക്കരെ 'സ്പ്രൂസ്ടീ' ഭവനത്തിലെത്താം. വെള്ളം കുറവ്. ചവിട്ടി നടക്കാൻ ശിലാഖണ്ഡങ്ങളും ചെറു ഇറക്കങ്ങളും കയറ്റങ്ങളും. നടക്കാമെങ്കിൽ ഗർത്തത്താഴ്വരയെ ഒരു നടപ്പാതയിലൂടെ വലംവയ്ക്കാം. നടപ്പാത ചെരിവുകളുടെ അരക്കെട്ടിലൂടെയാണ്. അത് ആദിവാസികളുടെ കാലത്തേതല്ല. ആദിവാസികൾ പിന്നാമ്പുറങ്ങളിലും മണ്ണും ചെളിയും നിറഞ്ഞ ചെരിവുകളിലൂടെ നടന്നുകയറുകയും ചെയ്തു. ഇവർ ഇത്ര ഗോപ്യമായി താമസമുറപ്പിച്ചത്, നിഗൂഢവഴികൾ ഉപയോഗിച്ചത്, മറ്റ് ഇന്ത്യൻ വർഗങ്ങളെ ഭയന്നാവാം. കുടിയേറ്റക്കാരുടെ ഉൾഭീതി ഇവർക്കും കാണും.

വീട്ടുമുറികൾക്കൊന്നിനും വായു സഞ്ചാരപ്പഴുതുകളില്ല. കിവകൾക്കെല്ലാം ജലസഞ്ചലനത്തിനും വായുസഞ്ചാരത്തിനും സൂത്രങ്ങളുണ്ട്. ഒരു ജനതതിയുടെ അവസാനത്തെ അംഗംപോലും പുകയിൽ വീർപ്പുമുട്ടി മരിച്ചിരിക്കും.

കെട്ടിടങ്ങളുടെ തുടർച്ചയായി പണിത ഇഷ്ടികമതിൽ വിസ്മയകരമായി ഇന്നും നിലനിൽക്കുന്നു. ഒറ്റ നോട്ടത്തിൽ ഇഷ്ടിക നീളെ കൂട്ടിയിട്ടതാണെന്നേ തോന്നൂ. സൂക്ഷിച്ചുനോക്കിയാൽ ഒരു പ്രത്യേക പാറ്റേണിൽ മോട്ടോറിന്റെ സഹായം കൂടാതെ പടുത്തിയർത്തിയ കോട്ടയാണെന്നു കാണാം. നൂറ്റാണ്ടുകൾ കഴിഞ്ഞിട്ടും അവ ചിതറാതെ നിൽക്കുന്നു.

ഇവരുടെ വർഗത്തിൽപ്പെട്ടവരിൽ ചിലർ, ഇന്ന് കൊളറാഡൊയിൽ തന്നെ 'ഹോപി' താഴ്വരയിലും ന്യൂമെക്സിക്കോയിലും അരിസോണയിലും വസിക്കുന്നു. അതേ ആരാധനാരീതിയും ഭക്ഷണശീലങ്ങളും കുറേശ്ശെ തുടരുന്നു.

യൂക്കാ

യൂക്കാ, കാഴ്ചയിൽ കൈതവർഗത്തിൽപ്പെട്ട ഒരു മരുച്ചെടിയാണ്. നമുക്ക് തെങ്ങ് കൽപ്പവൃക്ഷമായിരിക്കുന്നതുപോലെ യൂക്കാ അമേരിന്ത്യരുടെ ജീവിതത്തിൽ പലതരത്തിൽ പ്രയോജനപ്പെടുന്നു. യൂക്കായുടെ ഇല ചതച്ച് നാരെടുത്ത്, കരടുകളഞ്ഞ് പട്ടുപോലെ കോട്ടു നെയ്തു സ്ത്രീകൾ പുരുഷന്മാരെ അലങ്കരിച്ചിരുന്നു. യൂക്കായുടെ നീണ്ട കൊമ്പിലെ പൂക്കമ്പുകളിൽനിന്നു പുഷ്പങ്ങൾ പറിച്ചെടുത്ത് പച്ചയായും ഉണക്കയായും പാചകം ചെയ്ത് ആഹരിച്ചു. ദൈവങ്ങൾക്കു സമർപ്പിച്ചു. യൂക്കാഫലങ്ങൾ ഉണക്കിപ്പൊടിച്ച് ആഹാരവിഭവങ്ങൾ ഉണ്ടാക്കി. യൂക്കായുടെ ഇലകളും മറ്റു മരക്കൊമ്പുകളും ചേർത്ത് കിവകൾ മേൽക്കൂര നിർമിച്ചു. ആദിമ ഇന്ത്യൻ വർഗങ്ങളിൽനിന്നാണ് യൂറോപ്യൻ അധിനിവേശക്കാർ ധാന്യങ്ങളുടെ ഉപയോഗം കാണുന്നതും അനുഭവിക്കുന്നതും. പതിനഞ്ചാം നൂറ്റാണ്ടുവരെ യൂറോപ്യർക്ക് ആഹാരം പച്ച ഇറച്ചിയും വേവിക്കാത്ത ഫലങ്ങളും മാത്രമായിരുന്നു. പടിഞ്ഞാറും കിഴക്കും തമ്മിലുള്ള നാഗരികതയുടെ അന്തരം എത്ര വലുത്! ചുട്ടുതിന്നുക എന്നതായിരുന്നു യൂറോപ്യരുടെ പരിഷ്കരിച്ച രീതി.

അനസ്സാസി മ്യൂസിയം

അനസ്സാസി മ്യൂസിയം ക്ലിഫ് പാലസ് നിൽക്കുന്ന ഗർത്തത്തിന്റെ മേലതിർത്തിയിലാണ്. താഴോട്ടുള്ള പാതയുടെ തുടക്കത്തിൽ തടിയും ഇഷ്ടികയും ചേർത്ത് പണിത മനോഹര കെട്ടിടം. പ്രാചീന ശിൽപ്പശൈലിയിൽ ഒറ്റത്തടിയിൽ പ്രയോഗം. കൈതനാരുകൾ തലമുടി പിന്നുമ്പോലെ കനം കുറച്ച് നീട്ടി മെടഞ്ഞ്, വടങ്ങളാക്കി ചുറ്റി ശേഖരിച്ചുവയ്ക്കുന്ന സമ്പ്രദായം അമേരിന്ത്യരുടെ ഇടയിലും ഇന്ത്യയിലെ മധ്യപ്രദേശിലും അസ്സമിലുള്ള ആദിവാസികൾക്കിടയിലും കാണാം. മധ്യപ്രദേശിലെ നാലുകെട്ടുകളിൽ വലിയ വടങ്ങളുടെ രൂപത്തിൽ ഇത് വളച്ച് ചുറ്റി സൂക്ഷിച്ചിരിക്കുന്നത് കണ്ടിട്ടുണ്ട്. വീതി കുറഞ്ഞ നീണ്ട ചരടുകൾ വൃത്താകാരത്തിൽ ചുറ്റിച്ചുറ്റി ഒരു കലത്തിന്റെയോ കുടത്തിന്റെയോ ആകൃതിയിലാക്കി അകവും പുറവും പശിമമണ്ണ് (അഗ്നിപർവതമുഖത്തെ ലാവാമണ്ണ്) തേച്ചു പിടിപ്പിച്ച്, മരുഭൂമിയിലെ ചൂടിൽ ചുട്ടെടുത്ത് മനോഹരമായ കറുത്ത മൺപാത്രങ്ങളുണ്ടാക്കുന്ന രീതി അമേരിന്ത്യൻ ആദിവാസികൾക്ക് സ്വന്തമാണ്. പാത്രനിർമാണത്തിനു ചക്രത്തിന്റെ ഉപയോഗം കണ്ടെത്തുംമുമ്പത്തെ ഈ ശൈലി ഇന്നും തുടരുന്നു. ഇന്ത്യയിലെ മുണ്ടാവർഗങ്ങളാകട്ടെ ഈ കൈനാരുകൾ (പനനാരുകൾ) കാർഷികാവശ്യത്തിനു മാത്രമാണ് ഉപയോഗിച്ചുകണ്ടത്; വീടു നിർമാണത്തിനും.

അമേരിന്ത്യൻ കരകൗശലവസ്തുക്കളെമ്പാടും ഈ നാരിനാൽ നിർമിക്കപ്പെടുന്നു. എല്ലാം മ്യൂസിയത്തിൽ സംഭരിച്ചിട്ടുണ്ട്. ജൂനിപ്പർ മരക്കൊമ്പുകളിൽ തീർത്ത കുന്തങ്ങൾ, അവർ വേട്ടയുപകരണമാക്കിയതും കാണാം. കാലക്രമത്തിൽ പാത്രമുണ്ടാക്കിയ അതേ രീതിയിൽ കൈപ്പിടിയുള്ള മഗ്ഗുകൾ, കള്ളുമാട്ടയുടെ രൂപത്തിലുള്ള കറുത്ത മൺപാത്രങ്ങൾ, കളിക്കോപ്പുകൾ, പ്ലേറ്റുകൾ, തൊട്ടികൾ, കൂടകൾ എന്നിവയും ഉണ്ടാക്കി. അമേരിന്ത്യൻ ചിത്രകല, കറുത്ത മൺപാത്രങ്ങൾക്കുമേൽ വെളുത്ത നൂലിനാൽ രചിക്കപ്പെട്ട താന്ത്രിക രൂപങ്ങൾ, വിസ്മയകരമായ കാഴ്ചയായി.

അനസ്സാസികളുടെ പിൽക്കാലത്തെ നീലരത്നാഭരണങ്ങൾ, മരത്തിൽ ചെയ്ത കളിപ്പാട്ടങ്ങൾ, ഗൃഹോപകരണങ്ങൾ, ചോളം പൊടിക്കുന്ന തിരികല്ല് (ഇത്തരം ചിലത് ക്ലിഫ് പാലസിന്റെ മുറ്റത്ത് ഇന്നും കിടപ്പുണ്ട്) എന്നിവയും പ്രദർശനത്തിനു വച്ചിരിക്കുന്നു. ഭിത്തികളിൽ അവരുടെ ജീവിതം പകർത്തുന്ന ചിത്രങ്ങൾ.

പുസ്തകശാല

എല്ലാ ടൂറിസ്റ്റ് കേന്ദ്രങ്ങളിലുമെന്നപോലെ ഇവിടെയും സ്ഥലവുമായി ബന്ധപ്പെട്ട ഒരു ഗ്രന്ഥശേഖരമുണ്ട്. വെള്ളക്കാരാരും പുസ്തകം വാങ്ങുന്നത് കണ്ടില്ല. ചില കൗമാരക്കാർ അവ കൗതുകത്തോടെ മറിച്ചുനോക്കി.

അപ്പോൾ മഴ പെയ്യാൻ തുടങ്ങി. പെയ്തടങ്ങിയപ്പോൾ റോക്കി പർവ

തസാനുക്കളിൽ പടർന്നുകയറിയ കാർമേഘങ്ങൾ ഗ്രാമദേശത്തെ മുഴുവനും ആവരണം ചെയ്തിരിക്കുന്നു. കറുത്ത പുതപ്പിന്റെ തുളകളിലൂടെ ഓരോരോ നക്ഷത്രം ഉറ്റുനോക്കുന്നു. കഠിനശൈത്യം. പാതയുടെ രക്ഷാഭിത്തിയെ കാറ്റ് തകർക്കുമെന്നു തോന്നി. തിരിഞ്ഞുനോക്കുമ്പോൾ സഞ്ചാരികളുടെ വണ്ടികളെല്ലാം ചുരമിറങ്ങിക്കഴിഞ്ഞിരിക്കുന്നു. രാത്രി, സത്രത്തിൽ താമസം ഒരുക്കിയവരുടെ മൂന്നു വണ്ടികൾ മാത്രം മഴയത്ത് വെറുങ്ങലിച്ച് കിടപ്പുണ്ട്. മഴ കുറഞ്ഞു. കാറ്റ് ശമിച്ചു. തണുപ്പ് വർധിക്കുന്നു. മകൻ പറഞ്ഞു, പേടിക്കാനില്ല. അകത്തോട്ടുള്ള പാതയേ അടയ്ക്കൂ. പുറത്തേയ്ക്കുള്ളവരെ വിടാതിരിക്കാൻ ന്യായമില്ലല്ലോ. രാവുമുഴുവനും റോഡിലെ നിർമാണപ്രവർത്തനം നടക്കുമെന്നും പറഞ്ഞു. ഏതെങ്കിലും മനുഷ്യരെക്കാണാം. സിഗ്നൽപോസ്റ്റിൽ ഇലക്ടോണിക് സാന്നിധ്യം മാത്രമേയുള്ളു. ടോളിൽ ആരുമുണ്ടാവില്ല.

സമയം നോക്കിയില്ല.

ഇത്തവണ റിപ്പയർ ഗേറ്റ് അടഞ്ഞുകിടപ്പുണ്ട്. ഇലക്ട്രോണിക് സിഗ്നൽ തെളിഞ്ഞില്ലെങ്കിലോ?

ഇന്നാട്ടിൽ അങ്ങനെ സംഭവിക്കില്ല.

കൃത്യം ഒമ്പതു മിനിറ്റിൽ രക്ഷകദൃഷ്ടി തെളിഞ്ഞു.

23

ഫോർ കോർണേഴ്സ് റീജ്യൻ

'നവാഹൊ' ഇന്ത്യരുടെ സാമ്രാജ്യത്തിലൂടെയാണ് ഇന്നത്തെ യാത്ര. കൊളറാഡൊ പീഠഭൂമികളുടെയും മലമ്പിളർപ്പുകളുടെയും തെക്കുപടിഞ്ഞാറെ മൂലയിൽ സാൻജുവാൻ പർവതനിരകൾ സന്ധിക്കുന്നു. ഇവിടെയാണ് കോർട്ടെസ് (Cortez) — ആദ്യകാല പ്യൂബ്ലൊ ഇന്ത്യൻ വർഗത്തിന്റെ തറവാട്. ആയിരത്തിലേറെ വർഷങ്ങൾ ഈ ആദിവാസി ജനത ഇവിടെ താമസിച്ചു. കോർട്ടെസ് എന്ന പട്ടണം സ്ഥാപിച്ചത് സ്പാനിഷ് ക്വാൺകിസ്റ്റാഡർ (അധിനിവേശ പടത്തലവൻ) ഹെർമൻ കോർട്ടെസിന്റെ സ്മരണയ്ക്കാണ്. ഈ പടയാളിയുടെ നേതൃത്വത്തിൽ പതിനാറാം നൂറ്റാണ്ടിൽ സ്പാനിഷ് അധികാരികൾ മെക്സിക്കോ പിടിച്ചടക്കി. നവാഹൊ ഇന്ത്യൻസ് ഈ അതിപൗരാണിക പട്ടണത്തെ വിളിച്ചിരുന്നത് സായാ-ടൊ (Tsaya-toc) എന്നാണ്. 'പാറജലം' എന്നർഥം. ഇന്ന് മിഷേൽ സ്പ്രിങ്സ് എന്നറിയപ്പെടുന്ന നീരരുവി. ഒരു കാലത്ത് നവാജൊ - ഇന്ത്യൻസിന്റെ ആടുകൾക്ക് കുടിനീർ നൽകി. റാഞ്ചർമാരെ ഇങ്ങോട്ടാകർഷിച്ചു.

പർവതങ്ങളുടെ സന്ധിയിൽ, മരുഭൂമിയിൽ കോർട്ടെസ് പട്ടണത്തിലെ ഉറക്കം കൊടുംശൈത്യത്തിലായിരുന്നു. മഴ പെയ്തതിനാൽ തണുപ്പ് പിന്നെയും കൂടി. റൂംഹീറ്റർ പുലരുംവരെ സഹായിച്ചു. കനത്ത പുതപ്പിന്നടിയിൽ കിടക്കുമ്പോൾ ഞാനാലോചിച്ചു, മനുഷ്യജീവിതത്തിന്റെ ഗതിവ്യതിയാനങ്ങൾ. സ്വന്തം നാടിന്റെ, നഗരത്തിന്റെ, നേരപ്പുറത്ത് ഭൂഗോളത്തിന്റെ മാറിലെ അതിവിസ്തൃത മരുതലത്തിന്റെ ഒത്ത നടുവിൽ ഒരുറക്കം. ഉറക്കം തരമാവുന്നത്, രക്ഷകനായി മകൻ കൂടെയുണ്ടല്ലോ എന്നാലോചിക്കുമ്പോഴാണ്. ഭൂമിയിലെവിടെ സഞ്ചരിക്കാനും താൽപ്പര്യമുള്ളവൻ. സ്ഥിരമായി ഓരോ വർഷത്തേക്കും ട്രാവൽ പാസ് മുൻകൂട്ടി മേടിച്ചു

വെക്കും. ഏതു നാഷണൽ പാർക്കിലും സഞ്ചരിക്കാം; കാഴ്ചകൾ കാണാം. ഭക്ഷണം ഒരു പ്രശ്നമേയല്ല. പച്ചവെള്ളം കുടിക്കും. പക്ഷേ, ഉറക്കം ഭദ്രമായിരിക്കണം. എല്ലാ രാത്രികളിലും സുഖനിദ്ര ലഭിച്ചു. ഓരോ പ്രഭാതവും നവോന്മേഷം നൽകി. പ്രാതലെന്ന ചിന്തയേ ഒഴിഞ്ഞു. ഞാൻ എന്റെ അടുക്കളയെ തീർത്തും മറന്നുപോയി.

കോർട്ടെസിലെ തണുപ്പിലൂടെ 'ഫോർ കോർണർ' റീജിയനിലേക്ക് വണ്ടിയോടിച്ചു. മൂടൽമഞ്ഞ് ഒരു പരിവാരംപോലെ വശങ്ങളിലും മുന്നിലും. കാർ ലൈറ്റിൽ മഞ്ഞ് പാലാഴിയാവുന്നു.

കാലാവസ്ഥാ പ്രവചനം നോക്കി. മഴയുണ്ടാവും. മനം കെട്ടു. ജനം മരുഭൂമിയിലെ കൃഷിയിടങ്ങൾ ഉഴുതിട്ട്, രണ്ടാമത്തെയും പിന്നെത്തെയും മഴകൾക്കു വേണ്ടി തപസനുഷ്ഠിക്കുന്നു. ഒരിന്ത്യൻ കൃഷിഭൂമിയുടെ കാഴ്ച ശ്രേണികൾ. ഉച്ചയ്ക്ക് ഒന്ന് പതിനഞ്ചിന് മഴ തോരും എന്ന പ്രവചനം ഞങ്ങളെ സന്തോഷിപ്പിച്ചു. മഴയ്ക്ക് ടൈംടേബിൾ കൃത്യമായി നൽകുന്ന കാലാവസ്ഥാപ്രവചനങ്ങളെ തീർത്തും വിശ്വസിക്കാൻ തുടങ്ങിയിരിക്കുന്നു, ഞങ്ങൾ. "ഉണ്ടാവുകയോ ഇല്ലാതിരിക്കുകയോ ചെയ്യാം" എന്ന പരിപാടിയല്ലിവിടെ. ഉണ്ടെങ്കിൽ ഉണ്ട്. ഉറപ്പ്. ഇല്ലെങ്കിലില്ല, അത്ര തന്നെ.

ജടായുപ്പാറ

മഴച്ചാറ്റലിലൂടെ മുന്നോട്ട് നീങ്ങുമ്പോൾ, ഒരേയൊരു വണ്ടി, ഒരൊറ്റയാൻ എതിരെ ഓടിച്ചുവരുന്നു. മരുഭൂമിയുടെ വിസ്തൃതിയും അനന്തശൂന്യതയും ഇല്ലാതാക്കാൻ ചാഞ്ഞുപെയ്യുന്ന മഴ സഹായിച്ചു. മഴ നാട്ടിൽ നിന്നു ഞങ്ങളെത്തേടി വന്നതാണെന്നു തോന്നി. മരുമണൽക്കൂനകൾ കൺമുമ്പിൽ, ഇടിഞ്ഞുതിരുകയും നിറം മാറുകയും ചെയ്തു. പുലർവെളിച്ചത്തിൽ മഴനാഗങ്ങളും കുഞ്ഞുങ്ങളും ധൃതിയിൽ ഇഴഞ്ഞിറങ്ങി റോഡരികിലെ വെള്ളച്ചാലിൽ ലയിച്ചു, അലസഗമനത്തിലായി. കാറിന്റെ സ്ക്രീനിൽ മഴക്കുഞ്ഞുങ്ങൾ ഇഴഞ്ഞിറങ്ങി പാഞ്ഞുപോയി.

മരുഭൂമിയും ആകാശവും ഒന്നായി. ഒരു അലയാഴിയിലെന്നപോലെ, അതാ ദൂരെ നിൽക്കുന്നു, ഷിപ്പ്റോക്ക്. ഒരു കപ്പൽ നങ്കൂരമിട്ട് ആരെയോ കാത്തുനിൽക്കുമ്പോലെ. അത് ചരിത്രത്തിന്റെ യാനപാത്രമാകുന്നു. പഴയ 'മരക്കലം'.

വണ്ടി വലത്തെ സൈഡ് റോഡിലേക്ക് തിരിച്ചുവിട്ടു. ഷിപ്പ്റോക്കിനടുത്തേക്ക്. ശീതക്കാറ്റ് ഇരമ്പി. പുറത്തിറങ്ങിനിന്ന് അരുൺ പറഞ്ഞു:

"ഈ പാറയുടെ മുമ്പിൽനിന്ന് പണമെടുക്കണം".

വണ്ടിയിൽനിന്ന് ഇറങ്ങാൻ വയ്യ. എന്റെ സാരി ഉരിഞ്ഞു പറന്നുപോകാം. ഞങ്ങൾതന്നെ കാറ്റിൽ പറന്ന് എവിടെയെങ്കിലും ചെന്നുവീഴാം. തണുപ്പാണെങ്കിൽ അതികഠിനം. വണ്ടിയിൽ കരുതിയിരുന്ന രോമക്കുപ്പായങ്ങൾ രണ്ടെണ്ണം ധരിച്ചു. പുൾ ഓവറിന്റെ സിപ്പ് അടിമുടി ഉറപ്പിച്ചു. കോട്ടൺ സാരി നനഞ്ഞു.

നവാഹൊ ഇന്ത്യൻസിന്റെ ദൈവപ്പാറയ്ക്കാണ് ഷിപ്പ്റോക്ക് എന്ന്

ആധുനികലോകം നാമകരണം ചെയ്തിരിക്കുന്നത്. രണ്ടു ചിറകുകൾ അൽപ്പം മടക്കി ചേക്കേറിയ ഒരു ജടായുപ്പാറ തന്നെ. ദൈവം ചിറകുകൾ ധരിച്ച്, വടക്കൻ രാജ്യങ്ങളിൽനിന്ന് ഈ മഹാപതംഗത്തിന്റെ പുറത്തേറി, തങ്ങൾ ഈ മരുത്താഴ്വരയിൽ വന്നുചേർന്നതാണെന്ന് നവാഹൊ ഇന്ത്യൻസ് കരുതുന്നു. ആയിരക്കണക്കിന് ഹെക്ടർ കൃഷിഭൂമി, ദൈവത്തിനുചുറ്റും പരന്ന് കിടപ്പുണ്ട്. മിക്കവാറും ചോളക്കൃഷിക്കുവേണ്ടി ഉഴുതുമറിച്ചിട്ടുണ്ട്. ദൈവാനുഗ്രഹത്താൽ മഴ പെയ്തേ തീരൂ. ഒരൊറ്റ മനുഷ്യജീവിയെ മരുപ്പരപ്പിന്റെ ചുറ്റളവിലെങ്ങും കണ്ടില്ല. ദൈവം തന്നെ ഒരൊറ്റ രാത്രികൊണ്ട് ഉഴുതിട്ടതാവുമോ ഈ അനന്തവിസ്തൃതി? റോഡിൽനിന്നാൽ പാറയുടെ പശ്ചാത്തലത്തിൽ പടം കിട്ടില്ല. നാലുദിക്കിലും കണ്ണോടിച്ചു. അദൃശ്യനായൊരു കാവൽക്കാരൻ ഉണ്ടാവാൻ സാധ്യതയില്ല. ചുമ്മാ വലിച്ചുകെട്ടിയ രണ്ടിഴ കമ്പിവേലി നൂണുകിടക്കുന്നു, ദൈവത്തിന്റെ മുമ്പിൽ ചെന്നു നിൽക്കാൻ ഫോട്ടോഗ്രാഫർ നിർദേശിച്ചു. പാറയ്ക്ക് 1700 അടി ഉയരമുണ്ട്, തറനിരപ്പിൽനിന്ന്. മുപ്പതുലക്ഷം വർഷങ്ങൾക്കുമുമ്പ് രൂപംകൊണ്ട അഗ്നിപർവതപ്പാറയെന്നു ശാസ്ത്രം. തിരിച്ചുവന്നു കമ്പി നൂണുകടന്ന് വണ്ടിയിൽ കയറി നേരെ 1840ം നമ്പർ ഹൈവേയിലെത്തി.

മരുഭൂമിയിലെ മഴക്കാഴ്ച അത്യന്തം മനോഹരമായി. പതിഞ്ഞ താളത്തിലൊരു സംഗീതം. ഏതോ വിദൂര കോണിലിരുന്ന് ഒരു നേറ്റീവ് ഇന്ത്യൻ ഓടക്കുഴലൂതുന്നതുപോലെ. നേരിയ വിഷാദം അലതല്ലുന്നു. സമുദ്രത്തിനടിയിലൂടൊരു വിഷാദരംഗം പാഞ്ഞുപോകുന്നു. ദൈവപ്പാറ ചെവിയോർക്കുകയാണ്.

നാലുംകൂടിയ നവാഹൊ കേന്ദ്രം

അമേരിക്കയിലെ നാലു മരുസ്റ്റേറ്റുകൾ അരിസോണ, ഊട്ട, കൊളറാഡൊ, ന്യൂമെക്സിക്കോ എന്നിവ സമകോണുകളിൽ – സന്ധിക്കുന്ന ഇടമാണ് ഫോർകോർണേഴ്സ്. നാലു സ്റ്റേറ്റുകളുടെ സിംഹഭാഗം അടർത്തിമാറ്റി ഒരൊറ്റ സ്റ്റേറ്റാക്കി ആദി ഇന്ത്യൻ വർഗത്തിനു വിട്ടുകൊടുത്തിരിക്കയാണ്. 'ദ ഇന്ത്യൻ റിസർവ്' സ്റ്റേറ്റ്. ഇവിടെ തദ്ദേശഭരണം കൈയാളുന്നത് തദ്ദേശ നിവാസികളിൽനിന്നു തെരഞ്ഞെടുക്കപ്പെട്ട ഭരണസമിതികളാണ്. അവർ തന്നെ നിയമമുണ്ടാക്കുന്നു, ഭരിക്കുന്നു. ഭൂമിയിലെ വരുമാനം അവർക്കവകാശപ്പെട്ടത്. ചോളക്കൃഷി, ഖനനം എന്നിവ പ്രധാനം. ടൂറിസ്റ്റ് കേന്ദ്രങ്ങൾ വമ്പിച്ച ധനാഗമമാർഗങ്ങളാണെങ്കിലും അവയെല്ലാം കൈയാളുന്നത് വൻകിട ട്രസ്റ്റുകളാണ്. ദേശവാസികൾക്ക് അതിന്റെ വിഹിതം കിട്ടുമോ എന്നറിയില്ല. അവർ ടൂറിസ്റ്റ് കേന്ദ്രങ്ങളിൽ സ്വന്തം ഉൽപ്പന്നങ്ങൾ വിറ്റഴിക്കാൻ ശ്രമിക്കുന്നു.

ഫോർകോർണേഴ്സിൽ ഒരു വലിയ വൃത്താകാരമണ്ഡപമുണ്ട്. രണ്ടുമൂന്ന് സ്റ്റെപ്പുകൾ കയറിയാൽ മതി. മധ്യത്തിലൂടെ സമകോണുകളിൽ മുറിച്ച് കടന്നുപോകുന്ന രണ്ടു രേഖകൾ. അവ നീണ്ട് നാലു സ്റ്റേറ്റുക

ളുടെ അതിർത്തികളാവുന്നു. ചുറ്റും നാലു സ്റ്റേറ്റുകളുടെ പ്രത്യേകം കൊടികൾ. കേന്ദ്രബിന്ദുവിലും ഫ്ളാഗ് പോസ്റ്റ്. യു എസ് എ യുടെ ഫെഡറൽ പതാകയും ഒപ്പമുണ്ട്.

ആദിവാസികൾക്ക് വിട്ടുകൊടുത്തിരുന്ന വിശാല മരുപ്പരപ്പ്, പുഷ്ടിയില്ലാത്തതെന്ന് ഒറ്റ നോട്ടത്തിലറിയാം. എന്നാലും കുറെ കർഷകർ മഴ വന്നാൽ വിതയ്ക്കുന്നുണ്ടാവും. വൻ കൃഷിക്കളങ്ങളെ സമചതുര ഖണ്ഡങ്ങളായി വേർതിരിച്ച് അതിർവേലിയിട്ടിരിക്കുന്നു. കൃഷിയിൽ പിടിച്ചു നിൽക്കാത്തവർ പട്ടണത്തിൽ തൊഴിൽ തേടിപ്പോയിരിക്കും.

ആദിവാസിച്ചന്ത

അത്യന്തം പരപ്പാർന്ന ഒരു ഇടത്ത് അരികു ചേർന്ന് അർധവൃത്താതിർത്തിയിൽ പണിയപ്പെട്ട ചന്തകൾ. സെമി പെർമനെന്റ് ഷെഡ്ഡുകൾ. എല്ലാ ഞായറാഴ്ചകളിലും അത് സജീവമാകുന്നു. ഞങ്ങൾ ചെന്നത് ഒരു ഞായറാഴ്ചയായതു ഭാഗ്യം.

ആദിവാസികളുടെ അടിസ്ഥാനബോധം ലോകമെങ്ങും ഒന്നാണെന്നു തോന്നി. പത്തര കഴിഞ്ഞ് ഓരോ മോട്ടോർ വണ്ടിയും കുതിരവണ്ടിയും മരുഭൂമിയുടെ അതിരുകളിൽനിന്ന് പ്രത്യക്ഷപ്പെടാൻ തുടങ്ങി. മഞ്ഞും ചാറ്റൽ മഴയും കുടിക്കുഴഞ്ഞ അന്തരീക്ഷം ആദിവാസികളെപ്പോലെ തന്നെ ഉറക്കം തൂങ്ങുന്നു.

മരുഭൂമിയുടെ അതിരുകളിൽ, ഗ്രാമങ്ങളും പ്രേതഗൃഹങ്ങളും ഉണ്ടെന്നു കേട്ടു. വണ്ടിയിൽ ചന്തപ്പറമ്പിൽ വന്നിറങ്ങിയവരുടെ കൂട്ടത്തിൽ പ്രേതങ്ങളുമുണ്ടോ എന്നു ഞാൻ നിരീക്ഷിച്ചു. വളരെ സൂക്ഷ്മമായിട്ട് മകൻ പറഞ്ഞു:

"ആരെയും അങ്ങനെ സൂക്ഷിച്ചു നോക്കേണ്ട."

നിരീക്ഷണത്തിന്റെ ഭാഷ, മൊത്തം മനുഷ്യഭാഷയാണല്ലോ. ആർക്കും നമ്മെ വായിക്കാം; നമുക്ക് അവരെയും. കോട്ടുവായിടുന്ന ഭൂമിയും മനുഷ്യരും. ഓരോരുത്തർ, സ്വന്തം ചന്തമുറികൾ വെടിപ്പാക്കാൻ തുടങ്ങി. ചെറുതും വലുതുമായ അങ്ങാടികൾ. ഉൽപ്പന്നങ്ങൾ നിരത്തി. അമേരിക്കയിലെ ഏത് ആദിവാസി കേന്ദ്രങ്ങളിലും കാണാവുന്ന ഇനങ്ങൾ.

അനസ്സാസികളുടെ തറവാട് എന്നറിയപ്പെടുന്ന കോർട്ടെസ് ദേശത്തെ ചന്തയിൽ വടക്കൻ ദേശത്തിന്റെ മുദ്ര പ്രകടമായിക്കാണാം. നീലരത്നക്കല്ല് പതിച്ച വെള്ളിയാഭരണങ്ങൾ, വിവിധ വർണാഞ്ചിത രോമക്കംബളങ്ങൾ, മരുപ്പുല്ലിൽ നെയ്തെടുത്ത കുട്ടകളും വല്ലങ്ങളും കുടകളും കയറും കളിക്കോപ്പും. മണൽപ്പാറ മിനുക്കി ചെറുഫലകങ്ങളാക്കി, അതിൽ രചിച്ച വർണചിത്രങ്ങൾ. സൂക്ഷിച്ചു കൈകാര്യം ചെയ്തില്ലെങ്കിൽ വീണുതകർന്നുപോകാവുന്ന അമൂല്യ ഉപഹാരങ്ങൾ. കൈതനാരിൽ ചെയ്ത ഉരുപ്പടികൾ, കുടിൽ നിർമാണത്തിനു പറ്റിയ ചീകിയെടുത്ത തടി ഉരുപ്പടികൾ, കറുത്ത ലാവാ മൺപാത്രങ്ങൾ, അവയ്ക്കു മേൽ ആലേഖനം ചെയ്യപ്പെട്ട സുന്ദര മനുഷ്യരൂപങ്ങൾ, പ്രകൃതിദൃശ്യങ്ങൾ.

അവർ ബാഗേജുകളിൽനിന്ന് സാധനങ്ങൾ പുറത്തെടുക്കുന്നു, കലാപരമായി തുറന്ന തട്ടുകളിൽ നിരത്തുന്നു. ഓജസില്ലാത്ത ചലനങ്ങളിലൂടെ അവർ, തങ്ങളുടെ ആദിപൈതൃകത്തിന്റെ നിഴലുകളായി. ചിരിക്കാനറിഞ്ഞുകൂടാത്തവർ. ആഴത്തിൽ വേരൂന്നിയ ഒരു നഷ്ടബോധം അവരുടെ പ്രകാശരഹിതമായ മിഴികളിൽ കുടി പാർക്കുന്നു. ചന്തയോടുള്ള കൗതുകം കാണികളിൽ കുറയാതെ തരമില്ല. എല്ലാവരും ഓരോന്നും തൊട്ടും തടവിയും എടുത്തും പരിശോധിക്കുന്നു, തിരിച്ചു വയ്ക്കുന്നു. ചന്തയിലെങ്ങും കുട്ടികളെ കണ്ടില്ല. അമേരിക്കയിൽ എവിടെ സഞ്ചരിച്ചാലും കുട്ടികൾ അപൂർവകാഴ്ചയാണ്. കുട്ടികൾ കാണപ്പെടുന്നുണ്ടെങ്കിൽ, അത് ചീനരുടെയോ ഇന്ത്യക്കാരുടെയോ കറുത്ത വർഗത്തിന്റെയോ വിരൽത്തുമ്പിൽ മാത്രമാണ്. വല്ലപ്പോഴും വെള്ളക്കാരുടെ കൂടെയും.

പാന്റ്സും ടോപ്പും ധരിച്ച ആദി ഇന്ത്യരെ അവരുടെ ചൈതന്യക്കുറവിൽ നമുക്ക് പെട്ടെന്നു തിരിച്ചറിയാനാവും. നവാഹൊ ഇന്ത്യൻസ് ഇടത്തരം ഉയരമുള്ളവരാണ്. വലിയ മുഖങ്ങളിൽ, നീണ്ടുയർന്ന മൂക്ക്, പാതിയടഞ്ഞ കണ്ണ്, ചേർത്തടച്ച ചുണ്ടുകൾ, വലിയ നെറ്റിക്കുമേൽ കറുത്ത വൈക്കോൽ തലമുടി, ഇരുണ്ട ചുവന്ന ചർമം. കാറ്റും വെയിലുമേറ്റ് കരുവാളിച്ചു ചുളിഞ്ഞ രൂപങ്ങൾ. ആഹാരക്കുറവ് ആരുടെയും മുഖത്ത് കാണപ്പെട്ടില്ല. ഏതു നേരവും ചിന്താക്ലാന്തർ. അവർ എന്താവും ആലോചിക്കുന്നത്? പോയ നാളുകളുടെ സ്വാഭാവികസ്വാതന്ത്ര്യത്തെക്കുറിച്ചോ? നഷ്ടപ്പെട്ട വൃക്ഷക്കാരണവന്മാരെയും അരുവികളെയും ആനന്ദങ്ങളെയും പറ്റിയോ? വെളിപ്പെടാത്ത ഒരു ദുഃഖത്തിന്റെ മൂർത്തീകരണങ്ങൾ.

ഞങ്ങൾ മണലിഷ്ടികയിലെ രണ്ടു ചിത്രങ്ങൾ മേടിച്ചു. നാലിഞ്ചു ചതുരം. വലിയ വില.

'ശത്രുക്കൾ' എന്നർഥം വരുന്ന 'അനസ്സാസികൾ' എന്നു നാമകരണം ചെയ്യപ്പെട്ടതിലെ, ഒടുങ്ങാത്ത ദുഃഖവും പകയും ഒരുപക്ഷേ, അവരുടെ സൂക്ഷ്മമനസുകളിൽ വിങ്ങി വളരുന്നുണ്ടാവാം — ഫോർ കോർണർ ദേശത്തോടു യാത്ര പറഞ്ഞ് മരുഭൂമിയുടെ മറ്റൊരറ്റത്തേക്കു നീളുന്ന ഹൈവെ പിടിച്ചു. മഴ നിന്നിരിക്കുന്നു. പക്ഷേ കാറുകൾ പെരുകുന്നുണ്ട്.

24

ഗ്രാന്റ് കാന്യൻ

ഗ്രാന്റ് കാന്യൻ മലമ്പിളർപ്പുകളിലെ, തൊപ്പിപ്പാറകൾക്ക് 270 മില്യൻ വർഷങ്ങളുടെ പഴക്കമുണ്ടെന്നാണ് ഭൂമിശാസ്ത്രം പറയുന്നത്. അടിത്തട്ടിലെ പാറകൾക്ക് 1800 മില്യൻ വർഷങ്ങളും. ഇന്നു നാം കാണുന്ന അത്യത്ഭുതകരമായ ശിലാശിൽപ്പങ്ങൾക്ക് ഏഴ് ലക്ഷത്തി അമ്പതിനായിരം വർഷങ്ങളുടെ ആയുസുണ്ട്.

70 മില്യൻ വർഷങ്ങൾക്കു മുമ്പ് ഭൂഫലകങ്ങൾ തമ്മിലുണ്ടായ ഘർഷണഫലമാണ് പതിനായിരം അടി ഉയരമുള്ള കൊളറാഡൊ പീഠഭൂമി ഉണ്ടായത്. ഇതിന് സമുദ്രതലത്തിൽനിന്ന് 750 മൈൽ ഉയരമുണ്ട്. ഏറ്റവും അടിയിലെ, ആധാരശിലാതലത്തിന്റെ പേര് വിസ്മയം ജനിപ്പിക്കുന്നതാണ് — 'വിഷ്ണു ബെയ്സ്മെന്റ് റോക്ക്'. ഇതിന് 1.8 മുതൽ 1.6 ബില്യൻ വർഷങ്ങൾ വരെ പഴക്കമുണ്ട്.

റോക്കി പർവതനിരകളിലേക്കു കയറുന്തോറും വായു നേർത്തു വരുന്നു, ശ്വസനം ഉല്ലാസകരമാകുന്നു. കാഴ്ചകൾക്ക് പ്രാധാന്യം കൈവരുന്നു. നിങ്ങൾ ആരുമല്ലാതായിത്തീരുന്നു.

ഭൂപ്രകൃതിയാണ്, കൊളറാഡൊവിനെ ഒരു ആരാധനാകേന്ദ്രമാക്കുന്നത്. നിങ്ങളുടെ ആദി പൈതൃകഭൂമിയിൽ എത്തിച്ചേർന്ന അനുഭവം. ഈ അനുഭവമണ്ഡലത്തിൽ, അമേരിക്ക, യൂറോപ്പ്, ആഫ്രിക്ക, ഏഷ്യ എന്നീ അതിരുകൾ മാഞ്ഞുപോവുന്നു. മനുഷ്യൻ വെറുമൊരു മനുഷ്യൻ മാത്രമാണെന്ന ബോധം ഉദിക്കുന്നു. ഏതെങ്കിലും ഒരു തിരിവിൽ, ഒരശരീരി, ഏതു നിമിഷവും നിങ്ങളെ അഭിമുഖീകരിക്കാം: "പരിഷ്കാരിയെന്നു നടിക്കുന്ന മനുഷ്യാ, നിനക്കിവിടെ എന്തുകാര്യം?"

ഗ്രാന്റ് കാന്യൻ

ഗ്രാന്റ് കാന്യൻസ് എന്ന പാതാളപ്പിളർപ്പുകൾ

അനന്തതയിലേക്ക് കൂപ്പുകുത്തുന്ന ഹൈവെ നമ്പർ 666. ചുവന്ന മരുഭൂമി, ചാര ആകാശം, ചുവപ്പിനെ പിളർന്ന് ആകാശത്തു ചെന്നു മുട്ടുന്ന കരിനീല റോഡ്.

മഴ.

ഫോർകോർണേഴ്സ് മാർക്കറ്റ് കഴിഞ്ഞ്, ട്രൈബൽ പാർക്ക്സ് യു എസ് എ യിലൂടെയാണ് ഓടുന്നത്. ഒരു യാത്രികന് മുന്നൂറ് ഡോളറാണ് പ്രവേശന ഫീസ്. ഫീസെത്രയെന്നു ഞാൻ ഒരു ഗേറ്റ് വേ ഫലകത്തിൽ കണ്ടതാണ്. പണത്തെപ്പറ്റി മകൻ പറയുകയേ ഇല്ല. നൂറുശതമാനവും കേരളീയരായ അച്ഛനമ്മമാർ അറുപിശുക്കരാണെന്നാണ് മകന്റെ തെറ്റിദ്ധാരണ. യാത്ര ചെയ്യാൻ മടി കാണിച്ചാലോ എന്നു കരുതുന്നുണ്ടാവും.

അരിസോണയിലൂടെ മുന്നോട്ടു പോയി. മരുച്ചോപ്പ് കുടിവന്നു. മീതെ ഇന്ദ്രനീലാകാശം, ചെറുവെൺമേഘങ്ങളെ വിഷാദിപ്പിക്കുന്ന കറുപ്പ്ഛാ

യ. മഴ പെയ്യും. ഒന്നരമണി ഉച്ചയ്ക്ക് ഗ്രാന്റ് കാന്യനിൽ എത്തുംവരെ മഴയുണ്ടാവും എന്ന പ്രവചനം ഫലപ്പെടുകയാണ്. മരുതടങ്ങൾ മഴ പെയ്ത് വെള്ളം കെട്ടി, കാളപ്പൂട്ട് കഴിഞ്ഞ കളങ്ങളായി. നിറം തനിച്ചുവപ്പാണെന്നു മാത്രം. ചുവപ്പിൽ അവിടവിടെ കറുത്ത അരിമ്പാറകൾ പോലെ, അഗ്നിപർവതപ്പാറകളുടെ അനിശ്ചിത രൂപങ്ങൾ. തടിച്ചു ചുവന്ന കവിളുകൾപോലെ വീർത്ത, മിനുത്ത ചെറുമണ്ണുയരങ്ങൾ.

ഇടയ്ക്ക് ആദികാലത്ത്, സ്ഥാപിക്കപ്പെട്ട ഒരു പ്രവേശനദ്വാരത്തിൽ അവശേഷിക്കുന്ന രണ്ടു ശിലാസ്തംഭങ്ങൾ. ഒരേ ഉയരം, ഏതാണ്ട് മുപ്പതടിക്കുമേൽ, ഒരേ നിറക്കൂട്ടുകൾ ചേർന്ന വർത്തുളാകൃതിയിലുള്ള സ്തംഭങ്ങൾ. കോട്ടവാതിലുകളുടെ തൂണുകൾ അവശേഷിച്ചതാണെന്നു തോന്നും. ഭൂമിയിലെ സർവശിൽപ്പവിശേഷങ്ങളും സ്വയംഭൂവാക്കി വച്ചിട്ടുണ്ടല്ലൊ, പ്രകൃതി. കലാകാരന്മാരുടെ ദൗത്യം അവ പുനഃസൃഷ്ടിക്കുക മാത്രമാണ്.

ഒരു ചുവന്ന ലോകത്തിലേക്കടുക്കുന്നു. കരിമ്പാറക്കെടുമ്പുകൾ കാണാനില്ല. കുങ്കുമവർണ മലനിരകൾ. സസ്യങ്ങൾ പേരിനു മാത്രം, ആദ്യന്തങ്ങൾ അറ്റുവീഴുമ്പോലെ ചില ചെങ്കൽ പ്രാകാരങ്ങൾ.

ഇടയ്ക്ക് ഒരു വലിയ സൈൻബോർഡ് കണ്ണുരുട്ടി ഭീഷണിപ്പെടുത്തുമ്പോലെ.

"ആപത്തില്ലാതെ ലക്ഷ്യത്തിലെത്തുക; കുടിക്കരുത്, പുക വലിക്കയുമരുത്! ഗ്രാന്റ് ക്യാന്യണിലേക്ക് സ്വാഗതം." അതിരിൽ എത്തിയതേ ഉള്ളൂ. വാഹനത്തിരക്കില്ലാത്ത ദിവസം.

ഒരു കൂറ്റൻ ഉരുക്കുപാലത്തിനു മുമ്പിൽ കാർ പാർക്ക് ചെയ്തു. ഗേറ്റടഞ്ഞുകിടക്കുന്നു. തുറക്കാറായില്ല. ഇപ്പുറം 'ലിറ്റിൽ കൊളറാഡൊ' കാഴ്ചമുനമ്പ്. നദിക്കപ്പുറത്തേക്ക് കോട ഒരു വലിയ ചാരക്കംബളം നീർത്തി വിരിച്ചിരിക്കുന്നു. കുറേശ്ശെ വലിച്ചു നീക്കുന്നു, മഴ സൂര്യന്റെ കൈകൾ.

ഇടത്തോട്ട് തിരിഞ്ഞു. രണ്ട് ട്രാക്ക് റോഡ് വണ്ടികളില്ല. കാൽനട മാത്രം. ലിറ്റിൽ കൊളറാഡൊ നദിയെ തെളിയാൻ തുടങ്ങിയ വെയിലിൽ തെളിഞ്ഞുകാണണം. കീഴേക്ക് നോക്കുമ്പോൾ, കേക്ക് കഷണങ്ങൾ ഉതിർന്നുവീണു കിടക്കുമ്പോലെ പർവതത്തിന്റെ തുണ്ടുകൾ. പ്രകൃതിയുടെ കൈകൾ ചെയ്തുവച്ച ഏതോ, ഉഗ്രകോപത്തിന്റെ ശാപഫലം. മേലേക്കു നോക്കുമ്പോൾ, പാദം ശിഥിലമായിപ്പോയ പച്ചപ്പൊട്ടു ചാർത്തിയ അനവധി കുന്നുകളുടെ നിർവികാരമുഖങ്ങൾ, മഴക്കാലത്ത് നദികൾ, പല വഴികൾ വിടർത്തി, പാഞ്ഞൊഴുകി ഗർത്തത്തിലേക്കു ചാടുന്നതിന്റെ ചാലുകൾ ഉണങ്ങിയിരിക്കുന്നു. ശീതകാലത്ത് ഈ പർവതമുടികളിൽ മഞ്ഞുകാല വിനോദങ്ങൾക്ക് സഞ്ചാരികളെത്തുന്നു.

ഭീതി കലർന്നൊരവബോധം പിന്നീട് നിങ്ങളെ നയിക്കുന്നു, സാന്ത്വനിപ്പിക്കുന്നു. നിങ്ങൾ ചിരിക്കാൻപോലും മറന്നുപോകുന്നു. റോക്കിയുടെ ഔന്നിത്യം നിങ്ങളെ തടഞ്ഞുവീഴ്ത്താം. എന്നാലും അത് പുതിയ ഊർജം

കനിഞ്ഞരുളുന്നു. ഈ ഔന്നിത്യത്തിന്റെ തിരുമുറ്റത്ത്, നിങ്ങൾ, നിങ്ങളുടെ ക്ഷുദ്രപേടകം ഓടിച്ചെത്തി, ഒരിടം കണ്ടെത്തിയല്ലോ! അതുപോരെ അഭിമാനംകൊള്ളാൻ?

വ്യക്തിദുഃഖങ്ങൾക്ക് മോചനം നൽകാൻ പ്രകൃതി പ്രതിഭാസങ്ങൾക്കല്ലാതെ മറ്റെന്തിനു കഴിയും? അമ്മയുടെ മടിത്തട്ടിൽ തിരിച്ചെത്തിയ ശിശുവായിത്തീരുന്നു നീ. ഉയരങ്ങളിലെത്തുന്തോറും നിന്റെ ലൗകികചിന്തകളോരോന്നും പിരിഞ്ഞകലുന്നു. പതിനാലായിരം അടി ഉയരങ്ങളിലെ അമ്പത്തെട്ടു കൊടുമുടികൾക്കിടയിലാണ് നീയിപ്പോൾ. പർവതമുടികളെല്ലാം കൊച്ചുകുന്നുകളായി ചുറ്റും നിൽക്കുന്നു.

ലോകം ഇന്നുവരെ കണ്ടിട്ടുള്ള മഹാശിൽപ്പങ്ങളുടെയെല്ലാം ഈറ്റില്ലം ഗ്രാന്റ് കാന്യനിലെ ശിലാഭിത്തികളിൽ രൂപംകൊണ്ടിട്ടുള്ളതാണ്. നിങ്ങളൊരു നാലുകെട്ടിനെ, ഒരു താജ്മഹലിനെ, ഒരു ശിവക്ഷേത്രത്തെ, ഒരു വിഷ്ണുപ്രതിഷ്ഠയെ, ഒരു കത്തീഡ്രലിനെ, ഒരു മുസ്ലീം ദേവാലയത്തെ, ഒരു ഗുരുദ്വാരയെ, ഒരു ബുദ്ധവിഹാരത്തെ, ഒരു കോണാരക്കിനെ നിങ്ങൾ അറിഞ്ഞ ഏത് മഹത് ശിൽപ്പത്തെയും ഓർത്ത് കണ്ണു തുറന്നു നോക്കൂ. അഞ്ചു മിനിറ്റു പരതിയാൽ അഭീഷ്ടസിദ്ധി തീർച്ച. നിരീക്ഷണപാടവവും ഭാവനയും നിങ്ങളുടേത്. നിർദിഷ്ട ഇടങ്ങളിലെത്തും. വിപൽക്കരമായ പാതകൾ അടച്ചുപൂട്ടും. എതിർദിശയിലേക്കു തിരിഞ്ഞാൽ, ഉപേക്ഷിക്കപ്പെട്ട ഖനിമേഖലയിലെത്തും. അതിനപ്പുറം സാൻ ജുവാൻ നാഷണൽ ഫോറസ്റ്റ്. ലോകത്തിലെ ഏറ്റവും വലിയ പർവതനിരകളിലൊന്നാണ് റോക്കി മൗണ്ടൻസ്. കൊളറാഡൊ നിരകൾ മനുഷ്യമനസിൽ ഭയഭക്തിബഹുമാനങ്ങൾ ഉണർത്തുന്നത് ഹിമാലയക്കാഴ്ചയ്ക്കു തുല്യമാണ്. ഭൂഗോളത്തെ പശ്ചിമാർധമേഖലയെന്നും പൂർവാർധ മേഖലയെന്നും വേർതിരിക്കുന്ന, കോണ്ടിനെന്റൽ ലൈൻ ഈ പർവതനിരകൾക്കിടയിലൂടെ വളഞ്ഞുതിരിഞ്ഞു കടന്നുപോകുന്നു. വഴിമധ്യേ ഞങ്ങൾ കോണ്ടിനെന്റൽ ഡിവൈഡ് ലൈൻ കടന്നുപോന്നത് ഓർമിക്കുന്നു. കിഴക്കൻഭാഗം സുവർണ സമതലങ്ങളും നിരനിരയായ കുന്നുകളും ഉൾപ്പെട്ടതാണ്. മധ്യഭാഗം ലംബശീർഷകമായ കൊടുമുടികളാൽ നിറഞ്ഞത്. കാടുകൾ ചിതറിക്കിടക്കുന്ന പർവതങ്ങൾ ദൂരെ നിന്നു കാണുമ്പോൾ, പച്ചയും ഇളംപച്ചയും ചുവപ്പും കളങ്ങൾ നിറഞ്ഞ ഒരു കാലിക്കോ ജമുക്കാളംപോലെ.

പള്ളിഗോപുരങ്ങൾ പോലെ ഉയർന്നു നിൽക്കുന്ന കൊടുമുടിക്കു കീഴെ, നീലക്കടൽപോലെ ശൂന്യത, ഭീകരത, അഗാധതയുടെ സ്വരം. ഒരു അടക്കിയ നിലവിളി എങ്ങോനിന്ന് ഉയരുന്നെന്ന് തോന്നും. മൂർച്ചയുള്ള കാറ്റ്, കാഴ്ചക്കാരനെ അടിമുടി നഖംകൊണ്ട് മാന്തിക്കീറും. ഇന്ന് കാറ്റ് അത്ര മൂർച്ചയുള്ളതല്ല. മഴക്കാറ് ഗതി വലിക്കുന്നതുപോലെ.

ഈ അനന്തവിസ്തൃതിയിൽ, ആഴങ്ങളിൽ, ഭൂമിയിലെ ഒരണുവായ നിങ്ങൾക്കും ഒരിടം ഉണ്ട്, നിന്നു കാഴ്ച കാണാൻ എന്നത് വിസ്മയകര

മായ ഒരനുഭവവും വിനമ്രമാക്കുന്ന ഒരുൾപ്രേരണയുടെ അനുഗ്രഹവുമാണ്.

പർവതഖണ്ഡങ്ങൾ പല അട്ടികളായി പിളർന്നു വീണു കിടക്കുന്നതിനിടയിലൂടെ ഒരു ചുവന്ന പട്ടു റിബൺ കാറ്റടിച്ചു നിലംപതിച്ച മട്ടിൽ ഒരു നദിയുടെ ബാല്യത്തിന്റെ കാഴ്ച. ചാഞ്ചല്യം, പ്രസരിപ്പ്, വേഗം, എങ്ങോ ഒളിക്കാനായി അഗാധമലയിടുക്കുകളുടെ ഇടനാഴിയിലേക്കും അന്തഃപുരങ്ങളിലേക്കും പാഞ്ഞുപോകുന്നു. നട്ടുച്ചയുടെ വെയിലിൽ, നദിക്ക് ഒളിക്കാനാവുന്നില്ല. പലപാടും നടന്നു ഞങ്ങൾ, ഗർത്തത്തിന്റെ വിളുമ്പിലെ സ്റ്റീൽ കൈവരികൾ പിടിച്ച് അവളെ അനുധാവനം ചെയ്യാൻ നോക്കി. പൊടുന്നനെ മറ്റൊരു ഇടനാഴിയുടെ ആഴത്തിൽ അവൾ വെളിപ്പെട്ടു.

ഈ നദിക്കും ദേശത്തിനും പീഠഭൂമിക്കുമെല്ലാം നാമകരണം ചെയ്തത് സ്പെയിനിൽ നിന്നെത്തിയ കോൺക്വിസ്റ്റഡോർ ആണ്. സ്പാനിഷിൽ കൊളറാഡൊ എന്നാൽ റെഡ് കളർ എന്നർഥം.

ചുവപ്പിന്റെ സൗന്ദര്യം, ചുവപ്പിന്റെ രാഗപ്പകർച്ചകൾ, ചുവപ്പിന്റെ സംഗീത സൗഷ്ഠവം, ചുവപ്പും പച്ചയും തമ്മിലുള്ള ഗാന്ധർവം — ഇങ്ങനെ മറ്റൊരിടത്തും കണ്ടിട്ടില്ല.

ചുവപ്പുപാറകൾ എന്തെല്ലാം രൂപം ആവാഹിച്ചിരിക്കുന്നു! ഒട്ടകം, ഉറങ്ങുന്ന രാക്ഷസൻ, പറക്കുംപക്ഷി, ഗോപുരങ്ങൾ, ചത്വരങ്ങൾ, കോട്ട-കൊത്തളങ്ങൾ, ഐതിഹ്യങ്ങളിലെ കാട്ടുപോത്ത്, ഭാവനയ്ക്കനുസരിച്ച ഏതുരൂപവും പ്രത്യക്ഷപ്പെടുത്തുന്ന ശിലാഖണ്ഡങ്ങൾ, അന്വേഷിക്കുന്ന മിഴികൾക്ക് എന്തും കാഴ്ചവയ്ക്കുന്ന ഒരത്ഭുതലോകം.

ചുവന്ന നദി, കൊളറാഡൊ ഓടിയോടി നീല പർവതയാഴിയിൽ അലിഞ്ഞുചേരുന്നു.

സ്റ്റീൽപാലത്തിലൂടെ ലിറ്റിൽ കൊളറാഡോ നദിക്കരയിലെത്തി. ഇവിടെയാണ് ഗ്രാന്റ് കാന്യൻ (സൗത്ത്) നിരകൾ. ഗർത്തസമുച്ചയത്തിന്റെ വിളുമ്പിലൂടെ ബലമുള്ള ലോഹനിർമിത കൈവരികൾ, ചിലേടത്ത് പാറത്തുണ്ടുകളിൽ പണിതുയർത്തിയ അരഭിത്തികൾ. താഴ്വരയിൽ ഹോപ്പി ഇന്ത്യൻ വില്ലേജ്. വില്ലേജിലേക്കും തിരിച്ചും ഫ്രീ ടൂറിസ്റ്റ് ബസ്സ്, സദാസമയവും. രാത്രി എട്ടുമണി വരെ. എല്ലാം കാണണം. അരപ്പകൽ കഷ്ടി ശേഷിപ്പുണ്ട്.

'മരുക്കാഴ്ച'യുടെ മുനമ്പിൽ പ്രവേശനകവാടത്തിനടുത്ത് ഒരു വലിയ മിനാരം. ചുവപ്പ്, മഞ്ഞ, വെള്ള, കറുപ്പ് കല്ലുകൾ ഇടകലർത്തി പടുത്തുയർത്തിയ വാച്ച് ടവർ മ്യൂസിയം.

കാലമാകുന്ന പ്രപിതാമഹന്റെ സമ്പത്താണ് ചുറ്റും കാണപ്പെടുന്ന എല്ലാ അത്ഭുതൈശ്വര്യങ്ങളും. ദശലക്ഷക്കണക്കിനപ്പുറം ഏതോ ഭൗമിക കീഴ്മേൽമറിച്ചിലിന്റെ ഫലമായി ഒരു മുൻ സമുദ്രതലത്തെ തകിടം മറിച്ച് ജലരാശിയും വായുമണ്ഡലവും ഒത്തുചേർന്ന് ശിലാമണ്ഡലത്തിൽ അമാനുഷികവും അത്ഭുതകരവും ആയ രൂപവിന്യാസങ്ങൾ വരുത്തിയിരിക്കു

ന്നു. കാഴ്ച കാണാനെത്തിയ മനുഷ്യൻ ഉറുമ്പുപോലെ തന്റെ വിനീത സാന്നിധ്യം അറിയിക്കുന്നു. പ്രകൃതിയാണ് എല്ലാം എന്ന് ഓർമിപ്പിക്കുന്നു. ഒരു ചാറ്റൽമഴയിൽ ഒഴുകിപ്പോവാനുള്ളതത്രെ നിന്റെ നിലനിൽപ്പ്, മനുഷ്യാ എന്നു ചാരുകടാക്ഷത്തോടെ ഓർമിപ്പിച്ചുകൊണ്ടേയിരിക്കുന്നു.

വളരെ അകലെ, നഷ്ടസ്വപ്നംപോലെ നിരന്നുനിൽക്കുന്ന നീലമലനിരകളുടെ സാന്നിധ്യം.

മോണ്യുമെന്റ് ടവർ

ആദിവാസികൾക്കൊരു സ്മാരകസ്തംഭം. അഡ്മിഷന് ആളൊന്നു വച്ച് പത്ത് ഡോളർ. നായ്ക്കളെ കൊണ്ടുപോകണമെങ്കിൽ ചങ്ങലയ്ക്കിട്ടിരിക്കണം എന്ന നിബന്ധനയേ ഉള്ളൂ. അമേരിക്കയിലെ ടൂറിസ്റ്റ് കേന്ദ്രങ്ങളിലെല്ലാം നായ്ക്കളെ കടത്തുന്നതും കടത്താത്തതുമായ ഹോട്ടലുകളുണ്ട്. നായ അവരുടെ സാമൂഹിക ജീവിതത്തിൽപോലും ഒരു സ്ഥിരം സാന്നിധ്യമാണ്.

1930 ൽ ഫ്രെഡ് ഹാർവി കമ്പനി, Mary Colters എന്ന ശിൽപ്പിയെ ഒരു ജോലി ഏൽപ്പിക്കുന്നു. 1932 ൽ പണി കഴിഞ്ഞു.

ഒറ്റയിടത്തുനിന്നു ചുറ്റും നോക്കിയാൽ അരിസോണാ മരുഭൂമിക്കാഴ്ച മുഴുവനും സ്വന്തമാക്കാൻ പറ്റിയ ഒരു സ്മാരകം പണിയണം. അവർ പറഞ്ഞു, നാലു ദിക്കും കാണാൻ എഴുപതടി ഉയരമുള്ള ഒരു വാച്ച് ടവർ ആണ് ഉത്തമം. നീലയും ചുവപ്പും മഞ്ഞയും കറുപ്പും ഇഷ്ടികകൾകൊണ്ട് ഒരു കൂറ്റൻ വൃത്തസ്തംഭം ഉയർന്നു. സ്മാരകത്തിനകത്തെ ഭിത്തിയിലും മേലാപ്പിലും നിറയെ അമേരിന്ത്യൻ ജീവിതത്തിൽനിന്നു ശേഖരിക്കപ്പെട്ട അനേകം പുരാവസ്തുക്കൾ. അകത്തെ വർത്തുളമായ കോണി കയറിച്ചെന്നാലോ, സ്തംഭത്തിന്റെ ടെറസിലെത്തും. ചുറ്റിനടന്നാൽ അരിസോണയുടെ അനന്തവിസ്തൃതി. പച്ചക്കാടുമുതൽ നീലയിൽ കുളിച്ചുനിൽക്കുന്ന മരുപ്പരപ്പുവരെ. അഗാധഗർത്തസഞ്ചയം മുതൽ പർവതനിരകൾ വരെ. പെയിന്റട് ഡെസെർട്ട്, 'നവാഹൊ റീജ്യൻ' — എല്ലാം കാണാം.

ഞങ്ങൾ സ്തംഭത്തിനകത്തു കയറി. റെഡ്-ഇന്ത്യരെന്നു തെറ്റായി വിളിക്കപ്പെട്ടവരുടെ പൗരാണിക തറവാട്ടിലെത്തിയ അനുഭവം. ആദ്യം കണ്ണിൽപ്പെടുന്നത് ജ്വലിച്ചുനിൽക്കുന്ന സൂര്യഭഗവാൻ. സൂര്യഭഗവാന് ഒരു മുഖമുണ്ടെന്നും അത് നിറയെ കാരുണ്യമാണെന്നും പരമകാരുണികൾ എന്നു വിളിക്കേണ്ടത് ഈ 'ദൈവ'ത്തെയാണെന്നും ബോധ്യപ്പെടുത്തുന്നൊരു മുഖം. ഭിത്തി നിറയെ അമേരിന്ത്യൻ തായ്‌വഴികളുടെ ചിത്രങ്ങൾ. രചന നിർവഹിച്ചിരിക്കുന്നത് ചുവപ്പ്, നീല, മഞ്ഞ, ഓറഞ്ച് വർണങ്ങളിൽ. കറുപ്പിനും മഞ്ഞയ്ക്കും ഓറഞ്ചിനും ചുവപ്പിനുമാണ് പ്രാമുഖ്യം. ആദിജീവിതത്തിന്റെ അഗാധഭാവങ്ങൾ നിറഞ്ഞുനിൽക്കുന്ന ചിത്രങ്ങൾ. ഒന്നിനെയെങ്കിലും ആസുരത ആവേശിച്ചിട്ടില്ല.

പട്ടം പറപ്പിക്കുന്ന രണ്ടു കുട്ടികൾ. കൂറ്റനൊരു പട്ടം രണ്ടു യുവാക്കൾ ചേർന്ന് ഒരു കാമുകിയുടെ ഇരുപുറത്തും നിന്ന് താങ്ങിപ്പിടിച്ചു നിൽക്കുന്ന മറ്റൊരു കാവ്യാത്മകചിത്രം. കാമുകിക്ക് തൂവൽവിശറി സമ്മാനിക്കാൻ വെമ്പുന്ന മറ്റൊരു കാമുകൻ, പറക്കുന്ന കിളികൾ, ചാടിയുല്ല സിക്കുന്ന കിടാങ്ങൾ, മീശ വിടർത്തി നിൽക്കുന്ന എലികൾ, കൊമ്പുരുമ്മി നിൽക്കുന്ന, നീണ്ട കൊമ്പുള്ള മലമാനുകൾ (ഇവയ്ക്ക് വംശനാശം വരുന്നതിനെ തടയുന്നതിന് സർക്കാർ ശ്രദ്ധിക്കുന്നുണ്ടിപ്പോൾ), മനുഷ്യരുടെ കീഴെ ഇഴഞ്ഞുനീങ്ങുന്ന, കറുത്ത നാഗം, വരയൻ നാഗം, പുള്ളിയുള്ള ഉടലുള്ളവൻ. വലിയൊരു കാട്ടുപോത്ത്, കാട്ടിക്കൊമ്പുകൾ ശിരോലങ്കാരമാക്കി നൃത്തം ചെയ്യുന്ന പുരുഷൻ, ജീവിതഭാരം ചുമലിലെ, വേട്ടയാടപ്പെട്ട മൃഗത്തിൽ അർപ്പിച്ചു, വലിഞ്ഞുനടക്കുന്ന യുവാവ്. മനുഷ്യനെക്കാൾ വലിയ മൃഗശരീരം.

വർത്തുളഭിത്തിയോട് ചേർന്ന്, ആദികാലത്തെ തോൽചുറ്റിയ ഇരിപ്പിടങ്ങൾ, കസേരയുടെ ആദിരൂപം, പീഠങ്ങൾ, കുന്തങ്ങൾ, കത്തികൾ, മൺകുടങ്ങൾ, മഗ്ഗുകൾ, കൂജകൾ, അസ്ഥികൊണ്ടുള്ള ഒരൊറ്റ ഉപകരണംപോലും കണ്ണിൽ പെട്ടില്ല.

അത്യത്ഭുതം ഉളവാക്കിയത്, മനുഷ്യഭ്രൂണത്തിന്റെ ആകൃതിയിലുള്ള ഒരു പാറക്കൽ ശിൽപ്പമാണ്. പിന്നെയൊരു കൂറ്റൻ കിളിയുടെ ശിലാരൂപവും.

പൂച്ച എല്ലാ ചിത്രസഞ്ചയങ്ങളിലുമുണ്ട്. നായ്ക്കളും ആടുകളും അവിടവിടെ.

കറുപ്പിൽ, മഞ്ഞ പശ്ചാത്തലത്തിൽ രചിച്ച വലിയൊരു സ്വസ്തിക. ഒഴുകുന്ന നദികൾ, അടുക്കുപാറകൾ.

ടെറസിലെ കനത്ത തടി ബെഞ്ചുകൾ കാലാവസ്ഥയെ വെന്ന് കാണികളെ കാത്തിരിക്കുന്നു.

ബെഞ്ചിലിരുന്നപ്പോൾ, ഒരു കൂറ്റൻ പരുന്ത്, പ്രാചീനകാലത്തുനിന്ന് ഉണർന്നെണീറ്റു പറന്നുവരുമ്പോലെ. ഗ്രേറ്റ് കാന്യൻ മലമ്പിളർപ്പിനു മീതെ, ഒരു വക്കിൽനിന്നു മറ്റൊരു അതിരിലേക്ക് പറന്നെത്താൻ അത് വല്ലാതെ സാഹസപ്പെട്ടു തിരിച്ചുപറക്കുന്നു. ഇത് കാലിഫോർണിയൻ പരുന്ത്. വംശനാശത്തിന്റെ വക്കിൽനിന്ന് അതീവ പരിചരണത്തോടെ തിരിച്ചെടുക്കപ്പെട്ടത്. ഗർത്തത്തിൽ അവശേഷിച്ചത് ഒരൊറ്റപ്പരുന്തായിരുന്നുവത്രെ. അതിനൊരു ഇണയെത്തേടി മെക്സിക്കൻ മരുഭൂമിയുടെ തെക്കറ്റം വരെ പോകേണ്ടിവന്നു. രണ്ടിനെയും ഒരു മലമ്പിളർപ്പിന്റെ മധ്യത്തിലൊരു മടയിൽ പാർപ്പിച്ചു. മൂന്നാമത്തെ വർഷം അവ ഒമ്പതെണ്ണമായി പെരുകി. ഇപ്പോഴും അവയുടെ മൊത്തം സംഖ്യ നൂറിൽ കുറവ്. വലിയ കാലത്തിനു വലിയ പക്ഷികൾ. ചെറിയ കാലത്തിനും ചെറുമനുഷ്യർക്കുമിടയിൽ അവ എങ്ങനെ നിലനിൽക്കും?

താഴെയിറങ്ങി. ആഹാരത്തിനു മാർഗമന്വേഷിച്ചു.

'പീറ്റ് ബെറി'യുടെ ഹോട്ടൽ — ഒരു ചെറു ഭവനം. അഡോബ് മാതൃകയിൽ. പീറ്റ് ബെറി, ഖനനം ഉപേക്ഷിച്ച് ഹോട്ടലുടമയായി മാറിയദ്ദേ

ഹം. 1893 ൽ അസാധാരണ ഭാവനാശാലിയായ ബെറി രണ്ടും കൽപ്പിച്ച് ഈ ഗർത്തലോകത്തിൽ ഒരു അന്നാലയം തുടങ്ങിയതാണത്രേ! അതിനുമുമ്പ് ആഹാരം കിട്ടേണമെങ്കിൽ പന്ത്രണ്ടുമണിക്കൂർ കുതിരവണ്ടിയിൽ യാത്ര ചെയ്ത് ഫ്ളാഗ് സ്റ്റാഫ് എന്ന മലയോരപ്പട്ടണത്തിൽ എത്തേണ്ടിയിരുന്നു. പീറ്റ് ബെറിയുടെ ഹോട്ടൽ പല കുടുംബങ്ങളാൽ തിങ്ങിവിങ്ങി. മക്ഡൊനാൾഡും ടാകൊ–ബെല്ലും കലർന്ന ഭക്ഷണം. വേണ്ടത് തെരഞ്ഞെടുക്കാം. ഗ്രാന്റ് വ്യൂവിലെ പർവതമുനമ്പിൽ പരന്നൊരു പൗരാണിക വൃക്ഷത്തിനു കീഴെ പണിയപ്പെട്ട ഭവനം ഒരിന്ത്യൻ വീടാണെന്നേ തോന്നൂ. നിശ്ശബ്ദതയുടെ സ്ഥാനത്ത് ചെറിയ വർത്തമാനങ്ങൾ, ചിരികൾ, അഭിപ്രായപ്രകടനങ്ങൾ, എല്ലാം പതിഞ്ഞ സ്വരത്തിൽ. നഗരജീവിതത്തിന്റെ കെട്ടുപാടുകളഴിഞ്ഞുവീണ സ്വരങ്ങൾ. ആഹാരം ഏതാണ്ടവസാനിച്ചിരുന്നു. വലിയ തീറ്റക്കാരല്ലാത്ത ഞങ്ങൾക്ക് വേണ്ടത് കിട്ടി.

തെക്കോട്ടുള്ള മുഖമുള്ള പ്ലാസ

റിം റോഡിലൂടെ സഞ്ചരിച്ച് ഹോപ്പി പോയിന്റിലെത്തി. പ്യൂബ്ലൊ ഇന്ത്യരിൽ (പ്രാചീന നഗരവാസികളായ ഇന്ത്യാക്കാർ) ഒരു വിഭാഗം, ഗ്രാന്റ് കാന്യൻ മലമ്പിളർപ്പുകളിൽ അഭയം തേടിയത്, അന്നത്തെ സമൃദ്ധ വന്യജീവികളിൽനിന്ന് രക്ഷ തേടാനാവാം. “റോഡിൽനിന്ന് നിങ്ങൾ കണ്ണടച്ച് അരിസോണ മരുഭൂമിയെപ്പറ്റി ചിന്തിക്കുക” എന്ന് ഒരിടത്ത് കാണാം. ഞാൻ ചിന്തിച്ചത്, ആറാം ക്ലാസിലെ ഹിസ്റ്ററി ക്ലാസിനെപ്പറ്റിയാണ്. മെലിഞ്ഞു കുറിയ, കുഞ്ഞഹമ്മദ് മാഷ് അന്ന് തന്ന ചിത്രം ഇന്നുമുണ്ട്, മനസിൽ. വേട്ടക്കാരായ അധിനിവേശക്കാർ, തോക്കുമായി വായ്ത്താരിയുതിർത്ത്, മൃഗങ്ങളെ ആക്രമിച്ച കഥകൾ, കുതിര സവാരി നടത്തിയാൽ എത്തിച്ചേരാവുന്നിടം വരെ സ്വന്തമാക്കി ആർത്തിയുടെ കഥകൾ. ജീവിക്കാൻ വേണ്ടി, യൂറോപ്പിലെ മതയുദ്ധങ്ങളിൽനിന്നു സ്വയം നിഷ്കാസിതരായ ജനപദങ്ങൾ അവർക്കു വഴി കാണിച്ചത് ദുര പെരുത്ത സ്വർണമോഹികൾ. പിന്നെ ഓർമയിൽ വരുന്നത് അമേരിക്കൻ നോവലുകളിൽ അറിഞ്ഞ, കൗബോയ്സിനെപ്പറ്റിയും ചുവന്ന ഇന്ത്യക്കാരെക്കുറിച്ചും ദുർഗമമായ പശ്ചിമവനങ്ങളെക്കുറിച്ചുമാണ്. ആർത്തുവിളിച്ച്, പുകയുതിപ്പറപ്പിച്ച്, വനാന്തരങ്ങളിലൂടെ തേങ്ങിത്തേങ്ങി മുടന്തിവരുന്ന വാഗൺ ട്രെയിനുകളിൽ നിന്നിറങ്ങുന്ന മുഷിഞ്ഞ വസ്ത്രവും നിറഞ്ഞ പ്രതീക്ഷയുമുള്ള വെളുത്ത വർഗം. വെടിമരുന്നിന്റെ മണം മുറ്റിയ തെറിവാക്കുകൾ നിറഞ്ഞ യൂറോപ്യൻ സംസാരഭാഷ.

കൗബോയികൾ ഇപ്പോഴുമുണ്ടിവിടെ. പക്ഷേ, കൂടുതലും നഗരങ്ങളിലെ ഹെൽപ്പർമാരായിട്ട്. അവരെ പട്ടണങ്ങളിലെ ടാകോ–ബെല്ലിൽ വച്ചും മക്ഡൊനാൾഡിൽ വച്ചും കണ്ടപ്പോൾ ഞാൻ മാനന്തവാടി പട്ടണത്തിലേയും കൽപ്പറ്റയിലെയും തെരുവുകളിലെ ആദിവാസികളെയും മറ്റു ‘വരത്തന്മാരെ’യും ഓർമിച്ചു.

അരിസോണയിലെ ആദി അമേരിന്ത്യൻ ജനതയിൽ വളരെക്കുറച്ചു പേരാണ് കാലത്തെ അതിജീവിച്ചത്. കൊടിയ മർദ്ദനങ്ങളെ അതിജീവിച്ച ജീവന്റെ കരുത്ത്. എണ്ണത്തിൽ ചെറുതെങ്കിലും നവീന ജീവിതത്തിൽ അവരുടെ ശക്തിയായ സ്വാധീനമുണ്ടിന്ന്. അവരുടെ പുനരധിവാസഗ്രാമമാണ് 'ഹോപ്പി' പോയിന്റ്. ഇവരിൽ ന്യൂമെക്സിക്കോയിൽ നിന്നെത്തിയ നവാജൊ ഇന്ത്യൻസും കൊളറാഡോയിലെ പ്യൂബ്ലൊ ഇന്ത്യൻസും ഉണ്ട്. ട്രൈബൽ പാർക്കുകളും ചരിത്രസ്മാരകങ്ങളും ആദി ഇന്ത്യരുടെ സാന്നിധ്യത്തെക്കുറിച്ച് പുത്തൻ അമേരിക്കക്കാരെ ഓർമിപ്പിച്ചുകൊണ്ടേയിരിക്കുന്നു.

ഇന്ന് കാന്യൻ ഇടുക്കുകളിലേക്ക് എത്തിച്ചേരാൻ ഇന്ത്യ നയിക്കുന്ന കുതിരകളുണ്ട്. ധൈര്യശാലികൾക്കു പോകാം. ഒറ്റയടിപ്പാത. കീഴ്ക്കാം തൂക്ക്.

നേരത്തെ വാച്ച് ടവറിൽ ഒരു 'ഹോപ്പി' ഇന്ത്യൻ വനിതയുടെ സജീവ സാന്നിധ്യം ഉണ്ടായി. ടവറിന്റെ അടിവാരത്തിൽ, ഹാളിലിരുന്ന് ഒരു മധ്യവയ്സക, കമ്പിളി, കോട്ടൺ തുണികൾ നെയ്യുന്നു. കാണികൾക്കു പുറംതിരിഞ്ഞാണ് ഇരിപ്പെങ്കിലും വശത്തുടെ ചെന്ന്, അരുൺ അവരെ വീഡിയോവിൽ പകർത്തി. നേരത്തെ പെർമിഷൻ മേടിച്ച കൂട്ടത്തിൽ ടവറിനകത്തെ ചരാചരങ്ങളെല്ലാം–പൗരാണികവും ആധുനികവും–പെടും! മ്യൂസിയം അധികാരികൾ ജീവിച്ചിരിക്കുന്ന ഒരു രക്തസാക്ഷിയെ, അന്യംനിന്നുപോയ ഒരു സംസ്കാരത്തിന്റെ ഇങ്ങേയറ്റത്തെ ഒരു കണ്ണിയെ, കമ്പിളി വസ്ത്രം നെയ്യാനേൽപ്പിച്ചിരിക്കുന്നത് സ്മാരകത്തെ 'സജീവ'മാക്കാനാണ്. അവരനുഭവിക്കുന്ന സ്വത്വപീഡ ഒറ്റനോട്ടത്തിൽ മനസിലാവും. മുഖം നിർവികാരം, ചലനം യാന്ത്രികം, ആദി ഇന്ത്യരെ തീർത്തും ഉന്മൂലനം ചെയ്യാതിരുന്നത് ഭാഗ്യമായെന്ന് ഹിസ്റ്റോറിക് പാർക്കുകളുടെ കൈയാളന്മാർ കരുതുന്നുണ്ടാവും. നല്ല വരുമാനമാർഗം.

അവർ നെയ്തുകൊണ്ടിരുന്നത്, നമ്മുടെ ആന്ധ്രഡിസൈൻ പോച്ചമ്പള്ളിക്ക് തുല്യമായൊരു രൂപ–വർണവിന്യാസമാണെന്നത് അത്യന്തം വിസ്മയജനകമായി.

ഹോപ്പി അവശിഷ്ടങ്ങൾ

ഹോപ്പി ഇന്ത്യരുടെ വാസഭൂമി, നവാഹൊ ഇന്ത്യരുടെ ദേശത്തോട് ചേർന്നാണ്.

'തുസായൻ' സംസ്കാരത്തിന്റെ അവശിഷ്ടങ്ങളാണ് ഹോപ്പി മേഖലയിൽ കാണപ്പെടുന്നത്.

കൊളറാഡൊ മലമ്പിളർപ്പുകളുടെ ഓരത്ത്, അരിസോണ മേഖലയിൽ 'ഹോപ്പി' ഇന്ത്യൻസ് ജീവിച്ചിരുന്നു എന്നതിലെ സ്ഥൂലാവശിഷ്ടങ്ങൾ. ഇടിഞ്ഞുപൊളിഞ്ഞുപോയ ഒരു സംസ്കാരത്തിന്റെ അവശിഷ്ടങ്ങൾ. വലിയ, വലിയ തുല്യവലുപ്പമുള്ള പാറത്തുണ്ടുകൾ. അടിസ്ഥാന

ശിലയും പുരത്തറകളും ചിതറിക്കിടക്കുന്ന കല്ലുകളും ഭദ്രമായ വീടുകളാണ് അവർ പണിതിരുന്നത് എന്നു വ്യക്തമാക്കുന്നു. വന്യജീവികളുടെ നിരന്തരസാന്നിധ്യം അനുഭവപ്പെട്ടിരിക്കണം.

വീടുനിർമാണ രീതി സവിശേഷശ്രദ്ധ അർഹിക്കുന്നു.

ഹോപ്പി വീടുകൾ

മൂന്നു വശങ്ങൾ ദുർഗങ്ങളായി പണിതുയർത്തി മുൻവശം തുറന്ന് ദുർഗത്തോട് ചേർന്ന് അകത്തളത്തിലേക്കു തുറക്കുന്ന നിരയൊത്ത മുറികൾ. അങ്ങനെ മൂന്നു വശങ്ങളിലും ഒരു വശം തുറന്ന നടുമുറ്റത്തേക്ക് ആളുകൾക്ക് പൊതുപ്രവേശനമുണ്ട്.

മുറികളെല്ലാം ഉയരത്തിൽ പണിത്, കൂരയിൽ കീഴ്പ്പോട്ടൊരു കിളിവാതിൽ. ഉയരത്തിലെത്താൻ ഭിത്തിചേർന്ന് ഉരുളൻ തടികൊണ്ട് ഓരോ വീടിനും, അതായത് ഓരോ മുറിക്കും ഓരോ കോണി. കോണികയറി കൂരയിലെത്തി, താഴെ മാളത്തിലേക്കിറങ്ങാം. വലിയ കുടയാകൃതിയിലുണ്ടാക്കിയ മേൽക്കൂര എടുത്തുമാറ്റി, രാത്രികാലത്ത് അഥവാ മഞ്ഞും മഴയും വെയിലും കടക്കാതിരിക്കാൻ തിര്യെ അടച്ചു ഭദ്രമാക്കാം. മൊത്തത്തിൽ, ചതുരാകൃതിയിലുള്ള കൂറ്റൻ ഭരണികളെ സങ്കൽപ്പിക്കുക. അവ ദുർഗം ചേർന്നു നിൽക്കുന്നു. 'അനസ്സാസി'കൾ എന്നു പറയപ്പെടുന്ന ശത്രുഗോത്രങ്ങളെയും ഇവർ ഭയപ്പെട്ടിരിക്കാം. ഗോത്രങ്ങൾക്കിടയിൽ യുദ്ധങ്ങളുണ്ടായിരിക്കണം. ദുർഗത്തിന്റെ തുറന്നവശത്ത് അണിനിരക്കാനും എതിരാളികൾക്കുനേരെ ആയുധപ്രയോഗം നടത്താനും സൗകര്യമുണ്ട്.

നടുമുറ്റത്തുനിന്ന് നേരെ കാണുന്നത് പൊതു 'കിവ'യാണ്. കിവ ആഴത്തിൽ കുഴിച്ച് ഒരു വശത്ത് അർധവൃത്താകാരത്തിൽ കരിങ്കല്ലുകൊണ്ടു പണിത ഗ്യാലറിയാണ്. ഹോമകുണ്ഡം, ബലിക്കല്ല് എന്നിവ എതിർവശത്ത് സ്ഥാപിച്ചിരിക്കുന്നു. അന്തരാളത്തിലൂടെ ജലം വാർന്നു പോകാനുള്ള കുഴലുകളും സ്ഥാപിച്ചിട്ടുണ്ട്.

നിലനിൽപ്പിനു വേണ്ടതെല്ലാം ഒരുക്കി ഒരു ജനത

പൗരാണിക അസ്ടെക് (Aztech) സാമ്രാജ്യത്തിന്റെ ഒരു ഭാഗമാണിവിടം. ഓരോ ഭവനത്തിലും മുപ്പതിൽ കവിയാതെ ആളുകൾ താമസിച്ചിരുന്നു എന്നാണ് തെളിവ്. കോട്ടയും ഭവനങ്ങളും 'കിവ'കളും ഇപ്പോൾ തകർന്നടിഞ്ഞ മട്ടിലാണ്. കരുത്തേറിയ തറകൾ ശേഷിക്കുന്നു. കെട്ടിടാവശിഷ്ടങ്ങൾക്കു മീതെ നൂറ്റാണ്ടുകൾ പഴക്കമുള്ള വൃക്ഷങ്ങൾ വീണ് ഫോസിലുകളായി കിടപ്പുണ്ട്. ആരും ഒന്നും നീക്കുന്നില്ല. തൊടുന്നുമില്ല. അതിപ്രാചീന കാലത്ത്, പാറമടകളിലും ഗുഹകളിലും താമസിച്ചിരുന്ന ഒരു വർഗത്തിന്റെ പരിഷ്കൃത നഗരവൽക്കൃത ജീവിതത്തിന്റെ

ശേഷിപ്പുകളാണിവ. ഓരോ 'പ്യൂബ്ലോ'വിലും മുപ്പതുവർഷക്കാലത്തിലധികം ഇവർ താമസിച്ചിട്ടില്ല. ഒരുതരം അർധനാടോടി ജീവിതം. മൃഗങ്ങളെയും ഫലങ്ങളെയും തേടി, മറ്റൊരു ഉർവരഭൂമിയിലേക്ക്-വീടുപേക്ഷിച്ചുപോകുന്ന ഈ സമ്പ്രദായം നമ്മുടെ ആദിവാസിക്കൂട്ടത്തിലും അടുത്തകാലം വരെ ഉണ്ടായിരുന്നു. ഒരു വീട്ടിൽ മരണം നടന്നാൽ അവിടം ഉപേക്ഷിച്ചു മറ്റൊരിടത്തുപോയി കുരകെട്ടുന്ന സമ്പ്രദായം.

25

ഹോപ്പി പോയന്റിലെ അസ്തമയം

അസ്തമയക്കാഴ്ച എങ്ങും മനോഹരവും വികാരഭരിതവുമാണ്. ഷട്ടിൽ ബസ് പലകുറിയായി ഞങ്ങളെ ഹോപ്പിപോയന്റ് എന്ന പർവത മുനമ്പിലെത്തിച്ചു. ക്യൂ സിസ്റ്റം. എല്ലാവരേയും അവർ എത്തിക്കും. ബസിൽ കയറിയാൽ നിൽക്കരുത്. ഇരിക്കണമെന്നത് നിയമം. ഒരാൾ നിൽപ്പുണ്ടെങ്കിൽ ബസ് നീങ്ങുകയില്ല. എന്നാലും അവസാനത്തെ ട്രിപ്പിനു നിയമം തെറ്റിക്കേണ്ടിവന്നു. അതുവരെ ജനനിബിഡമായിരുന്ന 'ഗ്രാന്റ് വ്യൂ' മേഖല നൊടിയിടയിൽ ജനശൂന്യവും ഏകാന്തവുമാകുന്നത്, ചില്ലുകൾക്കിടയിലൂടെ തിരിഞ്ഞുനോക്കിയപ്പോൾ കണ്ടു. ഗൈഡ് വനിത ഓർമിപ്പിച്ചു, അസ്തമയം, ഏഴു പത്തിനാണ്. അതു കണ്ടുകഴിഞ്ഞാൽ എല്ലാവരും ബസ് സ്റ്റോപ്പിൽ നിൽക്കണം.

ചുറ്റുപാടുകളുടെ ഭീതിദമായ അവസ്ഥ അപ്പോൾ മനസിൽ നിറഞ്ഞു. കാനനമധ്യത്തിലൂടെയുള്ള ഗ്രാന്റ് വ്യൂ റോഡ്, ഒരു ജനവാസകേന്ദ്രം പോലുമില്ല. ഇന്ന് ജീവിക്കുന്ന ഹോപ്പികൾ മലഞ്ചെരുവുകളിലെ ഗ്രാമങ്ങളിലാണ്. സന്ധ്യമയങ്ങിയാൽ ടൂറിസ്റ്റുകൾക്കവിടെ പ്രവേശനവുമില്ല. വനത്തിൽ എമ്പാടും മൃഗങ്ങളുണ്ടെന്ന് കേൾക്കുന്നു. വണ്ടികളുടെ ശല്യം കാരണമാവാം ഒന്നും വെളിക്കുവന്നില്ല. നമ്മുടെ ഉഷ്ണമേഖലക്കാടുകളിലെ മൃഗങ്ങൾ നിർഭയരാണ്. കാട്ടാന നട്ടുച്ചയ്ക്കും റോഡിൽ കയറി നിൽക്കും, കാട്ടുപോത്ത് ഗാംഭീര്യം വിടാതെ നമ്മെയൊന്ന് തിരിഞ്ഞുനോക്കുകപോലും ചെയ്യാതെ തൊട്ടുമുമ്പിൽ റോഡു മുറിച്ചു കടക്കും, മാനുകൾ നൂറുകണക്കിൽ, കുറ്റിക്കാടുകൾക്കിടയിൽ ഒളിഞ്ഞുനിന്ന് നമ്മുടെ നീക്കം നിരീക്ഷിക്കും. മയിലുകൾ, ഉയർന്നപാറയേറി നിന്ന് പുറം തിരിഞ്ഞു നിൽക്കും. ഇവിടെ ശേഷിപ്പുള്ള മൃഗങ്ങൾക്കും മറ്റു ജീവജാലത്തിനും മനുഷ്യനെ ഭയമാണെന്ന് തോന്നുന്നു. ഹോപ്പി പോയന്റിൽ

കൊളറാഡോ നദി

കേന്ദ്രീകരിച്ച നേരിയ ഇരുട്ടിൽ, ഒരു ദിവ്യാനുഭവം കാത്ത് ജനം നിശ്ചലരും നിശ്ശബ്ദരുമായി. വരും വഴി, റോഡിന്റെ ഓരത്തുനിന്ന് ഒരു ചാക്ക് നിറയെ ആഹാരപദാർഥങ്ങളുമായി കയറിയ ചീനവനിതകൾ, അവരുടെ കൂട്ടുകാരുടെ കൂട്ടത്തെ തേടിപ്പിടിച്ചു. രാവിലെ തുടങ്ങി ആഹാരം കഴിച്ചിട്ടില്ലാത്തവരുടെ വരണ്ട മുഖങ്ങൾ. കാത്തിരിപ്പ് — അല്ല നിൽപ്പ് — തീറ്റയ്ക്കുവേണ്ടി ചെലവാക്കി സമയം ലാഭിക്കാമെന്ന് അവർ കരുതി. നല്ല തീറ്റപ്രിയരാകയാൽ, ചീനർ നല്ല പാചകക്കാരുമായല്ലൊ.

ഇരുട്ടിന് തണുപ്പ് കൂടിവന്നു. ആളുകൾ കൂടുതൽ ചേർന്നു നിൽപ്പായി. ഉയരം കുറഞ്ഞ കുറ്റിമരങ്ങളുടെ ചോട്ടിൽ തണുപ്പിന്റെ ആക്രമണം കുറയുമെന്നു കണ്ടെത്തി. രണ്ടുമൂന്ന് ഫോട്ടോഗ്രാഫർമാർ അസ്തമയം പകർത്താനുള്ള ഇടം തേടി ചുറ്റിനടന്നു. അരുൺ, കൈവരിമതിലിന്റെ ഒരു മുനമ്പിൽ മതിൽക്കെട്ടിന് അപ്പുറം ഒരിടം കണ്ടെത്തി. അവിടെ നിൽക്കണം, അനങ്ങരുത്, കൂട്ടം തെറ്റും, ഫോട്ടോ നഷ്ടപ്പെടും എന്നു പറഞ്ഞു.

ആദ്യം കണ്ണിൽപ്പെടുക, ഒരു സ്വർണനാട പോലെ മലമ്പിളർപ്പിന്റെ അഗാധതയിൽ വീണു പുളഞ്ഞുകിടക്കുന്ന കൊളറാഡോ നദിയാണ്. ലിറ്റിൽ കൊളറാഡോ!

പിന്നെ പാർശ്വഭിത്തികൾ, അലൗകികമായൊരു ദീപാരാധനയിലെന്ന മട്ടിൽ ഉജ്ജ്വലമായി തിളങ്ങി.

ഒരു പ്രപഞ്ചക്ഷേത്രത്തിനകത്ത് ആരാധനയ്ക്കു നിൽക്കുന്ന അനുഭൂതി. മിഴികൾ വീശുമ്പോൾ, പകൽ വെളിച്ചത്തിൽ കാണപ്പെട്ട എണ്ണ

മറ്റ പ്രകൃതി ശിലാശിൽപ്പങ്ങൾക്ക് ഗാംഭീര്യം കൂടുന്നു. അവ അർധാന്ധകാരത്തിന്റെ തപസിലേക്കാണ്ടുപോകുന്നു.

രക്തവർണസൂര്യൻ ആയിരങ്ങളായി, ഓരോ പർവതശിഖരത്തിന്റെയും വിടർന്ന കവിളിൽ ഉമ്മവയ്ക്കുന്നു. ശിഖരമുഖങ്ങൾക്കെല്ലാം ഏതാണ്ട് ത്രികോണാകൃതി. സൂര്യചുംബനത്തിന് നീട്ടിപ്പിടിച്ച മുഖങ്ങൾ. അതിനിടയ്ക്ക് വളരെ വലുപ്പം കൂടിയ, ചെമ്പഴുക്ക സൂര്യൻ കാഴ്ചയിൽനിന്നു നിഷ്ക്രമിക്കയും തന്റെ അനുഗ്രഹത്തിന്റെ ഓർമകൾ ഗിരിമുഖങ്ങളിലെ തുടുപ്പിൽ ഏറെ നേരത്തേക്കു അവശേഷിപ്പിക്കുകയും ചെയ്യുന്നു. ഓർമയുടെ ചുവപ്പിൽ അവശേഷിക്കുന്ന, ഇരുട്ടിന്റെ പൊട്ടുകളായി ആൾക്കൂട്ടം.

തിരിച്ചുപോക്കിനെത്തിയ വണ്ടിയിൽ കയറിയവരുടെ മുഖങ്ങൾ നിമിഷംകൊണ്ട് രാപ്പൂക്കളെപ്പോലെ വിടർന്നു. പുറത്തെ ഇരുട്ടിൽ അടുത്ത ട്രിപ്പിനു വേണ്ടി കാത്തുനിൽക്കുന്നവരെ ഏകാന്തത പുണർന്നു. ഇരുട്ടും. വഴിവിളക്കുകൾക്ക് വെളിച്ചം പോരാ. പോയ കാഴ്ചയുടെ ദീപ്തി എല്ലാ മനസുകളിലും നിറഞ്ഞുനിൽപ്പുണ്ട്.

"അവസാനത്തെ ട്രിപ്പു മതി, നമ്മൾക്ക്!" മകൻ പറഞ്ഞു.

തണുപ്പ് ഇരച്ചു കയറുകയാണ്.

ഒരു ലേഡിഗൈഡ് കഴുത്തിൽ വിസിൽ തൂക്കിയിട്ട് എവിടെനിന്നെന്നില്ലാതെ, ഞങ്ങളുടെ മുമ്പിൽ അവതരിച്ചു. അവസാനം പർവതം കയറുന്ന ബസിൽ വന്നുചേർന്നതാണവർ. അംഗസംഖ്യ കുറയുന്ന യാത്രക്കാരുടെ ഭീതി അകറ്റാനാവാം അവർ സംസാരിച്ചുകൊണ്ടിരുന്നു.

അവസാനത്തെ ട്രിപ്പിൽ നമ്മൾ എല്ലാവരും ഒതുങ്ങുമോ? ആരോ ചോദിച്ചു. എല്ലാവരും സ്വയം ചോദിക്കുന്നത്.

നിങ്ങളിൽ, ഒരാൾ മാത്രം ബാക്കിയായാലും ബസ് നിങ്ങൾക്കുവേണ്ടി തിരിച്ചുവരും. ആരേയും ഇവിടെ ഒറ്റയ്ക്കു വിടില്ല! ഗൈഡ് പ്രസന്നവാക്കുകളുരച്ചു.

ചീനർ ചാക്ക് കാലിയാക്കി, വെയ്സ്റ്റ് കടലാസ് നിറച്ച് കുട്ടത്തിൽ ചേർന്നു നിന്നു.

നിറയാൻ മാത്രം ആളുണ്ടായി.

ജനപദങ്ങളിൽ നിന്നെല്ലാം അകലെ, ഉയരങ്ങളിൽ, വിജനതയിൽ ശീതക്കാറ്റിൽ, ഇരുട്ടിൽ, ഞങ്ങൾ തങ്ങിനിന്നത് തനിച്ചായിരുന്നില്ലല്ലോ; പകൽ മുഴുവനും കണ്ണുകൾക്കാനന്ദം പകർന്ന ശിൽപ്പങ്ങളുടെ മായാപ്രപഞ്ചത്തിലെ ഓരോ ശിലയും ഓരോ തരി മണ്ണും കൊളറാഡോ നദിയിലൂടെ അഗാധതയിലൊഴുകുന്ന, പട്ടുനാടപ്രായമായ നദിയിലെ, ഓരോ തുള്ളിയും ഞങ്ങൾക്ക് കൂട്ട് തന്നല്ലോ എന്ന സംതൃപ്തി. മനുഷ്യൻ മണ്ണിൽ ജനിച്ചു മണ്ണിലേക്കു തന്നെ തിരിച്ചുപോകുന്നതിൽ ദുഃഖിക്കേണ്ട കാര്യമില്ലെന്ന തോന്നൽ.

"ഡമിനിഷിങ് വ്യൂ" എന്ന പേരിൽ അറിയപ്പെടന്ന ഈ പർവതമുനമ്പിൽ ഇപ്പോൾ അത്യഗാധമായ ഇരുട്ടു മാത്രം. ഇല്ലാതായിത്തീരുന്നത് കാഴ്ചയല്ല, കാഴ്ചക്കാരനാണെന്ന അനുഭവം.

തുസായൻ അവശിഷ്ടങ്ങൾ

മരുക്കാഴ്ചയ്ക്കുള്ള ഡിസേർട്ട് വ്യു ഡ്രൈവിലൂടെ 22 മൈൽ വീണ്ടും. ഇവിടെ നശിച്ചുപോയ തുസായൻ സംസ്കാരത്തിന്റെ ഒരു മ്യൂസിയമുണ്ട്. യു ആകൃതിയിൽ പണിയപ്പെട്ട പാർപ്പിട സമുച്ചയത്തിന്റെ അവശിഷ്ടങ്ങൾക്ക് പതിനഞ്ചു മുറികൾ ദൃശ്യമായി. കരിങ്കല്ലിൽ പണിതത്. 1185 – 1225 കാലത്ത് രണ്ട് തലമുറകൾ ഇവിടെ താമസിച്ചിരുന്നു. എത്ര പെട്ടെന്നാണ് ഒരു ജനപദം പ്രകൃതിയിൽനിന്ന് നിഷ്ക്രമിച്ചുപോയത്. ഇപ്പോൾ മുമ്പിലുള്ളത് പുരത്തറകളും കുറെ ചിന്നിച്ചിതറിയ കരിങ്കൽത്തുണ്ടുകളും ചിത്രശകലങ്ങളും മാത്രം.

തണുപ്പ് കയറിവരുന്ന മലയിടുക്കുകളിൽനിന്ന് വിടപറയാൻ വൈകി. രാത്രി, ഹോൾ ബ്രൂക്ക് എന്ന മലമ്പ്രദേശപട്ടണത്തിലെത്തണം. ഇത്ര തണുപ്പുണ്ടാവില്ല. പത്തൊമ്പതാം നൂറ്റാണ്ടിന്റെ ഉത്തരപാദത്തിൽ അത്‌ലാന്റിക്–പസഫിക് റിയൽ റോഡുകൾ സന്ധിച്ചിരുന്നത് ഈ പഴയ പട്ടണത്തിലാണ്. അന്നിതിനെ വ്യാഖ്യാനിച്ചിരുന്നത്, “സ്ത്രീകൾക്കും കുട്ടികൾക്കും പറ്റാത്ത, ഒരു പരുക്കൻ നഗരം” എന്നാണ്. കൗബോയികൾക്ക് പശ്ചാത്തലം ഒരുക്കിയ ഭൂഭാഗം. ജീവിതത്തിന്റെ പ്രാഥമിക സൗകര്യംപോലും പരിമിതമായിരുന്ന കാലം. ചർച്ചകൾക്കുപോലും പറ്റാത്തിടം! റെയിൽ പ്രോജക്ടിന്റെ ചീഫ് എഞ്ചിനീയറുടെ നാമധേയമാണ് നഗരത്തിനു നൽകീട്ടുള്ളത്. ഒരു റെയിൽ റോഡ് പട്ടണം. നവാഹൊകൗണ്ടികളുടെ ആസ്ഥാനം ഇതിനടുത്താണ് “പെട്രിഫൈഡ് ഫോറസ്റ്റ്” എന്ന വൃക്ഷ ഫോസിലുകളുടെ ശിൽപ്പശാല.

പട്ടണത്തിലൂടെ ലിറ്റിൽ കൊളറാഡോ നദി വളഞ്ഞൊഴുകിപ്പോവുന്നു. താമസസ്ഥലത്തേക്കു പ്രവേശിക്കുന്നതിനിടയ്ക്ക് പീഠഭൂമികളും വിണ്ടുകീറിയ പരുക്കൻ പാറപ്രദേശങ്ങളും കടന്നുപോയി എന്നു പിറ്റേന്നു കാലത്തറിയുന്നു. പണ്ടുകാലത്ത് കുതിരത്തപാൽ ഗ്രാമപ്രദേശങ്ങളിലേക്കയച്ചിരുന്നത് ഈ പട്ടണത്തിൽനിന്നാണ്.

പുലർന്നപ്പോൾ ഏതോ വിജനഭൂമിയിൽ എത്തിയതുപോലെ. പർവതനിരകൾക്കിടയിലൂടെ കാറ്റൊഴുകി. തണുപ്പ്. ഇന്ന് മരുയാത്രയിലായിരിക്കും തുടങ്ങുന്നതും അവസാനിക്കുന്നതും.

26

പെട്രിഫൈഡ് ഫോറസ്റ്റ്

ഗോൾഡ്ബ്രൂക്കും ലിറ്റിൽ കൊളറാഡോ നദിയും പുറകിലായി. ഇന്നു ഞങ്ങൾ മരുക്കാഴ്ചകളിൽ പ്രധാനമായ പെട്രിഫൈഡ് ഫോറസ്റ്റ് കാണാൻ പോകുന്നു. ജീവനുള്ള വനവൃക്ഷങ്ങളുടെ കാടല്ല; മരിച്ചു ഫോസിലുകളായി പരിണമിച്ച, 225 മില്യൻ വർഷങ്ങൾക്കു മുമ്പ് മണ്ണടിഞ്ഞ മഹാവൃക്ഷങ്ങളുടെ വനമാണ് പെട്രിഫൈഡ് ഫോറസ്റ്റ്.

സൂര്യനഭിമുഖമാണ് യാത്ര. പ്രഭാതത്തിലെ പ്രസന്നവദനായ ചുവന്ന സൂര്യൻ. മരുഭൂമിയിൽ നല്ല മഴയ്ക്കുള്ള ഒരുക്കങ്ങൾ. വണ്ടിയിലിരുന്നുകൊണ്ട് കാലാവസ്ഥാപ്രവചനം നോക്കി. ഇന്നു മഴയുണ്ടാകും, മകൻ പറഞ്ഞു. ഉച്ചയോടെ തീരും.

പറഞ്ഞുതീരും മുമ്പ് മഴച്ചാറൽ ആഞ്ഞുവീശി.

അല്ലെങ്കിൽ നമ്മൾ നേരിടുക പൊടിക്കാറ്റിനെ ആവുമായിരുന്നു.

പൊടിക്കാറ്റിനെ നേരിടാനുള്ള നിർദേശങ്ങൾ റോഡിൽ സ്ഥാപിച്ച സൈൻ ബോർഡുകളിലുണ്ട്.

ദൂരെ പൊടിമേഘങ്ങൾ കണ്ണിൽപ്പെട്ടാൽ ഉടനെ വണ്ടി നിർത്തുക; റോഡിൽനിന്നു കഴിയുന്നത്ര അകലങ്ങളിലേക്ക് എങ്ങനെയും മാറ്റിയിടുക; എല്ലാ ലൈറ്റുകളും അണയ്ക്കുക. സിഗ്നൽ ലൈറ്റ് കണ്ട് തെറ്റിദ്ധരിച്ചു വരുന്ന വണ്ടികൾ നിങ്ങളെ വന്നിടിക്കാം. അമേരിക്കൻ സൈൻ ബോർഡുകൾ ചിലപ്പോൾ ഭീതിജനകം തന്നെ.

മരുമഴയുടെ സൗന്ദര്യം സവിശേഷമാണ്. മഴ മഴക്കുഞ്ഞുങ്ങളായി, മണൽക്കുനകളിൽനിന്ന് താഴ്ചകളിലേക്ക് ആയിരക്കണക്കിന് സർപ്പക്കുഞ്ഞുങ്ങളായി ഓടിയിറങ്ങുന്നു. അവ നിങ്ങളുടെ വണ്ടിയുടെ ചില്ലുകളിലൂടെ കിഴിഞ്ഞിറങ്ങുന്നു. മരുക്കുന്നുകൾ, നനഞ്ഞു കുറച്ചു കുതിർന്നു നിലംപരിശാകുന്നു.

പെട്രിഫൈഡ് ഫോറസ്റ്റ്

നിമിഷനേരംകൊണ്ട് വേഷം മാറുന്നു. ചിലത് നിന്നനിൽപ്പിൽ ബോധംകെട്ട് നിലംപതിക്കുന്നു. ഒരു ഒരൊറ്റ മഴ, മരുഭൂമിയിൽ വരുത്താവുന്ന രൂപപരിണാമം, പിന്നീട് കണ്ട കാഴ്ചകളുടെ ഉൽപ്പത്തി കഥകൾക്ക് അർഥം നൽകി.

കല്ലിച്ച വനവൃക്ഷങ്ങൾ. 'പെട്രിഫൈഡ് ഫോറസ്റ്റ് നാഷണൽ പാർക്ക്' നിറയെ വനവൃക്ഷ ഫോസിലുകളാണ്. മരുഭൂമി നിറയെ 93,533 ഏക്കർ വിശാലതയിൽ ചരിത്രാതീതകാലത്തിലെ ഒരു വനത്തിന്റെ ശ്മശാനം. ആദികാല ദിനോസറുകളുടെ രംഗഭൂമി. വൃക്ഷശരീരങ്ങൾക്കിടയിൽ നിരവധി ദിനോസറുകളുടെ അസ്ഥി ചിതറിക്കിടക്കുന്നു. ഏകദേശം 225 മില്യൻ വർഷങ്ങൾക്കു മുമ്പ്, നദീതീരങ്ങളിൽ പറ്റിപ്പിടിച്ചു നിന്നിരുന്ന കൊടുങ്കാടുകൾ. ഒരു ഭൂവൽക്കസ്ഫോടനം വൃക്ഷങ്ങളെയും ദിനോസറുകളെയും ഒന്നിച്ച് താഴെ ചതുപ്പുനിലങ്ങളിലേക്ക് തകർത്തെറിഞ്ഞു. വൃക്ഷങ്ങൾ ജലത്തിൽ മുങ്ങി, മീതെ ഭൂസ്ഫോടനഫലമായി ഉതിർന്ന ചാരംകൊണ്ട് മൂടപ്പെട്ടു. അവ നിറയെ 'സിലിക്ക'യായിരുന്നു. സിലിക്ക കാലക്രമത്തിൽ വൃക്ഷശരീരങ്ങളെ ശിലകളാക്കി പരിണമിപ്പിച്ചു. ഇരുമ്പ് ഓക്സൈഡും മറ്റ് ഖനിജങ്ങളും ചേർന്ന ശിലകൾ സപ്തവർണങ്ങൾ നൽകി. പിന്നീടൊരു സ്ഫോടനത്തെത്തുടർന്ന് മുന്നൂറടിയിൽത്താഴെ പൂണ്ടുപോയ വൃക്ഷശിലകളെ ഭൂമിയുടെ ഉപരിതലത്തിലേക്ക് വീണ്ടെടുക്കപ്പെട്ടു. അവയെ മൂടിയിരുന്ന ഖനിജങ്ങളത്രയും കൊടും പേമാരിയിൽ മറ്റു ഭാഗങ്ങളിലേക്ക് ഒഴുകിപ്പോയി. അഞ്ചിടങ്ങളിലായി, വർണാഭമായ ഈ ശിലകൾ ഇന്ന് ചിതറിക്കിടപ്പുണ്ട്. നീല ശിലാഭൂമി, സൂര്യകാ

ന്തക്കല്ലുകളുടെ താഴ്‌വര, വൈഡുര്യമേഖല, റെയിൻബോ താഴ്‌വര, ഇരുണ്ട താഴ്‌വര — നാമധേയങ്ങൾക്കനുസരിച്ച ശിലകൾ ഇവിടെ ചിതറിക്കിടക്കുന്നു.

പ്രവേശനകവാടത്തിൽ രണ്ടു ഹാളുകളും ഒരാപ്പീസും അടങ്ങുന്ന ഒരു കെട്ടിടം. കൂറ്റൻ ഗേറ്റ്. തോക്കേന്തിയ കാവൽക്കാർ. ഒരുതരി പൂഴിയോ കല്ലോ വർണശിലയോ പുറത്തേക്ക് കടത്താൻ പാടില്ലെന്നു മുമ്പിൽ എഴുതി പ്രദർശിപ്പിച്ചിട്ടുണ്ട്. പതിനായിരത്തോളം ഏക്കർ വിസ്തൃതമായ മരുപ്പരപ്പിനെ ഇരുമ്പ് വേലികളാൽ സുരക്ഷിതമാക്കിയിരിക്കുന്നു.

പടിപ്പുരയിലെ ഹാളിൽ ഒരു ദിനോസർ അസ്ഥികൂടം മുതുക് അൽപ്പം വളച്ച് നിങ്ങളെ നോക്കുന്നു. തന്റെ സാമ്രാജ്യത്തിലേക്ക് സ്വാഗതം!

1867 ലാണ് സ്റ്റീഫൻ ടിങ് എന്ന ഭൗമശാസ്ത്രജ്ഞൻ ഈ അമൂല്യ ശിലകൾ ഉൾക്കൊള്ളുന്ന മരുപ്പരപ്പ് കണ്ടെത്തിയത്. അരിസോണ സ്റ്റേറ്റിന്റെ നിധിപേടകം. ശാസ്ത്രജ്ഞന്റെ വെങ്കല മുഖച്ഛായ ചുമരിനെ അലങ്കരിക്കുന്നു. കെട്ടിടത്തിന്റെ പുറകുവാതിലാണ് മരുഭൂമിയിലേക്കുള്ള കതക്. തുറന്നിട്ട കതകിലൂടെ ചരിത്രാതീതകാലത്തെ കാറ്റ് നിരന്തരം വീശുന്നു.

ഭിത്തിയിൽ അഞ്ചടി–നാലടി വ്യാസമുള്ള ദീർഘവൃത്താകാര രത്നശിലാഫലകം. ഓറഞ്ച്-ചുവപ്പ്-നീല-മഞ്ഞ വർണങ്ങളുടെ ഒരു മൊസൈക് ഫലകം. കണ്ണാടിപോലെ മിനുക്കി തിളക്കി സജ്ജമാക്കിയത്. ഭിത്തിയിൽ ഒരു ദിനോസർ പല്ലിയുടെ രൂപത്തിനുമേൽ, ഉള്ളിലെ കാഴ്ചകളുടെ ചിഹ്നനം. രത്നഫലകത്തിന് എണ്ണൂറ് റാത്തൽ തൂക്കം, ഈ ഒറ്റക്കൽ കണ്ണാടി, അറുത്തെടുക്കാൻ വജ്രം പിടിപ്പിച്ച യന്ത്രത്തിനു പത്തുമണിക്കൂർ ചെലവഴിക്കേണ്ടി വന്നു! അവിശ്വസനീയമായ കാഴ്ച. പ്രകൃതിയുടെ വരദാനം. മില്യൻ കണക്കിനു വർഷങ്ങൾകൊണ്ട് പാകപ്പെടുത്തിയ രത്നശിലകൾ.

മരുതലത്തിലേക്കിറങ്ങിയാൽ, മുമ്പിലൊരു അനന്തവിസ്തൃത വൃക്ഷശ്മശാനം. കറുത്ത ഉടലുകൾ മുറിഞ്ഞുവീണ്, അടുക്ക് തെറ്റാതെ കിടപ്പുണ്ട്. മുറിവായ് രത്നവർണാഭം! കറുത്ത തൊലിക്കടിയിലെ വർണശിലകളുടെ സമൃദ്ധി അമ്പരപ്പിക്കുന്നതാണ്. നാൽപ്പത്–അമ്പത് അടി നീളം വരുന്ന വൃക്ഷക്കാരണവന്മാരാണ്, ധരണിയിൽ പടിഞ്ഞുകിടക്കുന്നത്. ആരുടെ ഹൃദയത്തിലും ഒരാന്തൽ അനുഭവപ്പെടും. മൃതദേഹങ്ങൾക്കിടയിലെല്ലാം കഴിഞ്ഞ ദിവസങ്ങളിൽ പെയ്ത മരുമഴ, പൂക്കുടന്നകൾ അർപ്പിച്ചിരിക്കുന്നു. എല്ലാ പുൽത്തുമ്പിലും പൂക്കൾ — ഓറഞ്ച്, മഞ്ഞ, ചുവപ്പ്. ഊതമരുതലത്തിലൂടെ കാഴ്ചക്കാർക്ക് നടക്കാൻ കോൺക്രീറ്റ് പാതകൾ. ചില വൃക്ഷങ്ങളുടെ കഴുത്തറ്റ ശിരസ്സ് തൊട്ടടുത്ത ശിലാകൂടങ്ങളിൽ വിശ്രമിക്കുന്നു. ഭൂമി, ഒരിക്കൽ എന്തായിരുന്നു എന്നതിന്, ആയിരം ഏടുകൾ മറിക്കേണ്ട, ഈയൊരു സ്ഥലം കണ്ടാൽ മതി. ദിനോസർ കാലത്തിന്റെ ഒരു വെളിപാടുതറ. വൃക്ഷശിലകളുടെ കൂട്ടത്തിൽ അതിഗംഭീര

ന്മാരും രാജാക്കന്മാരും രാജ്ഞികളും കുട്ടികളുമുണ്ട്. പ്രകൃതികോത്തിന്റെ ഉഗ്രതാണ്ഡവം നടന്ന ഭൂമി. യുദ്ധാനന്തരഭൂമി. അമേരിക്കയുടെ വൻ പ്രകൃതി സമ്പത്തിനെക്കുറിച്ചു നാം ബോധവാന്മാരാകുന്നു. കട്ടും വിറ്റും മുടിക്കാതെ, ഒരു മണൽത്തരി നഷ്ടപ്പെടുത്താതെ എല്ലാം രാജ്യത്തിന്.

അമേരിക്കൻ ഹൃദയത്തിൽ, ആസക്തികളും ദുഷ്ടതകളും എത്രയെങ്കിലും ഉണ്ടെങ്കിലും അതിനേക്കാൾ കൂടുതൽ സൗന്ദര്യാരാധനയും രാജ്യസ്നേഹവും ഉണ്ട്. സമ്പത്ത് വരും തലമുറയ്ക്കും അവകാശപ്പെട്ടതാണെന്ന ബോധം അവർക്കുണ്ട്. ഒരിക്കൽ ഒരു റേഞ്ചർ, ഇരുമ്പു കോണികൾകൊണ്ട് പരുക്കേറ്റ ഒരു വനവൃക്ഷത്തിന്റെ തടിയിൽ ഏതോ മരുന്ന് പുരട്ടി ശുശ്രൂഷിക്കുന്നതു കണ്ടു. കോണി, ട്രോളിയുടെമേൽ ചാരി വച്ച് അയാൾ ഒരിക്കൽക്കൂടി തിരിച്ചെത്തി മരത്തെ പ്രദക്ഷിണം വച്ചു നിരീക്ഷിച്ചു. സമാധാനത്തോടെ വണ്ടിയോടിച്ചു പോയി. ഞങ്ങൾ താമസിക്കുന്ന ഗ്രാമത്തിൽ കണ്ട കാഴ്ച.

മരുഭൂമിക്ക് ഇളം വയലറ്റ് രാശി. വെയിലും രത്നശിലകളും ചേർന്ന് രചിച്ചൊരു അസാധാരണ വെളിച്ചം. കാറ്റ് വെഞ്ചാമരം വീശുന്ന കുറ്റിപ്പുല്ലുകളിൽ വിടർന്നു തുറ്റുനിൽക്കുന്ന പലവർണപ്പൂക്കൾ, ശിലാതരുക്കൾക്ക്, ഒരു രത്നക്കംബളമായി. ചുറ്റിനടന്നാൽ തീരുന്ന നടപ്പാതകളല്ല. ഗർത്തങ്ങളുടെ വക്കിലൂടെ ഒറ്റത്തടിയിൽ തീർത്ത ഉയരം കുറഞ്ഞ വേലി. എല്ലാം പ്രകൃതിയിൽനിന്ന് നേരിട്ട് വിന്യസിച്ചത്.

നടപ്പാതയിൽനിന്നു പെറുക്കിയ കവിടിക്കല്ലുകൾ, വഴിക്കിട്ട് തിരിച്ചു പോന്നു. മെറ്റൽ ഡിറ്റക്ടർ ഘടിപ്പിച്ച കതകിലൂടെ മ്യൂസിയത്തിലെത്തി. ഗേറ്റു കടന്ന് റോഡിലെത്തി പിന്തിരിഞ്ഞുനോക്കി. ടെക്സാസിൽ നിന്നാരംഭിച്ച മരുപ്പരപ്പ്, വടക്കൻ അരിസോണ മുഴുക്കെ, ഊട്ട സ്റ്റേറ്റ് വരെ വ്യാപിച്ചുകിടപ്പുണ്ട്. വലിയ പർവതങ്ങളുടെ ഇടയിലൂടെ തടസമില്ലാത്ത മരുക്കാറ്റ് ഒരു വിലാപഗാനം ചൂളംകുത്തി മനസിന്റെ ഉള്ളറകളെ നിറച്ചു.

പോയ്മറഞ്ഞ ജീവരാശിയുടെ സസ്യപ്രകൃതിയുടെയും ദുഃഖത്താൽ സാന്ദ്രമായ സംഗീതം. അതിന് അറബി സംഗീതത്തോട് സാമ്യം തോന്നുന്നു. വണ്ടിയുടെ അടുത്ത് ഒരു കാക്കക്കുഞ്ഞ്, തണുപ്പിനെതിരെ ചിറക് പാതിനീർത്തിയ കുടയുമായി ഞങ്ങളുടെ മുഖത്ത് നോക്കി. വിശന്നുവലഞ്ഞ്, ശീതം സഹിക്കാനാവാത്ത ഒരു കുഞ്ഞ്. ടൂറിസ്റ്റുകളിൽനിന്ന് സാൻഡ്വിച്ച് തരികളും ബിസ്കറ്റും പുഴുങ്ങിയ ബീൻസും കിട്ടി ശീലിച്ചിരിക്കും. തള്ളക്കാക്ക ഇരതേടാൻ മരുപ്പരപ്പിലേയ്ക്ക് പറന്നുപോയി.

ഒരു തുണ്ട് ബിസ്കറ്റെങ്കിലും അതിന് കൊടുത്താലോ?

വേണ്ട. ഭക്ഷണസാധനമൊന്നും റോഡിലിടാൻ പാടില്ല.

ഈ മരുപ്രദേശത്തും?

എങ്ങായാലും.

കാക്ക ദീനമായി ശബ്ദിച്ചു. തൊണ്ട കാറിക്കരയാനാണ് ഭാവം. കൺമറയും വരെ ഞാൻ തിരിഞ്ഞുനോക്കി. വണ്ടിയിലേക്കു വരുന്ന മറ്റൊരാളെ അത് ഉറ്റുനോക്കുകയാണ്.

അഗേറ്റ് ബ്രിഡ്ജ്

അഗേറ്റ് ബ്രിഡ്ജ്

നാൽപ്പതടി വീതിയുള്ള ഒരു നദീതടത്തിനു കുറുകെ, വീണുകിടക്കുന്നു, വൃക്ഷരാജന്റെ ഉടൽ പാലംപോലെ. വീഴ്ചയിലുളവായ വിള്ളലുകൾ താങ്ങിനിർത്താൻ നൂറ്റിപ്പതിനൊന്നടി നീളത്തിലൊരു കോൺക്രീറ്റ് സപ്പോർട്ട്. അത്രതന്നെ നീളം വൃക്ഷത്തിന്റെ ശിലീകൃത ഉടലിനുമുണ്ട്. നദി ഇന്നില്ല. തടം മാത്രം. നദിയെ ആശ്രയിച്ചിരുന്ന ആദിമ ജനവർഗങ്ങളും തിരോധാനം ചെയ്തു. അവരുടെ കാലത്തും ഈ പെരുംമരത്തിന്റെ കിടപ്പ് ഈ രൂപത്തിൽ, ഇതേ അവസ്ഥയിൽ തന്നെ ആയിരിക്കാം. ഇതവരുടെ ഒരു ദൈവവുമായിരിക്കാനാണ് സാധ്യത.

27

ബാഡ് ലാന്റ്സ്

ഭൂമി അത്രകണ്ടു 'ചീത്ത'യാവുമോ? ഇത് വലിയ മരുമണ്ഡല ത്തിന്റെ മറ്റൊരു മുഖമാണ്. വനമേഖലയോട് (ഗതകാല) ചേർന്ന്, ചുണ്ണാ മ്പുകല്ലും, നീലമേശപ്പാറകളും ചേർന്നു വിതാനിച്ച ഒരു പരുക്കൻ ഭൂമി. കുട്ടത്തിൽ ചുണ്ണാമ്പുകല്ലിന്റെയും അവസാദശിലകളുടെയും സമ്മിശ്ര ഇടകലർന്ന അടരുകൾ. മഴ നനഞ്ഞാൽ ഉൾവശം ചീർത്ത് വിള്ളലുണ്ടായി പൊട്ടിത്തകരും. ഒരു മഴയിൽ കുതിരും, വെയിലുദിച്ചാൽ വളരും. അങ്ങനെ ഭൂമിയുടെ പ്രതലം ആനത്തോലുപോലെയാകും. അകത്തെ കളിമണ്ണ് ഉതിർന്നു ചാടുമ്പോൾ, മേലെയുറച്ച തൊപ്പിത്തല തലകുത്തി മറിഞ്ഞു വീഴും. അങ്ങനെ അകം ദുർബലമായി നിപതിച്ച കുന്നുകളവശേഷിക്കുക കൂർത്തു മൂർത്ത പാറകളാണ്.

പാറമുനമ്പുകൾക്കു മീതെ എത്തിനോക്കിയപ്പോൾ കണ്ട കാഴ്ച അപൂർവമാണ്. താഴ്വരയിൽ ഒരു വൻമരം വീണുകിടക്കുമ്പോലെ നീർച്ചാ ലുകൾ നിർമിച്ച ചിത്രപടം. തായ്മരം, ശിഖരങ്ങൾ, കമ്പുകൾ, ചെറുചി ല്ലകൾ എല്ലാം വ്യക്തമായിട്ട് — കറുത്ത ക്രയോണിൽ വരച്ചതുപോലെ. രേഖാരൂപം, താഴ്വരയെ മുഴുവനും ആലിംഗനം ചെയ്തു കിടക്കുന്ന ഒരു വൃക്ഷത്തിന്റേതാണ്. അനശ്വരനായ പ്രകൃതിശില്പി തന്നെയാണ് ദൈവം എന്ന തോന്നലുളവാക്കുന്നു.

പ്യൂർക്കൊ നദി

തൊട്ടുതാഴെയാണ് വരൾച്ചയിൽ മരിച്ചുപോയ പ്യൂർക്കൊ നദി. വേന ലിലെ കാവേരിനദി പോലെ ഇടയ്ക്ക് പാറപ്പരപ്പുകളും ചെറുജലനിരപ്പു കളും നിറഞ്ഞത്, ഗതിയറ്റ്, ദരിദ്രമായി ഒരു നദി അഥവാ മുമ്പിവിടെ ഒരു

പ്യൂർക്കൊ നദി

നദിയുണ്ടായിരുന്നു. അതിന്റെ തടത്തിൽ 'പ്യൂർക്കൊ ഇന്ത്യൻസ്' എന്നൊരു ജനത വസിച്ചിരുന്നു.

അകലെ താഴ്വര മുറിച്ച് കിഴക്കുനിന്നു പടിഞ്ഞാറോട്ട് ഒരു ഗുഡ്സ് വാഗൺ ഇഴഞ്ഞുപോകുന്നു. എത്രയെത്ര ചുവപ്പും വെളുപ്പും ബോഗികൾ. കൂറ്റനൊരു ഇഴജന്തു മൺതിട്ടയിലൂടെ ഇഴഞ്ഞുപോകുന്നു. ചക്രങ്ങളൊന്നും ദൃശ്യമല്ല. ട്രെയിനിന്റെ നിറം മരുഭൂമിയുടെ വർണലാളിത്യത്തിന് പോറലേൽപ്പിക്കുന്നില്ല. ഒരു മരുവണ്ടി.

പ്യൂർക്കൊ താഴ്വര

അടരടരായി മുറിഞ്ഞുവീണ പാറപ്പരപ്പുകൾ. ഒരു പത്രക്കെട്ടിന്റെ ചരട് ഉതിർന്നതുപോലെ. 'പേപ്പർ റോക്സ്'. പേരിട്ട ഭൂഗവേഷകൻ മിടുക്കൻ. 2000 വർഷങ്ങൾക്കു മുമ്പ് ഇതൊരു സമ്പന്ന കൃഷിയിടമായിരുന്നു. ഇടനേരങ്ങളിൽ പ്യൂർക്കോ ഇന്ത്യൻസ്, ശിലായുധങ്ങൾകൊണ്ട് കൊത്തിയുണ്ടാക്കിയ അതിശയകരമായ ചിത്രങ്ങളെ, പൂപ്പലിന്റെ മറ നീക്കിക്കാണാൻ മിഴികൾക്ക് നല്ല പരിശീലനം വേണം. ഇരകൊത്തി പറന്നുയരുന്ന ഒരു പരുന്ത്, പരുന്തിന്റെ കൊക്കിലെ പിടയുന്ന പല്ലി, കാഴ്ച കണ്ട് കൈകൊട്ടിച്ചിരിക്കുന്ന ഒരു കുട്ടി, 'ഇന്ദിരാഗാന്ധി'യുടെ കൈയടയാളം, കൊമ്പുകോർക്കുന്ന മാൻദമ്പതികൾ, ഒരു കൂറ്റൻ പല്ലി, സൂര്യമുഖം, സ്വസ്തിക അടയാളം — ഈ രേഖാചിത്രങ്ങളെല്ലാം, പല പാറകളുടെ മുഖത്ത്, ഏതാണ്ടടുത്ത്, ഒരേ നിരപ്പിൽ ചിതറിക്കിടക്കുന്നു. ഒരു ഗുഹയോ ഒരു ശിലാഭിത്തിയോ തകർന്നുവീഴുന്നതാണെന്ന് ഒറ്റനോട്ട

ത്തിൽ മനസിലാവും. ആ തകർച്ചയും ഈ താഴ്‌വരയിലെ ജനപദത്തിന്റെ നാശവും ഒരേ പ്രകൃതികോപത്താൽ പറ്റിയതാവാം. പഞ്ചഭൂതങ്ങൾ, സൂര്യ രശ്മിയേറ്റ്, ഉൽപ്പാദിപ്പിച്ച് ഒരുതരം റോക്ക് വാർണീഷിനാൽ ഉളിത്തല കൊണ്ട് കൊത്തിയ ചിത്രങ്ങളെല്ലാം തെളിഞ്ഞു മിനുങ്ങുന്നു. പശ്ചാത്ത ലത്തിലെ പലവർണപ്പാറകൾ ചിത്രങ്ങൾക്ക് മിഴിവേകുന്നു.

ഇന്ത്യൻ ഭവനങ്ങൾ

പ്യൂർക്കൊ താഴ്‌വരയിൽ 650 ശിലാചിത്രങ്ങൾ ചിതറിക്കിടക്കുന്നു. എല്ലാം ചെറുത്. അരയടി വലിപ്പം. 'പെട്രോഗ്രാഫി' എന്നറിയപ്പെടുന്ന ശിലാലിഖിതങ്ങളാണിത്. കാലത്തിന് മറയ്ക്കാൻ കഴിയാത്ത ലിപികൾ. ഇവ രചിച്ച ആദി ഇന്ത്യൻ വർഗം, രണ്ടായിരം വർഷം മുമ്പ് ചോളവും കൈതച്ചക്കയും പയറുകളും കൃഷി ചെയ്തിരുന്ന താഴ്‌വരയാണിത്. വര ണ്ടുനശിച്ച നദിയുടെ സത്യം അറിയിക്കാൻ പാറയിലെ ലിഖിതങ്ങൾ മായാതെ കിടക്കുന്നു. ഒരു ജനപദത്തിന്റെ ഭവനങ്ങളുടെ അവശിഷ്ടങ്ങ ളിലൂടെ നടന്നു. രണ്ടും മൂന്നും മുറികളുള്ള ഒറ്റപ്പെട്ട ഭവനങ്ങൾ. ഒറ്റനില. നീളെ ഒരു വലിയ ശാല. ആയിരം മുറികളുള്ള ഈ ഭവനസഞ്ചയനം ഒരു പൊതുമുറ്റത്തിനു ചുറ്റുമായിരുന്നു. എ ഡി 1250 തുടങ്ങി എ ഡി 1350 വരെയായിരുന്നു ഇവരുടെ സുവർണകാലം. വടക്ക് മൊഗളൻ/സുന്നി ജനവർഗങ്ങളും തെക്ക് കൊളറാഡൊയിലെ അനസാസി/ഹോപ്പി വർഗ ങ്ങൾക്കുമിടയിൽ വേറിട്ടൊരു സംസ്കാരം പ്യൂർക്കൊ താഴ്‌വരയിലുണ്ടാ യിരുന്നു. വടക്കും തെക്കുമായി ഇവർ സമ്പർക്കം പുലർത്തിപ്പോന്നു. അവർ ഭക്ഷ്യങ്ങൾക്കു പുറമെ പരുത്തിയും സ്കാഷും കൃഷി ചെയ്തു. ചിത്രാലങ്കാരമുള്ള കളിമൺപാത്രങ്ങളുണ്ടാക്കി.

ഇവിടെ ഒരുകാലത്ത് ധാന്യം പൊടിക്കുന്ന തിരികല്ലുകളുടെ ശബ്ദം കേൾക്കാമായിരുന്നു. കുട്ടികളുടെ ചിരി, കിവകളിലെ മന്ത്രോച്ചാരണം, കലാകാരന്മാരുടെ കല്ലുളിശബ്ദം — എല്ലാം മുഴങ്ങിയിരുന്ന കാറ്റ്, ഇന്ന് നിർവികാരമായി വീശുന്നു. പ്രകൃതികോപത്തിൽ വെന്തും അടിഞ്ഞും പോയവരുടെ പിൻഗാമികൾ നേരെ വടക്കോട്ടും തെക്കോട്ടും ഓടിപ്പോ യെന്ന്, അവർ അവശേഷിപ്പിച്ച പുരാവസ്തുക്കൾ പറയുന്നു. അവസാനം മരുഭൂമിയുടെ രാജ്യഭാരമായി. ഒരു വർഗത്തിന്റെ അസ്തിത്വം മറ്റു വർഗ ങ്ങളിൽ ലയിച്ചുചേർന്നു.

28

പെയിന്റ് ഡെസെർട്ട്

അരിസോണ എന്ന അമേരിന്ത്യൻ പദത്തിന്റെ അർഥം കുഞ്ഞരുവി. ഒരു ചുവന്ന പട്ടു റിബൺപോലെ അഗാധ മലമ്പിളർപ്പുകൾക്കുമീതെ നിന്ന് കാണപ്പെട്ട കൊളറാഡൊ (ലിറ്റിൽ കൊളറാഡോ) നദിയായിരിക്കാം ഈ സ്റ്റേറ്റിന്റെ നാമധേയത്തിനടിസ്ഥാനം. ഒരമേരിക്കക്കാരന്റെ മനസിനകത്ത് അരിസോണ എന്നു കേൾക്കുമ്പോൾ പ്രതിബിംബിക്കുന്നത്, 'ഓൾഡ് വെസ്റ്റ്' എന്ന നിഗൂഢാത്മക ഭൂഭാഗമാണ്. കൗബോയ്സ്, ഇന്ത്യൻസ്, മരുഭൂമികൾ, അറ്റമില്ലാത്ത വിചിത്ര കള്ളിച്ചെടികൾ — ഇവയെല്ലാം നിറഞ്ഞ ഒരു വിശാല മരുപ്രദേശം.

കൗബോയ്സ് ഇപ്പോഴും ഉണ്ട്. ആധുനിക അതിഥി മന്ദിരങ്ങളിലെ ഹെൽപ്പർമാരായി, മരുനഗരങ്ങളിൽ താമസിക്കുന്നവർ - പഴയകാലത്തെന്നപോലെ ഹോ-ഹോയ് അലറിക്കൊണ്ട് അനേകം കന്നുകാലികളുടെ കൂട്ടത്തിനു പിന്നാലെ, അവയെ വിരട്ടിയും ഭയപ്പെടുത്തിയും കുതിരപ്പുറത്ത് സവാരി ചെയ്യുന്നവരെ ഇന്നു കാണില്ല. അരിസോണയിലെ നേറ്റീവ് അമേരിക്കർ, അംഗസംഖ്യയിൽ കുറവെങ്കിൽ അരിസോണയിലെ ദൈനംദിന ജീവിതത്തിൽ ഇന്നും നിറഞ്ഞ് നിൽപ്പുണ്ട്. അവരുടെ സമ്പന്ന പൈതൃകത്തിന്റെ തിരുശേഷിപ്പുകൾ, പാരമ്പര്യ സ്മാരകങ്ങളിലും ട്രൈബൽ പാർക്കുകളിലും ചരിത്രാംശം വെളിപ്പെട്ടു നിൽക്കുന്ന ഭൂഭാഗങ്ങളിലും അവരിന്നും അധിവസിക്കുന്ന പൗരാണിക പാർപ്പിടങ്ങളിലും തെളിഞ്ഞു കാണാം. മരുഭൂമിയാണെങ്കിൽ പഴയ പടി, അറ്റമില്ലാതെ ജനശൂന്യമായി കിടക്കുന്നു. വിശാലതയിൽ അവിടവിടെ ഒറ്റപ്പെട്ട നവീന നഗരങ്ങൾ. ഈ പരിഷ്കൃത പട്ടണങ്ങൾ അസ്ഥാനത്തെന്ന് ഒറ്റനോട്ടത്തിലറിയാം. സവിശേഷ കള്ളിച്ചെടികൾ സംരക്ഷിക്കപ്പെടുന്നു. ഒരുകാലത്ത് വാഗൺ ട്രെയിനുകൾ നിരന്തരം പടിഞ്ഞാറുനിന്നു കിഴക്കോട്ടും

തിരിച്ചും ഓടിയതിനാൽ പാളങ്ങളധികവും നിരുപയോഗമായി. എന്നാലും ഞങ്ങൾ എത്തിച്ചേർന്നിരിക്കുന്ന മരുപ്പാതയുടെ അകലങ്ങളിലൂടെ വിസ്തൃതിയെ മുറിച്ച് വെള്ളിക്കെട്ടൻ സർപ്പത്തെപ്പോലെ ഒരു വാഗൺ ട്രെയിൻ ഇന്നും നീങ്ങുന്നു. വെളുത്ത നിറമുള്ള വാഗണുകൾ; അവയെ മുറിക്കാൻ ഇടയ്ക്ക് ചുവപ്പ് നിറമുള്ളവയും. മൂടൽമഞ്ഞ് ക്ഷയിക്കാത്ത വായുവിലൂടെ തിരക്കിനോക്കിയപ്പോൾ, വളരെ അകലത്തിൽ ഒരു ചുവന്ന ട്രെയിൻ. ചരക്കുവണ്ടി തന്നെ.

ഞങ്ങൾ സഞ്ചരിക്കുന്ന ഈ മരുപ്പാതയിലൂടെ ഒരൊറ്റ കണ്ടെയ്നർ ലോറിയും അനുവദിക്കപ്പെടുന്നില്ല. ടൂറിസ്റ്റ് വണ്ടികൾ മാത്രം. രണ്ടുവരി പ്പാതയുടെ കറുത്തു മിനുത്ത ഉടലിൽ നെടുകെ അഗ്നിവർണത്തിൽ ഡിവൈഡർ ലൈൻ. മുന്നെ കണ്ട പാതകളിൽ നിന്നെല്ലാം വ്യത്യസ്ത മായി റോഡിനെ പകുക്കുന്ന ഈ ലൈൻ അതിതീക്ഷ്ണമായി കണ്ണില ടിക്കും.

ഇടയ്ക്ക് വലിയ ബോർഡുകളിൽ സവിസ്തരം ലേഖനം ചെയ്യപ്പെട്ട താക്കീതുകൾ യാത്രക്കാരെ ഭയചകിതരാക്കും. അത്യുഗ്രമായി വീശുന്ന മരുഭൂമിയിലെ പൊടിക്കാറ്റാണ് വില്ലൻ.

ഭീഷണിയുടെ ഒരു സാമ്പിൾ:

പൊടിക്കാറ്റുകൾ ഒരു മുന്നറിയിപ്പും തരാതെ വീശും. വണ്ടിയോടി ക്കൽ അന്നേരം അപകടകരം. ചുവപ്പും ബ്രൗണും കലർന്ന മതിലു കൾപോലെ വണ്ടിയോടിക്കുന്നവന്റെ കാഴ്ച മറയ്ക്കും. ഏതാനും മിനി റ്റുകൾ നീണ്ടുനിൽക്കുന്ന വിപത്ത്. കട്ടിയായ പൊടിക്കാറ്റ് കണ്ണിൽപ്പെ ട്ടാൽ ഉടനെ വണ്ടി, റോഡിൽനിന്നു മാറ്റി കഴിയുന്നത്ര അകലങ്ങളിൽ നിർത്തിയിടുക. എല്ലാ ലൈറ്റും അണയ്ക്കുക. എമർജൻസി ബ്രേക്ക് ശരിപ്പെടുത്തുക. ഒരിക്കലും വണ്ടി, റോഡിലോ ഓരത്തോ നിർത്തിയിടാ തിരിക്കുക. പുറകെ വരുന്ന മറ്റു വണ്ടികൾക്ക് നിങ്ങൾ ഇരയായേക്കും.

ഇത്തരം താക്കീതുകൾ കാണുമ്പോൾ പുതുയാത്രക്കാർ ഭയന്നു പോവും.

ഭാഗ്യത്തിന് ഇന്ന് പൊടിക്കാറ്റില്ല. പൊടിയെല്ലാം പെയ്തുകൊണ്ടി രിക്കുന്ന മഴയിൽ ഉറച്ചുപോയി. ഇന്നലെയും മഴ പെയ്തിരുന്നു. മരുതല ത്തിൽ അവിടവിടെ രോമാഞ്ചംപോലെ പല വർണപ്പൂക്കൾ ചൂടിയ കാട്ടു പുല്ല്. കാഴ്ചയുടെ ഉത്സവം ഇവിടെ ആരംഭിക്കുന്നു.

ഏതാണ്ട് ഇരുപത്തേഴായിരം ചതുരശ്ര മൈൽ പടർന്നു കിടക്കുന്ന ഈ 'നവാജൊ ലാന്റ്' അരിസോണ, ന്യൂ മെക്സിക്കോ, ഊട്ടെ എന്നീ സ്റ്റേറ്റുകൾ ഉൾക്കൊള്ളുന്നു. അമേരിക്കയിലെ ഏറ്റവും വിസ്തൃതമായ ആദി-ഇന്ത്യൻ ആദിവാസകേന്ദ്രമാണിത്.

ഇവിടത്തെ നിവാസികൾ, തങ്ങൾ ഭൂമീമാതാവിന്റെ സന്തതി പര മ്പരകളാണെന്നു വിശ്വസിക്കുന്നു. പ്രകൃതിയോട് ആശ്ചര്യകരമായ ആദ രവാണ്. സംസ്കാരത്തിന്റെ സമ്പന്നതയുടെ ഉറവിടം, ഇവിടെയുള്ള വൻ എണ്ണശേഖരങ്ങളും നാച്ചറൽ ഗ്യാസ്, കൽക്കരി, യുറേനിയം എന്നിവയും

മറ്റു ധാതുലവണങ്ങളുമാണ്. അമേരിക്കൻ ഫെഡറൽ ഗവൺമെന്റ് 1920 ൽ ഈ മരുഭൂമിയിലെ ഭൂഗർഭ സമ്പത്ത് ചൂഷണം ചെയ്യാൻ തുടങ്ങി. അപ്പോൾ തദ്ദേശീയർക്കായി ഒരു സ്വയംഭരണ സമിതി വന്നു. നവാജൊ ജനകീയ ഗവൺമെന്റിൽ തെരഞ്ഞെടുക്കപ്പെട്ട ഒരു പ്രസിഡന്റ്, വൈസ് പ്രസിഡന്റ്, 88 കൗൺസിലർമാർ എന്നിവർ ഉൾപ്പെടുന്നു. 110 ലോക്കൽ യൂണിറ്റുകൾ പ്രാദേശിക ഭരണം നടത്തുന്നു. കൊല്ലത്തിൽ നാലു തവണ 'വിന്റോ റോക്ക്' എന്ന കേന്ദ്രത്തിൽ ഒന്നിക്കുന്നു. സഞ്ചാരികൾക്കും അവിടെ സ്വാഗതമുണ്ട്.

അമേരിക്കയിലെ ആദിവാസികൾ സ്വയം ഭരിക്കുന്ന ഈ സ്റ്റേറ്റ് സമുച്ചയമാണ് ദ ഗ്രേറ്റ് ഇന്ത്യൻ റിസർച്ച്.

നവാജൊ ചന്തകളിൽ വിൽക്കുന്ന കരകൗശല വസ്തുക്കളെല്ലാം ആദി ജനതയുടെ പിൻഗാമികൾ നിർമിക്കുന്നതാണ്. ഒന്നാന്തരം വെള്ളിയാഭരണങ്ങൾ, മണലിഷ്ടികയിലെ പെയിന്റിങ്സ്, പലതരം കുട്ടകൾ – ഇവയാണ് പ്രധാനം.

നവാജൊ ലാന്റിന്റെ വിസ്തൃതിയിൽ വെറും രണ്ടു കമ്പിയിഴകളാൽ വിഭജിക്കപ്പെട്ടിരിക്കുന്ന കൃഷിഭൂമികൾ സന്തുഷ്ടിയോടെ മഴയെ ഏറ്റുവാങ്ങുന്നത് കണ്ടു. നനഞ്ഞ മണ്ണ്, പീലി വിടർത്തിയ കാട്ടുപുല്ല്. പെട്ടെന്ന് വർണശബളിമയുടെ ഒരു ലോകം പൊട്ടിവിടരുന്നു. 'ബ്രാഡ്ലാന്റ്സി'ന്റെ ഒരു ഭാഗമാണ് ഈ ദേശം. വിശ്വസിക്കാനോ പ്രയോജനപ്പെടുത്താനോ കഴിയാത്ത സൂക്ഷ്മ മണിമണൽക്കൂനകളുടെ ഒരു ഗംഭീര ചിത്രശാല. എന്തെന്തു വർണങ്ങൾ! ചാരനിറം തുടങ്ങി കൽക്കരി വർണം വരെ. ഇളം റോസ് തുടങ്ങി കടും ചുവപ്പുവരെ. വെളുപ്പിൽ തുടങ്ങി കരിനീല വരെ. ഇളം വയലറ്റ് തുടങ്ങി ഇരുണ്ട വഴുതനങ്ങ നിറം വരെ. വർണങ്ങൾക്കിത്രയധികം രാശികളോ! ഇത് ചിത്രകാരന്മാർക്ക് ഒരു സ്വർഗഭൂമിയാണ്. ഒരു മൺ–മണൽക്കൂനകൾക്ക് നമ്മുടെ എരുന്തുകളുടെ ഷെല്ലിന്റെ ആകൃതിയാണ് പ്രധാനം. ഉപ്പു ജലത്തിൽ വിളയുന്ന കക്കകളുടെ പുറംതോടിന്റെ അതേ വർണവിന്യാസം. അവിടവിടെ മറ്റു വിഭിന്ന രൂപങ്ങൾ. പൊട്ടിവിടരുന്ന ഒരു കൂറ്റൻ കൂൺപോലെ, ഞെട്ടിത്തെറിക്കുന്നൊരു അഗ്നിപർവതമുഖം പോലെ, ചാഞ്ഞുകിടക്കുന്ന സുന്ദരിമാരെപ്പോലെ, മരക്കൂട്ടംപോലെ, പുറ്റുപോലെ, മലനിരകൾപോലെ, എത്ര കണ്ടാലും വിരസത തോന്നാത്ത ഭൗമോദ്യാനം. വാക്കുകളിൽ ഒപ്പിയെടുക്കാനാവില്ല.

ഒരു കാറ്റോ മഴയോ മഞ്ഞുവീഴ്ചയോ വന്നാൽ നിലവിലുള്ള ബാഹ്യഭൂപാളിപ്പടർപ്പ് തകരുന്നു, മറ്റൊരു രൂപ–വർണ വിന്യാസക്രമത്തിലേക്കു പൊടുന്നനെ വാർന്നുവീഴുന്നു. സദാപിചഞ്ചലമാണ് ഈ തലം. നിങ്ങളുടെ മുമ്പിൽ ഒരു മണൽ മാളികയുടെ വിവിധ വർണാഞ്ചിതമാറിൽ, ഒരു ശിശുവിനെപ്പോലെ ലക്ഷക്കണക്കിനു വർഷങ്ങൾ ഭൂഗർഭത്തിൽക്കിടന്ന ഒരു വൃക്ഷകബന്ധം, സ്വർണവർണമാർന്ന ഒരു ശിശുവായിക്കിടക്കുന്നു. ഇന്നലെ പെയ്ത മഴയ്ക്ക് ഒരു മണൽക്കൂന പ്രസവിച്ചതുപോലെ. നാളെ അത് അപ്രത്യക്ഷമായേക്കാം. പെയിന്റഡ്

ഡെസർട്ടിന്റെ നടുവിലൂടെ പോകുന്ന പാത പന്ത്രണ്ട് മൈൽ സഞ്ചരിച്ചാൽ ഹൈവേയിലെത്താം.

അറ്റം കാണാത്ത ഈ ചിത്രഗാലറിയിൽ ഒരു മഴവില്ലിന്റെ ആകാശം ഞാൻ സങ്കൽപ്പിച്ചു നോക്കി. ഇവിടെയൊരു മഴവില്ലിന് ശോഭിക്കാൻ കഴിയില്ല. ഭൂമിയുടെ ഈ സൗന്ദര്യം ആദിവാസി ചിത്രകലയെയും ആഭരണനിർമാണത്തെയും വർണനൂൽ നെയ്ത്തിനെയും തീർച്ചയായും സ്വാധീനിച്ചിട്ടുണ്ട്.

എല്ലാത്തിനും കുട ചൂടുന്ന മൈൽത്തുത്തവർണത്തിലൊരു അലൗകിക ആകാശം. ആകാശം വെള്ളിയാഭരണ മേഘങ്ങൾ സമൃദ്ധമായി അണിഞ്ഞു പുഞ്ചിരിച്ചു നിൽക്കുന്നു.

പ്രദേശങ്ങൾക്കെല്ലാം ആദിവാസികളുടെ പേരാണ് — ഗനാഡൊ, കയേന്ത, കീംസ്, കൈബാബ്. വമ്പിച്ച ധാതുസമൃദ്ധിയിലും വെറും സാധാരണക്കാരായി, നിസ്വരെപ്പോലെ മുഖഭാവവുമായി ജീവിക്കുന്നവരുടെ മിഴികൾ എന്നെ വല്ലാതെ അസ്വസ്ഥമാക്കുന്നു. അവരുടെ നോട്ടം നഷ്ടമായ മിഴികൾ ഭയപ്പെടുത്തുന്നു. ചന്തയിൽനിന്നും ഒന്നും മേടിക്കാതെ പോരുന്നത് അവരെ അപമാനിക്കലാണെന്നു ബോധ്യപ്പെടുത്തുന്നു. ചന്തയിൽ വന്നിരിപ്പ് നിസ്സംഗഭാവത്തിലാണ്. നിങ്ങൾക്കിഷ്ടമുണ്ടെങ്കിൽ മേടിക്കാം. പോകാം. ഇതിലൊന്നും ഞങ്ങൾക്ക് ആർത്തിയേതുമില്ല. കസ്റ്റമറെ പ്രീണിപ്പിക്കുന്ന ഒരു വാക്കോ നോക്കോ ചലനമോ നിങ്ങൾ പ്രതീക്ഷിക്കേണ്ടതില്ല. കൺസ്യൂമറിസത്തിന്റെ അപ്പുറമേതോ കാലത്ത് ഭൂമിയിൽ പിറന്നുപോയവരുടെ ഒരത്ഭുതലോകം.

29

ന്യൂ മെക്സിക്കോയിലേക്ക് വീണ്ടും

ന്യൂ മെക്സിക്കോയുടെ ചുവന്ന വർണത്തിലുള്ള നിറക്കൂട്ടുകൾ ചാലിച്ചെടുത്ത ആകാശത്തിനു വിസ്തൃതി കൂടി. ചുവന്ന ശിഖരങ്ങളുള്ള പാറക്കൂട്ടങ്ങളും ഒറ്റപ്പാറകളും അഡോബ് മാതൃകയിലുള്ള പ്രാചീന ഭവനങ്ങളും സന്ധ്യക്ക് പൗരാണികച്ഛായ നൽകി. ചരിത്രത്തിന്റെ താഴ്വാരങ്ങളിലൂടെയുള്ള സഞ്ചാരത്തിനിടയിൽ കോണ്ടിനെന്റൽ ഡിവൈഡ് (ഭൂഗോളത്തെ പശ്ചിമ – പൂർവ അർധഗോളങ്ങളായി വിഭജിക്കുന്ന രേഖാംശം) കടന്നു.

പെട്ടെന്നു മരുപ്പരപ്പിൽ ചെറുപച്ചത്തുരുത്തുകൾ അവതരിച്ചു. ചെറുകിട വ്യവസായങ്ങളുടെ സാന്നിധ്യം, ആൾപ്പാർപ്പിന്റെ അടയാളങ്ങൾ, മണ്ണ് കിളച്ചിട്ട ഒരു നിമ്നോന്നത താഴ്വരയായി. മണ്ണിന്റെ ചുകപ്പില്ല. കറുപ്പ്. അസാധാരണ കറുപ്പ്. ഇത് വെറും മണ്ണല്ലല്ലൊ.

മെക്സിക്കൻ അഗ്നിപർവതങ്ങൾ പെട്ടെന്നൊരു നാൾ കോപം മൂത്ത് തുമ്മാനും ചുമയ്ക്കാനും, പാഷാണവർഷം നടത്താനും തുടങ്ങിയതും ജനത്തിനും തൊഴിൽശാലകൾക്കും കൃഷിയിടങ്ങൾക്കും വിപത്ത് വരുത്തിയതും ഏതാനും വർഷങ്ങൾക്കുമുമ്പ് മാധ്യമങ്ങളിൽ നിറഞ്ഞുനിന്നതോർക്കുന്നു. കറുത്ത ലാവാ മണ്ണ് റോഡിന്റെ വലതുവശത്തും അൽപ്പാൽപ്പമായി ഇടതുഭാഗത്തും കുമിഞ്ഞും, ഇടിഞ്ഞു നിരപ്പായും കിടക്കുന്നത്. അവയ്ക്കിടയിൽ കഴിഞ്ഞ ദിവസങ്ങളിൽ പെയ്ത മഴയുടെ പ്രാണശക്തി വലിച്ചൂറ്റി ആർത്തു വളരുന്ന കുറ്റിപ്പുല്ല്. തെഴുത്തും പൂത്തും നിൽക്കുന്ന മുൾമരങ്ങൾ. ഉയരം കുറഞ്ഞ്, മരുഭൂമിയുടെ കഠിനശിക്ഷണത്തിൽ, വിനീതമായി ഭവിച്ച സസ്യപ്രകൃതി.

ലാവ ഒഴുകിയത് ഒരു തടസവും വകവയ്ക്കാതെയാണെന്ന് ഒറ്റനോട്ടത്തിലറിയാം. പോയ വഴിക്കെങ്ങും സാക്ഷാൽ മണ്ണിന്റെ ചുവപ്പുരാശി

അവശേഷിച്ചിട്ടില്ല. ലാവയുടെ ഘനീഭവിച്ച ഒഴുക്കിനൊപ്പം റോഡ് അറ്റമില്ലാതെ നീളുന്നു. മുമ്പിലതാ, സമതലത്തെ വിലങ്ങി ഒരു കുന്ന്. ഇടകലർന്ന പച്ചപ്പും പാറക്കല്ലുകളും. ലാവാ പ്രവാഹം വഴിമുട്ടി, അള തേടി, അഭയം ലഭിക്കാതെ ഒന്നു പുളഞ്ഞ് നിന്ന നിൽപ്പിൽ ഉറച്ചുപോയത് നേരിൽ കാണാം. ജീവിതത്തിലാദ്യമാണ് ഒരു ലാവാ പ്രവാഹത്തിന്റെ നിശ്ചലദൃശ്യം കണ്ണിൽപ്പെടുന്നത്.

വണ്ടി നിർത്താതെ ഓടിച്ചുപോയി. മകൻ ഇടയ്ക്ക് ഡാഷ് ബോർഡിലെ സമയസൂചികയിൽ നോക്കി. സന്ധ്യയാവാൻ ഒന്നര മണിക്കൂർ മാത്രം അവശേഷിക്കുന്നു. നൂറുമൈലിൽ കുറയാതെ ഓടണം.

എന്താണിത്ര ധൃതി?

അസ്തമയം കാണണം.

എവിടെ?

ആൽബുക്കർക്കിലെ സാന്റിയ പീക്കിൽ!

തിരിച്ചുപോവുകയാണ്. മൂന്നു ദിവസങ്ങൾക്കു മുമ്പ് ആൽബുക്കർക്ക് വിട്ടത് പകലായിരുന്നു. അവിടെ വിലയേറിയ ഒരു സന്ധ്യക്കാഴ്ചയുണ്ടെന്ന് അപ്പോൾ പറഞ്ഞിരുന്നില്ല. സമയവുമില്ലായിരുന്നു. മരുയാത്രയിലെ അവസാനത്തെ സന്ധ്യ.

റിയോഗ്രാന്റ് താഴ്വരയിലൂടെ മടക്കയാത്രയിൽ അതിവേഗം ഓടിച്ചുപോയി. നദീതടത്തിലെ ജനവാസവും കൃഷിക്കളങ്ങളുമൊന്നും നോട്ടത്തിൽപ്പെടുന്നില്ല. ഭീമാകാരമായ ഒരു ഫ്ളൈ ഓവറിനു ചോട്ടിലൂടെ എട്ട് ട്രാക്ക് പാത പിന്നിട്ടു.

ആൽബുക്കർക്ക് നഗരം പകലിന്റെ ബദ്ധപ്പാടുകൾ ഒതുക്കി വിശ്രമിക്കാനൊരുങ്ങുന്നു. ശാന്തം. വണ്ടികളുടെ നേരിയ മുരൾച്ചയും എതിരെ വീശുന്ന തണുത്ത കാറ്റിന്റെ കമ്പനവും മാത്രം. എണ്ണമറ്റ 'എക്സിറ്റ്' റോഡുകൾ മാപ്പ് നോക്കി, വഴി ഉറപ്പുവരുത്തി. തെറ്റിയാൽ ഇന്നത്തെ യാത്രയുടെ ലക്ഷ്യവും തെറ്റി.

പല വഴിക്കും സാന്റിയ പർവതശിഖരത്തിലെത്താം. പ്രധാനം, ഒരു ഏരിയൽ ട്രാംവേയാണ്. പട്ടണം ചുറ്റിവേണം അതിൽ പ്രവേശിക്കാൻ. രണ്ടാമത്തേത് ഒരു വനപാത. പാതയുടെ ഓരോ തിരിവിലും കയറ്റത്തിലും താറിട്ട ഒറ്റവരിപ്പാതകൾ കാടുകളിൽ അപ്രത്യക്ഷമാകുന്നു. സൈൻ ബോർഡുകൾ കാണാം. Turquoise മ്യൂസിയം, ജിയോളജി മ്യൂസിയം, ഫോറസ്റ്റ് സർവീസ് വിസിറ്റർ സെന്റർ, അപ്പാച്ചെ ഇന്ത്യൻ കമ്യൂണിറ്റി — ഒന്നും കാണാൻ സമയമില്ല. അസ്തമിക്കുംമുമ്പ് പർവതശിഖരത്തിലെത്തണം. പട്ടണവീഥിയിൽ നിന്നു നോക്കിയപ്പോൾ, സാന്റിയ ക്രെസ്റ്റ്, ഒരുവശം അടർന്നുപോയ ഒരു ഭീമാകാര ശിലാപർവതം പോലിരുന്നു. ഒറ്റ ദംഷ്ട്ര വെളിക്കു കാട്ടി നിൽക്കുന്നൊരു വന്യജീവിയെപ്പോലെ. 10,678 അടി കയറണം. ചുരം റോഡ്. നാലുഘട്ടങ്ങളിലായി മൊത്തം മുപ്പത്താറ് മൈൽ കയറ്റം. ഈ വനപ്രദേശത്തിന് പതിനഞ്ച് ചതുരശ്ര മൈൽ. ഒന്നുരണ്ട് വാഹനങ്ങൾ മുന്നിലും പിന്നിലും. ഇടവും വലവും ഇടതിങ്ങി ഇരുണ്ട

വനം. എതിരെ ഇറങ്ങിവരുന്ന ടൂറിസ്റ്റ് വണ്ടികൾ വനത്തിൽ ആദി ഇന്ത്യൻ വർഗത്തിന്റെ ഒരു ഗ്രാമം, അതിനപ്പുറം വാൾക്കാനിക് പാറക്കുന്നുകൾ. പ്രേതനഗരങ്ങൾ, ഖനനം ക്ഷയിച്ച മേഖലകൾ, ആഹാരമോ കുടിവെള്ളമോ വേണമെങ്കിൽ ശിഖരത്തിനു മേലെത്തണം.

വനത്തിന്റെ ഉയർന്ന തലത്തിൽ സിമ്മറോൺ ഗ്രാമം. ഗ്രാമം സിമ്മറോൺ നദിയുടെ കരകളിൽ ചുറ്റിപ്പറ്റി നിൽക്കുന്നു. എല്ലാം അന്ധകാരത്തിലാണ്ടുപോകാൻ ഏതാനും മിനിറ്റുകൾ മാത്രം.

അസ്തമയത്തിനു കൃത്യം പതിനഞ്ചു മിനിറ്റു മുമ്പ് നിരീക്ഷണകേന്ദ്രത്തിലെത്തി. ചൂടുപിടിപ്പിച്ച കാറിൽനിന്നിറങ്ങുന്നതെങ്ങനെ? കേന്ദ്രത്തിന്റെ മുറ്റത്ത് നാല് വലിയ കാറുകളും വാനുകളും മൂടിപ്പുതച്ച് ഉറക്കമാണ്. അതിന്റെ ഉടമകൾ നിരീക്ഷണ കേന്ദ്രത്തിന്റെ മട്ടുപ്പാവിലെത്തിയിരിക്കും. ഏതോ ഒരു ശബ്ദം കേട്ടു. അൽപ്പം ആശ്വാസം. ഈ വണ്ടികളിലെത്തിയവർ ഇവിടെയെങ്ങാനും ഉണ്ടാവും. രണ്ടുമൂന്ന് ഭിത്തികൾക്കും ചില്ലുജാലകങ്ങൾക്കും ഇടയിലൂടെ ഒരേയൊരു വെളിച്ചം മിന്നി.

രണ്ട് രോമക്കുപ്പായം വീതം ധരിച്ചു. മകൻ ഒരു ലെതർകോട്ട് ധരിച്ചു. വീഡിയോ ക്യാമറ കോട്ടിനുള്ളിൽ പൊത്തിവച്ചു. സ്റ്റാന്റ് ഉള്ളംകൈയിലൊതുക്കി.

"തണുപ്പ് കൂടുന്നുണ്ടാകും!" മെല്ലെ കാറിന്റെ ഒരു ഡോർ തുറന്നു.

"സാരമില്ല. വിന്ററിൽ വയനാട്ടിലുള്ള തണുപ്പേ ഇപ്പഴുള്ളൂ. പക്ഷേ–

"എന്താണ്?"

"ഓരോ മിനിറ്റിലും ശൈത്യം പെരുകും."

"സാരമില്ല."

നിരീക്ഷണബിന്ദുവിലേക്ക് എത്തിപ്പറ്റാൻ സർപ്പിള റോഡ് നടന്നു കയറണം. മൂന്ന് ചുറ്റ് മാത്രം. മണ്ഡപത്തിനു ചുറ്റും കൈവരി—

അത്യഗാധതയിൽ, നെറുകുത്തനെ, താഴ്ചയിൽ, ആൽബുക്കർക്ക് നഗരം! ഇടയ്ക്കുള്ള അന്ധകാരത്തിൽ പതുങ്ങിനിന്ന് ഭയപ്പെടുത്തുന്ന കൊടുങ്കാട്.

മണ്ഡപത്തിനു നടുക്ക് ഉയരം കുറഞ്ഞൊരു വൃത്തസ്തൂപിക. അതിന്റെ മറപറ്റി ആഞ്ഞുവീശുന്ന തണുപ്പിനെ ചെറുക്കാൻ ശ്രമിച്ചു. കാറ്റിന്റെ കൈയിൽ ആയിരം വാളുകൾ. ഞങ്ങളുടെ പക്കൽ വെറും രോമക്കുപ്പായങ്ങളും ഹാറ്റും.

പത്തുമിനിറ്റിലധികം സമയമുണ്ട്. മുറ്റത്തിറങ്ങി നിൽക്കാം.

വീണ്ടും വർത്തുളവഴി ഇറങ്ങി. വണ്ടിയുടെ അകത്തെ ഹീറ്ററിട്ട് ഇരിക്കാം. സമയമാവുമ്പോൾ ഞാൻ വന്നു വിളിക്കാം. ഓ കെ? മകൻ ചോദിക്കുന്നു.

അപ്പോൾ മുറ്റത്തേക്ക് അടഞ്ഞുകിടന്ന റസ്റ്റോറന്റിന്റെ കതകു തുറന്ന്, ഓരോ കപ്പ് കാപ്പി ഒരാൾ നീട്ടും എന്നു പ്രതീക്ഷിക്കുന്നു.

മകൻ ധൃതിയിൽ വീണ്ടും ഉയരത്തിലെത്തി.

നാലഞ്ചു മിനിറ്റുകൾ കഴിഞ്ഞ് ഓടിയെത്തി.

"തണുപ്പ് സഹിക്കില്ലേ? ഈ കാഴ്ച നഷ്ടപ്പെടുത്തിക്കൂടാ."

"സഹിക്കാം."

അവന്റെ ആറടി ഉയരത്തിന്റെ മറപറ്റി ഞാൻ നടന്നു. തൊട്ടുപുറകെ അച്ഛൻ.

മണ്ഡപത്തിനു മേൽ തണുപ്പ് വർഷിക്കുന്നു. ശക്തിയായ കാറ്റ് വീശുന്നു. ഹൃദയം പിടഞ്ഞു പൊട്ടിപ്പോവുകയാണെന്നു തോന്നി. ദൂരെ നോക്കിയപ്പോൾ ആൽബുക്കർക്ക് നഗരം ആകാശത്തിലെ ക്ഷീരപഥം പോലെ. ആകാശഗംഗ തന്നെ. ആയിരമായിരം നക്ഷത്രങ്ങൾ, അന്ധകാരം നിറഞ്ഞ താഴ്വരയെ ഒരു ശക്തിസ്വരൂപിണിയാക്കുന്നു. മുകളിൽ തണുത്ത് വിറച്ചു വെറും പ്രാണികളായി, ഞങ്ങൾ മൂവരും മറ്റ് രണ്ട് ദമ്പതിമാരും. റസ്റ്റോറന്റിനകത്തെ ചൂടിൽ വിശ്രമിക്കുകയായിരുന്നവർ അപ്പോൾ കയറിവന്നതാണ്. തണുപ്പ് സഹിക്കാതെ ദമ്പതികൾ ഇറങ്ങിപ്പോയി. ദത്തശ്രദ്ധനായ ഒരു മധ്യവയസ്കൻ അവശേഷിച്ചു.

സെലസ്റ്റ്യൽ! അയാൾ സ്വയം ആവശ്യപ്പെട്ടു. നന്നേ മൃദുശബ്ദത്തിൽ. എന്നിട്ട് ഞങ്ങളെ നോക്കി ആ ഇരുട്ടിൽ പുഞ്ചിരിച്ചു. അസ്തമയസൂര്യൻ സാന്റിയക്രെസ്റ്റിന്റെ കവിളിൽ അവസാനത്തെ ചുംബനം അർപ്പിച്ചു. കവിൾ ചോരച്ചു മിന്നി.

മുറ്റത്തെത്തിയപ്പോൾ കൊഴുത്ത അന്ധകാരം. എവിടെയോ എരിയുന്ന ഒരൊറ്റ ബൾബ്. മുന്നേ ഇറങ്ങിപ്പോയ വണ്ടികളുടെ ശബ്ദം. ഞങ്ങളുടെ വണ്ടി അവസാനത്തേതായി. അവസാന നിമിഷത്തെ പ്രകാശം കൂടി ഒപ്പിയെടുത്ത ക്യാമറയെ ഭദ്രമായി പൊതിഞ്ഞു കെട്ടി വണ്ടിയിൽ വച്ചു.

താഴേക്ക് പറക്കുകയായിരുന്നു. ഏകാന്തതയുടെ ചൂളംവിളി. ഒരു വിലാപകാവ്യം പോലെ ഉച്ചസ്ഥായിയിലേക്ക് കടക്കുന്ന രാവ്.

ആൽബുക്കർക്കിലെ റെന്റൽ കാർ തിരിച്ചേൽപ്പിക്കാറായി. നേരം 'സൂപ്പർസിക്സി'ലേക്കു കുതിച്ചു.

ഒരു നിമിഷവും നഷ്ടമാകാതെ ഒരനുഭവം!

30

വിശ്വാസങ്ങളും അന്ധവിശ്വാസങ്ങളും

ഒരു സാധാരണ അമേരിക്കൻ കഠിനാധ്വാനിയും തന്റെ പൈതൃക ത്തിൽ കുറെയൊക്കെ വേര് പിടിച്ചു നിൽക്കാൻ ശ്രമിക്കുന്നവനുമാകുന്നു. പൈതൃകം, അമേരിക്കനല്ല, അവൻ സ്വന്തം ജന്മഭൂമി (യൂറോപ്പ്, ഏഷ്യ, ആഫ്രിക്ക, തെക്കേ അമേരിക്ക, കരീബിയൻ, ഇന്തോനീഷ്യ ദ്വീപ സമൂഹങ്ങൾ, ലോകത്തിലെ മറ്റെല്ലാ ജനവാസ സ്ഥലങ്ങളും) യിൽ നിന്നു കൂടെകൊണ്ടുവന്നതാണ്. ദീർഘപരിചയത്താലും തലമുറകൾ മാറുന്ന തിനനുസരിച്ചും പൈതൃകങ്ങളുടെ സ്വത്വം ശിഥിലമാവുകയും അവ പരസ്പരം കൂടിക്കലരുകയും ചെയ്തു. കിട്ടാവുന്ന ഉറവിടങ്ങളിൽവച്ച്, ചാനലുകൾ, സിനിമ, പുസ്തകങ്ങൾ, ഞാൻ മനസിലാക്കിയത് അവർ ഏഷ്യൻ വർഗത്തെക്കാൾ അന്ധവിശ്വാസങ്ങൾ വച്ചു പുലർത്തുന്നു എന്നതാണ്. ഒരു അമേരിക്കൻ (വെള്ള) ഗർഭിണിയെ അമേരിന്ത്യൻ വംശജനായ വൃദ്ധ, സ്വന്തം സമൂഹത്തിന്റെ അനുഷ്ഠാനക്രമമനുസരിച്ച് പച്ചമരുന്നുകളുപ യോഗിച്ച് ചികിത്സിക്കുകയും ബാധയകറ്റുകയും നമ്മുടെ നാട്ടിൽ പതിവുള്ളതുപോലെ, സന്ധ്യാനേരത്തു തിരിയുഴിയുകയും കടുകും മുളകും ധാന്യമണികളും അടുപ്പിൽ ഹോമിക്കുകയും ചെയ്യുന്നതു കണ്ടു. ആദി ഇന്ത്യരുടെ പ്രധാന ദൈവങ്ങൾ സൂര്യൻ, ധാന്യം (ചോളം), എലി, ഞണ്ട്, പന്നി, വൃക്ഷം, നാഗം, മുതല അങ്ങനെ അനേകരാണ്. ക്രിസ്തുമത ത്തിന്റെ നിർബന്ധം കീഴ്പ്പെടുത്തപ്പെട്ടിട്ടും പ്രാക്തനസംസ്കാരത്തെ അവർ തീർത്തും വെടിയുന്നില്ല. പ്രകൃത്യാരാധന, ഭൂമിയിലെ എല്ലാ ആദിമജനതയുടെയും നിലനിൽപ്പിന്റെയും വിശ്വാസദാർഢ്യത്തിന്റെയും പ്രശ്നമായിരുന്നല്ലോ. സൂര്യന്റെ നേർക്ക് ഇരു കൈകളും ഉയർത്തിനിൽക്കുന്ന മനുഷ്യരൂപങ്ങളെ, ന്യൂ മെക്സിക്കോയിലെ മരുശിലകളിലും കൊളറാഡോയിലെ ഇന്ത്യൻ മ്യൂസിയത്തിലെ ശിലാഫലകങ്ങളിലും കണ്ടു.

ആദി അധിനിവേശ ജനതയായ സ്പാനിഷ് വർഗത്തിന്റെ നാട്ടുകഥകളിലും അനുഷ്ഠാനങ്ങളിലും അവർ കീഴടക്കി ഭരിച്ച ഇന്ത്യൻ വംശജരുടെ നാടോടിക്കഥകളും പാട്ടുകളുമായി ഇഴചേർന്നു പ്രതിഫലിച്ചു കാണാം. ഏത് സ്പാനിഷ്, ഏത് അമേരിന്ത്യൻ എന്നുപറയാൻ കഴിയാത്തവിധം. ഇത് മാനവചരിത്രത്തിന്റെ രീതിയാണ്.

മെക്സിക്കൻ — ഇന്ത്യൻ ഐതിഹ്യങ്ങളിൽ പാതിരിമാർ പ്രധാനപ്പെട്ട കഥാപാത്രങ്ങളാണ്. അവർ എന്നും 'ഇന്ത്യൻ ആക്രമണ'ത്തെ ഭയപ്പെട്ടു. അതിനാൽ പള്ളിവക സ്വർണവും സ്വർണപാത്രങ്ങളും പുരാവസ്തുക്കളും വെള്ളിക്കട്ടികളും ഭൂമിയിൽ കുഴിച്ചിട്ടുകൊണ്ട് അവർ നിരന്തരഭയത്തിനടിമകളായി. കൊള്ളക്കാരും കളവുമുതലുകൾ ഭൂമിയിൽ ഒളിപ്പിച്ചു. സ്വർണനിധികളുടെ ഉപരി ഏകാന്തരാത്രികളിൽ ഒരു ഇളം നീല പ്രകാശരശ്മി പ്രസരിക്കുമെന്ന് ഇവർ വിശ്വസിച്ചു. നിധി കുഴിച്ചെടുക്കാൻ പിൽക്കാലത്ത് ഇന്ത്യൻ വംശജർ തന്നെ നിയോഗിക്കപ്പെട്ടു.

ഒരിന്ത്യൻ പട്ടണ (പ്യൂബ്ലൊ) ത്തിലെ (ഐസെൽറ്റ പട്ടണം) ഒരു പാതിരിക്ക് ഒരു സ്വർണഖനി സ്വകാര്യസ്വത്തായിരുന്നു. അനേകം വേലക്കാർ ഇതിൽ അടിമപ്പണി ചെയ്തു. അപ്പാച്ചി ഇന്ത്യർ ഈ ഖനി ആക്രമിച്ചു. ജോലിക്കാരായ ഇതര ഇന്ത്യൻ വംശജർ പണിമുടക്കി. പാതിരി ദുരാശ മൂത്ത് ഒരുവട്ടം കൂടി സ്വർണം ശേഖരിച്ചു വരാമെന്നു കരുതി ഖനിയിലിറങ്ങി. ഇന്ത്യർ ഇയാളെ പിടികൂടി മരണംവരെ തടവിലിട്ടു. ആക്രമികളും തദ്ദേശീയരും തമ്മിൽ നടന്ന ഒടുങ്ങാത്ത സംഘട്ടനകഥകൾകൊണ്ട് നിറഞ്ഞതാണ് അമേരിക്കൻ നാടോടിക്കഥകൾ, പാട്ടുകൾ ഇത്യാദി. അവ അമേരിക്കൻ എന്നുപറയാൻ അമേരിക്കർക്കു ലജ്ജയാണ്. കഴിയുന്നതും അതിൽനിന്ന് ഒഴിഞ്ഞുമാറാൻ നോക്കും. ആദി ഇന്ത്യൻ വംശജർ ഉൾപ്പെടുന്ന കഥകളെല്ലാം തീർത്തും വെറും ഐതിഹ്യമാണെന്നും സത്യാംശം കുറവാണെന്നും പറഞ്ഞുകൊണ്ടാണ് അത്തരം കഥനങ്ങൾ അവസാനിക്കുന്നത്.

ജനാധിപത്യം

ജനാധിപത്യത്തിന് അങ്ങേയറ്റം ഇടം അനുവദിക്കുന്നവരാണ് തങ്ങളെന്ന് ഓരോ അമേരിക്കനും പൊതുവേദികളിൽ ഊറ്റംകൊള്ളുന്നു. ജനാധിപത്യത്തിന് അവർ കൊടുക്കുന്ന വില വളരെ വലുതുമാണ്. വ്യക്തിസ്വാതന്ത്ര്യം ഇടവും വലവും തിരിയാൻ പറ്റാത്ത, അനുവദിക്കപ്പെടാത്ത ഇടുങ്ങിയ നേർപ്പാതയിലൂടെ നീളുന്നു. നിങ്ങൾക്കൊരു ഭവനം സ്വന്തമാക്കണമെങ്കിൽ, അത് അംഗീകൃത പ്ലോട്ടിൽ, വലിപ്പത്തിൽ പ്ലാനിൽ ആയിരിക്കണമെന്നത് നാഗരികതയുടെ പ്രാഥമിക പാഠങ്ങളാണ്. നിങ്ങൾക്കു വീടിനു ചുറ്റും അഞ്ചേക്കർ ഭൂമിയുണ്ടെന്നിരിക്കട്ടെ. അവിടെ എന്തെല്ലാം വൃക്ഷങ്ങൾ, ചെടികൾ, കുറ്റിക്കാടുകൾ, ലതകൾ വച്ചുപിടിപ്പിക്കണമെന്ന് അധികാരികൾ നിർദേശം തരും. എന്നല്ല അവരുടെ തൈകൾ ഏതു നഴ്സറികളിൽനിന്നു വൻവിലകൊടുത്തു വാങ്ങണമെന്നും. ചെടി ഓരോന്നിന്റെയും

വലുപ്പവും പ്രായവും നിശ്ചയിക്കുന്നത് സ്ഥലമുടമയായ നിങ്ങളല്ല. നിങ്ങൾക്ക് നിർദേശിക്കുന്നിടത്തെല്ലാം പുൽത്തകിടിയുണ്ടാവണം. മരക്കൂട്ടങ്ങൾക്കിടയിൽ, പൂത്തടങ്ങൾക്കു ചുറ്റും വേലിയിറമ്പിൽ, വീട്ടിറയത്ത് അത് നിശ്ചിത കനത്തിൽ നിങ്ങൾ വെട്ടിനിരപ്പാക്കേണ്ടതുണ്ട്, കൂലി കൊടുത്തു ചെയ്യാൻ വയ്യെങ്കിൽ നിങ്ങൾ സ്വയം ചെയ്തുകൊള്ളണം. ഒരു സ്വിമ്മിങ് പൂൾ, ഒരു കളിസ്ഥലം, കുഞ്ഞുങ്ങൾക്കു കളിക്കാനിടം എന്നിവ വേറെ വേണം. വളർത്തുനായ്ക്കളെ പോകുന്നിടത്തെല്ലാം കൊണ്ടുപോകാം. നായ്ക്കളെ കടത്തുന്ന ഹോട്ടലും അല്ലാത്തവയുമുണ്ട്. അവ വ്യക്തമായി എഴുതി വച്ചിരിക്കണം. നായ്ക്കളെ മെത്തയിൽ കിടത്താം, നിങ്ങളുടെ കൂടെ. പക്ഷേ, അവയ്ക്കു പുറത്തുപോകാൻ ഭിത്തിയിൽ പ്രത്യേക കിളിവാതിൽ, അല്ല മൃഗവാതിൽ വേണം! ഈ പൊല്ലാപ്പെല്ലാം ഓർത്താണ് ജനം ഇപ്പോൾ സ്വതന്ത്രഭവനങ്ങൾ വാങ്ങുന്നതിൽ രണ്ടാമതൊന്നാലോചിക്കുന്നത്. അഞ്ചുദിവസത്തെ കഠിനാധ്വാനത്തിനു ശേഷം രണ്ടവധി ദിവസങ്ങൾ, വിശ്രമത്തിനും വിനോദത്തിനും കുടുംബസംഗമങ്ങൾക്കും എന്തായാലും വേണം. അതിനിടെ പുൽത്തകിടി വെട്ടിനിരത്താൻ എവിടെ നേരം. വാടകമന്ദിരങ്ങളിലോ മുറികളിലോ അന്തിയുറങ്ങിയാൽ മറ്റു സജ്ജീകരണങ്ങളെല്ലാം ഓരോ വില്ലേജിന്റെയും ഉടമകൾ നോക്കിക്കൊള്ളും.

അത്തരമൊരു വില്ലേജിലാണ് ഞങ്ങൾ താമസം. ലീസിനെടുത്തത്. ഇടയ്ക്കിടെ ഒരു നീട്ട് വരും. നിങ്ങളുടെ വളർത്തുപട്ടിയും പൂച്ചയും പുൽത്തകിടിയിൽ കാഷ്ഠിക്കയാണെങ്കിൽ പുറകെ ഒരു 'കാട്ടം കോരി'യുമായി നടന്ന് നിങ്ങളത് ശേഖരിച്ച് നിശ്ചിത സ്ഥലത്ത് നിക്ഷേപിക്കണം.

വളർത്തുനായയും പൂച്ചയും അമേരിക്കരുടെ ഒരു ദൗർബല്യമാണ്. മക്കളെ പോറ്റി വളർത്തുന്നതിനേക്കാൾ ഭേദം ഒന്നോ രണ്ടോ നായ്ക്കളെ പോറ്റാനാണവർക്കിഷ്ടം. ഞങ്ങൾ കാണാനിടയായ പകുതിയും ദമ്പതികൾക്ക് മക്കളില്ല. വളർത്തുനായ്ക്കൾ ഒന്നിലേറെയുണ്ട് അഥവാ മക്കളുണ്ടെങ്കിൽ അവർക്കു പ്രത്യേകം നായ്ക്കൾ.

ഒരു മൂന്നുവയസുകാരിയുണ്ട്, ഒരു ഞായറാഴ്ച രാവിലെ നടത്തം കഴിഞ്ഞു വരുന്ന എനിക്കെതിരെ, എന്റെ ഗ്രാമത്തിനു ചുറ്റുമുള്ള നടപ്പാതയിലൂടെ വരുന്നു. അവളുടെ മുമ്പിൽ അവളെക്കാൾ വലിയ ഒരു വളർത്തുപട്ടി.

എനിക്കു ഭയമായി. പിടിവിട്ട് ഓടിവന്ന് ചാടിക്കടിച്ചാലോ? തിരിഞ്ഞോടാൻ വയ്യ. അപ്പുറം ഗ്രാമപാത അവസാനിക്കുന്നു. ആറുവരി ഹൈവേ. ഇടതുവശം കാട്. ചതുപ്പും മുതലകളും. വേറൊരുവശത്ത് നീണ്ടുവളഞ്ഞ് ഒരു തടാകം. അടിയിൽ അടിഞ്ഞ ചെളി. പുൽത്തകിടിയിലേക്ക് കാലൂന്നാം. അത്യന്തം നയനമോഹനം. പക്ഷേ, അവിടെ രാത്രികാലങ്ങളിൽ നായ്ക്കളെ കാഷ്ഠിക്കാൻ കൊണ്ടുപോകുന്ന വീട്ടമ്മമാരെയും ഗൃഹസ്ഥരെയും ഞാൻ കാണാറുണ്ട്. കഴിയുമെങ്കിൽ നിയമം ലംഘിക്കൽ ഏതു മനുഷ്യന്റെയും ജന്മവാസനയാണെന്നു തോന്നുന്നു. ഭാഗ്യത്തിന് യുവാ

വായ പിതാവ് കുട്ടിയുടെ അടുത്തേക്ക് ഓടിയെത്തി. എന്നോട് പറഞ്ഞു:

"സോഴി!" ചില ദേശങ്ങളിൽ 'റ' 'ഴ' യായി മാറുന്നത് പലതവണ കേട്ടു.

കാൽനടക്കാരോട് വണ്ടികൾ വളരെ ഭവ്യതയോടെ പെരുമാറുന്നു. വഴിയേ പോണവരുടെ മേൽ ചെളി തെറിപ്പിക്കാൻ ശപഥം ചെയ്തിരിക്കുന്ന നമ്മുടെ നാട്ടിലെ ഡ്രൈവർമാരെ ഓർക്കുക.

ഇന്ന് ഞാൻ നടത്തം ഹൈവേക്കു സമാന്തരമാക്കി. ഞായറാഴ്ച. നടപ്പാത മുറിച്ചുപോകുന്ന ഗ്രാമപാതകളിൽ വണ്ടി നന്നേ കുറവ്. സൂര്യൻ വെളിക്കു വന്നിട്ടില്ല. ഇടതുവശത്തെ പാതയോരം ചേർന്നു നിൽക്കുന്ന ഫിനാൻഷ്യൽ ഹൗസുകൾക്കിടയിൽ മുഖം കാണിക്കാൻ വെമ്പുന്ന സൂര്യനെ ഒളിഞ്ഞുനോക്കാം.

നീതുറെഡ്ഡി പതിവുപോലെ, ഹൈവേ മുറിച്ചു ചാടി, ചെരിവു കയറി, കമ്പിവേലി നൂണ്, അധികജോലിക്കു പറന്നുപോകുന്നു. നീതുവിന്റെ നേരെതിർസ്വഭാവമുള്ള ഒരാഫ്രിക്കൻ വംശജ, ഏഴടിപ്പൊക്കക്കാരി, ഇന്നു ജോലിവേഷത്തിലല്ല. ശുദ്ധവെള്ളയുടുപ്പിൽ. കൈയിൽ നിവർത്തിപ്പിടിച്ച കുഞ്ഞുബൈബിൾ, ചെവിയിൽ ഘടിപ്പിച്ച സി ഡി പ്ലെയറിന്റെ കൂട് മറ്റേ കൈയിൽ. അവർ ഒരേ സമയത്ത് പാട്ട് കേൾക്കുകയും വായിക്കുകയും വഴിയേ പോകുന്നവര നോക്കി ഓരോ മന്ദസ്മിതം എറിഞ്ഞുകൊടുക്കുകയും ചെയ്യുന്നു. അടുത്തെത്തിയാൽ ഞാൻ എങ്ങനെ സാരിയുടുത്തിരിക്കുന്നു എന്ന് ഒളിഞ്ഞൊരു നോട്ടം. വളരെ കൃത്യസമയത്താണ് അവർ തടാകക്കരയിൽ പ്രത്യക്ഷപ്പെടുക. അഞ്ചു മിനുറ്റു മുമ്പോ പിമ്പോ യാത്രാദിനങ്ങളിൽ ഞാനവരെക്കാണാറില്ല.

ഇന്ന് ഹൈവേയുടെ സമാന്തരപാതയിലൂടെ എനിക്കെതിരേ വരുന്നത് പട്ടേലാണ്. ഞായറാഴ്ചത്തെ ചായയെക്കുറിച്ച് അയാൾ എന്നെ ഓർമിപ്പിച്ചു. ഏഴുസഹോദരീസഹോദരന്മാരും, കെട്ടിച്ചുകൊണ്ടുപോയ തന്റെ രണ്ടു പെൺമക്കളും ഇവിടെത്തന്നെയുണ്ടെന്നും അവരെയെല്ലാം പരിചയപ്പെടാമെന്നും പറഞ്ഞു. എല്ലാവരും ബിസിനസിൽ. ഒരു പട്ടേൽ ഇവിടെയെത്തിയാൽ പുറകെ നാൽപ്പതു പട്ടേലന്മാർ അടുത്ത വർഷങ്ങളിൽ എത്തിച്ചേരുമെന്ന് മകന്റെ സുഹൃത്ത് ഒരിക്കൽ പറഞ്ഞത് ഞാനോർത്തു. പട്ടേലിന്റെ ഭാര്യയുടെ സഹോദരിക്ക് ഒരിന്ത്യൻ സ്ത്രീയുമായി സംസാരിക്കാനാഗ്രഹം. അതാണ് കാര്യം. ഞാൻ പോയില്ല. ഞായറാഴ്ച ഒരു യാത്രയാണ് നിശ്ചയിക്കപ്പെട്ടിരുന്നത്.

ഒർലാന്റോയിലെ ഡിസ്നി വേൾഡിലേക്ക്, ദ വേൾഡ് ഷോക്കേസ് കാണാതെ ഫ്ളോറിഡയിൽനിന്നു പോകുന്നതെങ്ങനെ?

31

ഒർലന്റോവിലൊ വേൾഡ് ഷോക്കേസ്

ഫ്ളോറിഡാ സ്റ്റേറ്റിലെ വൻകിട നഗരങ്ങളിലൊന്നാണ് ഒർലാന്റൊ. കാർ പാർക്ക് ഏരിയ ഒരു മഹാസാഗരം. നൂറ്റി ഇരുപത്തേഴാമത്തെ നിരയിൽ അമ്പത്തി ഒന്നാമത്തെ കളത്തിൽ വണ്ടി നിർത്തി ഇറങ്ങുമ്പോൾ മകൻ ഓർമിപ്പിച്ചു നമ്പർ ഓർത്തിരിക്കണം അല്ലെങ്കിൽ ഒരുദിവസം തെരഞ്ഞാലും വണ്ടി കണ്ടെത്താൻ കഴിയില്ല. വിസ്തൃതിയും വൃത്തിയും അഴകുമാണ് അമേരിക്കയിലെ ടൂറിസ്റ്റ് കേന്ദ്രങ്ങളുടെയെല്ലാം മുഖമുദ്ര. നമ്മൾ ആഗ്രഹിക്കുന്നിടത്ത് കൃത്യമായി എത്തിച്ചേരാനുള്ള സൈൻ ബോർഡുകളും.

ഇന്ന് തിരക്കേറിയ ദിവസമാണ്. തലയ്ക്കുമീതെ ഏരിയൽ ട്രാംവേയിൽ ട്രെയിൻ നിറഞ്ഞുതുളുമ്പുന്നു.

എപ്കോട്ട് എന്ന പേരിലുള്ള വേൾഡ് ഷോക്കേസ് സ്ഥിതിചെയ്യുന്നത് വിശാലമായൊരു ഉൾക്കടലിനു (കൃത്യമമായി ഉണ്ടാക്കിയത്) ചുറ്റുമാണ്. യാത്രികരുടെ സൗകര്യാർഥം ഡബിൾ ഡക്കർ ബസും ഏരിയൽ ട്രാംവേയും ഉണ്ട്. കാൽനടയാണ് ഇഷ്ടമെങ്കിൽ കാഴ്ചകൾ കണ്ടു പതുക്കെ നടക്കാം. എത്ര മൈലുകൾ കറങ്ങി എന്നു തിട്ടപ്പെടുത്താനാവില്ല. യാത്രകളെല്ലാം ആരംഭിക്കുന്നത് സ്പീഡ് കൂടിയ വിമാനങ്ങളിലാണെങ്കിലും ലോകത്തിന്റെ അരികും മൂലയും സൗകര്യംപോലെ കാണാൻ കുഴപ്പമേതും ഇല്ലാത്ത കാലുകളാണാവശ്യം. ഡബിൾ ഡക്കറിൽ കയറി ആകാശമാർഗത്തൂടെ ഫ്ളൈഓവറിൽ സഞ്ചരിക്കുന്നതിൽ മൂവർക്കും താൽപ്പര്യമില്ല. ലഗൂണിന്റെ ചുറ്റും ലോകരാഷ്ട്രങ്ങളുടെ പവിലിയണുകൾ, അവ ഓരോന്നിന്റെയും പിന്നിലുള്ള സാംസ്കാരിക മുദ്രകൾ — കൈവേലത്തരങ്ങൾ, കലാപ്രകടനങ്ങൾ, ചരിത്രവസ്തുതകൾ, ഭൂമിശാസ്ത്രവിസ്മയങ്ങൾ, എല്ലാം നിറമോലുന്ന കാഴ്ചകളായിത്തീരുന്നു.

വിൽപ്പന കുറവും കാഴ്ചകാണൽ കൂടുതലുമാണിവിടെ. ഒരു ഗ്രാമം മുഴുവനും നിറഞ്ഞുനിൽക്കുന്ന ഡിസ്നിവേൾഡ് കിഴക്കൻ തീരത്തെ പുതുവിസ്മ യങ്ങളിലൊന്നാണ്.

മുൻകൂട്ടിയെടുത്ത ഫാസ്റ്റ് പാസ് നിങ്ങളെ യാത്രക്കാരിൽ പ്രമാണി മാരാക്കുന്നു. ക്യൂവിൽ നിൽക്കാതെ നേരെയങ്ങു കടന്നു കയറാം. വലിയ തിരക്കില്ല. ഫീസ് ഇരട്ടിയോ അതിലധികമോ ആണ്. എത്രയെന്ന് മകൻ ഒരിക്കലും പറഞ്ഞ് കേട്ടിട്ടില്ല. അമേരിക്കയിൽ ജീവിക്കുമ്പോൾ കീശ യുടെ തൂക്കം നോക്കാതെ, പറയാതെ, വേവലാതിപ്പെടാതെ കഴിയുക യാണ് ഉത്തമം. യാത്രകൾ എപ്പോഴും ലക്ഷ്വറിയാണ്. ഒരു കേന്ദ്രത്തിലും ആഫ്രിക്കൻ വംശജരെ അധികം കാണാൻ പറ്റാത്തതിന്റെ കാരണവും അതാണ്. ഫീസാവശ്യപ്പെടാത്ത കടലോരക്കാഴ്ചകളിലും നദീമുഖങ്ങ ളിലും അവർ സമൃദ്ധമായി സഞ്ചരിക്കുന്നു, വിനോദിക്കുന്നു. അവരുടെ ദുഃഖങ്ങൾ, പോയതും വരാനുള്ളതും പ്രകൃതിയുടെ പ്രകൃതിയുടെ പഞ്ച ഭൂതങ്ങളോട് മാത്രം പറയുന്നു.

'എപ്കോർട്ടി'ൽ യൂറോപ്യന്മാരും ഏഷ്യൻവംശജരും ടൂറിസ്റ്റുകളാ യെത്തുന്നു. ഡിസ്നിയുടെ ലോകം, വർണവിവേചനമറിയാത്ത ലോകം തന്നെ. ഒരു പകൽകൊണ്ട് ലോകം മുഴുവനും ചുറ്റിയടിക്കുന്ന പ്രതീതി.

ഏറ്റവും മനോഹരം മെക്സിക്കൻ ഗ്യാലറി തന്നെ. ഇവിടെ അമേരി ക്കൻ അധീനത്തിലുള്ള ന്യൂ-മെക്സിക്കോയും അതിന്റെ തുടർച്ചയായ

ഡിസ്നി വേൾഡ്

മെക്സിക്കൻ രാജ്യവും തമ്മിൽ വേർതിരിവുകളില്ല. ചുവന്ന മുളകുകുലകൾ, രത്നാഭരണങ്ങൾ, പിഞ്ഞാണപ്പാത്രങ്ങൾ, ബഫലോ നൃത്തം, കോഴിപ്പോര് എല്ലാം പുരാതനവും നിഗൂഢവുമായ മെക്സിക്കൻ ജീവിതത്തിന്റെ രഹസ്യാത്മകതയും വർണപ്പകിട്ടും നിറഞ്ഞത്. ഉത്സവസ്ഥലത്തെ കൊടി, നമ്മുടെ കാവുകളിൽ പൂരത്തിനേറുന്ന അതേ കൊടി. നമ്മുടെ തെയ്യത്തെ അനുസ്മരിപ്പിക്കുന്ന മെക്സിക്കൻ നൃത്തം. കുരുത്തോലപ്പണ്ടങ്ങൾക്കു പകരം തൂവൽച്ചമയങ്ങൾ.

ഈയറ്റത്തുനിന്ന് ഒരു കനാലിലേക്ക് ഇറങ്ങാം. ടിക്കറ്റെടുത്തു പന്ത്രണ്ടു മൈൽദൂരമുള്ള തോട്ടിലൂടെ. തോട് നീളുന്നത് തണുത്തതും ഇരുണ്ടതുമായ ഒരു ഭൂഗർഭപാതയിലൂടെ.'എപ്കോട്ടി'ന്റെ നാഗരികതയെല്ലാം ഇവിടെ അപ്രത്യക്ഷമാകുന്നു. ഇരുണ്ട തീരങ്ങൾ. വല്ലപ്പോഴും ഇരുട്ടിന് കാവൽ നിൽക്കുന്ന ഒരു വിളക്കുമരം. ബോട്ടിൽ മുപ്പതാളുകളോളം കയറും. തോടിന്റെ പേര് റിവർ ഓഫ് ടൈം. കാലത്തിന്റെ നദി. കാലത്തിന്റെ നദിയുടെ ഇരുണ്ട തീരത്തെ ഞെട്ടിവിറപ്പിച്ചുകൊണ്ട് ഒരു ഉഗ്രസ്ഫോടനം. ദി ബിഗ് ബാങ് തിയറിയുടെ ഉറവിടം. സ്ഫോടനത്തിൽ നമുക്ക് ചുറ്റും കറുത്ത ആകാശത്തിൽ ഒരു പ്രഭാപൂരം. ചിതറിവീണ് ഇരുട്ടിനെ ചീറ്റിത്തെറിപ്പിക്കുന്ന നക്ഷത്രക്കൂട്ടം. അടുത്തത് ജീവന്റെ ഉൽപ്പത്തിക്കുള്ള സന്നാഹങ്ങൾ. ഒടുങ്ങാത്ത മഴ. പ്രളയം. പ്രളയാന്ത്യത്തിൽ എവിടെയോ ഒരു പ്രകാശകണിക. ഒരു സൂര്യൻ, ആദിമസൂര്യൻ, ആകാശങ്ങളെ പ്രഭാമയമാക്കി മെല്ലെ മെല്ലെ ഉദിച്ചുയരുന്നു. കോരിച്ചൊരിയുന്ന പേരമാരി, നേർത്ത മഴനാരുകളുടെ തിരശ്ശീലയ്ക്കപ്പുറം മറയുന്നു. ക്രമേണ മഴനാരുകൾ അറ്റുവീണു. ചതുപ്പ് ചതുപ്പിനുമേൽ വിടാതെ ചൊരിയുന്നു, സൂര്യപ്രകാശം. ഒരു സാന്ത്വനംപോലെ, ഒരു മഹാസ്വപ്നത്തിലേക്കു വാതായനങ്ങളെമ്പാടും തുറന്നിടുമ്പോലെ.

ഇപ്പോൾ നമ്മൾ അത്യപൂർവമായ ഒരു കാഴ്ച കാണുന്നു. ജീവന്റെ ആദ്യതരി! വെള്ളം വാർന്ന ചതുപ്പിന്റെ ഓരത്തു മുളപൊട്ടി, ഈരില വിരിഞ്ഞ്, തലയുയർത്തി ഉറക്കം വെടിഞ്ഞെണീറ്റു വരുന്ന ആദ്യത്തെ സസ്യം. പിന്നെ തുരുതുരെ സസ്യലതാദികൾ. ജലത്തിലും കരയിലും കേളിയാടുന്ന ഉഭയജീവികൾ, ആമകൾ, ചീങ്കണ്ണികൾ, പാമ്പുകൾ — പലതരം സസ്യങ്ങൾ.

കര, വളർച്ചയുടെ പുതുസാധ്യതകൾ തേടുന്നു. വൃക്ഷങ്ങൾ വളർന്നുയർന്നു പടർന്നു പന്തലിച്ചു. ഇടതൂർന്ന് വളർന്ന് ഇരുട്ടും തണുപ്പും ചമയ്ക്കുന്നു. ഓളം തല്ലുന്ന ജലരാശിയിൽ, ആഴങ്ങളിൽ, സമുദ്രാന്തർതലത്തിൽ പലതരം ജീവികൾ, കടലാനകൾ, കടൽ സിംഹങ്ങൾ, കടൽക്കുതിരകൾ, നീരാളികൾ, വിഷസർപ്പങ്ങൾ, പവിഴപ്പുറ്റുകൾ – പ്രകൃതിയുടെ എല്ലാ വർണങ്ങളുടെയും രൂപങ്ങളുടെയും ജൈവസംലയനം. കരയിൽ മൃഗങ്ങൾ പെരുകി. ഇതുവരെ കാണാതിരുന്ന ഒരേയൊരു ജീവി മനുഷ്യനാണെന്ന ബോധത്തിലേക്കു നാം ഉണരുന്നു.

പെട്ടെന്നതാ ഒരു യുവാവും യുവതിയും — ഏദൻതോട്ടം. വിലക്കപ്പെട്ട കനിയുണ്ണുന്ന യുവതി. പിന്നെ ആധുനിക ജീവിതത്തിലേക്ക്--ഗിരിനിരകൾക്കും നദീതടങ്ങൾക്കും അലങ്കാരമായി ഉയരുന്ന പുരികൾ, ജനപഥങ്ങൾ, ദേവാലയങ്ങൾ, വിപണനകേന്ദ്രങ്ങൾ, തുറമുഖങ്ങൾ.

പന്ത്രണ്ടരമൈൽ ദൂരം സഞ്ചരിച്ചു ബോട്ടിറങ്ങുമ്പോൾ അറിയാതെ കാലത്തിന്റെ ഇരുണ്ട നദിയിലേക്കു തിരിഞ്ഞുനോക്കുന്നു. ഇടതിങ്ങിയ വനങ്ങളിൽ മേഞ്ഞുനടക്കുകയും, ഇടയ്ക്ക് നദീതീരത്ത് വെള്ളം കുടിക്കാനെത്തി, കഴുത്ത് നീട്ടി ബോട്ടിലെ സഞ്ചാരികളെ മണത്തുനോക്കുകയും സ്പർശിക്കാനൊരുങ്ങുകയും ചെയ്തിരുന്ന ദിനോസറുകളെ ഞാനും പിന്തുടരുന്നുണ്ടോ? അവർ വെളിച്ചത്തിന്റെ കവാടത്തിൽനിന്നു പിന്മാറിയോ?

പുറത്തുനിന്നു പ്രകാശം പരത്തുന്ന പകലും തണുത്ത ഒക്ടോബർ വെയിലും. കണ്ണിനു രോമാഞ്ചം നൽകാൻ വെമ്പൽകൊള്ളുന്ന സാക്ഷാൽ പൂന്തോട്ടങ്ങളും പുൽത്തകിടിയും പനങ്കൂട്ടങ്ങളും മാത്രം. ബോട്ട് ഞങ്ങളെ ഇറക്കി ഗുഹാന്തരത്തിലേക്കു മറഞ്ഞു; അടുത്ത കൂട്ടർക്കുവേണ്ടി.

32

വേൾഡ് ഷോക്കേസ് - II

പതിനാറാം നൂറ്റാണ്ടിൽ അമേരിക്കയിലെ ഫ്ളോറിഡ തുറമുഖത്ത് എത്തിയ ഒരു കപ്പൽ നോർവീജിയൻ പവിലിയനിൽ പ്രദർശനത്തിനു വച്ചിട്ടുണ്ട്. അരയന്നത്തിന്റെ നീണ്ട കഴുത്തും തടിച്ച ഉടലുമുള്ള ഒരു സ്ത്രീരൂപയാനം. നൂറ്റാണ്ടുകളുടെ പഴക്കമുള്ള നാരുകൾ പിരിച്ചുചേർത്ത കൂറ്റൻ വടങ്ങൾ, പായ്മരത്തോടും പായ്കളോടും ചേർത്ത് ഒരു ഭൂതകാല സമുദ്രസഞ്ചാരത്തിനൊരുങ്ങി, ശിലീഭവിച്ചു ചരിത്രത്തിന്റെ തീരത്തടിഞ്ഞുപോലെ. കൊക്കുപിളർത്തുന്ന അരയന്നത്തിന്റെ മുഖം സമുദ്രത്തിന്റെ ദിശയിലേക്കു തിരിഞ്ഞുനിൽക്കുന്നു. പൗരാണിക കൊടിമരത്തിൽ പഴക്കം ഏറെയില്ലാത്ത നോർവീജിയൻ കൊടി. നാനൂറ് വർഷങ്ങൾക്കുമുമ്പ് നോർവെ തീരത്തുനിന്നും പുതിയ കൊടിയിടം തേടിയെത്തിയ കപ്പലിനു തൊട്ടു പിറകിൽ മാറി കാനഡയുടെ ഷോപീസ്. കാനഡയിൽ നിന്നു കുടിയേറിയ പൗരാണിക നവാഹൊ ഇന്ത്യൻ വർഗത്തിന്റെ ഗോത്രചിഹ്നമായി വീശുന്ന നീളൻകൊടി. നമ്മുടെ കാവുകളിലുയരുന്ന കൊടിയുടെ വർണവിന്യാസം. പൗരാണിക കാലത്ത് ലോകം ഒരൊറ്റ ജനതയായിരുന്നുവെന്നു നാം ഒരിക്കൽക്കൂടി ഓർമിക്കുന്നു. ഒരേയൊരു ആഫ്രിക്കൻ ഗോത്രത്തിൽ പിറന്ന ആദിമാതാവിന്റെ സന്തതിപരമ്പരകൾ. കാറ്റും മഞ്ഞും മഴയും വെയിലും ഹിമപാതവും കാലവും അവരെ പല വർണങ്ങളായും വർഗങ്ങളായും ലോകത്തിന്റെ ഓരോ മൂലയിൽ കുടിയിരുത്തി എന്നുവേണം വിശ്വസിക്കാൻ.

ചൈനയുടെ അതിമനോഹരക്ഷേത്രം മറ്റേതു വാസ്തുശില്പത്തെയും തോൽപ്പിച്ചു വെയിലിൽ ചുവപ്പും നീലയും മഞ്ഞയുമായി സമ്മേളിച്ചു, വിളങ്ങി നിൽക്കുന്നു. വൃത്താകാരത്തിലുള്ള ഗർഭഗൃഹവും ചതുരത്തിന്റെ നീണ്ടുവളഞ്ഞ വടിവിലുള്ള കൊത്തുവേലകളും

വേൾഡ് ഷോ കേയ്സിലെ ന്യൂമെക്സിക്കൻ ദാരുശിൽപ്പം

അസാമാന്യശുദ്ധിയും കാത്തുസൂക്ഷിക്കുന്ന ക്ഷേത്രം. വിഗ്രഹങ്ങളും ചിഹ്നങ്ങളുമില്ലാത്ത ദേവാലയന്തർഭാഗം. ആർക്കും കയറിച്ചെല്ലാം. വാസ്തുസൗന്ദര്യത്തിൽ മുഗ്ധരാവാം. ഇരുന്ന്, മുഖമില്ലാത്ത പ്രപഞ്ച നാഥനോട് പ്രാർഥിക്കാം. മുറ്റത്ത് പൂവാടി, താമരക്കുളം. ചീനർ ഒരുപാടുപേർ അവിടെ വന്നും പോയുമിരിക്കുന്നു. ഏതുമൂലയിലും അവർ സ്വന്തം ലോകവും പാരമ്പര്യജീവിതവും പടുത്തുയർത്തുന്നു. അമേരിക്കയിൽ കൂട്ടുകുടുംബവ്യവസ്ഥ പാലിക്കുന്ന വർഗങ്ങൾ, ചീനരും ജൂതരുമാണ്. ടൂറിസ്റ്റ് കേന്ദ്രങ്ങളിലെല്ലാം ഓരോ ജോടി ഇണകളായിട്ടല്ല, രണ്ടുമൂന്നു തലമുറകളിലെ കുടുംബാംഗങ്ങളായിട്ടാണ് അവർ കാണപ്പെടുന്നത്. ചാക്ക് നിറയെ തീറ്റസാമാനങ്ങളുമായി എത്തുന്നു; ഒരൊഴിഞ്ഞ മൂലയിൽ ചെന്നിരുന്ന് ആഹാരം പങ്കിടുന്നു. ചീനരുടെ പാരമ്പര്യജീവിതത്തിന്റെ ഒരു ഹോളോഗ്രാഫിക് ഫിലിം ഞങ്ങൾ കണ്ടു. തീയേറ്ററിലേക്കു കടക്കുന്ന രീതി തന്നെ അത്യന്തം വിചിത്രം. നിങ്ങൾ ടിക്കറ്റെടുത്ത് ഒരിരുണ്ട തിയേറ്ററിൽ കടക്കുന്നു. മൂന്നു നിരകളായി ഒന്നിനു പുറകെ അനേകം ഇരിപ്പിടങ്ങൾ. ഓരോ നിരയിലെ, എട്ടോളം സ്റ്റീൽ ചെയറുകൾ പരസ്പരം ബന്ധിച്ചിരിക്കുന്നു.

എല്ലാ വിളക്കും കെടുന്ന നിമിഷം നിങ്ങൾക്കൊരു അതീന്ദ്രിയ അനുഭവപ്രതീതി. ഇരുട്ടിലൂടെ നല്ലപോലെ സൂക്ഷിച്ചുനോക്കിയാൽ ആദ്യം ഇടത്തേനിര മുൻവരി തൊട്ട് അവസാനവരിവരെ ഒന്നായി മുന്നോട്ട് ഇരു

ട്ടിലേക്ക് ഒഴുകിപ്പോകുന്നു. ഒരു ചലനവും അനുഭവപ്പെടില്ല. പിന്നെ മധ്യ നിര. അവസാനം വലത്തെയറ്റത്തെ നിര. ഇവ നീണ്ട ഒരു ഒഴുക്കായി ഇരുട്ടിലൊരു ജലവാഹിനിയിലൂടെ ഒഴുകിപ്പോവുമ്പോൾ മുമ്പിൽ ചരിത്രത്തിന്റെ താളുകൾ ഒരത്ഭുത സിനിമയിൽ വിടരുന്നു.

"–ശ്ലിവായ!" എന്ന ദൃഢ ശബ്ദത്തിലുള്ള ഒരു ആമന്ത്രണത്തിനൊപ്പം നിങ്ങളുടെ കൺമുമ്പിൽ ഹിമാലയത്തിന്റെ വടക്കൻ കൊടുമുടികൾ അവതരിക്കുന്നു. അവിടന്ന് ഒരരുവിയായി ഒഴുകുന്ന ജലരാശി വളർന്നു വലുതായി യാങ്ടിസ് നദിയായി പരിണമിക്കുന്നു. ഒപ്പം ഇരുകരയിലെ ചരിത്രാതീതകാലം മുതൽക്കുള്ള ജൈവപരിസരത്തിന്റെ ചിത്രീകരണവും. നിരവധി എത്നിക് വർഗങ്ങളും അവരുടെ ആഘോഷങ്ങളും, ആഘോഷങ്ങളെ പുഷ്കലമാക്കുന്ന മൃഗപക്ഷികളും ജനജീവിതത്തിന്റെ സംഗീതവും നൃത്തവും കാർഷികവൃത്തിയും, പട്ടുനിർമാണവും, വിപണനവൃത്തികളും ഗോത്രയുദ്ധങ്ങളും എല്ലാം ഉൾപ്പെടുന്ന ഒരു മഹാഗ്രന്ഥത്തിന്റെ താളുകളാണ് കൂറ്റൻ തിരശ്ശീലകളിൽ ഇടവും വലവും മുന്നിലുമായി വിടർന്നു വിലസുന്നത്. ഒരേസമയം നിങ്ങൾ ചീനരുടെ ആദിഗോത്രകാലത്തും മധ്യകാലത്തും നവീനകാലത്തും അവർക്കൊപ്പം ചലിക്കുന്നു. പർവതപംക്തികളിൽനിന്ന് എണീറ്റുവന്ന ഒരു കലാകാരൻ പഴയ ചീനവേഷത്തിലും രൂപത്തിലും നിങ്ങളോട് ചരിത്രത്തിന്റെ ഗാഥകൾ മനോഹരമായി പറയുന്നു. ചീനരുടെ ഷോക്കേസിനു കിടപിടിക്കുന്ന മറ്റൊന്നും അവിടെക്കണ്ടില്ല. ലൈറ്റുകൾ തെളിയുമ്പോൾ നിങ്ങൾ അന്ധകാരത്തിന്റെ കറുത്ത ജലരാശിയിലൂടെ കാലത്തിന്റെ വാഹനത്തിൽ സഞ്ചരിച്ച് വീണ്ടും തുടക്കത്തിലെ ഇരിപ്പിടങ്ങളിൽ, പഴയ മൂന്നു നിരകളിൽ ഇരിക്കുന്നു. സീറ്റുകൾ പഴയപടി വിന്യസിക്കപ്പെട്ടിരിക്കുന്നു. ചൈനയുടെ സൗന്ദര്യത്തിൽനിന്നും നിഗൂഢതകളിൽനിന്നും ഹിമവാന്റെ ഗാംഭീര്യത്തിലുണർന്ന യാങ്ടിസ് നദിയുടെ തീരത്തുനിന്നും നിങ്ങളുടെ മനസ്സ് അനങ്ങാൻ കൂട്ടാക്കുകയില്ല, കുറേ നേരത്തേയ്ക്ക്. ഈ ദൃശ്യവിസ്മയം പിന്നീടു കണ്ട കാഴ്ചകളെയെല്ലാം അശുവാക്കിക്കളഞ്ഞു.

ജർമനിയുടെ കൂടാരത്തിൽ കണ്ടത് കൗതുകവസ്തുക്കളും പലതരം വീഞ്ഞുകളും ഡിന്നർ ഐറ്റങ്ങളുമാണ്. തികച്ചും സാധാരണം.

ഇറ്റലി വൈനുകളും ചോക്കലേറ്റും അത്തറുകളും മുഖംമൂടികളും എണ്ണമറ്റ തീറ്റസാധനങ്ങളും പ്രദർശിപ്പിച്ചു കാണികളെ ആകർഷിക്കുന്നു.

ജപ്പാന്റെ ഹാളിൽ കളിക്കോപ്പുകളുടെ ഉത്സവം. ബോൺസായ്കളുടെ പ്രത്യേക വിഭാഗം, സ്വർണത്തിലും രത്നത്തിലും തീർത്ത വിലമതിക്കാനാവാത്ത കട്ലറിയും പട്ടും പലയിനം പാരമ്പര്യ വസ്ത്രങ്ങളും ഗ്ലാസ് ബീഡ്സുംകൊണ്ട് ചാരുതയാർന്നിരിക്കുന്നു. പല ആകൃതിയിലുള്ള ക്രോക്കറിയുടെ അമൂല്യത. സ്വർണം പൂശി, രത്നക്കല്ല് പതിച്ച പ്ലേറ്റുകൾ, ചായപ്പാത്രങ്ങൾ, പരിമളതൈലക്കുപ്പികൾ.

ആഫ്രിക്കൻ രാജ്യങ്ങളിൽ മൊറോക്കൊ മാത്രമേ ഡിസ്നി വേൾഡിൽ ഇടം തരപ്പെടുത്തീട്ടുള്ളു. ഇസ്ലാമികകലയുടെ തിളങ്ങുന്ന

ഉരുപ്പടികൾ നിറയെ ഉണ്ട്. അവർക്ക് പ്രിയപ്പെട്ട വർണങ്ങൾ നീലയും സ്വർണവുമാണ്. ഏതാണ്ടെല്ലാ ചിത്രവേലകളും നേരിയ കറുപ്പിന്റെ രേഖകളുടെ അകമ്പടിയോടെ പാരമ്പര്യകലയുടെ ഗാംഭീര്യം ഉളവാക്കുന്നു. മൊറോക്കൻ കലയും ചരിത്രവും ഇടചേർന്നൊരുക്കുന്ന പ്രദർശനം ഈ കാലത്തിന്റെ മുദ്രയിൽനിന്നും മാറി നിൽക്കുന്നു. ചിത്രകലയും ശിൽപ്പകലയും ഇണങ്ങിച്ചേർന്ന ഒരു പൈതൃകത്തിന്റെ ഉജ്വല കാഴ്ച.

ഏറ്റവും മോശമായ പ്രദർശനം യു എസ് എ യുടേതു തന്നെ. രാജ്യം മുഴുവനും ഒരു പ്രദർശനശാലയായി തുറന്നിട്ടിരിക്കുന്ന ചുറ്റുപാടിൽ ഒരു ഷോക്കേസിൽ ഒതുക്കാവുന്നതല്ല, തങ്ങളുടെ നേട്ടങ്ങൾ എന്ന് അമേരിക്കർ ഊറ്റംകൊള്ളുന്നുണ്ടാവും. അവർക്ക് ഒരു സങ്കരപൈതൃകത്തിന്റെ ഉടമസ്ഥാവകാശമേ ഉള്ളു എന്ന ഒരു ഇൻഫീരിയോരിറ്റിയും കാണും. സമ്പന്നമായ പൈതൃകങ്ങളുള്ള, മെക്സിക്കോ, ചൈന, ജപ്പാൻ, മൊറോക്കോ തുടങ്ങിയ രാജ്യങ്ങൾ മികച്ച കാഴ്ചകൾ നൽകുന്നു. ഞാൻ ഇന്ത്യാ ഷോക്കേസ് എവിടെയെങ്കിലും ഉണ്ടോ എന്നു പരിശോധിച്ചു. ഇന്ത്യയുടെ നാമധേയമേയില്ല. ഡിസ്നി വേൾഡിന്റെ ശിൽപ്പികൾ ഇന്ത്യയെ ഇവിടേക്ക് ക്ഷണിച്ചില്ലായിരിക്കുമോ? അഥവാ ക്ഷണപത്രം നമ്മുടെ വിദേശ സാംസ്കാരിക വിനിമയ വകുപ്പിന്റെ ഫയലുകൾക്കിടയിൽ ആത്മഹത്യ ചെയ്തുവോ? അഥവാ വഴി കണ്ടുപിടിച്ച് ചെന്നാൽത്തന്നെ അവിടെ ഇടം പിടിക്കാനുള്ള ഇച്ഛാശക്തിയും രാജ്യസ്നേഹവും നമ്മിൽ നിലനിൽക്കുമോ?

ഇന്ത്യയെ തീർത്തും കണ്ടില്ലെന്നു പറയാനും വയ്യ.

രാത്രി ഒമ്പതുമണിക്ക് കാഴ്ചകളെല്ലാം കഴിഞ്ഞ് ഒരിടത്ത് കണ്ടു ഇന്ത്യൻ ആഹാരം എന്ന ബോർഡ് ചോക്കിലെഴുതി വച്ച ഒരു ഗുംടിക്കട.

"ഇന്ന് ഊണുകഴിച്ചില്ല. ഞാൻ നോക്കിവരാം." മകൻ പറഞ്ഞു.

ഞങ്ങൾ ശേഷിച്ച കാഴ്ചകൾക്കു തിരിഞ്ഞു.

സമ്പന്നവും വിഭവസമൃദ്ധവുമായ റെസ്റ്റോറന്റുകൾക്കു പുറത്ത് പുറംപോക്ക് തെരുവിലെ ഇന്ത്യൻ ഗുംടിക്കടയിൽ നാലു സീറ്റുകൾ. പച്ചരിച്ചോറ്. നാലുതരം പയർ കറികൾ. മറ്റൊന്നുമില്ലെന്നു മകൻ നിരാശയോടെ നെടുവീർപ്പിട്ടു. ഏഴായിരം കൊല്ലം പഴക്കമുണ്ടെന്നു പറയപ്പെടുന്ന നമ്മുടെ പൈതൃകത്തെക്കുറിച്ചുള്ള വാദങ്ങളെല്ലാം വെറും പൊള്ളയാണെന്നു വിശ്വസിക്കാനാവുന്നില്ല. പാരമ്പര്യത്തിന്റെ സുഷുമ്നാനാഡി എവിടെയെല്ലാമോ തകർന്നുപോയിരിക്കുന്നു, പുനരുജ്ജീവനത്തിന് ആശ നൽകാനാവാതെ, വിദേശക്കണ്ണിൽ.

ഷോക്കേസിന്റെ ഊർജസ്രോതസ്സ് അനേകം മൈൽ നീളമുള്ള നിർമിതനദിയും അതുമൂലം ഉളവായ സാധ്യതകളുമാണ്. സദാസമയവും റീസൈക്കിൾ ചെയ്തുകൊണ്ടിരിക്കുന്ന ജലവാഹിനിയുടെ തീരങ്ങൾ അനേകം വിജ്ഞാനമണ്ഡലങ്ങൾ തുറന്നിട്ടിരിക്കുന്നു. കൃത്രിമവും രണ്ടും കലർന്നതും.

'ഊർജത്തിന്റെ ഉറവിടങ്ങൾ' വിശകലനം ചെയ്യുന്ന അത്ഭുതക്കാ

ഴ്ചയാണ് എല്ലൻസ് എനർജി അഡ്വെഞ്ചർ. ഒരു തുറന്ന ബോട്ടിൽ, ഇരുണ്ട ജലനാഴിയിലൂടെ സഞ്ചരിക്കുമ്പോൾ നമ്മൾ ദിനോസറുകളുടെ കാലത്തെത്തുന്നു. സൂര്യനും പ്രകൃതിയുടെ പഞ്ചമൂലകങ്ങളും ഊർജം ഉൽപ്പാദിപ്പിക്കുന്നത് നേരിൽ കാണുന്നു. നാൽപ്പത്തഞ്ച് മിനിറ്റ് ഷോ.

ഒരു സ്പെയ്സ് യാത്ര, രോഗങ്ങളെ ചെറുത്തുനിൽക്കുന്ന മനുഷ്യ ശരീരത്തിലെ ഇമ്യൂൺസേനയുടെ തന്ത്രങ്ങൾ, ജീവന്റെ ഉൽപ്പത്തി പരിണാമങ്ങൾ, സ്പെയ്സ് യാത്രയിലെ മത്സരങ്ങൾ, മനുഷ്യനും സമുദ്രവും, മണ്ണിന്റെ വിസ്മയങ്ങൾ, മണ്ണും മനുഷ്യനും — വിജ്ഞാനപ്രദവും ആശ്ചര്യദായകവുമായ കാഴ്ചകൾകൊണ്ട് നിറഞ്ഞ ഷോക്കേസ് ലോകത്തിനു ചുറ്റുമുള്ള റോഡിൽ ജനം തണുത്ത കാറ്റേറ്റും ആഹാരം ചവച്ചും മദ്യം നുണഞ്ഞും വെറുതെ നടക്കുമ്പോൾ ആസ്വദിക്കാൻ വിനോദക്കാഴ്ചകൾ എമ്പാടുമുണ്ട്.

ഒരിടത്ത് ആസ്ത്രേല്യൻ മയോറിവർഗത്തിലെ മൂന്നുപേർ, കംഗാരു നൃത്തം ചെയ്യുന്ന സ്റ്റേജിനു മുന്നിൽ അഞ്ചാറു ബഞ്ചുകൾ. നവീനയുഗത്തിന്റെ ആരാധകർ കുറേ നേരം ബഞ്ചിലിരുന്നു കാൽകഴപ്പു തീർക്കുകയും, കംഗാരുവിന്റെ ചലനമുള്ള നർത്തകനെയും കംഗാരുവിനെ ബൂമറാങ് ഉപയോഗിച്ച് വേട്ടയാടുന്ന രണ്ടു വേട്ടക്കാരെയും ദർശിച്ചു മിണ്ടാതെ സമയം പോക്കുന്നു. കംഗാരു വേഷത്തിന് ഹനുമാനോടാണ് സാദൃശ്യം. എന്റെ ഭർത്താവ് ആ നൃത്തം മുഴുവനും വീഡിയോവിൽ പകർത്തി. അവിടെ ചുറ്റിനടന്ന് കാണണമെന്നും അമേരിക്കൻ പവിലിയനിൽ സന്ധിക്കാമെന്നും പറഞ്ഞു മകൻ ഫിലിം വാങ്ങാനോ മറ്റോ പോയി.

ഞാനാലോചിച്ചു. ഈ ജനക്കൂട്ടത്തിൽ ഞങ്ങൾ കൂട്ടം പിരിഞ്ഞു പോയാലോ?

നോക്കിയാൽ കാണാവുന്ന അകലെ വൃത്തപരിധിയിൽ അമേരിക്കൻ പവിലിയനിന്റെ കെട്ടിടങ്ങൾ ഉയർന്നുനിൽക്കുന്നു. നൃത്തം കണ്ടു കഴിഞ്ഞ് ഞങ്ങൾ അങ്ങോട്ടു തിരിച്ചു. കെട്ടിടത്തിനു മുമ്പിൽ റോഡിനപ്പുറം ഒരു പന്തലിൽ കേഴ്‌വിക്കാരും മുമ്പിലെ വലിയ സ്റ്റേജിൽ റോക്ക് ഗായികയുമുണ്ട്. ഇത്രയുമാണ് അമേരിക്കയുടെ പ്രധാന പ്രദർശനം. ഞങ്ങൾ കെട്ടിടത്തിനകത്തു കയറി. അമേരിക്കയുടെ അധിനിവേശംമുതൽക്ക് സ്വാതന്ത്ര്യപ്രാപ്തിവരെയും അതിനു ശേഷവും അവർ ചെയ്ത യുദ്ധങ്ങളുടെ ചരിത്രങ്ങളുണ്ട് ഭിത്തികളിൽ. അകത്തെ ഹാളിൽ സ്വാതന്ത്ര്യസമരത്തെക്കുറിച്ചുള്ള ഒരു പഴഞ്ചൻ ബ്ലാക്ക് ആന്റ് വൈറ്റ് ചിത്രം ഓടിക്കൊണ്ടിരിക്കുന്നു.

വേൾഡ് ഷോക്കേസ് ലഗൂൺ എന്ന ഉൾക്കടലിനു ചുറ്റും വൃത്താകാരത്തിൽ വീതി കുറഞ്ഞ ഗ്യാലറികൾ. രണ്ടു മൂന്നു നിര ഇരിപ്പിടങ്ങൾ. എവിടെ നിന്നാലും ലഗൂണിലേക്കു കാണാം. ലഗൂണിന്റെ അക്കരെ വെടിക്കെട്ട് തുടങ്ങുകയാണ്.

'എപ്കോട്ട്' എന്ന് ആലേഖനം ചെയ്ത കൂറ്റൻ ഭൂഗോളം ഒരു ടവറിനുമേലുയർന്ന് നിൽക്കുന്നത് എവിടെ നിന്നു കാണാം. ക്രമേണ ലൈറ്റ്

ആന്റ് സൗണ്ട് ദൃശ്യങ്ങൾ തെളിഞ്ഞു. വിജ്ഞാനത്തിന്റെ പുരോഗതി കുറിക്കുന്ന, കൊളുത്തിയ പന്തം ഉയർത്തിപ്പിടിച്ച ഒരു യുവതിയും യുവാവും ഭൂഗോളത്തിൽ ഇന്ത്യയുടെ പടത്തിൽ പ്രത്യക്ഷപ്പെടുന്നു. വിജ്ഞാനത്തിന്റെ ടോർച്ച് പിടിച്ച് യുവയുഗ്മകം ഇന്ത്യയിൽനിന്ന് നേരെ പടിഞ്ഞാറോട്ട് സഞ്ചരിക്കുന്നു. അമേരിക്കൻ ഭൂഖണ്ഡത്തിലെത്തിച്ചേരുന്നു. ഇതിന്റെ ശിൽപ്പി നിർധാരണം ചെയ്യുന്ന ആശയം പഴയ കാലത്തിന്റേയോ പുതിയ കാലത്തിന്റേയോ എന്ന് എനിക്ക് ശങ്കയായി. രണ്ടും ഒന്നുതന്നെയല്ലേ! വിജ്ഞാനശാഖകൾ കിഴക്കുദയം ചെയ്യുന്നു. സൂര്യനെപ്പോലെ. പടിഞ്ഞാറോട്ട് സഞ്ചരിക്കുന്നു.

അർധരാത്രിയിൽ ജാക്സൺവില്ലയിലേക്ക് എത്തിച്ചേർന്നു. ഒരു നീണ്ട പകലും ഏതാണ്ട് പാതിരാത്രിയും. സമ്പന്നമായ ഒരു ട്രിപ്പ്. ഉറക്കം. മകനു പുലർകാലത്തു ജോലിക്കു ഹാജരാകേണ്ടതുണ്ടല്ലോ എന്നൊരു വിമ്മിട്ടത്തിനു മേൽ ഉറക്കം പരുങ്ങിനിന്നു.

33

മലബാറിന്റെ മരണം

ഫ്ളോറിഡയിൽ തെക്കോട്ടു സഞ്ചരിക്കുമ്പോൾ ഒരു 'കോക്കനെട്ട് ടൗൺ' കണ്ടു. മറ്റൊരിടത്ത് 'മലബാർ പോയിന്റ്'. ഇപ്പോൾ എവിടെയും തെങ്ങ് കാണ്മാനില്ല. കാണുന്ന പാർക്കുകളിലത്രയും ഇളംപച്ച വിശറി വിടർത്തി നിൽക്കുന്ന പനങ്കൂട്ടങ്ങൾ. ഇവയ്ക്ക് ആദി-ഇന്ത്യൻ വനിതകൾ കൂടിനിൽക്കുന്നതിനോട് സാദൃശ്യമുണ്ട്. ഇന്ത്യൻ സ്ത്രീകളുടെ കൈയിലെല്ലാം, വിടർത്തിയ പനയോല വിശറികളുള്ളത്, അവരെ വരച്ചു വച്ചിരിക്കുന്ന ചിത്രങ്ങളിലെല്ലാം കാണാം. പനയോല നേർപ്പിച്ച് ചീന്തി, അവർ കുടകളും വട്ടികളും കൈസഞ്ചികളും ധാരാളമായി നിർമിച്ചു വിൽപ്പന നടത്തിയിരുന്നുവത്രെ. 'യുക്കാ' എന്ന് വിളിക്കപ്പെടുന്ന കൈതോലകൾ ശേഖരിച്ച് പട്ടുനാരുപോലെ മൃദുലമായ നാരുകൾ ഉണ്ടാക്കി, പുരുഷന്മാർക്ക് നീണ്ട കുപ്പായങ്ങൾ നെയ്തിരുന്ന പെണ്ണുങ്ങൾ, കൊളറാഡോയിലെ മലമ്പിളർപ്പു ഗ്രാമങ്ങളിൽ ഉണ്ടായിരുന്നുവെന്ന് പറയപ്പെടുന്നു. അതിനുമുമ്പ് അവർ ഏതാണ്ട് നഗ്നരും കരീബിയൻ വർഗത്തിൽപ്പെട്ട 'തായ്നോ ഇന്ത്യർ' പൂർണനഗ്നരും ആയിരുന്നു. ഡീഗൊ കോളൺ രചിച്ച ആത്മകഥയിൽ, താൻ യൗവനകാലം വരെ പരിപൂർണ നഗ്നനായിരുന്നുവെന്നും എല്ലാ ആണും പെണ്ണും അങ്ങനെ സ്വാതന്ത്ര്യം അനുഭവിച്ചവരാണെന്നും രേഖപ്പെടുത്തിയിട്ടുണ്ട്, യൂറോപ്യർ അവരെ ട്രൗസറിടീച്ചു. കോട്ട് ധരിപ്പിച്ചു. അവരുടെ നാക്കിൽനിന്ന് മാതൃഭാഷകൾ തോണ്ടിക്കളഞ്ഞു. അവരുടെ ദൈവങ്ങളും അവതാരപുരുഷന്മാരായിരുന്ന സൂര്യൻ, പരുന്ത്, ചന്ദ്രൻ (ചന്ദ്രൻ ആദിമാതാവാണ്), ജലദേവത, കാറ്റ്, മുതല, ഉടുമ്പ്, എലി, നീലരത്നക്കല്ല്, സ്വർണം, വെള്ളി എന്നീ ആരാധനാപാത്രങ്ങളെ നിർവീര്യരാക്കാൻ, കൈകളിൽ *ബൈബിളി*ന്റെ ആദിമ പാഠങ്ങൾ വച്ചുകൊടുത്തു. നരകബോധം ഉളവാക്കി. ദൈവത്തിലേക്കുള്ള

വഴി ക്രിസ്തു കാണിച്ചുകൊടുത്തതു മാത്രമാണെന്നും മറ്റെല്ലാം നരകപാതകളാണെന്നും ധരിപ്പിച്ചു. പക്ഷേ, അവർ തങ്ങളുടെ ഭാഷയെ തീർത്തും വെടിഞ്ഞില്ല; അതിനാൽ പൈതൃകത്തെയും. പഴയ 'ചോളം' അവരുടെ ദൈവികപ്രസാദവും ആഹാരവുമാകുന്നു. ആഹാരവിഭവങ്ങളിൽ ചിലത് ഇന്നും നിലനിർത്തുക മാത്രമല്ല, ലോകമെങ്ങും നിന്ന് യാത്ര ചെയ്തുവരുന്ന 'വിദേശി'കൾക്കും വേണ്ടി, 'ടാകൊ–ബെൽ' എന്ന ഹോട്ടൽ ശൃംഖല ആധുനിക ശുചിത്വബോധത്തോടെ പഴയ അതേ ശൈലിയിൽ നടത്തുകയും ചെയ്യുന്നു. താരതമ്യേന വിലകുറഞ്ഞ ആഹാരം. ഫാസ്റ്റ് ഫുഡിന്റെ തരിപോലും ഇല്ല.

ഞങ്ങൾ അത്തരം ഒരു ടാകൊ–ബെല്ലിൽ എത്തിച്ചേർന്നു, വെള്ളക്കാരന്റെ 'മക്ഡൊണാൾഡി'ന്റെ അതേ സംവിധാനം. കൗണ്ടറിൽച്ചെന്ന് ഓർഡർ കൊടുത്ത്, ക്യൂ നിന്ന് അപ്പോൾ അടുപ്പിൽ നിന്നെടുത്ത ആഹാരപ്പായ്ക്കറ്റുകൾ മേടിക്കാം. ഡൈനിങ് ഹാളിലെ സീറ്റുകളിൽ ചെന്നിരുന്ന് കഴിക്കാം. സ്വയം വൃത്തിയാക്കി എച്ചിൽപ്പാത്രങ്ങൾ ട്രേയിൽവെച്ചു വെയ്സ്റ്റു ബിന്നിൽ കൊണ്ടുചെന്നു തട്ടി, ട്രേ അവിടെ അടുക്കി, മനോഹരമായ ഒരു പുഞ്ചിരി ആതിഥേയരിൽനിന്നു കൈപ്പറ്റി തിരിച്ചുപോരാം.

ടാകൊ–ബെല്ലിൽനിന്നു കിട്ടിയ ആഹാരം, കർലോങ് എന്ന ഏലാഞ്ചി. വലിയ വൃത്താകൃതിയിൽ പരത്തിയ പഞ്ഞിപോലെ മൃദുലമായ ചോളചപ്പാത്തി ഒരെണ്ണം. അതിൽ മലബാർ കോഴിക്കറിയും പുഴുക്കലരിച്ചോറും ഉള്ളിയും ചേർത്ത് ഫില്ലിംഗ് ആക്കി, ചപ്പാത്തി ഏലാഞ്ചിപോലെ തെരച്ചെടുത്ത്, ഒരറ്റം മടക്കി പ്ലേറ്റിൽ തരും. കൈയിൽ പിടിച്ചു യാത്രാമധ്യേയും കഴിക്കാവുന്ന ആഹാരം. മധുരത്തിന് അട. പേര് വെസ്പാനട. ചോളമാവും ഉരുളക്കിഴങ്ങും ചേർത്ത കൂട്ടിൽ, ആപ്പിൾജെല്ലി നിറച്ച് മടക്കി, എണ്ണയിൽ വറുത്തെടുത്തത്. കോൺ–ഓയിൽ ആണ് നടപ്പ്. മലബാർ സുഗന്ധവ്യഞ്ജനം ചേർത്ത കോഴിക്കറിയുണ്ടാക്കാൻ അമേരിന്ത്യൻ ആദിവാസികൾ പഠിച്ചത് എവിടെനിന്നാവും? നാമിരുകൂട്ടർ എവിടെവച്ചു തമ്മിൽ പിരിഞ്ഞു? മധ്യധരണ്യാഴിതീരത്തുനിന്നു നേരെ കിഴക്കോട്ടും വടക്കോട്ടും പോയ രണ്ടു ശാഖകളാവാമെന്നു ചരിത്രം. നമ്മുടെ ഏത്താപ്പ് എന്ന വസ്ത്രമാണ് നഗ്നത മറയ്ക്കാൻ ആദ്യം ഇവർ കണ്ടെത്തിയത്. കൗപീനധാരികളായ പുരുഷന്മാരും ഏത്താപ്പ് ധരിച്ച പെണ്ണുങ്ങളും ഗ്രാമമുറ്റത്ത് ജോലി ചെയ്യുന്നത്, 'മെസാവെർദ' എന്ന പർവതഗ്രാമത്തിന്റെ ഭിത്തികളിൽ ലേഖനം ചെയ്തിരിക്കുന്നതു കണ്ടു. യാത്രയിലുടനീളം ഞങ്ങൾ ടാകൊ–ബെല്ലിൽനിന്ന് ആഹാരം കഴിച്ചു, ഗൃഹാതുരത ശമിപ്പിച്ചു. അമേരിക്കയിലെ സഞ്ചാരികളുടെ വഴിക്കെല്ലാം, ചെറുകേന്ദ്രങ്ങളിൽ ചൈനീസ് റെസ്റ്റാറന്റ് ടാകൊ–ബെൽ, മക്ഡൊണാൾഡ് ഭക്ഷണശാലകളും ടോയ്‌ലറ്റ് ഗ്യാസ്സ്റ്റേഷൻ എന്നിവയും യാത്രയെ സുഖകരമാക്കുന്നു. ഇത്തരം കേന്ദ്രങ്ങൾ ഇന്ന തെരുവിലൂടെ തിരിഞ്ഞാൽ ഇത്ര മൈൽ അകലെയുണ്ടെന്ന് മുന്നടയാളങ്ങൾ രേഖപ്പെടുത്തിയ ബോർഡുകൾ എല്ലാ ഹൈവേകളിലും അവിടവിടെ ഉണ്ട്. ഹൈവേയിൽ

നിന്ന് ഒന്നൊന്നര മൈൽ അകലെ ഒരു വലിയ പാർക്കാണ്, 'വിസിറ്റർ സെന്റർ' എന്നറിയപ്പെടുന്നു ഇത്തരം കേന്ദ്രങ്ങൾ. ഒരു സിഗരറ്റ് കുറ്റിയോ, ഒരു ചോക്കലേറ്റ് കടലാസോ, ഒരു ചവറോ വീണുകിടക്കാത്ത ഇടങ്ങൾ. അമേരിക്കയുടെ വൃത്തിബോധം പഠിക്കാൻ നമ്മുടെ രാജ്യം ഇനി ഒരു നൂറ്റാണ്ടെടുത്താലും സാധിക്കില്ല. നടപ്പിലാക്കാനൊട്ടു പറ്റുകയുമില്ല.

അമേരിന്ത്യക്കാരുടെ ഇടയിൽ തൊഴിലില്ലായ്മയുണ്ട്. ടാകൊ-ബെല്ലിന്റെ പരിസരത്തു വെറുതെ നിൽക്കുന്ന യുവാക്കളെ കണ്ടു. ആരും കൂട്ടം കൂടി നിൽക്കുന്നില്ല. അത് നിയമവിരുദ്ധമാണ്. ഗ്രാമങ്ങളിലും നഗരങ്ങളിലും മുന്നറിയിപ്പ് രേഖപ്പെടുത്തുന്നു: 'കൂട്ടംകൂടി നിൽക്കരുത്.' എന്തെങ്കിലും പറയാനുണ്ടെങ്കിൽ അത് വീട്ടിനകത്തുവച്ചാകാം, കതകടച്ചിട്ടു മാത്രം. പാർക്കുകൾ സ്വസ്ഥമായി വിശ്രമിക്കാനും വിനോദിക്കാനുമുള്ളതാണ്. ബീച്ചുകളിൽ ഉല്ലസിക്കുന്ന ആൾക്കൂട്ടത്തിന്റെ അച്ചടക്കം വിസ്മയകരമാണ്. ജോലി ചെയ്യുമ്പോൾ കൃത്യമായും കഠിനമായും ജോലി ചെയ്യുക; വിശ്രമിക്കുമ്പോൾ പരിപൂർണമായി അതാസ്വദിക്കുക എന്നതാണ് ശീലം.

വഴികൾ തെറ്റിയ ഒരു സായാഹ്നം

ഞങ്ങൾ താവോസിലേക്കു പോവുകയാണ്. താവോസ് ഒരു ആദിവാസി പട്ടണമാണ്. പക്ഷേ, പല സമുദായങ്ങൾ താമസമാക്കിയിരിക്കുന്ന ഒരു മലനാടൻ പട്ടണം. താവോസ് പ്യൂബ്ലൊവിൽ വസിക്കുന്ന ആദിവാസികളുടെ ഗ്രാമത്തിന് ആയിരം വർഷങ്ങളുടെ പൗരാണികതയുണ്ട്. യുണൈറ്റഡ് നേഷൻസ്, യുനെസ്കോയുടെ കീഴിൽ സംരക്ഷണ ചുമതല നടപ്പാക്കീട്ടുള്ള ഒരേയൊരു അമേരിന്ത്യൻ ഇടം. ചരിത്രപ്രാധാന്യമുള്ള 'ഹിസ്റ്റോറിക് താവോസ് പ്ലാസ' ന്യൂ മെക്സിക്കോയുടെ ഒന്നാമത്തെ പ്രാദേശിക ഗവർണറുടെ ആസ്ഥാനമായിരുന്നുവത്രേ. 1847 ൽ ഇദ്ദേഹം താവോസ് ചെറുത്തുനിൽപ്പിൽ കൊല്ലപ്പെട്ടു. ഇരുപത്തഞ്ച് ഏക്രസ്ഥലത്ത് യുദ്ധത്തിൽ വധിക്കപ്പെട്ട താവോസ് ജനതയുടെ മൃതദേഹങ്ങൾ അടക്കപ്പെട്ടിരിക്കുന്നു.

ആൽപ്പൈൻ കാടുകളുടെ ഈ വിസ്തൃത താഴ്വര നിരവധി ടൂറിസ്റ്റ് വിനോദങ്ങൾക്ക് കളമൊരുക്കുന്നു. ഒരുയർന്ന മരുപ്രദേശത്തിലൂടെയാണ് കടന്നുപോകുന്നതെങ്കിലും ഉറവകൾക്കും നദികൾക്കും ക്ഷാമമില്ല.

അയ്യായിരം മുതൽ പതിനാലായിരം അടി വരെ ഉയരത്തിൽ വ്യാപിച്ചുകിടക്കുന്ന മലനിരകളിൽ പ്രാചീന സ്പാനിഷ് കുടിയേറ്റക്കാർ മഞ്ഞുമലകൾ കിളച്ചു, താഴ്നിലങ്ങളിലേക്ക് ജലസേചന സൗകര്യം ഒരുക്കി. മരുപ്രദേശങ്ങളെ കാർഷിക ഭൂമികളാക്കി. ആയിരക്കണക്കിന് ആദിവാസികളെ നിയോഗിച്ചു ജനവാസകേന്ദ്രമാക്കി മാറ്റിയെടുത്തു. അമേരിക്കയുടെ പുരോഗതിയുടെ ചരിത്രം, കഠിനാധ്വാനത്തിന്റെയും നിഷ്ഠുരചൂഷണത്തിന്റെയും ആദിവംശങ്ങളുടെ നാശത്തിന്റെയും കഥയാണ്. ഓരോ വിനോദസഞ്ചാരകേന്ദ്രത്തിലും, മനുഷ്യച്ചോര എമ്പാടും പതിച്ചിട്ടുണ്ട്.

'ഡ്രൈവ് ആന്റ് ഹറി ബാക്ക്' എന്നൊരു സൈൻബോർഡ് താഴ്‌വരയിൽനിന്നുള്ള കയറ്റത്തിന്റെ പടിവാതിൽക്കൽ. എന്താണിവിടെ ഭീഷണി ഉയർത്തി നിൽക്കുന്നത്? ചെങ്കുത്തായ പർവതനിരകളെ വലം വച്ചു കടന്നുപോകുന്ന റോഡുകളിൽ, മഴ? മഞ്ഞ്? ഹിമപാതം? വന്യജീവികൾ?

ന്യൂ മെക്സിക്കോവിലെ ഏറ്റവും ഉയരം കൂടിയ കൊടുമുടികൾ ചേർന്നു നിന്നു സല്ലപിക്കുന്നത് ഈ ഉയരങ്ങളിലാണ്. അവ, താഴെ ദീർഘ ചതുരത്തിൽ പരന്നുകിടക്കുന്ന തടാകതലത്തിൽ മുഖകാന്തി നോക്കുന്നു. ഒറ്റപ്പെട്ട സഞ്ചാരികളുടെ വണ്ടികൾ മലയിറങ്ങിവരുന്നു. രാത്രി തങ്ങാനിടമില്ലാത്തൊരു ആകാശവീഥി എന്നനുമാനിച്ചു. കീഴെ ഇരുപത്തേഴു മൈൽ സഞ്ചരിക്കുന്നു, റയോഗ്രാന്റ്, റെഡ് റിവർ എന്നീ നദികൾ. 'താവോ ഇന്ത്യ'ക്കാരുടെ വക, അമേരിക്കയിൽ അവശേഷിക്കുന്ന ഏക ഗ്രാമം.

ഈ വന്യഭൂമി, 'ബയർ വെനിദോസ് ക്രെസ്റ്റ' നാഷണൽ പാർക്കിൽപ്പെടുന്നു. കരിമ്പച്ച ജൂനിപ്പർ വൃക്ഷനിരകൾക്കിടയിൽ ഉടുപ്പ് മാറ്റി മഞ്ഞച്ചു നിൽക്കുന്ന ജാസ്പർ വൃക്ഷനിരകൾ. പച്ചയും സ്വർണവും വർണങ്ങൾ വിന്യസിച്ച്, ദീർഘചതുരക്കളങ്ങളിൽ ഒരു ശിൽപ്പം. തണുപ്പു കാലത്തെ വരവേൽക്കുന്ന വനത്തിന്റെ ചമയങ്ങൾ. ഒരാഴ്ച കൂടി കഴിഞ്ഞിട്ടു വന്നിരുന്നെങ്കിൽ, സർവത്ര ഒരു പൂങ്കാവനമാകുമായിരുന്നെന്ന് അരുൺ നിരാശ പ്രകടിപ്പിച്ചു.

റോഡിനു കുറുകെ അനേകം സ്ഫടികനിർഝരികൾ കൽവെട്ടുകൾക്കു കീഴെ കുതിച്ചു ചാടി നദിയിൽ ലയിക്കുന്നു. കുറേയെണ്ണം മരിച്ചുപോയി. പർവതത്തിന്റെ കാഴ്ചപ്പുറമുനമ്പുകളിലെല്ലാം, ത്രിശങ്കുവിൽ നിൽക്കുന്ന പല മണിമന്ദിരങ്ങൾ — ക്യാമ്പ് കേന്ദ്രങ്ങൾ, ടൂറിസ്റ്റ് താവളങ്ങൾ. പ്രകൃതിയെ ഒട്ടും നോവിക്കാതെ, പർവതത്തിൽനിന്നു പൊട്ടിവിടർന്നു നിൽക്കുന്ന മൃൺമയഭവനങ്ങൾ. അവ ഏകാന്തത വിളംബരം ചെയ്യുന്നു.

പട്ടണത്തിൽ പാർപ്പുറപ്പിച്ച പ്യൂബ്ലൊ ഇന്ത്യർ തുടങ്ങി, ആഗോളസമ്പന്നർ വരെ ഇവിടെ അങ്ങിങ്ങ് താമസമുറപ്പിച്ചിരിക്കുന്നു. 'അനസാസികൾ' എന്നറിയപ്പെട്ടിരുന്ന ഇന്ത്യൻ വർഗത്തിന്റെ ഒരു സാമ്രാജ്യമായിരുന്നു, ഇവിടം. പഴയ 'ഹിസ്പാനിയോള' ഭാഷയും ഇംഗ്ലീഷും സംസാരിക്കുന്ന വെള്ളക്കാരും മാതൃഭാഷ കുറേശ്ശെ നിലനിൽക്കുന്ന ആദിവർഗവും ഇന്ന് രഞ്ജിപ്പിലാണ്.

34

ഓണസദ്യ

ജീവിതത്തിലാദ്യമായി ഒരോണം ഇന്റർനെറ്റിൽ. പത്രത്തിലെ പൂക്കളം കണ്ടു. ഇവിടെയാണെങ്കിൽ പൂക്കളമിടാൻ മുറ്റമില്ല. മുറ്റമെല്ലാം കാറുകൾക്ക് അവകാശപ്പെട്ടതാണ്. അടുത്തെങ്ങും പൂക്കളുമില്ല. കണ്ണെത്തുംവരെ പച്ചച്ച പുൽത്തകിടിപ്പരപ്പ്, തൊട്ട് കാട്. ഗേറ്റില്ലാത്ത പ്രവേശന ദ്വാരത്തിൽ ഇരുപുറവും പൂന്തോട്ടമുണ്ട്. ഇന്നലെവരെ പുൽത്തകിടി ആയിരുന്നിടം, ഒറ്റനാൾകൊണ്ട് കിളച്ച് പരുവപ്പെടുത്തി, അടുത്തനാൾ മൊട്ടുകൾ കൂമ്പിനിൽക്കുന്ന മുതിർന്ന ചെടികൾ ചെറുപൂന്തോപ്പിൽ പ്രത്യക്ഷപ്പെടും. ചെടികളുടെ സ്വാഭാവിക വളർച്ച ഒരാൾ കാണുന്നേയില്ല.

ഇന്നു കാലത്ത് നടക്കാനിറങ്ങിയപ്പോഴുണ്ട് ചുവപ്പ്, ഊത, മഞ്ഞ, വെള്ള, ഓറഞ്ച് പൂക്കൾ ഓരോരോ വരിയായി വിടർന്നുനിൽക്കുന്ന തോട്ടം. എവിടെന്നു വരുന്നു? ആരിത് നടന്നു? എന്നൊന്നും അറിയില്ല. രാത്രിയിലാവാം നട്ടത്. ഗ്ലാഡിയോലയെപ്പോലെ ഒരിനം. നിലത്തു പതിഞ്ഞുകിടന്നു കൺമിഴിക്കുന്ന ചെടിക്ക് ഉയരം തീരെയില്ല. മൈതാനത്തിന്റെ അറ്റത്തൊരു കൊച്ചു രത്നക്കമ്പളം വിരിച്ചിട്ടതുപോലെ. വസന്താഗമനമാണ്. വഴിയോരവനത്തിന്റെ ഉമ്മറത്ത് മുക്കുറ്റി പൂത്തുനിൽക്കുന്നു. വലിയ ചെടികൾ. കമ്മലിന്റെ വലുപ്പമുള്ള പൂവുകൾ.

പ്രാതലിന്റെ നേരത്ത് മകൻ പറഞ്ഞു: "നമുക്ക് ഓണസദ്യക്ക് ഒരു ക്ഷണമുണ്ട്."

നല്ലത്! നാട്ടുകാരെ കാണാമല്ലോ.

ഓരോ വീട്ടുകാരും പങ്കിട്ടാണ് വിഭവങ്ങൾ ഉണ്ടാക്കി ഹാളിലെത്തിക്കുന്നത്.

"അതിനെന്താ വിരോധം?"

"അമ്മയ്ക്ക് സാധിക്കുമോ?"

നാട്ടിലെ ഓണസദ്യയും വിഷുക്കോളും നാമെല്ലാം ഒന്നിച്ചല്ലേ ഒരുക്കാറ്. എന്റെ 'കൈപ്പുണ്യ'ത്തിൽ അവന് വിശ്വാസക്കുറവൊന്നുമില്ല.

"ഏത് വിഭവം എന്ന് അമ്മ തീരുമാനിച്ചോളൂ"

"അതുവേണ്ട. സംഘാടകർ തീരുമാനിക്കട്ടെ."

സംഘാടകർ തീരുമാനിച്ചത് ഞാനൊന്നും ഒരുക്കാതെ വെറുതെ യങ്ങ് ചെന്നാൽ മതിയെന്നാണ്. അതുപോര.

അവസാനം അവരൊരു തീരുമാനത്തിലെത്തി. നാലുപേർക്ക് ഉണ്ണാനുള്ള ചോറ് എത്തിച്ചാൽ മതി. അരി വയ്പ് പങ്കിട്ടാണ് നടത്തുന്നത്. വലിയ പാത്രങ്ങളോ വട്ടളങ്ങളോ ഒന്നും ഉപയോഗിക്കാനുള്ള ശേഷി ഇവിടത്തെ പുതുമലയാളി ദമ്പതികൾക്ക് ഏതായാലും ഇല്ല.

ചോറ് കുത്തരി വേണോ, ഡെറാഡൂൺ അരി വേണോന്നായി ശങ്ക. ചുവന്ന അരി ഇഷ്ടപ്പെടുന്നവർ കുറയും എന്ന് സ്നേഹിതർ.

ഓണസദ്യയുടെ സംഘാടകക്കമ്മിറ്റിയുടെ തലവൻ ഒരു മാഹിക്കാരൻ. കൂടെ ചങ്ങാതിമാർ. ഒറിജിനാലിറ്റി കാണിക്കാത്ത കറികളെല്ലാം പിന്തള്ളപ്പെട്ടു. അവയ്ക്കു പകരം വന്നു.

വാടകയ്ക്കെടുത്ത ഹാളിൽ ഒരു കൊച്ചുകേരളം തിങ്ങിക്കൂടി. കസവുമുണ്ടുടുത്തവർ, കസവുസാരി ധരിച്ചവർ. രണ്ടു തലമുറയ്ക്കപ്പുറത്തുനിന്നും വന്നവരുണ്ടായിരുന്നു, പേരമക്കൾ സഹിതം. മുത്തച്ഛന്മാരും മുത്തശ്ശിമാരും ഏതാണ്ട് പൂർണമായും അമേരിക്കർ. പുതുതലമുറക്കാർ തനിമലയാളി മട്ടിൽ. സദ്യക്ക് സമ്പൂർണവിഭവങ്ങൾ. അതുകഴിഞ്ഞ് കലാപരിപാടികൾ. എല്ലാത്തിനും ഗൃഹാതുരത്വത്തിന്റെ ചുവ. ചിലപ്പോഴത് പുലകുളി അടിയന്തിരത്തിനെ ഓർമിപ്പിക്കുന്നതായി. ഒറ്റദിവസം പൂർണമലയാളിയായി ജീവിക്കുവാനുള്ള അവരുടെ ആഗ്രഹം എന്നെ വിസ്മയിപ്പിച്ചു.

തിരുവാതിരകളി, ഭരതനാട്യം, നാടോടിനൃത്തം, വഞ്ചിപ്പാട്ട്, കൂടിയാട്ടം എല്ലാമുണ്ട്. അവസാനം ഒരു വടംവലിയും. തെക്കും വടക്കും തമ്മിലുള്ള വടംവലിയിൽ വടക്ക് ജയിച്ചു. ആണും പെണ്ണും തമ്മിലുള്ള വടംവലി കുറേനേരം സമാസമം നിന്നു. നമ്മുടെ പെൺകുട്ടികൾ പുറത്ത് പോകുമ്പോൾ കൂടുതൽ കരുത്തും കാര്യക്ഷമതയും ഉള്ളവരാണെന്ന് തെളിയിച്ചു. ഏതുവിദേശ ചുറ്റുപാടിലും പെൺകുട്ടികൾ പെട്ടെന്നു ഇഴുകിച്ചേരുന്നു. കുട്ടികൾക്ക് സമ്മാനദാനം നൽകിക്കഴിഞ്ഞ് ഞാൻ അവരുമായി വീട്ടുവിശേഷം പറഞ്ഞു.

"നിങ്ങൾക്ക് ഈ രാജ്യത്തെ ജീവിതം ഇഷ്ടമായോ?" ഒരു യുവകുടുംബിനിയോട് ഞാനാരാഞ്ഞു.

"ഇല്ലാതെ! ഞങ്ങൾ ഞങ്ങളുടെ സ്വന്തം ജീവിതം ആരംഭിച്ചത് വിവാഹം കഴിഞ്ഞപടി ഇവിടെ വന്നിട്ടല്ലേ! ഇത് ഞങ്ങളുടെ ലോകം!" ഒരുവൾ അഭിമാനത്തോടെ പറഞ്ഞു. കൂട്ടുകാരികളും ഏറ്റുപറഞ്ഞു.

ഗൃഹാതുരത അവരെ നിത്യജീവിതത്തിൽ വലയ്ക്കുന്നില്ല. എന്ന

ല്ല, ഇന്റർനെറ്റിലൂടെ അവർ നാടിന്റെ ദിനസരി നന്നായറിയുന്നുമുണ്ട്. നാട്ടിലെ അനുഭവങ്ങളെക്കുറിച്ച് എന്നത്തെക്കാളും ഉപരി അവർ ഉൽക്കണ്ഠാകുലരാണ്. പുതിയ കാലംഅവരിൽ നിന്ന് ഒന്നും മറച്ചുവയ്ക്കാൻ പ്രാപ്തമല്ല.

ഓണപ്പച്ചക്കറികൾ മുഴുവൻ അവർ മാർക്കറ്റിൽനിന്നു സംഘടിപ്പിച്ചു. മരവിപ്പിച്ച മുരിങ്ങക്കായ്, കറിവേപ്പിലവരെ. പൂവൻപഴം കിട്ടാൻ ക്യൂബൻ മാർക്കറ്റ് വരെ പോയി. കിട്ടാതെ നിരാശയോടെ മടങ്ങി. ഒരു ഓണാഘോഷത്തിലൂടെ അവർ ജീവിതം നവീകരിക്കുന്നു. ജോലി ചെയ്യുമ്പോൾ പൂർണമായും തൊഴിലിൽ മുങ്ങിപ്പോകുന്നവർ, നന്നായൊന്ന് ശ്വസിക്കുന്നത്, രാത്രി വീടണയുമ്പോഴാണെന്നു തോന്നുന്നു. അഥവാ വാരാന്ത്യങ്ങളിൽ. ആഴ്ചയിലെ രണ്ടൊഴിവ് ദിനങ്ങൾ അവർ ശരിക്കും ആസ്വദിക്കുന്നു. ഒരു വലിയ വണ്ടിയെടുത്ത് ചിലപ്പോൾ ഒന്നോ രണ്ടോ മൂന്നോ കുടുംബം ഒന്നിച്ച് കടൽത്തീരത്തെത്തുന്നു. മണൽപ്പരപ്പിൽ വോളിബോൾ കളിക്കുന്നു. കുട്ടികൾ ഓടിക്കളിക്കുന്നു. അമ്മമാർ സാമൂഹികബന്ധങ്ങൾ പുതുക്കുന്നു. നമ്മുടെ നാട്ടിൽ ഇപ്പോൾ സാമൂഹിക ബന്ധം പുതുക്കുക എന്ന ഏർപ്പാട് കുറഞ്ഞുവരികയാണ്. സാമൂഹിക വിരുദ്ധ പ്രവർത്തനങ്ങളിലൂടെയാണ് ഇപ്പോൾ ബന്ധങ്ങളുടെ രാക്ഷസ രൂപങ്ങൾ വെളിപ്പെടുന്നത്.

ഓണസദ്യ കഴിഞ്ഞതിന്റെ പിറ്റേദിവസം ഞാൻ മുന്നേ കണ്ട, റോഡു മുറിച്ചു കടക്കുന്ന പെൺകുട്ടി എന്നോട് ചോദിച്ചു:

“നിങ്ങൾ ഓണാഘോഷത്തിന് എന്നെ വിളിച്ചില്ല.” ഞങ്ങളുടെ ഗ്രാമത്തിൽ താമസിക്കുന്ന ഒരേയൊരു ഇന്ത്യാക്കാരിയുടെ ചോദ്യം. എനിക്കു മറുപടിയില്ല. ആഘോഷത്തിന് മലയാളി അല്ലാത്ത ഒരാളെയും വിളിച്ചില്ലെന്ന വൃത്തികെട്ട ഇടുങ്ങിയ മനോഭാവം എന്നെ ലജ്ജിപ്പിച്ചു. മറിച്ച്, ഒരു ദീവാളിയാഘോഷത്തിൽ എല്ലാ ഇന്ത്യാക്കാരും പങ്കുചേരുന്നു.

തനിച്ചൊരു ഫ്ളാറ്റിൽ താമസിക്കുന്ന തെലുങ്കത്തി എഞ്ചിനീയർ യുവതിയോട് മറുപടി പറയാൻ എന്റെ പക്കൽ ഒരു ന്യായവുമില്ല. മലയാളി പുറത്തുപോയാലും ഇടുങ്ങിയ മനസിന്റെ വാതിൽ തുറക്കില്ലെന്നു ഞാനെങ്ങനെ ഈ പെൺകുട്ടിയോടു പറയും!

ആപ്പീസിൽ ഒരാഘോഷം പ്രമാണിച്ച് അവൾ എനിക്ക് പുഡ്ഡിങ്ങുമായി വന്നിരിക്കുന്നു. ഗേറ്റിനടുത്ത് ഒരിക്കൽ മാത്രം കണ്ടു പരിചയിച്ച അവൾ എന്നെ ഓർത്തുവച്ചു. എന്നല്ല, എന്റെ വീട്ടുനമ്പർ സമർഥമായി കണ്ടുപിടിക്കയും ചെയ്തിരിക്കുന്നു.

എങ്ങനെ കണ്ടെത്തി ഈ ഫ്ളാറ്റ്?

ഊഹിച്ചു. രണ്ടും കൽപ്പിച്ച് കയറിവന്നു, കതകിൽ മുട്ടി തെറ്റിയ വാതിലാണെങ്കിൽ തിരിച്ചുപോകാമല്ലോ! മനോഹരമായി പായ്ക്ക് ചെയ്ത മധുരം എന്നെ ഏൽപ്പിച്ച് അവൾ അകത്തുവന്നു. സ്വന്തം വീട്ടിലെന്ന പോലെ പെരുമാറി. താൻ ഹൈദരാബാദുകാരിയാണെന്നും തന്റെ അച്ഛനുമമ്മയും കാലിഫോർണിയയിലുണ്ടെന്നും അമേരിക്കൻ പൗരന്മാരാ

ണെന്നും അവൾ വാചാലയായി. എന്റെയടുത്തിരുന്ന് മോഹൻലാലിന്റെ ഒരു പടം കണ്ടു. അമേരിക്കയോട് വിടപറയുമ്പോൾ, ഹൃദയരക്തത്തിന്റെ പകിട്ടും പരിമളവുമുള്ള ഒരു റോസാപ്പൂച്ചെണ്ട് കൊണ്ടുവന്ന് എനിക്ക് സമ്മാനിച്ചു. അവളുടെ മിഴികൾ നനഞ്ഞിരുന്നു.

"അമ്മയെ വിളിക്കാറില്ലേ?"

"സമയം കിട്ടുമ്പോൾ!"

"എന്തിനാണ് ഒഴിവുദിനങ്ങളിൽ ആപ്പീസിൽ പോകുന്നത്?"

"ഞാൻ മറ്റെന്തു ചെയ്യാനാണ്, ഓൺടീ? ബോസിന് നന്നായി പണി ചെയ്യുന്നവരെ ഇഷ്ടമാണ്. മറ്റൊരിടത്തും ജോലി ചെയ്യാനും എനിക്ക് ആഗ്രഹമില്ല. ഇവിടെ നാട്ടിലെ കാലാവസ്ഥ. കാറില്ലാതെ ആപ്പീസിലെത്താം. മാർക്കറ്റിലും."

ഞങ്ങളുടെ ഗ്രാമത്തിൽ കാറില്ലാത്ത ഒരേയൊരു വ്യക്തി അവളാണെന്നു ഞാനോർത്തു.

"എന്തുചെയ്യുകയാണ് പണമെല്ലാം?"

"സമ്പാദിക്കുന്നു!" അവൾ ഉല്ലാസത്തോടെ പറഞ്ഞു: "സായിപ്പിനെ ഭയപ്പെടാതെ ഭാവികാലം കഴിക്കാമല്ലൊ, പണിയില്ലാതായാലും ജീവിക്കണം, ഇവിടെത്തന്നെ! എന്റെ എല്ലാവരും ഇന്നാട്ടിലാണ്. എന്നാലും നാട്ടിലെ ജീവിതമാണ് എനിക്കിഷ്ടം."

എന്തുകൊണ്ടെന്നു ഞാൻ ചോദിച്ചില്ല.

35

സാമ്പത്തിക തകർച്ചയുടെ കാലം

ഒന്നാം ലോകമഹായുദ്ധത്തിനും രണ്ടാംലോകമഹായുദ്ധത്തിനും ഇടയ്ക്ക്, വിശിഷ്യാ മുപ്പതുകളിൽ, ലോകമെങ്ങും വ്യാപിച്ച സാമ്പത്തിക മാന്ദ്യത്തിൽനിന്നു രക്ഷനേടാൻ അമേരിക്കയ്ക്ക് അത്യധ്വാനം ചെയ്യേണ്ടി വന്നു. അത്യുൽപ്പാദനവും ആവശ്യങ്ങളുടെ ഇടിവും കാർഷിക മേഖലയുടെ തണ്ടെല്ലൊടിച്ചു. ഫാക്ടറികളിൽനിന്നുള്ള മിച്ച വരുമാനം നാമമാത്രമായി. അതു നന്നേ കുറച്ചുപേർക്കേ ഉതകിയുള്ളു. 1929 ൽ തറപറ്റിയ സ്റ്റോക്ക് മാർക്കറ്റ് 1932 ൽ അധികാരത്തിലേറിയ പ്രസിഡന്റ് ഫ്രാങ്ക്ലിൻ റൂസ്‌വെൽറ്റ് ആവിഷ്കരിച്ച പ്രത്യേക തന്ത്രങ്ങളിലൂടെയാണ് അമേരിക്ക കര പറ്റിച്ചത്. ഈ ചരിത്രത്തിന്റെ ചുരുക്കം, ടൂറിസ്റ്റ് മേഖലയിൽ ആലേഖനം ചെയ്യപ്പെട്ടിട്ടുണ്ട്.

കൃഷിക്കളങ്ങളിലും നഗരങ്ങളിലും അലഞ്ഞുനടന്ന നാട്ടിലെ യുവാക്കളെയും വിമുക്തഭടരായ യുവാക്കളെയും നിർമാണപ്രവർത്തനങ്ങളിൽ ഏർപ്പെടുത്തി, നാടിന്റെ നട്ടെല്ലു നിവർത്തുകയായിരുന്നു ലക്ഷ്യം. അമേരിക്കയുടെ ടൂറിസം വികസന പദ്ധതിയുടെ തുടക്കം ഇവിടെയാണ്.

ശൈത്യം കുടിയേറുന്ന മലമ്പ്രദേശങ്ങളും മിതോഷ്ണ മരുഭൂമികളും കടൽത്തീരങ്ങളും കാനനഭൂമികളും, കൊളറാഡോ–അരിസോണ മേഖലയിലെ അത്യഗാധവും അപൂർവവും ആയ ഗ്രാന്റ് കാന്യൻ മേഖലയും എല്ലാം പ്രവർത്തനനിരതരായ യുവജനശക്തിയുടെ ആലക്തിക സ്പർശനത്തിനു വിധേയമായി. യുവാക്കളെ ആയിരം അംഗങ്ങൾ വീതമുള്ള അൻപതു കേന്ദ്രങ്ങളിൽ വിന്യസിച്ചു. റോഡ് നിർമാണം, വനസംരക്ഷണം, ജല–ടൂറിസം, മഞ്ഞുമേഖലയിലെ വിനോദ പരിപാടി വികസനം, ചരിത്രത്തിന്റെ ഗൂഢമുഖങ്ങൾ കണ്ടെത്തൽ, ആദി ഇന്ത്യൻ വർഗങ്ങളുടെ പാരമ്പര്യജീവിതത്തിന്റെ മൂല്യങ്ങൾ ഉൾക്കൊണ്ട് അവരെ സംര

ക്ഷിച്ച്, ചൂഷണം ചെയ്യൽ എന്നിവ കൂട്ടത്തിൽപ്പെടുന്നു. കാർഷികമേഖലയുടെ അഭിവൃദ്ധി, കൂട്ടത്തിലൊരു വരുമാനമാർഗമെന്ന അവസ്ഥയായി. സ്റ്റീൽ ഫാക്ടറികളുടെ ഉൽപ്പാദനക്ഷമത പുതിയ ദിശാമുഖം തേടി. സമ്പൂർണ അടിസ്ഥാന സൗകര്യങ്ങളുടെ സ്ഥാപനത്തിലൂടെ മാത്രമേ, പരിസ്ഥിതി സംരക്ഷണവും ടൂറിസവും വികസിക്കയുള്ളൂ എന്ന നിഗമനത്തിലെത്തിച്ചേർന്നു. കതിരിനു വളം വയ്ക്കുന്ന ഒരു സമ്പ്രദായത്തിന് അമേരിക്കൻ സാമ്പത്തിക വ്യവഹാരത്തിൽ സ്ഥാനമില്ല. അമ്പതിനായിരം യുവാക്കളുടെ കഠിനാധ്വാനം, അവരുടെ വരുമാനത്തിൽ ഒരു പങ്ക് (മാസംപ്രതി മൂവായിരത്തി അഞ്ഞൂറ് ഡോളർ) ഓരോ ഗൃഹത്തിലേക്കും സർക്കാർ (അതിനു നിയോഗിക്കപ്പെട്ടവർ) എത്തിച്ചുകൊടുത്തു. നാട്ടിൽ അവശേഷിച്ചവർ കാർഷികമേഖലയെ ശാസ്ത്രീയമായി തെഴുപ്പിക്കയും സമ്പന്നമാക്കുകയും ചെയ്തു. നമ്മുടെ രാജ്യത്തെ കാർഷികദാരിദ്ര്യത്തിന്റെ അടിസ്ഥാനം, ജനിക്കുന്ന കർഷകകുടുംബങ്ങളെല്ലാം കാർഷികരംഗത്ത് അടിഞ്ഞുകൂടുന്നു എന്നതാണ്.

കഠിനാധ്വാനത്തിന്റെ കാലമാണ് അമേരിക്കയുടെ ശിഥിലഖണ്ഡങ്ങളെ സമന്വയിപ്പിച്ച് ഏകരാഷ്ട്രബോധത്തിൽ ഉറപ്പിച്ചുനിർത്തിയത്. ഭരണാധികാരികളുടെ നിതാന്തജാഗ്രത, കുടിയേറ്റ രക്തത്തിന്റെ അധ്വാനശേഷി, സഹനത്തിന്റെ മതവിശ്വാസം, ജനസാമാന്യത്തിന്റെ അർപ്പിതമനസ്സ്, മികച്ച രാജ്യസ്നേഹം — എല്ലാം കൂടിച്ചേർന്നപ്പോൾ ഇന്നത്തെ അമേരിക്കയുടെ അസ്തിവാരം ദൃഢമായി. 'അമേരിക്ക' എന്നുച്ചരിക്കുമ്പോൾ അവരുടെ വാക്കിനും നോക്കിനും തിളക്കമേറുന്നു.

ഫാസിസ്റ്റ് — വർണചിന്ത യൂറോപ്പിന്റെ തീരങ്ങളിൽനിന്ന് അമേരിക്കൻ വൻകരയിലേക്ക് പടർന്നുകയറാൻ ഉദ്യമിച്ചപ്പോഴെല്ലാം, അടിസ്ഥാന ജനാധിപത്യബോധം അമേരിക്കൻജനതയെ ജാഗരൂകരാക്കി.

ആഷ്‌വില്ലിലെ രണ്ടാം രാത്രിക്കു ശേഷം, ഞങ്ങൾ സ്മോക്കി മൗണ്ടൻസ് (Smoky Mountains) ദർശിക്കാൻ പോവുകയാണ്. കഴിഞ്ഞ മാസങ്ങളിലെ മരുയാത്രകളിൽനിന്നും തീർത്തും വ്യത്യസ്തം. ഫ്ളോറിഡയുടെ വടക്കൻ അതിർത്തിയും ജോർജിയയും കടന്നു പടിഞ്ഞാറോട്ട്. നോർത്ത് കരോലിന സ്റ്റേറ്റിൽവച്ച് ടെന്നസി പർവതവനമേഖലയിലേക്കു കടക്കുന്നു. നോർത്ത് കരോലിന സ്റ്റേറ്റിനും ടെന്നസി സ്റ്റേറ്റിനും ഇടയിലാണ് 'പുകയുന്ന പർവതനിര'കളുടെ കിടപ്പ്. മൊത്തം മുപ്പത്തഞ്ചു മൈൽ നീളം. ലോകത്തിലെ പുരാതന പർവതശൃംഖലകളിൽ ഒന്ന്. പതിനായിരത്തിൽപ്പരം വർഗത്തിൽപ്പെടുന്ന ചെടികൾ ഇതുവരെ കണ്ടെത്തപ്പെട്ടിട്ടുണ്ടെന്നും. തൊണ്ണൂറായിരം ഇനങ്ങളെ ഇനിയും വേർതിരിച്ചെടുക്കാനുണ്ടെന്നും ഇവർ അവകാശപ്പെടുന്നു. എന്നാലും വിസ്തൃതി കുറഞ്ഞുകൊണ്ടിരിക്കുന്ന നമ്മുടെ ഉഷ്ണമേഖലാ വനങ്ങളിലെ ജന്തു-പ്രകൃതി വൈവിധ്യം ഇവിടെ യാത്രികർക്ക് കണ്ടെത്താൻ കഴിയുന്നില്ല. തൊണ്ണൂറ് ശതമാനവും അചുംബിതമായിരിക്കുന്ന സ്മോക്കി റേഞ്ചസ് സസ്യസമ്പത്തിന്റെ ഒരു വൻ ഗൂഢകലവറയായി അവശേഷിക്കുന്നു.

ഇടതൂർന്ന വനം. ടൂറിസ്റ്റ് വണ്ടികൾ നന്നേ കുറവ്. വണ്ടി നിർത്തി

സ്മോക്കി മൗണ്ടൻസ്

ഏതാനും മിനിറ്റ് പുറത്തിറങ്ങി നിന്നു. അലൗകികമായ കുളിർകാറ്റ്. ഷഡ്പദങ്ങളുടെ സംഗീതസാമ്രാജ്യം. തൊട്ടുമുന്നിലെ പർവതസാനുവിൽ നിന്ന് ഒരു വെള്ളച്ചാട്ടം മദിച്ചിറങ്ങി കാട്ടിൽ മറയുന്നു. വനസുന്ദരിമാർ പച്ചയുടുപ്പ് ഉരിഞ്ഞുമാറ്റി മഞ്ഞയും ഓറഞ്ചും തുകിലുകൾ ധരിക്കാൻ തുടങ്ങി. പൂർണമായും പച്ച വെടിഞ്ഞു. മഞ്ഞ, ഓറഞ്ച്, ചുവപ്പ്, മെറൂൺ, വയലറ്റ് മയമാകാൻ വെറും രണ്ടാഴ്ച കഴിഞ്ഞാൽ മതി. അതുവരെ കാത്തിരിക്കാൻ നമുക്ക് സമയമില്ലല്ലൊ! പിന്നീട് മഞ്ഞിന്റെ വാഴ്ചയാണ്. വഴികളെല്ലാം അടയ്ക്കപ്പെടും. ഹിമതടവിനോദകേന്ദ്രങ്ങൾ മാത്രമേ പിന്നീട് തുറക്കപ്പെടൂ.

താഴെയിറങ്ങിയാൽ ഒരു നേറ്റീവ് ഇന്ത്യൻ ഗ്രാമം കാണാം. രണ്ടു മണിക്കൂർ വനയാത്ര നടത്തിക്കഴിയുമ്പോൾ നിങ്ങൾ മറ്റൊരാളാവും. ഭൂമിയുടെ ഒരു ശക്തിയും നിങ്ങളുടെമേൽ അധികാരം കൈയാളാൻ വരാത്ത ഒരവസ്ഥ. നീയൊരു കേരളീയനാണ്. നിനക്ക് ഉലകംചുറ്റി പണം ചെലവാക്കാനുള്ള കഴിവുണ്ടോ? യാത്രകൾ മാത്രം ലക്ഷ്യമാക്കി എത്രപേരുണ്ട്, അത്യാവശ്യങ്ങൾപോലും മാറ്റിവച്ചു പണം സ്വരൂപിക്കുന്നവർ? അതിനുവേണ്ടി മാത്രം നീ ഓവർടൈം ജോലി ചെയ്തിട്ടുണ്ടോ? നീ സമ്പാദിക്കുന്നതെന്തും നിനക്ക് മാളിക പണിയാനും പെൺപണം കൊടുക്കാനും 'വിദ്യ'യെന്ന അഭ്യാസം നടത്താനും ചെലവാക്കാനല്ലേ? പിന്നെ ഹോട്ടലിൽ കേറി വീക്കെന്റുകളെ ആഘോഷിക്കാൻ തലച്ചോറ് ചുട്ടുപഴുക്കുംവരെ ജോലി ചെയ്ത്, ശേഷിച്ച രണ്ടു ദിവസങ്ങൾ അതിനെ തണുപ്പിക്കാനും, ആത്മസാക്ഷാൽക്കാരത്തിനുമാണ് ഇവിടത്തുകാരുടെ

യാത്രകൾ. അടിസ്ഥാനപരമായി നമുക്കും പാശ്ചാത്യർക്കുമിടയിലുള്ള കാഴ്ചപ്പാടിന്റെ വ്യത്യാസത്തെപ്പറ്റി ഞാൻ ചിന്തിക്കുന്നു.

താരതമ്യം ചെയ്യാതിരിക്കുകയാണ് ബുദ്ധി!

പക്ഷേ, ഈ പ്രശാന്തിതീരത്തെത്തുമ്പോൾ ശൃംഗങ്ങളിലേക്കു കയറുമ്പോൾ നീ നിന്റെ നാടിന്റെ അതൃപ്തികളും അന്ധവിശ്വാസങ്ങളും ധൂർത്തും അകർമണ്യതയും കുതന്ത്രവും നിഗൂഢവഴികളും മറക്കും. ഇവിടെ ജീവലോകത്തെ, ഒരണുമാത്രമായി, സ്വതന്ത്രമായി പറന്നു നടക്കും, നിന്റെ ആത്മാവ്.

വഴിയിലെ സൈൻബോർഡ് പറയുന്നു, നീലമലനിരകൾക്കിടയിൽ ലോകപ്രശസ്തമായ 'ബിൽറ്റ് മോർ' എസ്റ്റേറ്റുണ്ട്. എണ്ണായിരം ഏക്ര വിസ്തൃതിയുള്ള, അമേരിക്കയിലെ, ഏറ്റവും വലിയ പ്രൈവറ്റ് സ്വർഗം. ഇരുന്നൂറ്റമ്പത്തഞ്ച് മുറികളുള്ള മന്ദിരം. അമ്പതിനായിരം ഫർണിച്ചർ, പുരാവസ്തുക്കൾ, പൂന്തോപ്പുകൾ, വീഞ്ഞുനിർമാണ കേന്ദ്രം — അതിനകത്ത് ഒന്നെത്തിനോക്കുന്നതിനെപ്പറ്റി ഒരു സാധാരണ ടൂറിസ്റ്റ് ചിന്തിക്കേണ്ട. സ്വപ്നം ബാക്കി നിർത്താം.

രാത്രിയാവുന്നു. തണുപ്പ് കൂടിക്കൂടി വരുന്നു. അജ്ഞാതദിക്കിലൊരു പാർപ്പിടം ബുക്ക് ചെയ്തിട്ടുണ്ട്. മൂടൽമഞ്ഞ്. റോഡോ പരിസരമോ ദൃശ്യമല്ല. മഞ്ഞ ഇരട്ടവരകളെ തെളിയിച്ചു (കുറേശ്ശെ) കൊണ്ട് വണ്ടി വെളിച്ചം മുന്നോട്ട്.

'ആഷ്‌വിൽ' എന്നൊരു ബോർഡ് കണ്ണിൽപ്പെടുന്നുണ്ടോ? ശ്രദ്ധിക്കണം എന്ന് ഡ്രൈവ് ചെയ്യുന്ന മകൻ. ഒരു രാത്രിവണ്ടുപോലെ ഞങ്ങളുടെ കാർ ഇരുട്ടിലൂടെ പറന്നു.

തെക്കൻ സംസ്ഥാനങ്ങളിൽ, 'മയാമി' നഗരം കഴിഞ്ഞാൽ ഏറ്റവും കൂടുതൽ കലാശേഖരങ്ങളുള്ള ഇടമാണ് പർവതനഗരമായ ആഷ്‌വിൽ.

പക്ഷേ, ഈ നഗരംചുറ്റൽ ഞങ്ങളുടെ പരിപാടിയിൽപ്പെടുന്നില്ല. പുലരും മുമ്പ് ഉണർന്നെണീറ്റ് 'മൗണ്ട് മിഷേൽ' സന്ദർശിക്കാൻ പോകണം. ഒരു മണിക്കൂർ വണ്ടിയിൽ. പിന്നെ പർവതപാതയിലൂടെ നടന്നു കേറണം. വണ്ടിയിലും പോകാം.

ആഷ്‌വിൽ മഴയിൽ കുളിച്ച് ഉറക്കത്തിലേക്കു കടന്നിരിക്കുന്നു. അത്താഴം കിട്ടിയില്ലെങ്കിലും ഉറങ്ങണം. നേരെ മുറിയിലെത്തി. മറ്റൊരു 'സൂപ്പർസിക്സ്'ന്റെ എല്ലാ സുഖസൗകര്യങ്ങളും. പറിച്ചെടുത്തുകൊണ്ടുവന്ന് പല നഗരങ്ങളിൽ നട്ടതുപോലെ. മുറ്റത്തെ വൃക്ഷങ്ങൾക്കും ചട്ടിയിലെ ചെടികൾക്കും പർവതചാരുത.

റൂം ഹീറ്റർ ക്രമീകരിച്ച് അരുൺ അത്താഴം തേടിപ്പോയി. ആരു വന്നാലും മുറി തുറക്കരുത്, സ്കൂൾ കുട്ടികളോടെന്നപോലെ അവൻ ആജ്ഞാപിച്ചു. ഉറങ്ങുകയുമരുത്. ടി വി കണ്ടിരുന്നാൽ മതി. പത്തുമിനിറ്റിനകം വരാം.

മക്ഡോനാൾഡിന്റെ ബർഗർ, ബിസ്കറ്റ്സ്, ശുദ്ധജലം. കോള ആർക്കും വേണ്ട. കാപ്പി ഇന്നേരത്തു കിട്ടില്ല. മകനു ചെറിയ ദുഃഖം.

രാത്രി മണി പത്തുകഴിഞ്ഞതേയുള്ളു. അർധരാത്രിയുടെ നിശ്ശബ്ദത. കൃത്യം പതിനൊന്നു മണിക്ക് അടുത്ത മുറിയിൽ നാലു പെൺകുട്ടികൾ, സംഗീതോപകരണങ്ങളുമായി കയറി വരുന്നത്, വകഞ്ഞുവെച്ച ജാലക ത്തിരശ്ശീലയിലൂടെ ഞാൻ കണ്ടു. അവർ വർത്തമാനം പറഞ്ഞു ചിരിച്ചു, പൊട്ടിച്ചിരിച്ചു തിമർത്തു. വനഭൂമിയിലെ ഏകാന്തരാവ് ചിറകു കുടഞ്ഞ് ഉണർന്നു.

36

ടെന്നീസി വനങ്ങൾ

ടെന്നീസി വനനിരകളിൽ ശിശിരം പൂത്തു തുടങ്ങും കാലം. ഒക്ടോബർ അവസാനിക്കുന്നു. അടുത്തമാസം മടക്കയാത്ര. അച്ഛനും അമ്മയും തിരുനെല്ലിക്കാടും മധ്യപ്രദേശിലെ ദണ്ഡകാരുണ്യവും മാത്രം കണ്ടാൽപ്പോരാ, ഇവിടെയുമുണ്ടല്ലോ നോക്കെത്താ ദൂരം വരെ വ്യാപിച്ചുകിടക്കുന്ന വനങ്ങൾ! മിതോഷ്ണമേഖലാ വനമെന്ന വ്യത്യാസമുണ്ട്. പിന്നെ റോക്കി മൗണ്ടൻ കൊടുമുടികൾ. ചിലപ്പോൾ ജീവിതത്തിലൊരിക്കൽ മാത്രം കാലുകുത്തുന്ന ഇടങ്ങൾ. ആകാശങ്ങൾക്ക് അതിരില്ല. പക്ഷേ, മനുഷ്യൻ വസിക്കുന്ന ഭൂതലത്തിനുണ്ട്. ചെറിയ ചെറിയ അത്ഭുതക്കാഴ്ചകൾകൊണ്ട് അച്ഛനമ്മമാരെ വിസ്മയിപ്പിക്കാമെന്ന് രക്ഷാകർത്താവായി ചമയുന്ന മകൻ തീരുമാനിക്കുന്നു. ഒരാഴ്ചകൂടി വൈകിയാൽ കാണാൻ പോകുന്ന മലമുകളിലൊന്നും എത്താൻ പറ്റില്ല. മഞ്ഞുവീഴ്ചയും ശീതക്കാറ്റും ആധിപത്യം സ്ഥാപിച്ചുകഴിഞ്ഞിരിക്കും. പിന്നീട് അവരുടെ കാലം, പഞ്ചഭൂതങ്ങളുടെ, മനുഷ്യന്റെ ആസക്തികളെയും അധിനിവേശങ്ങളെയും കൊച്ചാക്കുന്ന പ്രകൃതിയുടെ സാക്ഷാൽ ഭാവം.

ടെന്നീസി വനങ്ങളും മിസിസിപ്പീ തടങ്ങളും ഒരു കാൽപ്പനിക ചിത്രം മുമ്പേ വരച്ചു കാണിച്ചിട്ടുണ്ട് അമേരിക്കൻ കൃതികളിൽ. അവ നേരെ കാണാൻ പോവുകയാണ്.

"ടെന്നീസി വില്യംസ് എന്ന കവി ഇവിടുത്തുകാരനല്ലേ?" വണ്ടിയോടിക്കുന്ന മകനോട് ഞാൻ ചോദിക്കുന്നു.

"അറിയില്ല. വന്നു താമസമാക്കിയതാവാം. ഇവിടന്നു പുറത്തേക്കു പോയ ദേഹവുമാകാം. ആസ്ഥാന നഗരം, 'ഗാറ്റ്ലിൻ ബുഗ്ഗി'ൽ ഒരിടത്താവളം ഉണ്ടെന്നും പിന്നീടാണറിയുന്നത്. നാം തൽക്കാലം രാത്രിയിൽ എത്തിച്ചേരുക, 'ആഷ്‌വിൽ' മലമുകൾപ്പട്ടണത്തിലെ മഞ്ഞുവീഴ്ച

തുടങ്ങിക്കഴിഞ്ഞ ഇടത്താണ്. അവിടെ സീറ്റുകൾ ബുക്ക് ചെയ്തിട്ടുണ്ട്. സൂപ്പർസിക്സിൽ."

ടെന്നിസീക്കാടുകൾ, അത്ലാന്റിക് സമുദ്രംപോലെ അതിർ കാണിക്കാതെ പരന്നു കിടക്കുന്നു. രാത്രിയിലേക്ക്. തിരമാലകൾപോലെ വനനിരകൾ. പിന്നെപ്പിന്നെ, രാത്രി വഴിയുടെ മഞ്ഞ വരച്ച ട്രാക്കുകൾ മാത്രം കാണാം. വാഹനങ്ങൾ നന്നേ കുറവ്. അറ്റം കാണാത്ത വഴികളിലൂടെ വണ്ടിയോടിക്കൽ മകന് ആനന്ദകരമാണ്. ഓട്ടം സംഗീതത്തിന്റെ ഊടുകൾ പാവുന്നു. ചിലപ്പോഴെല്ലാം ദിശ തെറ്റി. തിരിച്ചറിയുമ്പോഴെല്ലാം മടങ്ങിപ്പോന്നു. കന്നിപ്പാതകളുടെ സൗന്ദര്യം മടുപ്പുളവാക്കുന്നില്ല. ശൈത്യം ചിലപ്പോൾ ഏറിവന്നു. ചിലപ്പോൾ കുറഞ്ഞും. നിമ്നോന്നതങ്ങൾ അങ്ങനെ വെളിപ്പെട്ടു. വൃക്ഷനിര വഴിനീളെയുണ്ട്. ഇടയ്ക്ക് ശക്തമായ മഴ പെയ്തു. മഴ വീശിയടിക്കുകയാണ്; വണ്ടിയുടെ ചില്ല് തകർക്കും എന്ന ഭീഷണിയോടെ. എവിടെയും നിന്നില്ല.

തെരുവു വിളക്കുകൾ മഴ കാരണം മുഷിഞ്ഞു നിൽക്കുന്നു. വിറയ്ക്കുന്ന വൃക്ഷങ്ങൾ. അവ കൈകൾ കൂട്ടിത്തിരുമ്മുകയും മുടിയഴിച്ചാടുകയും തല തല്ലുകയും ചെയ്യുന്നു. ഒരു ചെറുപട്ടണം കടന്നുപോയി. താമസം ഒരുക്കിയിരിക്കുന്നത് പട്ടണത്തിലല്ല. പ്രാന്തദേശത്ത് മലനിരകൾക്കിടയിലാണ്. 'ആഷ്‌വില്ലി'ന്റെ ഏറ്റവും തണുത്ത താഴ്‌വരയിൽ.

കാറ്റ് തല്ലിക്കൊഴിച്ച ഇല കാരണം വഴി കാണുന്നില്ല. വിസ്താരമുള്ള ഒരു മുറ്റത്താണ് എത്തിയിരിക്കുന്നതെന്നും മനസിലാവുന്നില്ല. ഒരു പൂവരശിന്റെ ചോട്ടിൽ വണ്ടി നിന്നു. നനഞ്ഞു കുതിർന്ന് അഞ്ചെട്ടു വണ്ടികൾ കിടപ്പുണ്ട്. ജനൽവെളിച്ചങ്ങൾ ആശ്വാസം പകരുന്നു. മഴയിഴ കോർത്ത്, ഏതോ മുറിയിൽനിന്ന് സംഗീതം പുറത്തു കടന്നു. വാതിലടഞ്ഞപ്പോൾ അതു മറഞ്ഞു.

ഒരു മഞ്ഞക്കണ്ണ് തെളിഞ്ഞു നിൽപ്പുള്ള ദിക്കിലേക്ക് അരുൺ തിരക്കാൻ പോയി. താക്കോലുമായി വന്നു. പുറകെ ഒരാളുമില്ല. നമ്പരൊപ്പിച്ചു മുറി എളുപ്പം കണ്ടെത്തി. ഗ്രൗണ്ട് ഫ്ളോറിലാണ്. ചെടി നിറഞ്ഞ മുറ്റത്തേക്ക് തുറക്കുന്ന ജനലുകൾ. ജനലുകൾക്ക് മുന്നിൽ നീണ്ട വരാന്ത.

ഇതിനിടയ്ക്ക് സ്വന്തമായിക്കഴിഞ്ഞ മറ്റൊരു സൂപ്പർസിക്സ് സ്വീറ്റ്. വൂളൻ കാർപ്പെറ്റ്. കട്ടിത്തിരശ്ശീലകൾ, റൂം ഹീറ്റർ. ഇളം ചൂട് പ്രസരിപ്പിക്കുന്ന മുറിക്കകം ഒരു വലിയ ഗർഭപാത്രം പോലെ ആനന്ദദായകം. തൊട്ടടുത്ത സ്വീറ്റിൽ പോയി മകൻ തിരിച്ചുവന്നു.

ഇന്ന് അത്താഴപ്പട്ടിണിയാണെന്നു തോന്നുന്നു!

"നിനക്കു വിശക്കുന്നുണ്ടോ?"

"ഇല്ല. കാപ്പി കിട്ടും കൊണ്ടുവരാം."

ആവി പറക്കുന്ന സുഗന്ധവാഹിയായ അമേരിക്കൻ കാപ്പി. അഞ്ഞൂറ് ഗ്രാം ഉൾക്കൊള്ളുന്ന വലിയ കോഫീമഗ്ഗാണ് പ്രചാരം. പിന്നെ ആഹാരമൊന്നും വേണ്ട. പലപ്പോഴും കിണർപോലത്തെ ഈ വലിയ മഗ്ഗുകൾ കുടിച്ചു വറ്റിക്കാനാവുന്നില്ല.

ഞാൻ തൊട്ടടുത്ത മുറിയിൽത്തന്നെയാണ്!

പേടിക്കാനെന്തുണ്ട്? അച്ഛനും മകനും കൂടെയുണ്ട്. ഏതോ അജ്ഞാതമായൊരു വനപ്രദേശത്ത്, കൊടുമുടികൾക്കിടയിലെ താവളത്തിൽ വീടുവിട്ടിറങ്ങിയാൽപ്പിന്നെ മനുഷ്യന്റെ ഭയം അലിഞ്ഞുതീരുന്നതെങ്ങനെ എന്നറിയുന്നില്ല. ഈ ലോകം മുഴുവനും തങ്ങളുടേതാണെന്ന തോന്നൽ. എല്ലാവരും അഭയാർഥികൾ. എല്ലാം ഇടത്താവളം. കൂടുതൽനാൾ താമസിക്കാനിടവരുന്ന ഗേഹങ്ങൾ കൂടുതൽ സുരക്ഷിതത്വം നൽകും എന്ന ബോധം തെറ്റാണ്. നാളെ, എഴുന്നേൽക്കുമ്പോൾ എല്ലാവരുടേതുമായൊരു സൂര്യന്റെ പുഞ്ചിരിക്കുന്ന മുഖം പറയും:

“നല്ലപോലെ ഉറങ്ങി, അല്ലേ?”

ജനൽത്തിരശ്ശീല വകഞ്ഞുമാറ്റി, കണ്ണാടിപ്പൊളി മെല്ലെ നീക്കി. പുലർന്നിരിക്കുന്നു. സൂര്യന്റെ മുഖം കാണാനില്ലെങ്കിലും, കൈയുകൾ മരച്ചില്ലകളെ തടവുന്നുണ്ട്. മഴ ശമിച്ചു. മരിച്ചുവീണ ഇലകൾ തൂത്തുവാരാൻ ഒരു ചെറുവണ്ടിയോടിച്ച് ഒരാളെത്തി. യാത്രാവണ്ടികളിൽ ചിലതു നേരത്തെ സ്ഥലം വിട്ടു കഴിഞ്ഞിരിക്കുന്നു.

“രാത്രി നമ്മൾ ഇവിടത്തന്നെ തിരിച്ചെത്തും.” താക്കോൽ എൽപ്പിച്ചു, കാപ്പി മഗ്ഗുകളുമായി മകൻ വന്നു:

“പക്ഷേ മുറികൾ വേറെ ആയിരിക്കും.”

ലഗേജ് വണ്ടിയിൽ തിരിച്ചു കൊണ്ടുവന്നുവെച്ചു.

ഗാറ്റ്ലിൻ ബർഗിലേക്ക്

ഞങ്ങൾക്കു മുമ്പേ നാലു യുവതികൾ ഒരു വണ്ടിയിൽ കയറി ഓടിച്ചുപോയി. ഒരു ഗായകസംഘമാണ്. സംഗീതോപകരണങ്ങൾ കൈയിൽ വച്ചുകൊണ്ടാണ് അവർ മുറിവിട്ടിറങ്ങിയത്. നേരം പുലരുംവരെ അവർ പാടിക്കൊണ്ടിരുന്നു. ഇടയ്ക്ക് ഉറക്കം ഞെട്ടിയപ്പോഴെല്ലാം സംഗീതത്തിന്റെ നേർമയേറിയ വീചികൾ മുറിക്കകത്ത് നുണുകടന്നിരുന്നു.

മുപ്പതുമൈൽ അകലെയാണ് ലക്ഷ്യസ്ഥാനം. മലയോരപ്പട്ടണമാണ് ‘ഗാറ്റ്ലിൻ ബർഗ്’. അടുത്ത കാലത്ത് സഞ്ചാരികളെ ആകർഷിക്കാൻ തുങ്ങിയ പട്ടണമാണ്. അവിടെ താമസസ്ഥലം കിട്ടുമോ എന്ന ആശങ്കകാരണമാണ് ഇത്ര ദൂരെ താമസത്തിന് മുറിയെടുത്തത്. ഇവിടെ സൂപ്പർ സിക്സ് ഉണ്ട്. അവിടെ അങ്ങനെയൊന്നില്ല.

പട്ടണത്തിന്റെ പ്രവേശനദ്വാരത്തിലെത്തും വരെ, അവിടെ ഒരു പട്ടണമുണ്ടെന്ന് അറിയില്ല. ഒരു ലക്ഷണവുമില്ല സൈൻബോർഡുകളൊഴികെ.

പട്ടണപ്രവേശത്തിൽ ആദ്യം മുഖം കാണിക്കുന്നത് നിരന്ന കെട്ടിടങ്ങളല്ല, അപ്പുറത്ത് ഗാംഭീര്യത്തോടെ നിൽക്കുന്ന ഒരഗ്നിപർവതഗളവും ശിരസും. അതിന് ഒരു ഗാട്ടുകാരന്റെ ഗാംഭീര്യമുണ്ട്, ഗൗരവവും. ഒരു സാക്ഷിയുടെ സംയമനവും. വെയിലിനെ നോക്കി ചിരിക്കുകയാണിപ്പോൾ. പുക തുപ്പി മടുത്ത ഒരു കാരണവരെപ്പോലെ അത് നഗരത്തെ അലസമ

ട്ടിലും ചിലപ്പോൾ തെളിവെയിൽ ഊർജസ്വലതയോടെയും നിരീക്ഷിച്ചു കൊണ്ടേ നിൽക്കുന്നു. കൊടുമുടിയിലേക്കു വലിച്ചുകെട്ടിയ റോപ് വേയിൽ, അനേകം കുഞ്ഞുകസേരകൾ ഞാന്നുകിടപ്പുണ്ട്. കുന്നുയരത്തിലാണ് റോപ് വേ. കസേരകൾക്ക് കളിക്കസേരയുടെ മുഴുപ്പേ കാണാനുള്ളു. ഒന്നിലും ആളില്ല. ടൂറിസ്റ്റുകളെ കാത്തുനിൽപ്പാണ് അവ.

കീഴെ കൂറ്റൻ മത്തങ്ങകളും വർണപ്പൂക്കൂടകളും മറ്റലങ്കാരങ്ങളും കൊണ്ടു മോടിപിടിപ്പിക്കപ്പെട്ട പട്ടണക്കഴുത്ത്. അംബരചുംബികളൊന്നുമില്ലാത്ത പട്ടണം. അഗ്നിപർവതക്കാരണവരുടെ മുമ്പിൽ വണങ്ങിനിൽക്കുമ്പോലെ കെട്ടിടങ്ങൾ.

ഇന്ന് 'ഹല്ലോവീൻ' എന്ന ഉത്സവദിനം. ക്രിസ്ത്യാനികൾ ചെകുത്താനെ ചേട്ടയാട്ടിക്കളയുന്നതിന്റെ ഉന്മാദലഹരിയിൽ കറുത്ത വേഷം ധരിച്ച അനേകം പെൺകുട്ടികൾ, തെരുവിലൂടെ ഒരു ഘോഷയാത്രയായി കത്തീഡ്രലിനു നേർക്കു നടന്നുപോകുന്നു.

കറുത്ത കുപ്പായം, കറുത്ത റിബൺ, കറുത്ത ശിരോവസ്ത്രം, കറുത്ത മണിമാലകൾ. വെളുപ്പ് കുട്ടികൾ. ചിലർ വളരെ വിസ്തരിച്ച് കണ്ണുകൾ കറുപ്പിച്ചെഴുതി ചെകുത്താനെ ഓർമിപ്പിക്കുന്നു. സർവത്ര ചിരി മുഴങ്ങുന്നുണ്ട്.

കടകളെല്ലാം അമേരിന്ത്യൻ ആദിവാസി ശൈലിയിൽ കറുപ്പിൽ വെള്ള ചമയംപൂശിയ ഭിത്തികളുമായി എഴുന്നുനിൽക്കുന്നു. പാരപ്പെറ്റുകളിലുമുണ്ട് കറുപ്പിൽ വളുത്ത ചിത്രമെഴുത്ത്.

ഗാറ്റ്ലിൻ ബർഗ് പട്ടണത്തോട് ചേർന്ന് ഒരു കലാഗ്രാമമുണ്ടെന്ന സൈൻബോർഡ് കണ്ടു. ഇന്ന് കലാകാരന്മാരും അല്ലാത്തവരുമായ ജനമെല്ലാം പട്ടണത്തിൽ ഉത്സവലാസ്യത്തിലാണ്. എല്ലാ കടകളും അലങ്കരിക്കപ്പെട്ടിരിക്കുന്നു. എല്ലാ പ്രവേശന ദ്വാരങ്ങളിലും ഒന്നിലധികം കൂറ്റൻ മത്തങ്ങകൾ കാഴ്ചയ്ക്കു വച്ചിട്ടുണ്ട്. നാം നല്ല നാളുകളിൽ ഇളനീർ കുലകൾക്കും കുലവാഴകൾക്കും നൽകുന്ന പാരമ്പര്യമാണ് ഇവിടത്തെ പഴുത്ത സുവർണഗോളാകൃതിയിലുള്ള മത്തങ്ങകൾക്ക്. 'ഹല്ലോവീൻ' വൈകിവന്നതിനാലോ, മത്തൻവള്ളികൾ നേർത്തേ കായ്ച്ചുപോയതിനാലോ എന്നറിഞ്ഞില്ല, കൂട്ടത്തിൽ വയറു പിളർന്നു, കുടൽമാല പുറത്തേക്ക് എത്തിനോക്കുന്ന കായ്കളുമുണ്ട്. പിളർപ്പിൽ നിറയെ പെർഫ്യൂം കോരിയൊഴിച്ചു ദുർഗന്ധം അകറ്റാനുള്ള ശ്രമവും നടക്കുന്നുണ്ട്. മത്തങ്ങകൾ മുഴുവനും തന്നെ അലങ്കാരാർഥമാണ്. ആരും വിൽക്കുന്നും വാങ്ങുന്നുമില്ല. മത്തങ്ങ ആദി അമേരിന്ത്യൻ — മെക്സിക്കൻ വർഗത്തിന്റെ പ്രധാന ആഹാരമായിരുന്നെന്നറിയുന്നു. മത്തങ്ങകൾക്ക്, കുട്ടിലിട്ടു വളർത്തിയ മട്ടിൽ ഒരേ വടിവ്, ഒരേ വലിപ്പം, ഒരേ സ്വർണവർണം.

ഉച്ചകഴിയുന്നു. തലയ്ക്കുമേലുയരത്തിൽ റോപ് വേയിലൂടെ അതിഥിജനം അഗ്നിപർവതകാരണവരെ മുഖം കാണിക്കാൻ ബദ്ധപ്പെട്ട് സഞ്ചരിക്കുന്നു. ഒറ്റത്തൂക്ക് കസേരയും ഇപ്പോൾ ഒഴിഞ്ഞിട്ടില്ല. കീഴെ നഗരത്തിന്റെ ഹൃദയത്തിലൂടെ ഒരു നദി, തീരങ്ങൾ സമദൂരം പാലിച്ച് അലസഗമനം നടത്തുന്നുണ്ട്. കാട്ടരുവി. അടിത്തട്ടിൽ പളുങ്ക് കല്ലുകൾ

വെട്ടിത്തിളങ്ങി. എല്ലായിടത്തും രണ്ടടി ആഴം. കുഴിച്ചു രൂപപ്പെടുത്തിയ ബെഡ്ഡിലൂടെയാണ് നദി ഒഴുകുന്നത്. ഇരുകരകളെയും ചേർത്തു നടപ്പാലങ്ങളും റോഡുപാലങ്ങളും. നദിക്കഭിമുഖമായി നീളെ ടൂറിസ്റ്റ് ഹോമുകൾ. വരാന്തയിലിരുന്ന് കാഴ്ച കാണുന്ന, കാപ്പി കുടിക്കുന്ന, മദ്യം നുണയുന്ന ജനം. "ഇന്നലെ ആഷ്‌വില്ലിൽ സ്വീറ്റ് എടുക്കേണ്ടായിരുന്നു" മകൻ പറഞ്ഞു.

ഈ നദി നഗരാതിർത്തി കടക്കുമ്പോൾ ഒരു കുറ്റൻ അക്വേറിയമായി പരിണമിക്കുന്നു, വലിയ തുരങ്കത്തിനകത്ത്. അക്വേറിയം സന്ദർശിക്കാൻ ബോട്ടുയാത്ര വേണം. അമേരിക്കയിൽ, ജനം ആവർത്തിച്ചു കാണാൻ വരുന്ന ഒരു സഞ്ചാരപറുദീസയാണിവിടം. എല്ലാ വർഷവും വരുന്നവരുമുണ്ട്.

ഞങ്ങൾ ഒരു മഴയിൽനിന്നു രക്ഷപ്പെടാൻ ചെറിയ ബസ് ഷെൽട്ടറിൽ കേറിനിന്നു. കഷ്ടിച്ച് മൂന്നാൾക്കു നിൽക്കാം. അത്രയേ വേണ്ടൂ. ബസുകൾ പെട്ടെന്നു വന്നുകൊണ്ടിരിക്കും. പോകുന്ന ബസുകളെല്ലാം ഞങ്ങൾക്കുവേണ്ടി നിന്നു.

"ഇവിടെ നിൽക്കുന്നത് അപകടമാണ്."മകൻ പറഞ്ഞു: "ഇത് മഴയിൽ നടക്കുന്നവർക്ക് രക്ഷ നൽകാനല്ല. ബസിൽ കയറാനുള്ളവർക്കായിരിക്കും. കൂടുതൽ സമയം നിന്നാൽ പിഴയൊടുക്കേണ്ടി വരും."

ഡ്രൈവർമാർ വളരെ നല്ലവർ. ബസ്സ് നിർത്തി നിങ്ങളെ ക്ഷണിക്കുന്നു. എവിടംവരെ പോകുമെന്നു പറയുന്നു.

ഞങ്ങളുടെ വണ്ടി പട്ടണദ്വാരത്തിലുണ്ട്. പട്ടണത്തിനകത്തേക്ക് സ്വകാര്യവണ്ടികൾക്ക് പ്രവേശനമില്ല.

പുഴ ഒഴുകിക്കൊണ്ടേയിരുന്നു. ഞങ്ങൾ ഒരു കൾവെർട്ടിനുമേൽ ഇരുന്നു. ആകാശത്തൂടെ സഞ്ചരിക്കുന്ന കസേരകളെ നോക്കി. അവ 'സ്മോക്കി മൗണ്ടൻ' നടന്നുകേറാൻ കഴിവില്ലാത്തവർക്കും ആകാശക്കാഴ്ചകൾക്കു ദാഹിക്കുന്നവർക്കും വേണ്ടിയാണ്.

മഴ തോർന്നു. നഗരത്തിനു ചുറ്റുമുള്ള വർത്തുളപാത നടന്നു തീർക്കാൻ തീരുമാനിച്ചു.

"ഭാഗ്യമായി. നാം ഈ പട്ടണത്തിൽ യദൃച്ഛാ വന്നുപെട്ടതാണ്! പരിപാടിയിലില്ലാത്ത ഒരിനം!" മകൻ പറഞ്ഞു.

മൂന്നുനില കെട്ടിടനിരകൾതോറും മട്ടുപ്പാവിലിരുന്നു, ജനം മഞ്ഞുനീരാളം വകഞ്ഞുനീക്കി, മുഖം കാണിക്കുന്ന സൂര്യഭഗവാനിൽ കണ്ണുനട്ടിരിപ്പാണ്. അശുക്കളായ മനുഷ്യരെ നോക്കി കാരുണ്യം വർഷിക്കുന്ന ചിരിയോടെ സൂര്യൻ. അകമ്പടി സേവിക്കുന്ന മഞ്ഞ്. വർണപ്രപഞ്ചം.

അവിചാരിതമായി ഒരു കോട്ടയും അതിനപ്പുറം വിചിത്രമായൊരു തെരുവും കാഴ്ചയെ സ്തംഭിപ്പിച്ചു.

ഇതാണ് കലാകാരന്മാരുടെ ഗ്രാമം. തെരുവിന് എട്ടുമൈൽ ദൈർഘ്യമുണ്ട്. അമേരിക്കൻ ഐക്യനാടുകളിലെ ഏറ്റവും വലിയ കലാകാരഗ്രാമം. എല്ലാവരും പരിപൂർണസ്വതന്ത്രർ. പാരമ്പര്യകലയെ അനുഷ്ഠാന

പൂർവം തുടരുന്ന കുടുംബങ്ങളുടെ ഗ്രാമം.

തടിയിലെ കൊത്തുപണി, ലാവ മൺപാത്രനിർമാണം, പിഞ്ഞാണ പാത്രങ്ങളുണ്ടാക്കൽ, രത്നക്കല്ലുരയ്ക്കൽ, ആഭരണപ്പണി, കമ്പിളിനെയ്ത്ത്, ചിത്രഫലകനിർമാണം — പ്രകൃതിയുടെ മൂലകങ്ങളെ നേരിട്ടു ശേഖരിച്ചു കൈകാര്യം ചെയ്യുന്ന പ്രാചീന കലാവിദ്യയുടെ പാരമ്പര്യ സൂക്ഷിപ്പുകാരുടെ ഗ്രാമം. എല്ലാ വീടും വിപണികൾ. അവർ സുഖമായി ജീവിക്കുന്നു. നമ്മൾ പാരമ്പര്യ കലകളെ പോയ കാലത്തിന്റെ ഇരുട്ടറയിലേക്ക് പിടിച്ചു തള്ളുമ്പോൾ, അവയെ എങ്ങനെ പരിരക്ഷിക്കാം, ലാഭകരമായി സഞ്ചാരികൾക്കു വിൽക്കാം, അങ്ങനെ പാരമ്പര്യ ധന്യതയെ മുന്നോട്ടു കൊണ്ടുപോകാം എന്നും ഈ ഒരൊറ്റത്തെരുവ് പഠിപ്പിക്കുന്നു. ഗ്ലോബലൈസേഷൻ = ഗൃഹാതുരതയും മരണവും എന്ന നമ്മുടെ നിർവചനത്തെ തിരുത്തിയെഴുതേണ്ടതാണ്. അകർമണ്യതയുടെ മരുഭൂമിയിൽ ഒന്നും തെഴുക്കുന്നില്ല, ദീർഘനാളേക്ക് നിലനിൽക്കുന്നുമില്ല. ആദിഇന്ത്യൻ ചുവർചിത്രങ്ങൾ, കലാകാരന്മാരുട ഭവനങ്ങളെ വേറിട്ടവതരിപ്പിക്കുന്നു.

കൊയ്ത്തുത്സവമാണ് ഇവരുടെ ഊക്കൻ വിപണനക്കാലം. പിന്നാമ്പുറങ്ങളിൽനിന്നു വരുന്ന കാർഷികവിഭവങ്ങളുടെ ഉത്സവം ഈ സ്റ്റേറ്റിന്റെ സാമ്പത്തിക ഘടനയിൽ ദൃഢമായൊരു കണ്ണിയാണ്.

അകലങ്ങളിൽ അഗ്നിപർവതമുഖത്ത് സൂര്യരശ്മികൾ ചാഞ്ഞുവീഴാൻ തുടങ്ങുന്നേരം ഞങ്ങൾ ഗാറ്റ്ലിൻ ബർഗ് പട്ടണത്തോട് വിടപറഞ്ഞു. കുടിയേറ്റപ്പട്ടണങ്ങൾക്ക് സ്വതഃസിദ്ധമായ വന്യഗന്ധം പിളർന്നു മാറ്റി ഞങ്ങൾ ആഷ്വില്ലിലേക്കു തിരിച്ചുപോയി.

37

ചെറോക്കി ഇന്ത്യൻ ഗ്രാമം

അമേരിക്കയിലെ ഭൂരിപക്ഷം നേറ്റീവ് ഇന്ത്യൻ വർഗക്കാരും ദാരിദ്ര്യരേഖയ്ക്കു താഴെ ജീവിക്കുന്നു എന്നാണ് മനസിലാക്കേണ്ടത്. അവരുടെ ദാരിദ്ര്യം വരച്ച രേഖ, നമ്മുടേതിനേക്കാൾ എത്രയോ ഉയരത്തിലാണെങ്കിലും വലിയ പൗരാണിക കൊട്ടാരങ്ങൾ ഇന്നും സംരക്ഷിക്കുന്നവരുണ്ട്. 'കൊട്ടാരവാസികൾ' എന്നു പറയപ്പെടുന്നവരുടെ പക്കലും കാശില്ല. പണമില്ലാത്തവർക്ക് അമേരിക്കയിൽ ജീവിതവുമില്ല. പാർപ്പിടങ്ങൾ നോക്കി, അവർ ഏതു വർഗക്കാരാണെന്ന് ആവശ്യക്കാർക്ക് കണ്ടെത്താം. അത്രതന്നെ!

'ചുവന്ന ഇന്ത്യർ' എന്ന് കൊളംബസ് നാമകരണം ചെയ്ത ആദിവാസികൾ, അക്കൂട്ടത്തിൽ ഒരു വർഗം മാത്രമാണ്.

ഉച്ചനേരത്ത് 'ചെറോക്കി ഇന്ത്യൻ ഗ്രാമം' എന്ന ബോർഡ് എഴുതിവച്ചിരിക്കുന്ന ഒരു നിരപ്പ് സ്ഥലത്തെത്തി. അനേകം കുന്നുകൾ ഇറങ്ങിവരുമ്പോൾ ഞങ്ങളുടെ കൂടെ സുതാര്യജലം നിറഞ്ഞൊഴുകുന്ന ഒരു കാട്ടാറുണ്ടായിരുന്നു. ഇവിടെയെത്തിയപ്പോൾ കാട്ടാറൊരു സമതലനദിയായി, ഇരുകരകളിലും കരിങ്കൽ പടുത്തുകെട്ടിയ ചാലിലൂടെ വിലാസവതിയായൊഴുകുന്നു. ആഴം കുറവ്. ഒരു നിർമിത കനാലെന്നു തോന്നും. അല്ല, സത്യത്തിൽ. അതിപ്രാചീനകാലം മുതൽക്കേ കാട്ടരുവി ഇവിടെ ഉണ്ടായിരുന്നു. അതിന്റെ സാന്നിധ്യമാണ് 'ചെറോക്കിക'ൾ എന്നറിയപ്പെടുന്ന ആദിജനസമൂഹത്തെ ഇവിടെ വേരുപിടിപ്പിച്ചത്. അവർ എവിടെന്നു വന്നു എന്നത് ചരിത്രകാരന്മാരെ കുഴയ്ക്കുന്ന പ്രശ്നമാണ്. ഏഷ്യയിൽ നിന്നോ, ആഫ്രിക്കയിൽ നിന്നോ യൂറോപ്പിൽ നിന്നോ? ഇന്ന് അമേരിക്കയിലെല്ലായിടത്തും അവരുടെ രക്തചരിത്രം അവകാശപ്പെടുന്നവർ നിവസിക്കുന്നുണ്ട്.

ചെറോക്കി ഇന്ത്യൻ ഗ്രാമം

ആറിന്റെ കുളിർജലം ആഘോഷത്തോടെ ഒഴുകുന്നതു കാണാൻ ടൂറിസ്റ്റുകൾ കരയിൽ നിരന്നു നിൽക്കുന്നുണ്ട്. ആരും ജലത്തിലിറങ്ങുന്നില്ല. വിരൽകൊണ്ട് സ്പർശിക്കുന്നുപോലുമില്ല. ഒരു 'സ്മാരക' ഭൂമിയോട് കാണിക്കേണ്ട, കൗതുകാദരങ്ങളോടെ കണ്ടുനിൽക്കുക മാത്രമാണ്. ഗ്രാമം ഒരു മാതൃകാ സ്ഥലമായി പഴയ മട്ടിൽ സൂക്ഷിച്ചിരിക്കുന്നു. കൂറ്റൻ ഒറ്റത്തടികൾ തൂണുകളാക്കി പണിതിരിക്കുന്ന ഒറ്റമുറിയും അടുക്കളയും സംഭരണമുറിയുമുള്ള ഭവനങ്ങൾ. ചുമരുകൾ ഒരു മീറ്ററിനടുത്ത് വ്യാസമുള്ള മരങ്ങൾ ഈർന്നു മുറിച്ച പലകകൾ വിലങ്ങനെ ചേർത്തുയർത്തിയ മട്ടിലാണ്. തൂണുകളുടെ കുനിപ്പുകളിൽ തടിപ്പലകകൾ ഒന്നിനൊന്നുമീതെ ഘടിപ്പിച്ചിട്ടുണ്ട്. ചിലേടത്ത് മരയാണികൾ ഉപയോഗിച്ചിരിക്കുന്നു. കാലപ്പഴക്കത്താൽ തടി കറുത്തും തരികൾ തെളിഞ്ഞും പരുക്കനായും ഭവിച്ചെങ്കിലും കെട്ടിടങ്ങൾക്ക് ജീർണത ബാധിച്ചിട്ടില്ല. ആകപ്പാടെ കറുത്ത ഭവനങ്ങൾ. കൂര മേഞ്ഞിരിക്കുന്നത് രണ്ടടി ചതുരത്തിലുള്ള മരത്തോൽകൊണ്ടാണ്. വീട്ടുനിർമാണ സാമഗ്രികളുടെ സമൃദ്ധി പോയ്മറഞ്ഞ വൻകാടുകളെ സൂചിപ്പിക്കുന്നു.

ഇതാണ് ചെറോക്കി ഇന്ത്യൻ ഗ്രാമം. ചെറോക്കി ഇന്ത്യൻസ് അമേരിക്കയിലെ ഏറ്റവും സംസ്കാരസമ്പന്നരായ ആദിവാസിവർഗമാണെന്നു കരുതപ്പെടുന്നു. അതുകൊണ്ട് അമേരിന്ത്യൻ ഇതരവർഗങ്ങളെല്ലാം തങ്ങൾ, ചെറോക്കികളാണെന്നു പറയാൻ വെമ്പുന്നു. ചെറോക്കികൾ അമേരിക്കയിലെ മിക്ക സ്റ്റേറ്റുകളിലും ചിതറിക്കിടപ്പുണ്ട്. അവരുടെ പൂർവികർ യൂറോപ്പിൽനിന്നും ആഫ്രിക്കയിൽനിന്നും വന്നവരോ അവരുടെ തന്നെ സങ്കരങ്ങളോ ആയിരിക്കാം.

ഒരു നേറ്റീവ് ഇന്ത്യൻ ഐഡന്റിറ്റികാർഡ് കൈവശമുണ്ടായാൽ സർക്കാരിന്റെ സാമ്പത്തികാനുകൂല്യങ്ങൾ ലഭിക്കുമെന്ന പ്രതീക്ഷ പുലർത്തുന്നവർ ധാരാളം. പക്ഷേ, കാർഡുടമകളാവാൻ തങ്ങളുടെ രക്തത്തിൽ മുപ്പതു ശതമാനമെങ്കിലും ചെറോക്കി രക്തം ഉണ്ടെന്നു തെളിയി

ക്കണം. പൂർവികരുടെ ചരിത്രം വീണ്ടെടുക്കണം. അതെങ്ങനെ പറ്റും എന്നാണ് ചെറോക്കികളിൽ താൽപ്പര്യമുള്ള ചരിത്രകാരന്മാരും ഗവേഷകരും നരവംശ ശാസ്ത്രജ്ഞരും ചോദിക്കുന്നത്. യൂറോപ്യൻ അധിനിവേശത്തിന്റെ പ്രാരംഭഘട്ടത്തിൽ, പതിനാറാം നൂറ്റാണ്ടിന്റെ തുടക്കത്തിൽ, വന്ന വെള്ളക്കാർ ഭൂരിപക്ഷം ചെറോക്കികളെ (മറ്റ് ആദി അമേരിക്കൻ വർഗത്തോടൊപ്പം) കൊന്നൊടുക്കി. ശേഷിച്ചവരിൽ സ്ത്രീകളെ അധിനിവേശസൈന്യവും പിണിയാളുകളും വെപ്പാട്ടികളാക്കി. കൂലിവേല ചെയ്യാൻ നിയുക്തരായ വെള്ളവർഗപുരുഷന്മാരെ ചെറോക്കി പെണ്ണുങ്ങളെ വരിക്കാൻ നിർബന്ധിച്ചു. വേണ്ടത്ര വെള്ളപ്പെണ്ണുങ്ങൾ അധിനിവേശക്കൂട്ടത്തിൽ ഉണ്ടായിരുന്നുമില്ല.

അമേരിക്കയിൽ ഇന്നവശേഷിക്കുന്ന ചെറോക്കികളെല്ലാം തന്നെ, മാതൃവഴിക്ക് ഈ വർഗത്തിൽപ്പെട്ടവരാണ്. പലപ്പോഴും അഞ്ചു ശതമാനത്തിൽ താഴെ മാത്രം ചെറോക്കിരക്തം പേറുന്ന ഇവർക്ക് ആദിവാസികൾക്കുള്ള ആനുകൂല്യങ്ങളൊന്നും കിട്ടാൻ സാധ്യതയില്ല. തെളിവുണ്ടാക്കാനുള്ള വഴികളെല്ലാം അടഞ്ഞുപോയി. കാർഡുകളുമായി അവർ ദാരിദ്ര്യരേഖയ്ക്കു കീഴെ കാത്തുകിടക്കുന്നു. അവരുടെ പാരമ്പര്യ വാസസ്ഥാനങ്ങളും പാർപ്പിടങ്ങളും ടൂറിസ്റ്റ് വിഭവങ്ങളാക്കി സർക്കാരും തൽപ്പരകക്ഷികളും ലാഭം കൊയ്യുന്നു. എല്ലാവരും ക്രൈസ്തവരായി പരിണമിച്ചതിനാൽ സമൂഹത്തിന്റെ മുഖ്യധാരയിലേക്കു കടക്കാൻ പറ്റിയവരെ വംശപ്രശ്നങ്ങളും വർഗവേർതിരിവുകളും ബാധിക്കുന്നില്ല. പിതാക്കളുടെ വെള്ളവർഗപാരമ്പര്യങ്ങൾക്കും ഇന്നു പ്രസക്തിയില്ല.

ചെറോക്കികളും മറ്റ് ആദിഅമേരിക്കൻ വർഗങ്ങളും ഇന്നും ഒരുതരം മാനസിക സംഘർഷത്തിന് അടിമകളാണെന്നാണ് സാമൂഹിക ശാസ്ത്രജ്ഞർ പറയുന്നത്. പട്ടണങ്ങളിൽ പരിഷ്കരിച്ച തൊഴിലുകളിൽ ഏർപ്പെടുന്നവരിൽ പലരും വാരാന്ത്യങ്ങളിൽ അവരുടെ മാതൃഗ്രാമങ്ങളിൽ തിരിച്ചെത്തി, പ്രാചീന അനുഷ്ഠാനങ്ങളിൽ മുഴുകാൻ നിർബന്ധിതരാണ്. ഇതുമൂലമുള്ള സാംസ്കാരിക പ്രതിസന്ധി അവരുടെ മുഖഭാവത്തിൽ പ്രകടമാണ്.

ചെറോക്കി ഗ്രാമത്തിൽ കുതിരയെ മേയ്ക്കുന്ന ഒരു പുരുഷൻ ടൂറിസ്റ്റുകളിൽ നിന്നകന്നു മാറി കുടിലിന്റെ പുറത്തുള്ള പന്നിക്കൂപ്പിലേക്കു നോക്കിനിന്നു. ഒരുതരം പുറംതിരിഞ്ഞു നിൽപ്പ്. ഞങ്ങൾക്ക് നിങ്ങളെ കാണേണ്ട എന്ന മട്ട്. മറ്റൊരാൾ വീടിന്റെ ഓരോ കോണും ചൂണ്ടിക്കാട്ടി. ഒരു കിടപ്പറ. ഒരു അടുക്കള. ഒരു തളം. തളത്തിന്റെ മൂലയ്ക്ക് ഉയരം കുറഞ്ഞ നാലു കൊച്ചു പീഠങ്ങൾ അടുക്കിവച്ചിരിക്കുന്നു. അതിലിരുന്ന് തറയിൽ വച്ചാണ് തളികയിൽനിന്ന് ആഹാരം കഴിക്കുന്നത്. ഒരു കുടിലിന്റെ മുറിയിൽ ചിത്രപടം വരച്ച ഒരു മെത്തയും കട്ടിലും കണ്ടു. ഗ്രാമാധിപന്റെ വീട്. അടുക്കളമുറ്റത്ത് ചോളം പൊടിക്കുന്ന തിരികല്ല്.

ഗ്രാമത്തിലെ എല്ലാവരുടെയും കന്നുകാലികളെ രാത്രി പാർപ്പിക്കുന്ന ഒരു നീണ്ട കാലിത്തൊഴുത്ത്. തണുപ്പിൽനിന്നു രക്ഷ തേടാനുള്ള എല്ലാ സംവിധാനവുമുണ്ട്.

പന്നിക്കൂടുകൾ കാലിയാണിപ്പോൾ. പന്നികൾ വളർന്നു വലുതായ നിരവധി കുഞ്ഞുങ്ങൾക്കൊപ്പം വനത്തിൽ (പ്രത്യേകം നീക്കിവയ്ക്കപ്പെട്ട) മേയാൻ പോയിരിക്കുകയാണ്. രണ്ടാഴ്ച കഴിഞ്ഞ് തണുപ്പാരംഭിക്കുമ്പോൾ അവ സ്വമേധയാ ഗ്രാമത്തിലേക്കു തിരിച്ചെത്തും. കൂടണയും, മനുഷ്യന് തീറ്റയാവും.

ഗ്രാമത്തിന്റെ ഒരറ്റത്തുള്ള പൗരാണിക കശാപ്പുശാല വേറിട്ടു നിൽക്കുന്ന ഒരു കാഴ്ചയാണ്. ചുറ്റും കനത്ത തടിപ്പലകച്ചുമരും, മുഖപ്പിന് വാതിലും പൂട്ടുമെല്ലാം ഉണ്ട്. വെള്ളക്കാർ വരുന്ന കാലത്ത് ഇതിനകത്തുവെച്ചാണ് ഇവർ പന്നികളെ അറുത്തിരുന്നത്. ശീതകാലത്തിന്റെ ആരംഭത്തിൽ വനത്തിൽ നിന്നെത്തുന്ന പന്നിക്കൂട്ടത്തിൽ ഏറ്റവും കൂടുതൽ കൊഴുത്തവയെ തെരഞ്ഞെടുത്ത് കുറേക്കാലം പ്രത്യേകം തീറ്റ കൊടുത്ത് കൂടുതൽ തടിയന്മാരാക്കി, ഓരോന്നായി കശാപ്പുചെയ്തു. അവരുടെ തനതായ രീതിയിൽ ഉപ്പുമാത്രം ചേർത്ത് പ്രിസർവ് ചെയ്തു പൊതു കലവറയിൽ സൂക്ഷിക്കുന്നു. ഈ കലവറയിൽനിന്ന് ക്രമമനുസരിച്ച് ഗ്രാമീണർക്കു മുഴുവനും വേണ്ട ആഹാരം ശൈത്യകാലത്ത് വിതരണം ചെയ്യുന്നു.

ചെറോക്കികളുടെ പ്രധാന ആഹാരം പന്നിമാംസവും ചോളവുമായിരുന്നു. പലതരം കോഴികളെ ഇവർ വളർത്തിയിരുന്നതായി, കുടിലുകളുടെ ഭിത്തിയിൽ കൊത്തിവെച്ച പന്നികളുടെയും കോഴികളുടെയും രൂപങ്ങളിൽനിന്നു മനസിലാക്കാം.

പന്നിക്കൂടിനപ്പുറം ചിരപുരാതനമായ കറ്റപ്പുരയും, മെതിക്കുന്ന തളങ്ങളുമുണ്ട്. ഈ സീസണിലെ വൈക്കോൽ മറ്റൊരു പുരയിൽ സംഭരിച്ചു വച്ചിരിക്കുന്നു.

ഒരു ചെറോക്കി ഭവനത്തിന്റെ മുറ്റത്ത് പഴയൊരു വള്ളം. തടിയിൽ തീർത്തത്. കേടുപാടുകളുണ്ട്. അതിൽ ഭീമാകാരനായ ഒരു പഴുത്ത മത്തൻ പാതി അളിഞ്ഞ് ഉപേക്ഷിക്കപ്പെട്ട മട്ടിൽ. അതിന്റെ വിത്തുകൾ വഞ്ചിയിൽ ചിതറിക്കിടക്കുന്നു. ഞാൻ നാലു വിത്തുകൾ പെറുക്കിയെടുത്തു. ചെറോക്കികളുടെ മത്തൻ നാട്ടിൽ കൊണ്ടുവന്ന് വളർത്താൻ മോഹം. മകനോട് പറഞ്ഞില്ല. പറഞ്ഞാൽ വിലക്കും. ഭദ്രമായി തുവാലയിൽ കെട്ടി ബാഗിലിട്ടു. പക്ഷേ അവ നാട്ടിലെത്തിയില്ല. എങ്ങോ കളഞ്ഞുപോയി.

'ഹല്ലോവീൻ' ദിനത്തിനുവേണ്ടി കരുതിവച്ച മത്തൻ കേടുവന്നുപോയതാണെന്ന് ആരോ പറഞ്ഞു. മതപരിവർത്തനം നേടിയ അമേരിന്ത്യൻ വർഗം രണ്ടുതരത്തിലുള്ള ആരാധനാരീതികളെ സമർഥമായി സമന്വയിപ്പിച്ചിരിക്കുന്നു. മത്തനും പന്നിയും അവരുടെ ആദിപരമ്പരയുടെ സംസ്കാരത്തിന്റെ ചിഹ്നങ്ങളാണ്.

ടൂറിസ്റ്റുകൾക്ക് കാണാനായി ഒരുക്കിവച്ചിരിക്കുന്ന ഒരു ചെറോക്കി ഭവനത്തിന്റെ തടിച്ചുമരിൽ ഒരു പഴയ ചിത്രം. പാതിയിലേറെ നഗ്നരായ ആദിവാസികളുടെ ചിത്രം. ഒരാണും ഒരു പെണ്ണും രണ്ടു മക്കളും മൂന്ന് നായ്ക്കളും അടങ്ങുന്ന ബ്ലാക്ക് ആന്റ് വൈറ്റ് ചിത്രം. ആരോ വരച്ചതാ

ണ്. ഇത് അപമാനകരമായ ഒരു ചിത്രദൃശ്യമാണെന്നു കരുതിയാവാം, അതിനെ ഏതാണ്ട് മറയ്ക്കും മട്ടിൽ അത്ര പുരാതനമല്ലാത്ത ഒരു പ്രിന്റ് ചിത്രം. രണ്ടു വനിതകൾ ഒരു പീഠത്തിലിരുന്ന്, വലിയ കുടകളിലെ പഞ്ഞിക്കുരു കളയുന്ന ചിത്രം. മദാമ്മ വേഷധാരിണികൾ. ചിത്രത്തിനു കീഴെ കുറിപ്പ്: 'ഇവർ കരോലിനയിലെ പരുത്തിത്തോട്ടങ്ങളിൽ ജീവിച്ചവരായിരുന്നു.' രണ്ടു ചിത്രങ്ങൾക്കു തമ്മിലുള്ള അകലം രണ്ടു നൂറ്റാണ്ടാണെങ്കിലും, കാഴ്ചയിൽ രണ്ടു ജനവർഗങ്ങൾ തമ്മിലുള്ള വ്യത്യാസമാണ് പ്രകടമായി കണ്ണിൽ പതിക്കുന്നത്. ഇരുകൂട്ടരും ചെറോക്കികൾ തന്നെയെന്നു മുഖച്ഛായ പറയുന്നു. ചെറോക്കികളിൽനിന്നാണ് അമേരിക്കയിലെ അധിനിവേശക്കാർ പന്നിയിറച്ചി പ്രിസർവ് ചെയ്ത് ഒരുവർഷത്തിലധികം സൂക്ഷിക്കുന്ന വിദ്യ പഠിച്ചത്. ആദി ഇന്ത്യരിൽനിന്നാണ് യൂറോപ്യൻ കുടിയേറ്റക്കാർ ധാന്യാഹാരത്തിന്റെ രുചി അറിഞ്ഞത്. ആദ്യം ആസ്വദിച്ച രുചി ചോളത്തിന്റേതാണ്. ഇന്നും അമേരിക്കയിൽ ഭൂരിപക്ഷത്തിനും പ്രിയം ചോളത്തിന്റെ ആഹാരപദാർഥങ്ങളോടാണ്. ഗോതമ്പ് രണ്ടാം സ്ഥാനത്താണ്. എന്നാലും പന്നിതീറ്റയിൽ അമേരിക്കർ മുമ്പന്മാരാണെന്നു തോന്നുന്നു. കൊച്ചുകുട്ടി മുതൽ വൃദ്ധർവരെ പന്നിയിറച്ചിയുടെ വിവിധ തയാറിപ്പുകൾ, സൂപ്പർമാർക്കറ്റിൽനിന്നു കൊട്ടക്കണക്കിൽ ശേഖരിക്കുന്നതും, ശിശുക്കൾ പന്നിയടയും പന്നി സമൂസയും മാർക്കറ്റിലെ ഇടനാഴിയിലൂടെ സഞ്ചരിക്കുന്ന ട്രോളിയിലിരുന്നു തിന്നുന്നതും കണ്ടിട്ടുണ്ട്.

പന്നി തിന്നുകൊഴുത്ത ആണിനും പെണ്ണിനും ഇന്ന് ഏഴടിപ്പൊക്കവും അതിനെ വെല്ലുന്ന ശരീരഭാരവുമുണ്ട്. ദുർമേദസാണ് ഇന്ന് അവരെ അലട്ടുന്ന ഏറ്റവും ഭീഷണമായ ആരോഗ്യപ്രശ്നം. ആദിവാസിവർഗവും ഈ മാറ്റത്തിന് ഇരയായിക്കൊണ്ടിരിക്കയാണ്. സ്വതവേ ദീർഘകായരായ നീഗ്രോ വംശജരുടെ പിൻഗാമികൾക്ക് വെളുത്ത വർഗത്തെക്കാൾ കായികമേദസുണ്ട്. തിന്നാനായി ജനിച്ചവർ എന്നു തോന്നിക്കുന്ന പ്രകൃതം. അധ്വാനിക്കുക, തിന്നുക, കുടിക്കുക, രമിക്കുക, ആഹ്ലാദിച്ച് 'ഇന്നു'കളിൽ ജീവിക്കുക എന്ന ജീവിതശൈലി. പക്ഷികളെപ്പോലെ, മൃഗങ്ങളെപ്പോലെ, മുതിരുന്ന മക്കളെ കഴിയുന്നതും നേരത്തെ കൊത്തിയാട്ടുക എന്ന സംസ്കൃതി. ഏകാന്തത സ്വയംവരിച്ച് അതിന്റെ തടവുകാരിയായിത്തീരുന്ന ഒരു ജനതയുടെ ജീവിതം — നാമും ഈ അവസ്ഥാവിശേഷത്തിലേക്ക് അതിവേഗം പാഞ്ഞുകൊണ്ടിരിക്കുന്നു.

ഉച്ചനേരത്തെ ആഹാരം ചെറോക്കികളുടെ പുഴക്കരയിലൊരു തടിബഞ്ചിലിരുന്നു കഴിച്ചു. കാലത്തെ മറികടക്കാനാഞ്ഞ് ഒഴുകിപ്പോവുന്ന നദി. എല്ലാത്തിനും സാക്ഷിയായ ജീവന്റെ നദി. കുടിവെള്ളം ശേഖരിക്കുന്ന ഒരു കടവ്. മാലിന്യത്തിന്റേയോ കളകളുടെയോ ഒരുതരി പോലും കാണാത്ത നദീതീരം. ഒഴുക്ക് ശാന്തമാണ്. ഏറ്റക്കുറച്ചിലുകളില്ല. ജലം ഉച്ചനേരത്തും തടവൃക്ഷങ്ങളുടെ നിഴലിൽ ഇരുണ്ടിരിക്കുന്നു, ശീതീകരിച്ചിരിക്കുന്നു. ചെറോക്കി വംശത്തിന്റെ സ്വത്വം നശിച്ചാലും ഈ നദി ഒഴുകിക്കൊണ്ടേയിരിക്കും.

38

തുക്കലോച്ചി ഗുഹകൾ

സ്മോക്കി പർവതനിരകളുടെ താഴ്വരയിൽ എത്തിയപ്പോൾ നട്ടുച്ച. ഇനി ഒരൊറ്റ കാഴ്ച ബാക്കിയുണ്ട്. ഒരു വലിയ മൈതാന നിരപ്പ്. ചില്ലുജാലകങ്ങളും കതകുകളുമുള്ള ഒരു ചെറുകെട്ടിടം മൈതാനത്തിന്റെ വടക്കേറ്റത്ത്. ഒറ്റപ്പെട്ട കെട്ടിടം കൗതുകമുണർത്തുന്നു. നോട്ടപ്പാടിലൊന്നും പ്രത്യേകം കാഴ്ചകളില്ല. ചെറുവൃക്ഷങ്ങൾ, പുൽത്തകിടിനിരന്ന വെളിമ്പറമ്പ്, സമതലത്തിന്റെ അങ്ങേയറ്റത്ത് ഇറങ്ങിപ്പോന്ന പർവതനിരകൾ. സ്മോക്കി മൗണ്ടൻസ്.

ചില്ലുകതകു തുറന്ന് ഏതാനും യാത്രക്കാർ ക്യൂവിൽ അകത്തു കയറുന്നു. ടിക്കറ്റെടുത്തു. ക്യൂവിൽ ചേർന്നു. നീല വേഷവും തൊപ്പിയും ധരിച്ച ഗൈഡ് പറഞ്ഞു, ഭൂമിക്കടിയിലെ ഗുഹാസമൂഹത്തിലേക്കാണ് ഇറങ്ങുന്നത്. ഇരുട്ടു കാണും വെളിച്ചവും വരും. അടിയിൽ വെള്ളവും തീരവും ഉണ്ട്. നടപ്പാതയുണ്ട്.

ഒരു നൂറ്റാണ്ടിനപ്പുറം, ആദിഅമേരിന്ത്യൻസ് ആണ് ഈ ഗുഹാസമുച്ചയം കണ്ടെത്തിയത്. ശത്രുക്കളിൽനിന്ന് രക്ഷ നേടാൻ അവർക്കൊരു രഹസ്യ സങ്കേതം കിട്ടി. അതീവരഹസ്യമായി സൂക്ഷിച്ചു. ബിൽ വനാന്ദ, ഹാരിമയേഴ്സ് എന്ന രണ്ടു യുവാക്കൾ, 1953 ൽ തങ്ങളുടെ ശൈശവകാലത്തെ ഒരുനാൾ പെട്ടെന്ന് ഓർക്കാനിടയായി. അവർ സ്മോക്കിയുടെ കാൽച്ചോട്ടിൽ കളിച്ചിരുന്ന മൈതാനം കാണാൻ കൊതിച്ചു. അതിലെ ഒഴുകുന്ന ഒരു നദിയുണ്ടായിരുന്നുവല്ലോ. നാലുവയസു പ്രായമുള്ള കാലത്തെ കളിസ്ഥലം കാണാൻ പുറപ്പെടുമ്പോൾ വനാന്ദ തന്റെ സുഹൃത്തായ ഹാരിയെ കൂട്ടിനു വിളിക്കുകയായിരുന്നു. മൈതാനത്തിന്റെ ഒരറ്റത്തുനിന്നു നദി ഭൂഗർഭത്തിലേക്കു നൂണിറങ്ങി അപ്രത്യക്ഷയായിരുന്ന അത്ഭുതക്കാഴ്ച ഒന്നുകൂടി കാണണം. അവർ നദിയെ പിന്തുടർന്നു

ഭൂഗർഭത്തിലെത്തി. കുറെ നടന്നു ചെന്നപ്പോൾ കണ്ട കാഴ്ച അവരെ അത്ഭുതസ്തബ്ധരാക്കി. അന്ധകാരത്തിന്റെ പ്രകാശം ചിന്നുന്ന തൂക്കുപാറകൾ, ശിഖരങ്ങൾ. ഗുഹയുടെ മേൽപ്പുരയിൽനിന്നു കുലകുലയായി ഞാന്നു കിടക്കുന്ന രത്നഹാരങ്ങൾ. അത് കേവ് ഓണിക്സ് ആണെന്ന് അവർക്ക് പലയിടത്തുനിന്നും തേടിയ അറിവുകളിൽനിന്നു സിദ്ധിച്ചു. സമ്പത്തിന്റെ കലവറയാണീ ഗുഹാന്തർഭാഗം എന്നു ബുദ്ധിമാനായ വനാന്ദ മനസിലാക്കി. ധനികനായ ഹാരിയെ പാർട്ട്ണറാക്കി, ഗുഹാനാളങ്ങൾ ഒരുക്കിയെടുത്ത് ടൂറിസ്റ്റ് കേന്ദ്രമാക്കാൻ തീരുമാനിച്ചു. ഇത്തരമൊന്ന് ഈ അടുത്ത ദേശങ്ങളിലൊന്നുമില്ല.

1982 ൽ വനാന്ദ, ഹാരിയുടെ പണവും പ്രതിഫലവിഹിതവും തിരിച്ചുകൊടുത്ത് ഗുഹകളുടെ ഏക ഉടമയായി. വനാന്ദയുടെ പടിപ്പുരയിൽ നിന്നാണ് ഞങ്ങൾ ടിക്കറ്റെടുത്തത്. അതിനകത്തുനിന്ന് ഭൂഗർഭത്തിലേക്ക് ഒരാൾക്ക് മാത്രം ഇറങ്ങാൻ വീതിയുള്ള കോണിപ്പടികൾ. പാറ ചെത്തി മിനുക്കി, കൈവരി പിടിപ്പിച്ചത്. വശങ്ങളിൽ നോക്കരുത്. ഭീകരഗർത്തങ്ങളോ ഇടനാഴികളോ ആണ്. വളരെ ഉയരത്തിൽ നൈസർഗിക കൽഭിത്തികൾ, ഉയരത്തിലേക്കല്ല, ആഴങ്ങളിലേക്ക്. നേരിയ പ്രകാശം ചൊരിയുന്ന സാധാരണ ബൾബുകൾ വഴിയിൽ അത്യാവശ്യം വിന്യസിച്ചിട്ടുണ്ട്. കോണിയിറങ്ങിയാൽ ഒരു നീണ്ട ഹാൾ, ഇടയ്ക്ക് ഇടുങ്ങിയ വഴികൾ, കിടപ്പറയ്ക്ക് സമം, പല വലിപ്പത്തിലുള്ള മുറികൾ. മേൽപ്പരപ്പിലെ നട്ടുച്ച ഇവിടെയില്ല. കൊടുംതണുപ്പ്. കൂട്ടംതെറ്റിപ്പോകാൻ മാത്രം യാത്രക്കാരില്ല. ഞങ്ങളുടെ ബാച്ചിൽ വെറും 27 പേർ മാത്രം. എന്നാലും ഇരുട്ട്, തണുപ്പ്, അപരിചിതത്വം. മകൻ മുന്നിലും പിന്നിലും വശങ്ങളിലും വീഡിയോ ക്യാമറയുമായി നടക്കുകയാണ്. ഞാൻ മാഷ്ടെ കൂടെ ചേർന്നു നടന്നു. ഇടയ്ക്ക് തികഞ്ഞ അന്ധകാരം. ചിലയിടത്ത് മേൽക്കൂര നമ്മുടെ ശിരസിലേക്ക് ഇറങ്ങിവരുന്നു. ചിലേടത്ത് അത് ഉയരത്തിലേക്ക് അകലുന്നു. ഗൈഡിനെ പിന്തുടരാൻ വലയേണ്ടി വന്നു. നല്ല ഇംഗ്ലീഷിൽ അയാൾ സംസാരിച്ചുകൊണ്ടിരുന്നു. കേൾവിക്കാർ പരിപൂർണ നിശ്ശബ്ദർ. ഗൈഡിന്റെ ശബ്ദം രാത്രിയിലെ കാട്ടിൽ, ഇലകൾ അടർന്നു വീഴുമ്പോലെ.

പൊടുന്നനേ ഞങ്ങൾ നടന്നുകൊണ്ടിരുന്നത് ഒരു ഭൂഗർഭ നദിയുടെ ഓരത്തുകൂടിയാണെന്ന് പുതിയ വെളിച്ചമുണ്ടായി. മറ്റൊരു നദി വലത്തുഭാഗത്തൂടെ ഒഴുകിയിറങ്ങി, ആദ്യത്തേതിനോട് സംഗമിക്കുന്നു. സംഗമസ്ഥാനം നനഞ്ഞു കുതിർന്ന കുങ്കുമക്കല്ലിന്റെ തിട്ട. നനവ്. വഴുക്കൽ. വഴുക്കലുള്ള ദിക്കിലെല്ലാം നീളെ കമ്പിയും കൈതനാരും ചേർത്ത ചവിട്ടുപായ്കൾ വിരിച്ചിട്ടുണ്ട്. ആകെ ഒരു ചുവന്ന കുഴമ്പു പോലെ. ജലം സ്ഫടികംപോലെ. അത് ഒരു കാനനസംഗീതം ആലപിച്ചുകൊണ്ട് ഞങ്ങളെ കാണാതെയെന്നോണം ഒഴുകിപ്പോവുന്നു. വെള്ളം തൊട്ടുനോക്കി. ഹിമത്തണുപ്പ്. മന്ദഗതിയിൽ, വിലാസവതിയായി നടന്നുപോകുന്ന നദിയെ, പാതിവഴിക്ക് മുകളിലെ പാറയിടുക്കിൽനിന്നു കടന്നുവന്ന നദി

അസ്വാസ്ഥയാക്കി. പിന്നെ ഇരുവരും ഇണങ്ങി ഒന്നായി. തലേന്നാൾ സ്മോക്കി പർവതങ്ങളിൽ പെയ്തു കുത്തിയൊഴുകിവന്ന അതിഥിയുടെ നിറം അൽപ്പം തുടുത്തിരുന്നു.

പിന്നെ അലങ്കാരക്കലവറ മറ നീക്കി മുമ്പിൽ അവതരിച്ചു. 'സ്റ്റാല ക്റ്റൈറ്റ്സ്' ഇറ്റുവീഴുന്ന മേൽക്കൂരയിലെ ജലത്തിലെ കാൽസൈഡ് എന്നിവ ചേർന്ന് അവാച്യസുന്ദരമായ ക്രിസ്റ്റലുകൾ മേൽക്കൂരയിൽനിന്ന് ഊർന്നിറങ്ങി, പല രൂപങ്ങളിൽ പറ്റിച്ചേർന്ന് തലയ്ക്കുമേൽ ഒരലങ്കാരപ്പ ന്തലൊരുക്കുന്നു. നടക്കുമ്പോൾ ചുമലിൽ തട്ടാതിരിക്കാൻ തെന്നിമാറ ണം. അർധസുതാര്യമായ ക്രിസ്റ്റലുകൾ, പഞ്ചവർണ രത്നക്കല്ലുക ളിൽനിന്നും വാർന്നു വീഴുന്ന ഹാരങ്ങൾ. പുറ്റുകൾപോലെ, വളക്കോമ്പ കൾ പോലെ, പലയിഴമാലകൾ പോലെ, ശരറാന്തലുകളുടെ രൂപങ്ങളിലും — ഒരു മായാക്കാഴ്ച. പടിഞ്ഞാറ് ചാഞ്ഞുതുടങ്ങിയ സൂര്യന്റെ സ്വർണര ശ്മികൾ അതിസൂക്ഷ്മസുഷിരങ്ങളിലൂടെ ഒരിടത്ത് അരിച്ചെത്തുന്നു.

എവിടെ നോക്കിയാലും ശിൽപ്പസമുച്ചയം. മേൽ, കീഴ്, ഇടം, വലം, മുൻ, പിൻ വശങ്ങളിൽ. ഇരുണ്ട കോണുകളിൽ ചിലത് കണ്ണിൽപ്പെടുന്നില്ല.

"ഞാൻ ലൈറ്റുകൾ അണയ്ക്കുകയാണ്, വിത്ത് യുവർ കൈന്റ് പെർമിഷൻ!" ഗൈഡ് ഒരു മണ്ഡപത്തിൽ കയറി ഒതുങ്ങിനിന്നു. യാത്രി കരോട് തന്റെ ചുറ്റും ചേർന്നുനിൽക്കാൻ പറഞ്ഞു.

അടുത്തനിമിഷം ഗുഹാന്തരാളം മുഴുക്കെ ഘോരാന്ധകാരത്തിൽ നിമഗ്നമായി. ഇരുട്ടിന്റെ അനന്തലോകം, ഇരുട്ടിന്റെ നിർവികാരത, ഇരു ട്ടിന്റെ മൗനം. ആളുകൾ ശ്വാസമടക്കി —

ഒരു ദീപം തെളിഞ്ഞു.

"ലുക്ക്!" ഗൈഡ് പറഞ്ഞു.

താജ്മഹൽ പോലൊരു ശിൽപ്പം, മുമ്പിൽ വലത്തേ കോണിൽ. നദി വെളിച്ചം നോക്കി മെല്ലെ പിറുപിറുക്കുന്നത് കേൾക്കാം. കാണുന്നില്ല.

വിളക്കുകെട്ടു. മറ്റൊന്ന് തെളിഞ്ഞു. ഒരു വിദൂര കോണിൽ അലങ്ക രിച്ച കൊട്ടാരം പോലെ, പരസഹസ്രം ചെരാതുകൾ തിളങ്ങുന്ന ഒരു അന്തഃപുരം!

ഗൈഡിന്റെ വിദഗ്ധഹസ്തം, വെളിച്ചം മാറ്റി മാറ്റി, ദീപങ്ങൾ കത്തിച്ചും കെടുത്തിയും ഞങ്ങളുടെ മുമ്പിൽ അതീവ വിചിത്രവും ചാരുതരവുമായ ബഹുലോകങ്ങൾ തുറന്നു. ഒരിക്കൽ ഒരു കൂറ്റൻ മുതലയും അതിന്റെ നഖപംക്തിയിലകപ്പെട്ട ഒരു പെരുത്ത പല്ലിയും കാണായി. ഒരു ദിനോ സർ ഒരു കരടിയുടെ മേൽ ചാടിവീണ രംഗം. ഒരുവിളക്കു മാത്രം എരി യുന്ന ഒരു വീടിന്റെ പൂമുഖം, ഒരു തൂണു ചേർന്നു നിൽക്കുന്ന സ്ത്രീരൂ പം. ഒരു ക്ഷേത്രഗോപുരം, ഒരു സിനഗോഗ്. ഈ ശിൽപ്പങ്ങളെല്ലാം പ്രകൃ തിയുടെ കരങ്ങൾ സ്റ്റാലക്ടൈറ്റ്, കാൽസൈറ്റ് ലവണങ്ങളിൽനിന്നു രൂപ പ്പെടുത്തിയതാണ്. അനേകലക്ഷം കൊല്ലങ്ങൾകൊണ്ടാവാം.

അവസാനത്തെ ചെരാത് കുന്നിന്റെ പള്ളയിലൊരു ചെറുകുടിലിന്റെ

മുറ്റത്ത് കല്ലിൽ ചാരിവച്ച ഒരു അമ്പും വില്ലും എരിയുകയും അണയുകയും ചെയ്തു. അമ്പും വില്ലും ടൂറിസ്റ്റു കേന്ദ്രത്തിന്റെ ഉടമകൾ സജ്ജീകരിച്ചതാവാം.

ഇവിടെയായിരുന്നു, ആദി ഇന്ത്യർ കാട്ടിൽ ഇര തേടാൻ യാത്ര പുറപ്പെടുമ്പോഴും, ശത്രുവർഗങ്ങളോട് യുദ്ധം ചെയ്യാൻ തുനിയുമ്പോഴും ദൈവത്തോട് പ്രാർഥിച്ചിരുന്നത്, ഗൈഡ് മുഴുമിച്ചു. അവരുടെ ആയുധങ്ങളാണ് അമ്പും വില്ലും.

അവരതിനകത്ത് കൂട്ടത്തോടെ ഒളിച്ചു താമസിച്ചിട്ടുണ്ടാകാം. ഇന്നും ആദി അമേരിക്കൻ വംശജർക്ക് ഇതൊരു ആരാധനാസ്ഥലമാണ്. എങ്കിലും അവർക്ക് ഇതിനകത്ത് കയറണമെങ്കിൽ ടിക്കറ്റെടുക്കണം. കടത്താതിരിക്കാനാണ് ഉടമയ്ക്കിഷ്ടം. നമ്മുടെ നാട്ടിലാണെങ്കിൽ ഇവിടം മറ്റൊരു 'അയോധ്യ'യാവാനുള്ള ചാൻസുണ്ടായേനെ!

1965 മുതൽക്ക് കൊല്ലത്തിൽ ശരാശരി ഒരുലക്ഷം സന്ദർശകർ ഇവിടെയെത്തുന്നു.

നടന്ന പാതകളും ഗുഹകളും തളങ്ങളും ഇടുക്കുകളും തിരിച്ചു താണ്ടി ഞങ്ങൾ പ്രധാന തളത്തിലെത്തുന്നു. അൻപത്തഞ്ചുമീറ്റർ നീളവും മുപ്പതു മീറ്റർ വീതിയും ഇരുപത്തിരണ്ട് മീറ്റർ ഉയരവുമുള്ള ഒരു ഗുഹാശാല. പ്രധാനനദി ഈ തളത്തിന്റെ മൂലയിലേക്ക് ഒഴുകിയെത്തുന്നത് 'ഡ്രൈവാലി'യിലെ 'ലിറ്റിൽ മൗണ്ടൻ'എന്ന ഉപരിതല ചരുവിൽനിന്നാണ്. ആദി ഇന്ത്യർക്കു ശേഷം വനംവെട്ടുകാർ, ചൂട്ടു കത്തിച്ചു പിടിച്ച് ഇതിനകത്ത് കയറി നോക്കിയിരുന്നു എന്നാണ് ഗൈഡ് പറയുന്നത്. എന്നാൽ ശാലയുടെ അങ്ങേയറ്റത്തുനിന്ന് കൂടുതൽ നിഗൂഢവും ഇരുളടഞ്ഞതുമായ ഗുഹയുടെ 'ശ്രീകോവിലി'ലേക്കു ചൂട്ടു കത്തിച്ചു നടന്നു കയറാൻ ആദി ഇന്ത്യർപോലും ധൈര്യപ്പെട്ടിരുന്നില്ല. അവിടുന്നങ്ങോട്ട് അവരുടെ ഉഗ്രമൂർത്തിയുടെ വാസസ്ഥാനമാകുന്നു. ഉള്ളറയുടെ പ്രവേശന സ്ഥലത്താണ് അവരുടേതെന്ന് അനുമാനിക്കപ്പെടുന്ന അമ്പും വില്ലും കാണപ്പെട്ടത്.

പക്ഷേ, വനാന്ദ എന്ന യുവാവിന് ഒരു മൂർത്തിയേയും ഭയമില്ല. ആരോടും ആദരവുമില്ല. ടൂറിസ്റ്റുകൾ കൊണ്ടുവരുന്ന ഡോളർ ദൈവത്തോടല്ലാതെ.

മണ്ഡപത്തിൽ നിന്നിറങ്ങി, ആദ്യത്തെ വഴിയോര വിളക്കുകൾ വീണ്ടും തെളിയിച്ച് അയാൾ ഞങ്ങളുടെ പുറകെയെത്തി.

മേലേക്കുള്ള കോണി കേറുമ്പോൾ ശൈത്യത്തിന്റെ കുപ്പായം ഊരിവീണു. മാലാഖമാരും വിചിത്രാകാശങ്ങളും ദൈവസ്ഥാനങ്ങളും കൊട്ടാരങ്ങളും അന്തഃപുരങ്ങളുമടങ്ങുന്ന രത്നഖചിതമായ അന്തർമണ്ഡലം മലങ്കാറ്റിൽ അലിഞ്ഞുപോയി. നദി അകത്തേക്കു കടക്കുന്ന വാതിൽ ചെറിയ ഇരുമ്പഴികൾ സ്ഥാപിച്ച് മനുഷ്യർക്ക് കടക്കാൻ പറ്റാത്തവിധം അടച്ചിരിക്കുന്നു. കടയ്ക്കകത്തുള്ള ഭൂഗർഭകോണി വഴിയാണ് ഞങ്ങൾ അകത്തുകടന്ന

തെന്ന് അയാൾ വെളിപ്പെടുത്തി. ഭുഗർഭത്തിലെ ഒരു മൈൽ നീളത്തിൽ കിടക്കുന്ന ഗുഹാസമുച്ചയത്തെ വെറും 200 ഡോളർ കൊടുത്താണ് വനാന്ദ മേടിച്ചത് — 1953 ൽ. ഇന്നതിന് അനേക കോടികൾ മതിക്കും. മുതൽമുടക്ക് ഏതാനും ബൾബുകളെരിക്കാൻ ഉള്ള പവർ മാത്രം.

ഇങ്ങനെ ഒരു വൻകരയെ മുഴുവനും ടൂറിസത്തിനായി എങ്ങനെ ചൂഷണം ചെയ്യാമെന്നും, എന്നിട്ടും പ്രകൃതിയെ സംരക്ഷിക്കാമെന്നും അമേരിക്ക നൽകുന്ന പാഠം നമുക്കും പിന്തുടരാവുന്നതാണ്, വൈകിയ വേളയിലെങ്കിലും.

39

കാടുകൾക്കും പർവതങ്ങൾക്കും വിട

തുക്കലോച്ചി ഗുഹകളിൽനിന്നു പുറത്തു കടന്നപ്പോൾ വൈകുന്നേരം നാലുമണി. നാളെ തിങ്കളാഴ്ച. മകന്റെ ലീവ് അവസാനിച്ചു. അർധരാത്രിക്കുമുമ്പ് തിരിച്ചെത്തണം, ജാക്സൺ വില്ലിലെ വീട്ടിൽ. നൂറ് മൈൽ വരെ സ്പീഡ് എടുക്കാമല്ലോ! മഴയും മറ്റു തടസങ്ങളുമില്ല. വലിയ കാറ്റില്ലാത്ത കാലം. മിസിസിപ്പിതടങ്ങൾക്കും ടെന്നിസീ വനത്തിനുമിടയ്ക്കാണ് ഇപ്പോൾ. തീർത്തും കാനനയാത്രയാണ്. വടക്ക് നോർത്ത് കരോലിനയിലെത്തി. അതീവ മനോഹരമായ പർവതസാനുക്കൾക്കിടയിൽ നീലക്കറുപ്പ് ജലത്തിന്റെ അഗാധസമ്പന്നത. സൈൻബോർഡ് 'ഫെർണാണ്ട ലെക്ക്.' തികച്ചും അപ്രതീക്ഷിതമായൊരു കാഴ്ച. ഉയരങ്ങളിലെ പർവതങ്ങൾ ജലസങ്കേതത്തെ തടവിലാക്കി വച്ചിരിക്കുന്നു. ചോർന്നു കടക്കുന്ന ജലം ഒരു അരുവിയായി വഴിക്കുവച്ചു കണ്ടത് ഓർമയിലെത്തി.

മകൻ പറഞ്ഞു:

"വൈകിയാലും തരക്കേടില്ല. ഇത് കാണാതെ പോകാനൊക്കുമോ?" തികച്ചും നിർജനം. തടാകക്കരയിലൂടെ വനപാത താണ്ടി അവസാനം ഹൈഡൽ പ്രോജക്ടിന്റെ അഡ്മിനിസ്ട്രേറ്റീവ് സെന്റർ അപ്പുറം കാണായി. അടച്ചിട്ടിരിക്കയാണ്. ഒരേയൊരു ജനലിൽ സെക്യൂരിറ്റി ലൈറ്റ് തിളങ്ങുന്നു. സ്റ്റാഫും കാണും.

അണക്കെട്ടിന്റെ ഓരത്ത് റോഡിൽ കാറ് നിർത്തി ഉയർന്ന മതിൽക്കെട്ടിനപ്പുറമാണ് ഇപ്പോൾ ജലാശയം. അനന്തം, അഗാധം, രാത്രിയുടെ ആഗമനം.

ഒരു പാറക്കല്ലിൽ ശങ്കിച്ചു നിന്നു, അരുൺ പരിസര നിരീക്ഷണം നടത്തി. ഈ മതിലിന്മേൽ കയറാതെ തടാകത്തിന്റെ ഒരു ചിത്രം എടുക്കാൻ പറ്റില്ല.

വേണ്ട. സെക്യൂരിറ്റി അലർട്ട് കാണും. മതിലിനു മേലേക്ക് നിരീക്ഷണ കാവലിനു വേണ്ടിയാവും, ചെറിയ ചില സ്റ്റെപ്പുകൾ. അരുൺ പതുക്കെ

കയറി. വീതിയേറിയ മതിൽക്കെട്ടിനു മീതെ നിന്നു. പിന്നെ മെല്ലെ ഇറങ്ങിപ്പോന്നു. കുറേക്കൂടി മുന്നോട്ട് പോകാം. കാണാനൊരു പഴുത് എവിടെയെങ്കിലുമുണ്ടാകും.

അണക്കെട്ടിനു താഴെ, ആഴം കുറഞ്ഞ, അനങ്ങാത്ത ജലനിരപ്പിൽ ഇരുളുന്ന സൂര്യമുഖം പ്രതിബിംബിച്ചു. ഒരു വളവ് കഴിഞ്ഞപ്പോൾ റോഡിന് നേർ എതിർവശത്ത് ടൂറിസ്റ്റു കേന്ദ്രം കണ്ണിൽപ്പെട്ടു. അതും നിർജനം.

കരയിൽ വലിച്ചടുപ്പിച്ച അനേകം വള്ളങ്ങൾ നീലത്തടാകത്തിന്റെ ഓരത്ത് ശയിക്കുന്നു. ഇത് ഒരു കളിപ്പൊയ്കയാണ്. ഹൈഡൽ പ്രോജക്ടിന്റെ കനിവിൽ സംരക്ഷിക്കപ്പെടുന്ന, ആഴം കുറഞ്ഞ ജലാശയം. മുന്നിൽ ക്കണ്ട റോഡിലൂടെ, വഴി നിരോധിക്കപ്പെട്ട ടൂറിസ്റ്റ് പൊയ്കയുടെ തീരത്തുനിന്നു കുറേക്കൂടി സഞ്ചരിച്ചു. ഒരു കെട്ടിടമോ മനുഷ്യനോ വണ്ടിയോ കണ്ണിൽപ്പെടുന്നില്ല. വണ്ടി നിറുത്തി മകൻ പറഞ്ഞു:

"ഞാൻ രണ്ടു മിനിറ്റിൽ തിരിച്ചെത്തും. പുറത്തിറങ്ങി നിൽക്കണ്ട."

അവൻ റോഡ് സൈഡിലെ കാഴ്ചകൾക്ക് ദാഹിച്ച്, ഒരര മിനിറ്റു നടന്നപ്പോൾ അവന്റെ അച്ഛൻ വിലക്ക് മറന്ന് പുറത്തിറങ്ങി നിന്നു.

എത്ര വിസ്മയജനകമായിരിക്കുന്നു, ഈ നീലക്കറുപ്പ് വൈഡൂര്യാകാശം! ഞാനും പുറത്തിറങ്ങി.

അപ്പോൾ ഞങ്ങൾ എത്തിയ വഴിയിലൂടെ ഒരു വാൻ പറന്നെത്തി. മകൻ കാഴ്ചയിലില്ല. വണ്ടി നിന്നു. ഡ്രൈവർ ഒരു തടിയൻ തലവടിച്ചവൻ, സരസനെന്നു തോന്നിക്കുന്നവൻ, മുറി ഇംഗ്ലീഷും ഫ്രഞ്ചും കലർന്ന ഭാഷയിൽ ആരാഞ്ഞു:

"വഴി തെറ്റിയതാണോ?"

അല്ല. പക്ഷേ, മാഷുടെ മറുപടി ഇംഗ്ലീഷ് അയാൾക്കു മനസിലാകുന്നില്ല. വിദേശികളാണെന്നും അബദ്ധത്തിൽ ഈ നിരോധിത മേഖലയിൽ എത്തിപ്പെട്ടതാണെന്നും അവർ അനുമാനിച്ചിരിക്കണം. വണ്ടിക്കാരനും മാഷും പാതി ആംഗ്യഭാഷയിലും, മുറി ഇംഗ്ലീഷിലും ആശയവിനിമയം നടത്തുന്നതിനിടയിൽ അരുൺ കുതിച്ചെത്തി. ഇപ്പൊപ്പറയും വഴക്ക്. വണ്ടിയിൽ നിന്നിറങ്ങിയതിന്, എന്നു വിചാരിച്ചു ഞാൻ.

ലോക്കൽ ഡയലക്ട് ചേർത്ത് അരുൺ അവരോട് സംസാരിച്ചു. രക്ഷപ്പെട്ടു. അവർ ഓടിച്ചുപോയി. ഞങ്ങൾ വണ്ടി തിരിച്ച് യാത്ര തുടർന്നു. ഫെർണാണ്ട തടാകവും കളിപ്പൊയ്കയും ഒരു സ്വപ്നംപോലെ മറഞ്ഞുപോയി.

മണിക്കൂറുകളോളം നിശ്ശബ്ദവും ഗതാഗതം അത്യന്തം വിരളവുമായ വനപാതയിലൂടെ സഞ്ചരിച്ചു. വിശപ്പ് മെല്ലെ എത്തിനോക്കുന്നു. കാട് കറുത്തുപോയി. കാഴ്ചകൾ മനസിനകത്താണ്. ഒന്നു രണ്ട് ചെറു അങ്ങാടികൾ കടന്നു. പഴയ കാലത്തെ കൗബോയ്സെന്ററുകളാണെന്നു ഞാൻ അനുമാനിച്ചു. ജീവനറ്റ ക്ലബ് മന്ദിരങ്ങളും അടഞ്ഞുപോയ കടകളുമുണ്ട്. വളരെ ദൂരെ നാലഞ്ചു ലൈറ്റുകളും, രണ്ട് വണ്ടികളുടെ കണ്ണുകളും

തെളിയുന്നു. സമയം ഒൻപതര കഴിഞ്ഞു. ഇനി ജോർജിയോ സ്റ്റേറ്റ് മുഴുവനും കടന്നുവേണം ഫ്ളോറിഡ സ്റ്റേറ്റിലെ വീടെത്താൻ. ഇപ്പോൾ സൗത്ത് കരോലിനയിൽ എത്തിയതേയുള്ളൂ. ഹൈവേ നമ്പർ 95 ലെത്താറായി. ഈ ബഹുപഥപാത ഞങ്ങൾക്കിപ്പോൾ പരിചിതമായി. വടക്ക് ന്യൂയോർക്കു മുതൽ തെക്കറ്റം മയാമി വരെ ഇതേ പാതയിലൂടെ സഞ്ചരിച്ചുകഴിഞ്ഞു.

ഒരു ടാകൊബെൽ ഇന്ത്യൻ റസ്റ്റോറന്റ് തുറന്നിരിക്കുന്നു. സസ്യഭക്ഷണം കിട്ടി. വളരെ സന്തോഷം. ഉള്ളിൽ 'പിങ്ക് ബേബി ബീൻസ്' പുഴുങ്ങി നിറച്ച കർലോങ് എന്ന ഏലാഞ്ചി. പിങ്ക് ബേബിക്ക് മുമ്പൊന്നും അനുഭവിച്ചിട്ടില്ലാത്ത സ്വാദ്. കാപ്പിക്ക് വയനാടിന്റെ മണം; ബ്രസീൽ കാപ്പിയാണെങ്കിലും.

തുക്കലോച്ചി ഇന്ത്യൻ ഗ്രാമത്തിന്റെ നദിക്കരയിലിരുന്ന് കഴിച്ച സാൻവിച്ച് എപ്പോഴൊ ആവിയായിപ്പോയിരുന്നു. ആഹാരം കഴിഞ്ഞ്, ആശ്വാസത്തിന്റെ ചിറകിൽ വീണ്ടും അനന്തയാത്ര.

കരോലിന സൗത്ത് സ്റ്റേറ്റിന്റെയും ജോർജിയ സ്റ്റേറ്റിന്റെയും ഗ്രാമഭംഗി ആസ്വദിക്കാൻ കഴിയുന്നില്ലല്ലോ എന്നൊരു ഖേദം മനസിൽ ഒതുക്കിവെച്ചു. കുറ്റൻ കെട്ടിടങ്ങൾ കുറവ്. ഭവനങ്ങളധികവും പ്രത്യേകം കോമ്പൗണ്ടുകളിൽ ഒറ്റപ്പെട്ടതാണെന്ന് കഴിഞ്ഞ മാസങ്ങളിലെ യാത്രകളിൽ കണ്ടിരുന്നു. മലയോരങ്ങളുടെ സുഖകരമായ കാറ്റും ശൈത്യവുമാണ് പുറത്ത്. ചെറിയൊരുറക്കം വന്നോ എന്നു സംശയം. പെട്ടെന്ന് ഒരു പ്രകാശ സമുദ്രത്തിന്റെ തീരത്തെത്തി, കണ്ണുതുറക്കുന്നു. മകന് ഉറക്കം വന്നുകൂടെന്നു കരുതി അച്ഛൻ പുറത്തേക്കു നോക്കി ഇരിപ്പാണ്.

അറ്റ്ലാന്റാ നഗരം! എട്ടു ട്രാക്ക് റോഡാണെന്നു തോന്നുന്നു. എന്റെയൊരു ചങ്ങാതിയുടെ മകൻ ഇവിടെ ഒരു വൂളൻ ഫാക്ടറി എക്സിക്യൂട്ടീവ് ആണെന്നു മുമ്പ് പറഞ്ഞത് ഓർത്തു. ആരെയും ആകർഷിക്കുന്ന നഗരം. മകൻ നിശ്ശബ്ദതയ്ക്കു വിരാമമിട്ടു:

"ജോലി സമൃദ്ധം. നല്ല ജീവിത സൗകര്യങ്ങളെല്ലാം. അനേകം ഫാക്ടറികളുള്ള നഗരപരിസരം. ഒറ്റക്കുറവേ ഉള്ളൂ."

"അതെന്ത്?"

"ഗതാഗതത്തിനുള്ള താമസം. എത്ര അടുത്താണെങ്കിലും വണ്ടികളുടെ ഒഴുക്ക് വളരെ പതുക്കെയാണ്. ജോലി സ്ഥലത്ത് സമയത്തിന് എത്തണമെങ്കിൽ ഒന്നു രണ്ടു മണിക്കൂറുകൾക്ക് മുമ്പേകൂട്ടി ഇറങ്ങണം!"

നഗരം മുറിച്ചു കടക്കാൻ രണ്ടു മണിക്കൂറുകളോളം, ഗതാഗതം കുറഞ്ഞ അർധരാത്രിയിലെടുത്തു. എത്ര വിശാലമായൊരു മഹാനഗരം!

ജോർജ്ജിയ പിന്നിട്ടു. ഫ്ളോറിഡയിലെത്തിയപ്പോൾ കോഴിക്കോട്ടെത്തിയ ആശ്വാസം. സമയം ഒന്നരയോ രണ്ടരയോ?

ഗ്ലെഡ്സ് ഗ്രാമത്തിൽ എല്ലാവരും ഉറക്കമാണ്. മുറ്റത്ത് വണ്ടികളും. വലിയ മഴ ഉണ്ടായിരുന്നതിന്റെ ലക്ഷണം. ചാക്കിൽനിന്നു ചൊരിഞ്ഞിട്ടതുപോലെ മുറ്റം നിറയെ പച്ച ഞാറയ്ക്കകൾ.

40

സെഡാർ കീ

ഇവിടെ ജനവും പ്രകൃതിയും മുൻനിശ്ചയപ്രകാരം ഒരു കരാറിന്റെ അടിസ്ഥാനത്തിലാണ് ജീവിക്കുന്നത്. ഗുപ്തമായ ഒരു അന്യവൽക്കരണം ഇവർക്കിടയിലുണ്ട്. രാവിലെ നടത്തം കഴിഞ്ഞ്, ഞാൻ ഗ്ലെഡ്സ് ഗ്രാമത്തിന്റെ പ്രവേശന കവാടത്തിലെത്തുമ്പോൾ, ശ്രദ്ധയിൽപ്പെടുന്ന കാര്യം ഈ കോമ്പൗണ്ടിൽ കൃത്യസ്ഥാനങ്ങളിൽ നട്ടുപിടിപ്പിച്ച ഞാവൽ വൃക്ഷങ്ങളും വെയിലിനെതിരെ നിരന്നുനിൽക്കുന്ന എല്മ് വൃക്ഷങ്ങളുമാണ്. റോഡുവക്കിന് ചേർന്ന് ഓക്കുകളും പൈൻ മരങ്ങളും. രാവിലെ ഉണരുമ്പോൾ അദൃശ്യരായ പ്രകൃതി സന്തതികൾ കളി കഴിഞ്ഞ് ഉപേക്ഷിക്കപ്പെട്ട നിലയിൽ, പച്ചപ്പുൽത്തകിടി നീളെ പമ്പരരൂപത്തിലുള്ള പൈൻകോണുകൾ.

ഞാവൽ മരങ്ങളിൽ കുരുവിക്കൂടുകളുണ്ട്. പനങ്കൂട്ടത്തിനിടയിൽ തലയുയർത്തി നിൽക്കുന്ന പേരറിയാൻ പാടില്ലാത്തൊരു വൃക്ഷമുടിയിൽ ഒരു കാക്കയുടെ സ്വരം എന്നെ വിസ്മരിപ്പിക്കുന്നു. രണ്ടു കാക്കൾ. എങ്ങനെയോ വഴിതെറ്റിയെത്തിയതാണ്. ഇന്നാട്ടിൽ ഒരിക്കൽ മാത്രമേ കാക്കയെ കണ്ടിട്ടുള്ളൂ. കാക്കകൾ ഒരേ മരത്തിൽ ചേക്കേറുന്നു. കൂടുവച്ച ഞാവൽ മരത്തിൽനിന്നു കിളികൾ മറ്റു വൃക്ഷങ്ങളിലേക്കു പോകുന്നില്ല. അണ്ണാറക്കണ്ണൻ തന്റെ സ്വന്തം മരത്തിൽ മേൽകീഴ് ഓടിത്തിമർക്കുന്നു. പുൽത്തകിടിയിലെ കീടനാശിനി പ്രയോഗത്തിൽനിന്നു രക്ഷപ്പെടുന്ന പച്ചത്തുള്ളൻ ഉയരങ്ങളിലൊരു ജനൽപ്പാളിമേൽ അള്ളിപ്പിടിച്ചു നിൽക്കുന്നു, ഒരു പാറ്റ മുൻകതകിനു പുറത്തെ ചവിട്ടിയുടെ ഓരത്ത് പ്രാണനൊളിപ്പിക്കുന്നു. മനുഷ്യർ ഫ്ളാറ്റുകളിൽനിന്നു പുറത്തിറങ്ങി വണ്ടികളിൽ ഓടി മറയുന്നു. ഒറ്റ വിന്റ് സ്ക്രീനും തുറന്നിടുന്നില്ല. ഇവിടെ

ഓരോ ഭവനസമുച്ചയവും, ക്ലാസ്സ് സമയത്തെ ഒരു സ്കൂൾ ബിൽഡിങ് പോലെ അച്ചടക്കത്തിൽ കഴിയുന്നു.

നാട്ടിലെ വിലക്കുകളും നിയമങ്ങളുമൊന്നും ഇവിടെയില്ലെന്നു പറയുമ്പോഴും തഴക്കം വന്ന ചിട്ടകൾ ഇവിടത്തെ ജീവിതത്തെ ബെൽറ്റിട്ടു മുറുക്കിയിരിക്കുന്നു. നിയമത്തോടുള്ള ആദരവ് ജന്മസിദ്ധമെന്നു തോന്നും. നമ്മൾ നാട്ടിൽ അരുത് എന്ന് പറഞ്ഞുകൊണ്ടിരിക്കെ, ഓരോ വിലക്കിനെയും മറികടക്കാനുള്ള കള്ളവാതിലുകൾക്ക് വഴിയൊരുക്കി വയ്ക്കുന്നു.

ഇങ്ങനെയെല്ലാം ചിന്തിച്ച്, ഒരവധി ദിനത്തിൽ, പുൽത്തകിടി കത്രിച്ചുനിരപ്പാക്കുന്ന യന്ത്രത്തിൽനിന്ന് ഒരു മുരൾച്ച. മോവർ. ഒരിന്ത്യൻ ആദിവാസി പയ്യൻ, യന്ത്രത്തിനു വഴങ്ങാത്ത ചവറ്റിലകൾ കൈകൊണ്ട് ചാക്കിൽ വാരി നിറച്ചു, പിക്-അപ്പ് വാൻ വരുന്നത് കാത്ത് എന്റെ ജനൽക്കീഴെ, ഗ്രൗണ്ടിൽ നിൽപ്പുണ്ട്. ഞാൻ ഒന്നാം നിലയിലാകയാൽ അവന്റെ സ്വകാര്യതയെ ഹനിക്കുന്നില്ല. ഫ്രെഷ് എയറിനുവേണ്ടി ഒരു ജനൽപാളി വലിച്ചുയർത്തി. പുൽപ്പച്ചയുടെ പൊടി വഹിക്കുന്ന ഒരു കുളിർത്തകാറ്റ് അകത്തേക്കു കടക്കുന്നു. മോവ് കളറുള്ള പരവതാനിയിൽ പച്ചധൂളികൾ സ്പ്രേ ചെയ്യുന്നു. ഞാൻ ചില്ലുപാളി ആ നിമിഷം താഴ്ത്തുന്നു. എത്ര പെട്ടെന്നാണ് ഒരാൾ, താൻ വസിക്കുന്ന നാടിന്റെ ചിട്ടകൾ സ്വായത്തമാക്കുന്നത്! ഇപ്പോൾ 'മോവർ' പ്രവർത്തിപ്പിക്കുന്ന ഗാർഡണറെയും, ചണ്ടിച്ചാക്കുകളുമായി കാത്തുനിൽക്കുന്ന കൗമാരക്കാരനെയും, ധൃതിയിൽ ഭാണ്ഡങ്ങൾ പെറുക്കി വാരാന്ത്യവിനോദത്തിനു മണ്ടുന്ന ചെറുകുടുംബങ്ങളെയും, ഒരു നിഴൽ നാടകത്തിലെന്നപോലെ പ്രത്യക്ഷമാവുന്നു. ശബ്ദങ്ങളെ കൊട്ടിയടച്ചുകളഞ്ഞു ഞാൻ കമ്പ്യൂട്ടറിൽ ന്യൂസ് വായിക്കാമെന്നു വിചാരിക്കുമ്പോൾ മകൻ പറയുന്നു:

"ഇന്നു നമുക്ക് സെഡാർ കീ സന്ദർശിക്കാം. ആഹാരം അവിടെ കഴിക്കാം. ബ്രെഡ്ഡും മറ്റും വണ്ടിയിലെടുത്ത് വച്ചോളൂ." തെർമോ പായ്ക്കിനകത്ത് ഭക്ഷണം ശേഖരിച്ചു കതകടച്ചുപൂട്ടി ഞങ്ങളും പുറത്തു കടക്കുന്നു. മിക്കവാറും ഫ്ളാറ്റുകളെല്ലാം കാലിയായി. ഗ്രൗണ്ട് ഫ്ളോറിലെ ഫ്ളാറ്റിൽ ഇന്ന് ആഫ്രിക്കൻ വിരുന്നാണെന്നു വ്യക്തം. അയൽക്കാർ പൊയ്ക്കഴിഞ്ഞപ്പോൾ, അവർ കതക് തുറന്നിട്ടിരിക്കുന്നു. മലർക്കെ. കണ്ടപ്പോൾ എനിക്ക് സന്തോഷം. ഒരു കതകെങ്കിലും തുറന്ന് കിടക്കുന്നല്ലൊ. ഒളിജീവിതം നയിക്കാൻ ഇച്ഛാശക്തിയില്ലാത്ത ഒരു സംസ്കാരത്തിന്റെ പ്രതിനിധികൾ ഇതാ എന്റെ മുമ്പിൽ.

തുറന്ന കതകിലൂടെ എണ്ണയിൽ വറുക്കുന്ന ആഹാരസാധനങ്ങളുടെ വീര്യം പകുത്ത് ആഫ്രിക്കൻ സംഗീതം അലയടിച്ചൊഴുകി. അയൽപക്കങ്ങളിലെ നിവാസികളിൽനിന്നു മോചനം കിട്ടിയതിലുള്ള ആനന്ദം അവർ ശരിക്കും ആഘോഷിക്കുന്നു.

'സെഡാർ കീ', ഉൾക്കടലിനു തീരത്തെ, ഒരു കക്കത്തുരുത്താണ്. കറുത്ത മണ്ണും കക്കയും ഇഴുകിച്ചേർന്ന തുരുത്ത്. സെഡാർ നദിയുടെ അഴിമുഖം. ഞങ്ങളുടെ മുമ്പിൽ മെക്സിക്കൻ ഉൾക്കടലിൽ നീലക്കറു

പ്പാർന്ന അലമാലകൾ ഉയരുന്നു. നൂറുവർഷത്തിലധികം പഴക്കമേറിയ ഒരു ആവാസകേന്ദ്രം. അർധവൃത്താകാരത്തിലുള്ള കടൽജലത്തെ വളഞ്ഞു നിൽക്കുന്ന ഒരു പൗരാണിക കേന്ദ്രം. പഴയ കെട്ടിടങ്ങൾ ടൂറിസ്റ്റു കൾക്കായി അണിഞ്ഞൊരുങ്ങി നിൽപ്പുണ്ട്. അമേരിന്ത്യൻ കടകളിൽ, പെയിന്റ് ചെയ്യപ്പെട്ട, ഇഗ്വാനാ പ്രതിമകൾ കാഴ്ചക്കാരെ ശങ്കയോടെ വീക്ഷിക്കുന്നു. തടിയിൽ തീർക്കപ്പെട്ട ആരാധനാ വിഗ്രഹങ്ങളുടെ മുഖ മുദ്ര ധ്യാനനിരതമാണ്. പക്ഷേ മിഴികളിലെ മൂർച്ച ധ്യാനം എല്ലാം മറ ന്നുകൊണ്ടല്ലെന്നു ഓർമിപ്പിക്കുന്നു. അത്ഭുതവും ആശങ്കയും അർധനി മീലിത ധ്യാനാവസ്ഥയും അവർ തങ്ങളുടെ സ്രഷ്ടാക്കളായ ആദിഇന്ത്യ രിൽനിന്നു നേടിയതാണ്. അധിനിവേശക്കാരുടെ പുതിയ സംസ്കാരവും അവരുടെ ആർത്തിയും അക്രമവാസനയും മനസിലാക്കിയതാണ് ഇഗ്വാ നകളുടെ അന്തർഗതമെന്ന് അവരുടെ അത്മാവിഷ്കാരം ധ്വനിപ്പിക്കുന്നു. ചരിത്രകാരന്മാരെ വേദനിപ്പിക്കുന്നതാണ് എക്കാലത്തും മെക്സിക്കൻ തീരജനതയുടെ വിധി. പോയകാലവും വർത്തമാനകാലവും ഭാവിയും അവർക്ക് ഒരു വാഗ്ദാനവും നൽകുന്നില്ല. ആധുനികത അവരെ പ്രസാ ദിപ്പിക്കുന്നതേയില്ല. ഈ ജനത ഏതു വർഗമായാലും ശരി, അവരെന്നും ആത്മീയമായും ലൗകികമായും നഷ്ടങ്ങൾ മാത്രം കണ്ടവരാണ്. അവ രുടെ മുമ്പിൽ എന്നും നീലക്കറുപ്പ് ജലരാശി, ചരിത്രംകൊണ്ട് കൊഴു ത്തുപോയ ഈ ജലമണ്ഡലം, ഈ തീരത്ത് ജനിച്ചുമരിച്ചവരുടെ വേദന കൾകൊണ്ട് നിഴലാർന്ന ഈ പാരാവാരം. എന്നും നല്ലൊരു നാളെ വരും എന്ന പ്രതീക്ഷയിൽ കഴിയുന്ന ഈ ഹതഭാഗ്യർ, നിങ്ങളെ സ്വാഗതം ചെയ്യുമ്പോൾ ആ മിഴികളിൽ നിഴലിക്കുന്ന ഗാഢഭാവം, കണ്ണാടിച്ചില്ലുക ളിലെ ഇഗ്വാനമൂർത്തികളുടേതു തന്നെയാണ്, സ്ഥായിയായ മൗനദുഃഖ പ്രതീക്ഷകൾ. കാത്തിരിപ്പ്. അനന്തമായ ഇരിപ്പ്.

ഞങ്ങൾ ചിരപുരാതനമായ കറുത്ത തീരത്തൂടെ നടന്നു. കാൽക്കീ ഴിൽ പഴയ കക്കകൾ മെല്ലെ ഞെരിഞ്ഞടയുന്ന ശബ്ദം ശ്രവിച്ചു. തീരത്തെ ചെളിയിൽ, അത്രയൊന്നും വൃത്തിയും വെടിപ്പുമില്ലാത്ത അസംഖ്യം പെലിക്കൺ പക്ഷികളുടെ ധ്യാനം കണ്ടു.

തീരങ്ങൾ സജ്ജമാക്കിയിരിക്കുന്നത് ജലത്തിന്റെ നേർവക്കത്താണ്. ചിലപ്പോൾ പൗരാണിക, മരത്തടി പാകിയ പ്ലാറ്റ്ഫോമുകൾക്കുമേൽ, വിശ്ര മസ്ഥലങ്ങളും ചായക്കടകളുമുണ്ട്.

കടക്കാരൻ ഞങ്ങൾക്ക് ഓരോ മഗ്ഗ് തണുപ്പിച്ച ചായ തന്നു. പാലി ല്ല. ഐസ്ക്യൂബുകൾ പൊങ്ങിക്കിടക്കുന്നു. ഞങ്ങൾ വുഡൻ പ്ലാറ്റ്ഫോ മിൽ കസേരയിട്ട്, ഉൾക്കടലിലേക്ക് നോക്കിയിരുന്നു. അക്കരെയാണ് സാക്ഷാൽ മെക്സിക്കൻ രാജ്യം. തിരമാലകൾക്കുപരി ഒന്നും കാണാ നാകുന്നില്ല. ഒരു കറുത്ത ആകാശം മാത്രം. പ്ലാറ്റ്ഫോമിന്റെ പൗരാണി കമായ തടിത്തൂണുകളിൽ ജീവനുള്ള കക്കകളുടെ ഗോപുരങ്ങൾ. ദുഃഖ നിമഗ്നമായ ഒരു ജീവിതം അള്ളിപ്പിടിച്ചു മെല്ലെ നീങ്ങുന്ന കറുകറുത്ത ഞണ്ടുകൾ.

കൗമാരക്കാർ ജലത്തിൽ ചൂണ്ടയിട്ടു കളിക്കുന്നു. അവർ അതീവ ക്ഷമയോടെ, അനന്തമായി റെയിലിങ്ങുകളിൽ ചാരി കാത്തുനിൽക്കുന്നു. ചെറുകുട്ട ഏതാണ്ടു നിറയുമ്പോൾ, വിൽപ്പനയ്ക്കായി കടകൾ തോറും നടന്നു നീങ്ങുന്നു. വലിയ ഹോട്ടലുകളാണ് എല്ലാ കുട്ടികളുടെയും ലക്ഷ്യം. അങ്ങോട്ട് ഓട്ടമാണ്. അവ അത്രയ്ക്കൊന്നും വലുതല്ലതാനും. അവസാനം ഒഴിഞ്ഞ കുട്ടകളുമായി, ഉൾത്തടങ്ങളിലെ കുടിലുകളിലേയ്ക്ക്.

ഒരു വെളുത്ത യുവസുന്ദരി, തന്റെ പ്രദർശനശാലയിലെ, ഓരോ കലാവസ്തുവും അതീവശ്രദ്ധയോടെ അഴിച്ച് റോഡിൽ കയറ്റിയിട്ട വാനിൽ പായ്ക്ക് ചെയ്യാൻ തുടങ്ങി. ഗുംടിക്കട ഏതാണ്ട് കാലിയാക്കി. ക്ലിപ്പുകളിൽ ഞാന്നു കിടപ്പുള്ള കളിപ്പാട്ടങ്ങളും ഡ്രിങ്ക്സും കൗതുകവസ്തുക്കളും അഴയോടെ അഴിച്ചു വണ്ടിക്കകത്ത് ബന്ധിച്ചു. കടയടച്ചു പൂട്ടി, കാത്തുനിൽക്കുന്ന ഒരു വൃദ്ധനെ താക്കോൽ ഏൽപ്പിച്ചു. അയാൾ അതോടൊപ്പം അന്നത്തെ കടവാടകയും മേടിച്ചു. പെൺകുട്ടി പുറത്തിറങ്ങി, വിശ്രമകേന്ദ്രത്തിലൊരു ബെഞ്ചിൽ സ്ഥാനം കണ്ടെത്തി, ഒരു ബോട്ടിൽ കോക്ക് കുടിക്കാൻ തുടങ്ങി. അവൾ ആരോടും ഉരിയാടിയില്ല. നിക്കറിന്റെ കീശയിൽനിന്ന് എടുത്ത ഒരു കൊച്ചു കണ്ണാടിയിൽ നോക്കി. മുടി മാടി. കൈകൊണ്ടുതന്നെ മുഖം തുടച്ചു. അന്നത്തെ കച്ചവടം അവളെ തൃപ്തയാക്കിയില്ലെന്നു തോന്നിച്ചു. കടൽക്കാറ്റ് അവളുടെ സ്വർണവർണത്തലമുടി വാരിയെടുത്ത് ഓമനിച്ചു. അവളുടെ ഡ്രിങ്ക്സ് പങ്കിടാൻ കുറേക്കൂടി പ്രായം ചെന്ന ഒരു പെൺകുട്ടി ഓടി വന്നു. ഭാരമുള്ള പ്രദർശനവസ്തുക്കൾ കടലോരത്തുനിന്ന് ഇരുവരും പെറുക്കിയെടുത്ത് വണ്ടിയിൽ കേറ്റി.

വൃദ്ധൻ പാസഞ്ചർ സീറ്റിലും ഒരു വൃദ്ധ ഡ്രൈവർ സീറ്റിലും പെൺകുട്ടികൾ ബാക്ക് സീറ്റിലും കയറിക്കൂടി വണ്ടിയോടിച്ചുപോയി. വണ്ടി ഒരു ഇടുങ്ങിയ തെരുവിലൂടെ നൂണുകടന്ന് ചരിത്രത്തിൽ മാഞ്ഞു. ഒരിക്കലും ഇവരെ ഞാൻ ഇനി കാണുകയില്ല.

സൂര്യനസ്തമിക്കുന്നു. സമുദ്രം ഓർമകളിലിറങ്ങിനിന്നു രൗദ്രഭാവം കൈക്കൊള്ളുന്നു. ചക്രവാളത്തിൽനിന്നു മെല്ലെ മെല്ലെ യന്ത്രവൽകൃത ബോട്ടുകൾ തീരം തേടി വരുന്നു. അടുത്തെത്തുമ്പോൾ അവയുടെ വയറ്റത്ത് കറുത്ത കക്കകൾ ഇറുകിപ്പിടിച്ച് കൂട്ടംകൂടി നിൽക്കുന്നത് കണ്ണിൽപ്പെടുന്നു. പോയ നൂറ്റാണ്ടിന്റെ തുടർച്ചക്കാരാണ് അവറ്റയും.

സെഡാൻ നദിയുടെ അഴിമുഖത്ത് ആധുനിക കാലത്തെ മുദ്രയുമായി പുതിയ ചില കെട്ടിടങ്ങൾ ശങ്കിച്ചുകൊണ്ട് എണീറ്റുനിൽക്കാൻ ശ്രമം തുടങ്ങിയിട്ടുണ്ട്. പണി പൂർത്തിയായ കെട്ടിടത്തിന്റെ മുകൾനിലയിലെ നൃത്തശാലയിൽ നവയൗവനം ആടിയും പാടിയും തിമർക്കുന്നു.

ഞങ്ങൾ വണ്ടിയേറി ജാക്സൺവിൽ നഗരത്തിലെ ഞങ്ങളുടെ പാർപ്പിട ഗ്രാമത്തിലേക്കു തിരിക്കുന്നു.

41

മടക്കം

ആറുമാസം അവസാനിക്കുന്നു. വേണമെങ്കിൽ അടുത്ത വർഷമോ പിന്നീടോ വീണ്ടും വരാം. വിസയും ഉണ്ട്. മകൻ പറഞ്ഞു:

"അമ്മ എന്നെ ചീത്ത ശീലങ്ങൾ പഠിപ്പിച്ചു."

"അതെന്ത്?"

"പ്രാതൽ. ഒരു ഓറഞ്ച് ജ്യൂസിൽ ഒതുക്കിയിരുന്ന പ്രാതലിനെ ഇഡ്ഡ ലി-ദോശകളിലേക്ക് വീണ്ടും തിരിച്ചുവിട്ടത് അമ്മയാണ്."

"സാരമില്ല, നാളെമുതൽക്ക് അത് കുറച്ചുകൊണ്ടുവരാം."

ഒരാഴ്ചകൂടി. ഇന്നിവിടെ അവസാനത്തെ ഞായറാഴ്ച.

നമുക്ക് ഷോപ്പിങ്ങിനു പോകാം — അവൻ പറഞ്ഞു.

വാൾ-മാർട്ടിലെ ജനവൈവിധ്യത്തെ ഒന്നുകൂടി ആസ്വദിക്കാം. സ്വർണമുടിക്കിരീടം ചാർത്തിയ ആഫ്രിക്കൻ സുന്ദരിയുടെ ദീർഘകാ യവും പുഞ്ചിരിയും ഒരിക്കൽക്കൂടി കാണാം. ഞായറാഴ്ച അവൾ ഡ്യൂട്ടി യിലുണ്ടാകും. നാട്ടിലേക്കു കൊണ്ടുപോകാനെന്തുണ്ട് എന്നാലോചിക്കാ നില്ല. എന്തുണ്ട് ഇപ്പോൾ നാട്ടിൽ കിട്ടാതെ!

വാൾ-മാർട്ടിലെ വിവിധ സെക്ഷനുകളിലൂടെ നയിച്ച് അരുൺ പറഞ്ഞു:

"ഏതു വേണമെന്ന് തീരുമാനിച്ച് സെലക്ട് ചെയ്തോളൂ."

കഴിഞ്ഞ തവണ അച്ഛൻ ഒരു റിസ്റ്റ് വാച്ച് മേടിച്ചു. കൈയിൽ മുമ്പ് കെട്ടിയ വാച്ചിന്റെ ബാറ്ററി തീർന്നു. അത്തരം ഇവിടെയില്ല. ബാറ്ററി മേടി ക്കുന്നതിനു പകരം, പുതിയ വാച്ച് മേടിക്കുകയാണ് ഇവിടെ നടപ്പ്. ലോക രാജ്യങ്ങളിൽനിന്നെല്ലാം സജ്ജീകരിക്കപ്പെട്ടിരിക്കുന്ന ഷോപ്പുകളിൽ പക്ഷേ, വസ്ത്ര വൈവിധ്യം കുറവായിരുന്നു. അമേരിക്കയുടെ സാധാ രണ ജീവിതത്തിൽ വസ്ത്രപകിട്ടിനും വൈവിധ്യത്തിനും സ്ഥാനമി

ല്ലെന്നാണ് ഞാൻ നിരീക്ഷിച്ചിരുന്നത്. വേഷം ലേശം ലളിതം, വലിയ നാട്യങ്ങളില്ലാത്തത്. ആണും പെണ്ണും വ്യത്യസ്ത വേഷം വേണം എന്നും ശഠിക്കുന്നില്ല. പാർട്ടിവെയർ മാത്രമാണ് വേറിട്ടു നിൽക്കുന്നത്. അത് വാങ്ങാൻ കഴിയുന്നവരുണ്ടെങ്കിലും, ഏഷ്യൻ വംശജരെപ്പോലെ വസ്ത്ര ഭ്രാന്ത് ഇവിടെ കണ്ടില്ല.

ഞങ്ങൾ കത്തികളുടെ ആലയത്തിലെത്തി.

ലോകത്തിലെ ഏറ്റവും മികച്ച കത്തി നിർമാണ ഫാക്ടറികൾ ഇവിടെയാണുള്ളത്! മകൻ പറഞ്ഞു.

ബോംബും!

എനിക്ക് അതിൽ കയറിയപ്പോഴെ പേടിയായി. ഏതെല്ലാം വലിപ്പത്തിൽ, രൂപത്തിൽ കത്തികൾ പല്ലിളിച്ചു, കണ്ണാടിക്കൂടുകളിൽ നിരന്നു നിൽക്കുന്നു. തിളക്കം കണ്ടപ്പോഴെ ഞാൻ ധൃതിയിൽ പുറത്തുകടന്നു. വേണ്ട. ഞങ്ങൾക്ക് തിരുനെല്ലിയിൽ, പെരുംകൊല്ലൻ കാളൻ സൗമ്യവും ഉശിരുള്ളതുമായ അടുക്കളക്കത്തികൾ ഉണ്ടാക്കിത്തരും. നിർമാണകാലം ഒരു കൊല്ലത്തിലേറെ വരും. മുടിപ്പിന്നു മുതൽ, ശവമടക്കാൻ വലിപ്പമുള്ള പെട്ടികൾ വരെ ഗൾഫ് രാജ്യങ്ങളിൽനിന്നു കടത്തിക്കൊണ്ടുവന്ന് ആനന്ദിക്കുന്നവരെ ഞാൻ കണ്ടിട്ടുണ്ട്.

മകൻ ഒരു അവൺഫ്രീ ഗ്ലാസ് ജാർ തെരഞ്ഞെടുത്തു തന്നു. രണ്ടു കളിപ്പാട്ടങ്ങളും. വസ്ത്രങ്ങളും മറ്റും പാക്ക് ചെയ്തു തിരിച്ചുപോകാൻ ഒരിടത്തരം ലഗേജ് ബാഗും. തീർന്നു. മകന് അത്ഭുതമായി. ഇവിടെ വരുന്നവർക്ക് ഒരു മാസം മുഴുവനും ഷോപ്പിങ് നടത്തിയാലും മതിയാവില്ല! ഷോപ്പിങ് യാത്രകളുടെ ആത്മാവിനെ നഷ്ടപ്പെടുത്തുന്നു എന്ന സത്യം ഞാൻ പറഞ്ഞിരുന്നില്ല.

കൗണ്ട്ഡൗൺ എന്നെ സംബന്ധിച്ച് അത്ര പ്രിയങ്കരമായിരുന്നില്ല. അരുണിന്റെ അച്ഛനാവട്ടെ, ചെന്നാലുള്ള കാര്യങ്ങളെക്കുറിച്ച് ചർച്ചചെയ്യാൻ തുടങ്ങി. ആറുമാസത്തെ പ്രവാസകാലത്ത്, വീടിനും തോട്ടത്തിനും സംഭവിച്ചിരിക്കാവുന്ന ക്ഷതങ്ങൾ, പൊളിച്ചു വായിക്കാത്ത തപാൽ, നാട്ടിലെ രാഷ്ട്രീയാവസ്ഥ. കഴിഞ്ഞുപോയ കാലവർഷത്തിന്റെ കെടുതി, അങ്ങനെ അനേകം കാര്യങ്ങൾ.

വീടുവിട്ടാൽ വീടിനെപ്പറ്റി ചിന്തിക്കയേ അരുത് എന്നതാണ് എന്റെ നയം. തിരിച്ചുചെന്ന് ഉമ്മറത്ത് കാലുകുത്തിയിട്ടാകാം അവിടത്തെ കാര്യം. ആറുമാസം തികച്ചും ഞാനിവിടത്തെ കാറ്റിലും തണുപ്പിലും സൂര്യപ്രകാശത്തിലും മഞ്ഞിലും ഇലപ്പച്ചകളിലും ആകാശ ജല നീലിമയിലും ആണ്ടു മുങ്ങിപ്പോയി. ചരിത്രചാനലിൽ അമേരിക്കയെ പഠിച്ചു. പരസ്യചിത്രങ്ങളിൽ വർത്തമാനകാലത്തെ അറിഞ്ഞു. യാത്രാവേളകളിൽ കഠിനാധ്വാനികളും, ജീവിതത്തെ ആസ്വദിക്കുന്നവരും, അന്യരുടെ കാര്യങ്ങളിൽ തലയിടാത്തവരും മക്കളെക്കാൾ പട്ടികളെ സ്നേഹിക്കുന്നവരുമായ അമേരിക്കരെ, ചർമവർണവ്യത്യാസമില്ലാതെ അറിയാൻ ശ്രമിക്കുകയായിരുന്നു. കാലിഫോർണിയൻ മുന്തിരിപ്പഴവും ഫ്ളോറിഡ ഓറഞ്ചും

അയോവൻ ഗോതമ്പും കരീബിയൻ പടവലവും മെക്സിക്കൻ മുളകും നികരാഗ്വൻ ഏത്തക്കായും ഇന്ത്യൻ അരിയും ഫിലിപ്പീനിയൻ തേങ്ങാപ്പാലും ഡാർജിലിങ് ചായയും ലാറ്റിനമേരിക്കൻ കാപ്പിയും ചേമ്പും തിരുവിതാംകൂർ കപ്പയും ചൈനീസ് നൂഡിൽസും സ്പാനിഷ് പാസ്റ്റയും ആദിഇന്ത്യൻ കർലോങ്ങും പയർവർഗങ്ങളും കണ്ടു, അനുഭവിച്ചു. പിന്നെ അമേരിക്കൻ ചെറുകഥകളെല്ലാം വായിച്ചു തീർത്തു. വലിയ വലിയ പഞ്ചവത്സരപ്പതിപ്പുകൾ. തനിച്ചുള്ള പ്രഭാത നടത്തങ്ങളുടെ ആനന്ദം ഒരിക്കലും മറക്കാനാവില്ല. ബ്രേവിക് വില്ലേജിലെ ഒരു പട്ടി, ചങ്ങലയിൽക്കിടന്ന്, എന്നെ പ്രതി ആദ്യമെല്ലാം ശക്തമായി കുരച്ചു. ഞാനതിന്റെ കണ്ണിൽപ്പെടും മുമ്പെ തന്നെ. ക്രമേണ അതിന്റെ ശബ്ദത്തിന്റെ വീര്യം കുറഞ്ഞു. എന്നാലും അവസാനത്തെ ദിവസം വരെ ഞാൻ അതിന്റെ കുര കേട്ടു. ബ്രേവിക് വില്ലേജിലെ ഒരു വീട്ടിൽ, അച്ഛനും മകനും ചേർന്ന് ഒഴിവുദിനങ്ങളിൽ ഒരു വീടിന്റെ എക്സ്റ്റൻഷൻ വർക്ക് പൂർണമായും ചെയ്തുതീർക്കുന്നത് എന്നെ വിസ്മയിപ്പിച്ചു — ഒരു ഹെൽപ്പർപോലുമില്ലാതെ. അവരുടെ വളർത്തുനായ് എന്നെ നോക്കി വാലാട്ടി. എന്റെ സുഹൃത്തായി. വില്ലേജ് ഭവനങ്ങളുടെ മുറ്റത്ത്, പ്ലാസ്റ്റിക് കൂടുകളിൽ ദിനപത്രങ്ങൾ വീണു മഞ്ഞിൽ കുളിച്ചു കിടക്കും. തിരിച്ചു നടക്കുമ്പോൾ അവ അവിടെ ഉണ്ടാവില്ല. എന്നെ അത്ഭുതപ്പെടുത്തിയ കാര്യം, ഉദ്യോഗസ്ഥന്മാർ താമസിക്കുന്ന ഞങ്ങളുടെ ഗ്ലെയ്ഡ്സ് വില്ലേജിൽ, ഒരൊറ്റപ്പത്രവും വന്നിരുന്നില്ല (അഥവാ എന്റെ കണ്ണിൽപ്പെട്ടിട്ടില്ല) എന്നതാണ്.

ബുഷും കെറിയും തമ്മിൽ കടുത്ത തെരഞ്ഞെടുപ്പ് പോരാട്ടം നടക്കുമ്പോൾ ഞങ്ങൾ അവിടെയുണ്ടായിരുന്നു. പുൽത്തകിടികളിൽ ഒരടിക്കമ്പിൽ നാട്ടിയ ചെറു ബോർഡുകൾ മാത്രം. ഒന്നര — ഒന്ന് അടി ചതുരത്തിൽ. ഒരേ അളവിൽ. പ്രചാരണത്തിനതു മതി അവർക്ക്. തെരഞ്ഞെടുപ്പ് അവിടെ ഉത്സവമല്ല. ചാനലിൽ ചിലരുടെ പ്രസംഗം കേട്ടു. കറുത്ത വംശജരുടെ വോട്ട് ബാങ്കിൽ കണ്ണുനട്ട് ബുഷ് ഒന്നാന്തരം നടനായി. കുഞ്ഞുങ്ങളെ വാരിയെടുത്ത് ഉമ്മവയ്ക്കുന്നു. പെണ്ണുങ്ങളോട് കൊഞ്ചുന്നു. ആണുങ്ങളോട് കെഞ്ചുന്നു. അസാധാരണമായ വാഗ്ധോരണി. പാവം കെറി. ഒരു മാന്യനെപ്പോലെ മിതഭാഷിത്വം. വിനയം. ചെറിയ ശരീരം. ചെറുതും വലുതുമായ ജനക്കൂട്ടം. റിസൾട്ട് വന്ന ദിവസം അവസാനംവരെ ഏതാണ്ട് കെറി ജയിച്ചുനിന്നു. ഒടുക്കം ഞങ്ങൾ താമസിച്ച ഫ്ളോറിഡയിലെ പെൻഷൻ വർഗം ബുഷിനെ തെരഞ്ഞെടുത്തു. അവരിലേറെയും ഏഷ്യൻ വംശജരായിരുന്നു. അവരുടെ പിൻതുടർച്ചക്കാർക്ക് ബുഷിനെ, അന്തർദേശീയ സുരക്ഷിതത്വത്തിന് വേണമായിരുന്നു.

അമേരിക്കയുടെ ജനാധിപത്യബോധമാണ് ഏറ്റവും ശ്രദ്ധേയം. അമേരിക്ക അവരുടെ സ്വന്തം. എന്തിന് കണക്കില്ലാത്തത്ര എഞ്ചിനീയർമാരെ, യു എസ് എ യിലേക്കു ക്ഷണിച്ചുവരുത്തുന്നു എന്ന് അവർ ഡിബേറ്റുകളിൽ ചിന്തിക്കുന്നു. കൗണ്ടി കൗൺസിലർമാരെ ചോദ്യം ചെയ്യുന്നു.

"എന്തുകൊണ്ട് നമ്മുടെ കുട്ടികൾ ഉപരിപഠനത്തിൽ ആകൃഷ്ടരാകുന്നില്ല?" രണ്ടമത്തെ ചോദ്യം.

അതിനുത്തരം വ്യക്തം. ബഹുരാഷ്ട്ര കുത്തകകൾക്ക് വിദേശബുദ്ധി സമ്പത്ത് വേണം വീണ്ടും വീണ്ടും ധനാർജനത്തിന്. അമേരിക്കയിലെ യുവാക്കൾ കണ്ണിലെണ്ണയൊഴിച്ചിരുന്ന് പഠിച്ച് ആയുസ്സ് കളയാൻ ആഗ്രഹിക്കുന്നില്ല. ബുദ്ധിമാന്മാരായ യുവജനതയ്ക്ക് അധ്വാനിച്ച് പണമുണ്ടാക്കാതെ പഠിക്കാൻ ഗതിയുമില്ല. മൊത്തത്തിൽ ഒരു 'ക്ഷേമരാഷ്ട്ര' ജീവിതത്തിന്റെ അലസത അവരെ ഗ്രസിച്ചിരിക്കുന്നു. വിദേശികളാകട്ടെ വീക്കെന്റുകളിൽപോലും ജോലി ചെയ്തു, വിനോദമില്ലാത്ത ജീവിതം ക്ലേശഭരിതമാക്കി, തൊഴിലിനെ പണം കായ്ക്കുന്ന മരമാക്കുന്നു. മനുഷ്യൻ സ്വതന്ത്രനായി പിറക്കുന്നു. സ്വതന്ത്രനായിത്തന്നെ ജീവിക്കണം എന്ന ഇവരുടെ തത്വത്തെ മാനിക്കാത്തത്, നമ്മുടെ ജീർണിച്ച ഫ്യൂഡൽ സങ്കൽപ്പങ്ങളാണ്. ജോലി ചെയ്യുന്നവനേ ഉണ്ണാൻ അർഹതയുള്ളു എന്ന് നമ്മൾ ഇനി എന്നാണ് പഠിക്കുക?

മയാമി എയർപോർട്ട് ഹാളിലെ ബെഞ്ചിൽ ഞങ്ങൾ മൂന്നുപേരും ഇരിക്കുന്നു. അച്ഛനും അമ്മയും നടുവിൽ മകനും. അവസാനത്തെ മണി മുഴങ്ങിയിട്ടും അവൻ പുറത്തേയ്ക്കു പോകാൻ അമാന്തിക്കുന്നു. എന്തെല്ലാമോ സംസാരിക്കുന്നു. സ്വതവേ മിതഭാഷിയാണ്. ഞാൻ പറഞ്ഞു:

"മതിയാക്കൂ."

പ്ലെയിനിൽ നോൺവെഡ് ആഹാരമാണ് പ്രധാനം. 'ലുഫ്ത്താൻസ' പച്ചക്കറി കൊടുക്കും. പക്ഷേ എല്ലാം സലാഡ് രൂപത്തിലാണ്, ഒന്നും വേവിച്ചിട്ടുണ്ടാവില്ല. അച്ഛനും അമ്മയ്ക്കും മാത്രമായി ഞാൻ ഒരുമാസം മുൻകൂട്ടി വെജിറ്റേറിയൻ ഫുഡ് ഓർഡർ ചെയ്തിട്ടുണ്ട്. അത് കിട്ടും. അത് മതി എന്നവരോട് നിഷ്കർഷിക്കണം. തരം കിട്ടിയാൽ ചിലർ കൈക്കലാക്കാൻ ശ്രമിക്കും!

എന്റെ മനസ്സ് പുത്രനെ അഭിനന്ദിച്ചു. ഇയാളെന്നേ ഇത്ര ശ്രദ്ധാലുവായൊരു ഗൃഹനാഥനായത്!

അവൻ എണീറ്റു നിശ്ശബ്ദം പുറത്തുകടന്നു. അലകളും മലരികളും ഗർജിക്കുന്ന അത്‌ലാന്റിക്കിനു മീതെ, ഒരു കപ്പലിന്റെ വലിപ്പമുള്ള ലുഫ്ത്താൻസ വിമാനം ദീർഘയാത്ര തുടങ്ങി. ഒറ്റ സീറ്റുപോലും ഒഴിവില്ല. ഒരു നേരത്തെ ആഹാരം വിതരണം ചെയ്തു തീർക്കാൻ ഒന്നരമണിക്കൂറെടുക്കുന്നു. പന്നിമാംസം ബെക്ക് ചെയ്തതിന്റെയും പാസ്തയുടെയും ഗന്ധം ഇടകലർന്ന് ഉഴറി നടക്കുന്നു. അത്യന്തം രുചികരമായ ചോറും വിഭവങ്ങളും എത്തിയപ്പോൾ, അടുത്ത സീറ്റിലിരുന്നവർ അത് വേണമെന്നായി.

ഇല്ല! നേരത്തെ ടിക്കറ്റിനൊപ്പം ബുക്ക് ചെയ്തതാണ്. രണ്ടുപേർക്കു മാത്രം!

എന്റെ തൊട്ടടുത്തിരുന്ന സ്പാനിഷ് പ്രൗഢ, മിഠായി തിന്നുന്ന ലാഘവത്തോടെ, ഒരു പന്നിയിറച്ചി ബ്രഡ് മുഴുവനും അഞ്ചുമിനിറ്റിനകം അക

ത്താക്കി. താനൊരു സ്കൂൾ ടീച്ചറാണെന്ന് അവർ തന്നെത്താൻ പരിചയപ്പെടുത്തി.

"എവിടെ?"

"ഇവിടെത്തന്നെ. അമേരിക്കയിൽ."

"കൊള്ളാം."

അവധിക്ക് ഭർത്താവിനെയും കുട്ടികളെയും കാണാൻ സ്പെയിനിലേയ്ക്കു പോവുകയാണ്!

ഫ്രാങ്ക്ഫർട്ടിലെത്തിയപ്പോഴാണ് മലയാളികളെ കണ്ടത്. രണ്ടു മണിക്കൂർ ബ്രെയ്ക്ക്. മലയാളി നഴ്സുമാരുടെ ഒരു പട. കുടുംബസഹിതവും സിംഗിളായും. സഹയാത്രികരായ യൂറോപ്യരെല്ലാം അവിടെവച്ച് ഇറങ്ങിപ്പോയി. പിന്നീട് പ്ലെയിനിൽ ബഹുഭൂരിപക്ഷവും ഇന്ത്യക്കാരായി. കൈക്കുഞ്ഞുങ്ങളുമായി നാട്ടിലേക്കു പോകുന്ന ഇന്ത്യൻ യുവതികൾ ധാരാളം. വിദേശ പൗരത്വം സിദ്ധിച്ച തങ്ങളുടെ 'അമൂല്യ' സന്തതികളുമായി ആദ്യം നാട്ടിലേയ്ക്ക് അവധിക്കു പോകുന്ന ദമ്പതികൾ രണ്ടിലേറെ ഉണ്ടായിരുന്നു. തുടർയാത്ര ഒരു ഡൊമസ്റ്റിക് ഫ്ളൈറ്റിന്റെ പ്രതീതിയുളവാക്കി. വീണ്ടും നാട്ടിൽ. ആറുമാസത്തിനകം ഒട്ടേറെ മാറിപ്പോയ നഗരം. എന്നാലും സുപരിചിതം. സ്വന്തം!

www.ingramcontent.com/pod-product-compliance
Lightning Source LLC
LaVergne TN
LVHW090330051026
849518LV00005B/1929
* 9 7 8 8 1 2 6 2 0 5 8 1 3 *